ആ
പർവ്വതം
നിങ്ങളാണ്

ബ്രിയാന വീസ്റ്റ്

വിവർത്തനം : അഡ്വ. സഹ്‌ല സുമയ്യ

MANJUL
മഞ്ജുൾ പബ്ലിഷിങ് ഹൗസ്

First published in India by

MANJUL

Manjul Publishing House

Corporate and Editorial Office

• 2nd Floor, Usha Preet Complex, 42 Malviya Nagar, Bhopal 462 003 - India

Sales and Marketing Office

• C-16, Sector 3, Noida, Uttar Pradesh, 201301, India

Website: www.manjulindia.com

Distribution Centres

Ahmedabad, Bengaluru, Bhopal, Kolkata, Chennai,
Hyderabad, Mumbai, New Delhi, Pune

Malayalam translation of *The Mountain Is You* by Brianna Wiest

This edition first published in India in 2024

ISBN 978-93-5543-697-9

Translated by: Adv. Sahla Sumaiya

Printed and bound in India by Thomson Press (India) Ltd.

“ബ്രിയാനയുടെ പുസ്തകം രോഗശാന്തിയുടെ മനോഹരമായ ആവിഷ്കാരമാണ്. സ്വയം അട്ടിമറി, വൈകാരിക ബുദ്ധി, ആഴത്തിലുള്ള പരിവർത്തനം എന്നിവയെക്കുറിച്ചുള്ള അവരുടെ ഉൾക്കാഴ്ചകൾ വിലമതിക്കാനാവാത്തതാണ്. മാറ്റം സ്വയത്തിൽ നിന്നാണ് ആരംഭിക്കുന്നതെന്ന് അവർ മനസ്സിലാക്കുന്നു, അവരുടെ പുസ്തകം കൂട്ടായ ഒരു സമ്മാനമാണ്.

– **ഡോ. നിക്കോൾ ലെപെറ,** *ഹോളിസ്റ്റിക് സൈക്കോളജിസ്റ്റ്*

“നമ്മുടെ ആഴത്തിലുള്ള സാധ്യതകൾ നിറവേറ്റുന്നതിൽ, ഏറ്റവും വലിയ പ്രതിഫലം അനന്തരഫലങ്ങളിൽനിന്ന് കുറവാണെന്നും നമ്മൾ യഥാർത്ഥത്തിൽ കഴിവുള്ളവരാണെന്ന് നമുക്കറിയാമെന്ന അറിവ് നാം ആരാകണം എന്നതിനേക്കാൾ മികച്ചതാണെന്നും ഞാൻ വിശ്വസിക്കുന്നു. മനോഹരമായി എഴുതിയതും, കണ്ണു തുറപ്പിക്കുന്നതുമായ ഈ പുസ്തകത്തിൽ, സഹായിക്കാനുള്ള ശക്തമായ ഉൾക്കാഴ്ചകളോടെ നമ്മുടെ സ്വന്തം പർവ്വതങ്ങൾ അളക്കാൻ ബ്രിയാന വീസ്റ്റ് നമ്മെ പ്രചോദിപ്പിക്കുന്നു. മുന്നോട്ടുള്ള കയറ്റത്തിന് നിങ്ങളെ ഒരുക്കുക. പൂർണ്ണമായ സംതൃപ്തിയും വിസ്മയവും ആസ്വാദനവും ഉള്ള ഒരു ജീവിതം നയിക്കാൻ ആവശ്യമായ ആന്തരിക ജോലി ചെയ്യാൻ തയ്യാറുള്ളവർ നിർബന്ധമായും വായിക്കേണ്ടതാണ്!”

– **സൈമൺ അലക്സാണ്ടർ ഓങ്,** *ഇന്റർനാഷണൽ ലൈഫ് കോച്ച് & വ്യവസായ തന്ത്രജ്ഞൻ*

“ദുരിതങ്ങളിൽ പ്രത്യാശയുണർത്തുന്ന ഒരു ഉണർവ്വിന്റെ വിളിയാണ് *ആ പർവ്വതം നിങ്ങളാണ്* എന്ന ഈ പുസ്തകം. നിങ്ങളുടെ ആന്തരിക നായകനെ ഉണർത്തുകയും ബോധപൂർവ്വം ഒരു പുതിയ ആഖ്യാനം തിരഞ്ഞെടുക്കുകയും ആത്യന്തികമായി, നിങ്ങൾ അഗാധമായി ആഗ്രഹിക്കുന്നതും അർഹിക്കുന്നതുമായ ഒരു ജീവിതം സൃഷ്ടിക്കുമ്പോൾ, നിങ്ങളെക്കുറിച്ച് നിങ്ങളെ പഠിപ്പിച്ചതിന്റെ നിയമങ്ങൾ കത്തിക്കാൻ നിങ്ങളെയിത് പ്രചോദിപ്പിക്കുന്നു. നിങ്ങളുടെ സ്വകാര്യ പർവ്വതത്തിൽ കയറാൻ ആവശ്യമായ ധൈര്യവും വ്യക്തതയും വളർത്തിയെടുക്കാൻ പ്രായോഗിക ഉപകരണങ്ങളുടെയും ആഴത്തിലുള്ള ആത്മാവിന്റെ ഷിഫ്റ്റുകളുടെയും ഒരു രസവാദവിദ്യ ബ്രിയാന നൽകുന്നു – പ്രധാനമായും, നിങ്ങൾ ആരാ

ണെന്ന് ഓർക്കുക. തങ്ങളുടെ യഥാർത്ഥ ദിശയെ അഭിമുഖീകരിക്കാനും അവരുടെ ശക്തി തിരിച്ചുപിടിക്കാനും ധൈര്യമുള്ളവർക്ക് ആത്യന്തികമായി തേടുന്നവരുടെ വഴികാട്ടി."

– **ജെന്ന ബ്ലാക്ക്,** *ഇന്റർനാഷണൽ കോച്ച്*

"എന്റെ പ്രിയപ്പെട്ട എഴുത്തുകാരിൽ ഒരാളാണ് ബ്രിയാന വീസ്റ്റ്. ജീവിതത്തെ മാറ്റിമറിക്കുന്ന ജ്ഞാനത്തെ അവർ ഒരു അതുല്യമായ വാചാലതയുമായി സംയോജിപ്പിക്കുന്നു, അത് വായനക്കാരെ അവരുടെ ശക്തി വീണ്ടെടുക്കാനും അവരുടെ ജീവിതത്തെ മികച്ച രീതിയിൽ മാറ്റാനും പ്രചോദിപ്പിക്കുന്നു. *ആ പർവ്വതം നിങ്ങളാണ്* അനേകം ആളുകളെ സഹായിക്കാൻപോന്ന പുസ്തകമാണ്."

– **യൂങ് പൂബ്ലോ,** *ബെസ്റ്റ് സെല്ലിംഗ് ആയ "ഇൻവാർഡ്"-ന്റെ രചയിതാവ്*

"ഒരു വെളിപാട്. എഴുതിയ വാക്കുകൾ എന്റെ ഉള്ളിൽ ആഴത്തിൽ സ്പർശിച്ചു, വായന എനിക്ക് താൽക്കാലികമായി നിർത്തേണ്ടിവന്നു, കാരണം എന്റെ കണ്ണുകൾ തിരിച്ചറിവിന്റെയും സ്ഥിരീകരണത്തിന്റെയും കണ്ണുനീർകൊണ്ട് നിറഞ്ഞു."

– **ടൗൺ സുലേറ്റ,** *ഫിലിം-ടെലിവിഷൻ നടി, അവതാരകയും മോഡലും*

"എന്തുകൊണ്ടാണ് നമ്മൾ സ്വയം അട്ടിമറിക്കുന്നത്, എപ്പോൾ അത് ചെയ്യുന്നു, വലിയ നന്മക്കായി അത് ചെയ്യുന്നത് എങ്ങനെ നിർത്താമെന്ന് മനസ്സിലാക്കുന്നതിനുള്ള മികച്ച റോഡ് മാപ്പാണ് ബ്രിയാന വീസ്റ്റിന്റെ മാസ്റ്റർപീസ്."

– **ഡോ. സ്റ്റേവൻ ഇസെൻബർഗ്,** *വെൽബീയിംഗ് & കണക്ഷൻ വിദഗ്ധൻ, പ്രശസ്ത ആന്തരികരോഗ വിദഗ്ധനും അർബുദരോഗ ചികിത്സാ വിദഗ്ധനും*

ആമുഖം

പ്രകൃതിയെപ്പോലെതന്നെ ജീവിതവും പലപ്പോഴും നമുക്ക് അനുകൂലമായി പ്രവർത്തിക്കുന്നു, നമ്മൾ പ്രതികൂലങ്ങളും അസ്വാസ്ഥ്യങ്ങളും മാറ്റങ്ങളും മാത്രമാണ് നേരിടുന്നതെന്ന് തോന്നുമ്പോൾ പോലും.

പരിസ്ഥിതിയുടെ പാരിസ്ഥിതിക ശാസ്ത്രത്തിന് കാട്ടുതീ അത്യന്താപേക്ഷിതമെന്നപോലെ—പുതിയ വിത്തുകളുടെ മുള പൊട്ടിക്കുന്നതിനും അതുവഴി വൃക്ഷങ്ങളുടെ നിബിഡശേഖരങ്ങൾ പുനഃസൃഷ്ടിക്കുന്നതിനും—നമ്മുടെ മനസ്സും നല്ല ശിഥിലീകരണത്തിലൂടെ അഥവാ ശുദ്ധീകരണത്തിലൂടെ കടന്നുപോകുകയും അവനവന്റെ പൊതുധാരണയെ പുനഃസ്ഥാപിക്കുകയും ചെയ്യുന്നു. കാലാവസ്ഥകൾ കൂടിക്കലരുന്ന വേളയിൽ പ്രകൃതി ഏറ്റവും ഫലഭൂയിഷ്ഠവും വിശാലവുമായി കാണപ്പെടുമെന്ന് നമുക്കറിയാം, നമ്മുടെ കംഫർട്ട് സോണുകളിൽ നിന്ന് പുറത്തുകടക്കാനും പുനഃസംഘടിക്കാനും നാം നിർബന്ധിതരാകുന്ന സാഹചര്യങ്ങളിൽ നാമും രൂപാന്തരപ്പെടുന്നു.നമ്മുടെ ജീവിതത്തിലെ പ്രശ്നങ്ങളിൽനിന്ന് നമ്മെ വ്യതിചലിപ്പിക്കാൻ ഇനി നമ്മുടെ ചരിച്ചുകെട്ടിയ യാന്ത്രിക ഘടനകൾക്ക് കഴിയില്ലെന്ന് തിരിച്ചറിയുന്ന നിമിഷം, നാം ജീവിതത്തിന്റെ അടിത്തട്ടിൽ എത്തിയതായി തോന്നാം. വളരെക്കാലമായി നിലനിൽക്കുന്ന പ്രശ്നങ്ങളുമായി ഒടുവിൽ പൊരുത്തപ്പെട്ടുവരുമ്പോഴാണ് ഇത്തരത്തിലുള്ള ഉണർവ് സംഭവിക്കുന്നതെന്നതാണ് യാഥാർത്ഥ്യം. തകർച്ച പലപ്പോഴും മുന്നേറ്റത്തിന് മുൻപുള്ള അഗ്രബിന്ദു മാത്രമാണ്, ഒരു നക്ഷത്രത്തിനു സൂപ്പർനോവായിലേക്കുള്ള ദൂരം പോലെ.

ഭൂമിയുടെ രണ്ട് ഭാഗങ്ങൾ പരസ്പരം ഇടയുമ്പോൾ ഒരു പർവ്വതം രൂപപ്പെടുന്നതുപോലെ, നിങ്ങളുടെ പർവ്വതം ഒരേസമയം സഹവർത്തിത്വത്തിലൂടെയും എന്നാൽ പരസ്പരവിരുദ്ധവുമായ ആവശ്യങ്ങ

ളിൽ നിന്ന് ഉയർന്നുവരുന്നു. അവയ്ക്ക് നിങ്ങളിലെ രണ്ട് ഭാഗങ്ങളെ ഇണക്കിച്ചേർക്കുകയെന്നതാണ് ആവശ്യം : ബോധാവസ്ഥയും അബോധാവസ്ഥയും, നിങ്ങൾക്ക് എന്താണ് ആവശ്യമെന്നറിയുന്ന ഭാഗവും, എന്തുകൊണ്ടാണ് നിങ്ങൾ ഇപ്പോഴും സ്വയം പിന്നോട്ട് നിൽക്കുന്നതെന്ന് അറിയാത്ത ഭാഗവും.

ചരിത്രപരമായി, ആത്മീയ ഉണർവിന്റെയും വ്യക്തിഗതവളർച്ചയുടെ നാൾവഴികളുടെയും, ഇവക്കെല്ലാംപുറമെ, നാം താഴെ നിൽക്കുമ്പോൾ മറികടക്കാൻ അസാധ്യമെന്ന് തോന്നുന്ന, മറികടക്കാൻ കഴിയാത്ത വെല്ലുവിളികളുടെയുമെല്ലാം രൂപകങ്ങളായി പർവ്വതത്തെ ഉപയോഗിച്ചിട്ടുണ്ട്. പ്രകൃതിയിലുള്ള പലതുംപോലെ, പർവ്വതങ്ങളും നമ്മുടെ മികവിലേക്ക് ഉയരാൻ എന്തെല്ലാം സ്വായത്തമാക്കണം എന്നതിനെക്കുറിച്ചുള്ള അന്തർലീനമായ ജ്ഞാനം നൽകുന്നു.

മനുഷ്യനായിരിക്കുന്നതിന്റെ ഉദ്ദേശ്യം വളരുക എന്നതാണ്. ജീവിതത്തിന്റെ എല്ലാ മേഖലകളിലും ഇത് പ്രതിഫലിക്കുന്നതായി നാം കാണുന്നു. സ്പീഷിസുകൾ പുനരുൽപ്പാദിപ്പിക്കപ്പെടുന്നു, ഡിഎൻഎ പരിണമിച്ച് ചില സരണികൾ ഇല്ലാതാക്കി പുതിയവ വികസിപ്പിക്കുന്നു, പ്രപഞ്ചത്തിന്റെ അരികുകൾ എന്നെന്നേക്കുമായി പുറത്തേക്ക് വികസിക്കുന്നു. അതുപോലെ, നമ്മുടെ പ്രശ്നങ്ങൾ ഏറ്റെടുക്കാനും അവയെ ഉത്തേജകങ്ങളായി കാണാനും നാം തയ്യാറാണെങ്കിൽ, ജീവിതത്തിന്റെ ആഴവും സൗന്ദര്യവും അനുഭവിക്കാനുള്ള നമ്മുടെ കഴിവ് എന്നെന്നേക്കുമായി ഉള്ളിലേക്ക് വികസിക്കാൻ പ്രാപ്തമാണ്. ഇതിന് വനങ്ങൾക്ക് തീ ആവശ്യമാണ്, അഗ്നിപർവ്വതങ്ങൾക്ക് സ്ഫോടനം ആവശ്യമാണ്, നക്ഷത്രങ്ങൾക്ക് തകർച്ച ആവശ്യമാണ്. കൂടാതെ മനുഷ്യർക്ക് മറ്റ് മാർഗ്ഗങ്ങളില്ല, മാറ്റങ്ങളാണ് അനിവാര്യം.

നിങ്ങളുടെ മുന്നിൽ ഒരു പർവ്വതം ഉണ്ടായിരിക്കുക എന്നതിനർത്ഥം നിങ്ങൾ ഏതെങ്കിലും വിധത്തിൽ അടിസ്ഥാനപരമായി തകർന്നുവെന്നല്ല. പ്രകൃതിയിലെ എല്ലാം അപൂർണ്ണമാണ്, ആ അപൂർണ്ണതകൊണ്ടാണ് വളർച്ച സാധ്യമാകുന്നത്. എല്ലാം ഏകീകൃതമായി നിലനിന്നിരുന്നെങ്കിൽ, നക്ഷത്രങ്ങളെയും ഗ്രഹങ്ങളെയും സൃഷ്ടിച്ച ഗുരുത്വാകർഷണവും നമുക്കറിയാവുന്ന മറ്റുപലകാര്യങ്ങളും ഉണ്ടാകുമായിരുന്നില്ല. വിള്ളലുകളും പിഴവുകളും വിടവുകളും ഇല്ലാതെ ഒന്നും വളരില്ല, ഒന്നും ആകില്ല. നിങ്ങൾ അപൂർണ്ണനാണെന്നത് നിങ്ങളുടെ പരാജയത്തിന്റെ ലക്ഷണമല്ല; മറിച്ച് ഒരു മനുഷ്യനാണെന്നതിന്റെ അടയാളമാണ്. അതിലും

പ്രധാനമായി, നിങ്ങളുടെ ഉള്ളിൽ നിങ്ങൾക്ക് ഇപ്പോഴും കൂടുതൽ സാധ്യതകളുണ്ടെന്നതിന്റെ സൂചനയാണ്.

നിങ്ങളുടെ പർവ്വതം എന്താണെന്ന് ഒരുപക്ഷെ നിങ്ങൾക്കറിയാമായിരിക്കാം. അത് ആസക്തി, ഭാരം, ബന്ധങ്ങൾ, ജോലികൾ, പ്രചോദനം അല്ലെങ്കിൽ പണം എന്നിവയൊക്കെയാവാം. ഒരുപക്ഷേ, നിങ്ങൾക്കറിയില്ലായിരിക്കാം. അത് അവ്യക്തമായ ഉത്കണ്ഠയോ, ആത്മവിശ്വാസക്കുറവോ, ഭയമോ അല്ലെങ്കിൽ മറ്റെല്ലാ കാര്യങ്ങളിലും നിങ്ങൾ പ്രകടിപ്പിക്കാറുള്ള പൊതുവായ അസംതൃപ്തിയോ ആവാം. പർവ്വതം പലപ്പോഴും നമ്മുടെ മുന്നിൽ ഒരു വെല്ലുവിളിയല്ല. കാരണം, അത് നമ്മുടെ ഉള്ളിലെ ഒരു പ്രശ്നമാണ്, അസ്ഥിരമായ അടിത്തറയാണ്, അത് ഉപരിതലത്തിൽ പ്രകടമായി തോന്നിയില്ലെങ്കിലും നമ്മുടെ ജീവിതത്തിന്റെ മിക്കവാറും എല്ലാഭാഗങ്ങളെയും അത് മാറ്റിമറിക്കുന്നു.

സാധാരണഗതിയിൽ സാഹചര്യപരമായ ഒരു പ്രശ്നമുണ്ടാകുമ്പോൾ നാം ജീവിതത്തിന്റെ യാഥാർത്ഥ്യത്തെ അഭിമുഖീകരിക്കുന്നു. തുടർച്ചയായ ഒരു പ്രശ്നമുണ്ടാകുമ്പോൾ, നാം നമ്മുടെതന്നെ യാഥാർത്ഥ്യത്തെ അഭിമുഖീകരിക്കുന്നു. ഒരു പർവ്വതത്തെ അഭിമുഖീകരിക്കുക എന്നതിനർത്ഥം ജീവിതത്തിലെ പ്രയാസങ്ങളെ അഭിമുഖീകരിക്കുക എന്നതാണെന്ന് നാം പലപ്പോഴും വിചാരിക്കുന്നു, പക്ഷേ ഇതിൽ മിക്കതും ചെറിയ ആഘാതങ്ങളെയും പൊരുത്തപ്പെടുത്തലുകളെയും കോപ്പിംഗ് സംവിധാനങ്ങളെയും വർഷങ്ങളോളം കുന്നുകൂട്ടിവച്ച് ഇരട്ടിച്ചതാണെന്നതാണ് സത്യം.

> **നിങ്ങൾക്കും നിങ്ങൾ ജീവിക്കാൻ ആഗ്രഹിക്കുന്ന ജീവിതത്തിനും ഇടയിലുള്ള തടസ്സമാണ് നിങ്ങളുടെ പർവ്വതം. അതിനെ അഭിമുഖീകരിക്കുക എന്നത് നിങ്ങളുടെ സ്വാതന്ത്ര്യത്തിലേക്കും വളർച്ചയിലേക്കുമുള്ള ഒരേയൊരു വഴി കൂടിയാണ്. ഒരു ട്രിഗർ നിങ്ങളെ നിങ്ങളുടെ മുറിവിലേക്ക് കൊണ്ടെത്തിച്ചതിനാലാണ് നിങ്ങൾ ഇവിടെയുള്ളത്. നിങ്ങളുടെ മുറിവ് നിങ്ങളുടെ പാതയെ നിങ്ങൾക്ക് കാട്ടിത്തരും, നിങ്ങളുടെ പാത നിങ്ങളുടെ വിധിയെയും.**

നിങ്ങൾ ഈ ബ്രേക്കിംഗ് പോയിന്റിൽ എത്തുമ്പോൾ – പർവ്വതത്തിന്റെ അടിവാരം, തീയുടെ ചൂട്, ഒടുവിൽ നിങ്ങളെ ഉണർത്തുന്ന

രാത്രി – നിങ്ങൾ തകർച്ചയുടെ കാതലായ ഭാഗത്താണുള്ളതെന്ന് നിങ്ങളറിയും, നിങ്ങൾ ജോലിചെയ്യാൻ തയ്യാറാണെങ്കിൽ, നിങ്ങളത് കണ്ടെത്തും. നിങ്ങളുടെ ജീവിതകാലം മുഴുവൻ നിങ്ങൾ കാത്തിരുന്ന മുന്നേറ്റത്തിലേക്കുള്ള പ്രവേശനമാണിത്.

നിങ്ങളുടെ പഴയ വ്യക്തിക്ക് നിങ്ങൾ നയിക്കാൻ ശ്രമിക്കുന്ന ജീവിതം നിലനിർത്താൻ കഴിയില്ല; പുനർനിർമ്മാണത്തിനും പുനർജന്മത്തിനുമുള്ള സമയമാണിത്.

നിങ്ങളുടെ പഴയ സ്വഭാവത്തെ നിങ്ങളുടെ വീക്ഷണങ്ങളുടെ അഗ്നിയിലേക്ക് വിടുകയും നിങ്ങളിതുവരെ ശ്രമിച്ചിട്ടില്ലാത്ത രീതിയിൽ ചിന്തിക്കാൻ തയ്യാറാകുകയും വേണം. നിങ്ങളെ ഇത്രയും ദൂരം എത്തിച്ചെങ്കിലും നിങ്ങളെ മുന്നോട്ട് കൊണ്ടുപോകാൻ സജ്ജരല്ലാത്ത നിങ്ങളുടെ യൗവ്വനത്തിന്റെ നഷ്ടത്തിൽ നിങ്ങൾ വിലപിക്കണം. ഇവിടെനിന്ന് നിങ്ങളെ നയിക്കാൻ പോകുന്ന നിങ്ങളുടെ ജീവിതത്തിന്റെ നായകനായ നിങ്ങളുടെ ഭാവി സ്വയം നിങ്ങൾ സങ്കൽപ്പിക്കുകയും ഒന്നാകുകയും വേണം. നിങ്ങളുടെ മുന്നിലുള്ള ചുമതല നിശബ്ദവും ലളിതവും ബൃഹത്തായതുമാണ്. മിക്കവരും ഒരിക്കലും ശ്രമിക്കുന്നിടത്ത് എത്താത്ത ഒരു നേട്ടമാണിത്. നിങ്ങൾ ഇപ്പോൾ ചടുലതയും പ്രതിരോധശേഷിയും പഠിക്കണം, സ്വയം അറിയണം. നിങ്ങൾ പൂർണ്ണമായും മാറണം, ഇനി ഒരിക്കലും സമാനമാകരുത്.

നിങ്ങളുടെ മുന്നിൽ നിൽക്കുന്ന പർവ്വതം നിങ്ങൾക്കായുള്ള ആഹ്വാനമാണ്, ഇവിടെയായിരിക്കാനുള്ള കാരണമാണ്. ഒടുവിൽ നിങ്ങൾക്കായുള്ള പാത തെളിഞ്ഞിരിക്കുന്നു. ഒരു ദിവസം, ഈ പർവ്വതം നിങ്ങളുടെ പുറകിലാകും, എന്നാൽ അതിനെ മറികടക്കുന്ന പ്രക്രിയയിൽ നിങ്ങളാരായിത്തീരുന്നുവോ അതെന്നും നിങ്ങളോടൊപ്പമുണ്ടാകും.

അവസാനമായി, നിങ്ങൾ കീഴടക്കേണ്ടത് പർവ്വതത്തെയല്ല, മറിച്ച് നിങ്ങളെത്തന്നെയാണ്.

അധ്യായം 1

ആ പർവ്വതം നിങ്ങളാണ്

ജീവിതത്തിൽ സ്വയം നിങ്ങളെക്കാൾ നിങ്ങളെ പിടിച്ചുനിർത്തുന്ന മറ്റൊന്നില്ല.

നിങ്ങൾ എവിടെയാണെന്നതും എവിടെയായിരിക്കണമെന്നതും തമ്മിൽ ഒരു വിടവ് നിലനിൽക്കുന്നുണ്ടെങ്കിൽ – അത് നികത്താനുള്ള ശ്രമങ്ങളിൽ നിങ്ങൾ സ്വന്തം പ്രതിരോധവും വേദനയും അസ്വസ്ഥതകളും സ്ഥിരമായി നേരിടുന്നുവെങ്കിൽ ഉറപ്പായും സ്വകീയ-അട്ടിമറി എല്ലായ്പ്പോഴും നിങ്ങളിൽ പ്രവർത്തിക്കുന്നു.

പുറമേക്ക്, ഇത്തരം സ്വയം അട്ടിമറികൾ പീഡാനുഭവാഹ്ലാദകരമായാണ് കാണപ്പെടുക. സ്വകീയവെറുപ്പ്, കുറഞ്ഞ ആത്മവിശ്വാസം, അല്ലെങ്കിൽ ഇച്ഛാശക്തിയുടെ അഭാവം എന്നിവയുടെ ഫലമായാണ് ഇത് കാണപ്പെടുന്നത്. വാസ്തവത്തിൽ, സ്വയം അട്ടിമറിയെന്നത് ഇത്തരം സ്വഭാവത്താൽ മാത്രം നിറവേറ്റപ്പെടുന്ന അബോധാവസ്ഥയുടെ ആവശ്യമാണ്. ഇതിനെ മറികടക്കാൻ, നാം ആഴത്തിലുള്ള മനഃശാസ്ത്രപരമായ ഉത്ഖനനത്തിലൂടെ കടന്നുപോകേണ്ടതുണ്ട്. നാം ആഘാതകരമായ സംഭവം കൃത്യമായി ചൂണ്ടിക്കാണിക്കുകയും, പ്രോസസ്സ് ചെയ്യപ്പെടാത്ത വികാരങ്ങൾ പുറത്തുവിടുകയും, നമ്മുടെ ആവശ്യങ്ങൾ നിറവേറ്റുന്നതിനുള്ള ആരോഗ്യകരമായ വഴികൾ കണ്ടെത്തുകയും, നമ്മുടെ സ്വയം പ്രതിച്ഛായ പുനർനിർമ്മിക്കുകയും, വൈകാരിക ബുദ്ധിയും പ്രതിരോധ ശേഷിയും പോലുള്ള തത്വങ്ങൾ വികസിപ്പിക്കുകയും വേണം.

ഇതൊരു ചെറിയ ജോലിയല്ല. മറിച്ച്, നാമെല്ലാവരും ഒരു ഘട്ടത്തിൽ അല്ലെങ്കിൽ മറ്റൊന്നിൽ ചെയ്യേണ്ടുന്ന ഒന്നാണ്.

സ്വയം-അട്ടിമറി എല്ലായ്പ്പോഴും ആരംഭത്തിൽ വ്യക്തമല്ല

കാൾ ജംഗ് കുട്ടിയായിരുന്നപ്പോൾ, ഒരിക്കൽ സ്കൂളിൽ തലയിടിച്ച് നിലത്തുവീണു. മുറിവേറ്റപ്പോൾ അയാൾ മനസ്സിൽ വിചാരിച്ചു : "അതെ, ചിലപ്പോൾ എനിക്ക് ഇപ്പോൾ സ്കൂളിൽ തിരിച്ച് പോകേണ്ടിവരില്ല."

ഉൾക്കാഴ്ചയുണർത്തുന്ന മേഖലകളാൽ പ്രശസ്തനാണെന്നിരുന്നാലും, യഥാർത്ഥത്തിൽ അദ്ദേഹം സ്കൂൾ ഇഷ്ടപ്പെടുന്നില്ല അല്ലെങ്കിൽ സമപ്രായക്കാരുമായി നന്നായി ഇണങ്ങിയിരുന്നില്ല. അപകടത്തിന് തൊട്ടുപിന്നാലെ, ജംഗ് ഇടയ്ക്കിടെ അനിയന്ത്രിതമായ ബോധക്ഷയമനുഭവിക്കാൻ തുടങ്ങി. "ന്യൂറോസിസ്" എന്ന് വിശേഷിപ്പിക്കാവുന്ന ഒരു സ്ഥിതി ബോധപൂർവ്വമല്ലെങ്കിലും അദ്ദേഹത്തിലുടലെടുത്തു. എല്ലാ ന്യൂറോസിസുകളും "മുറപ്രകാരമുള്ള ക്ലേശങ്ങൾക്ക് പകരമാണ്" എന്ന് അദ്ദേഹം ഒടുവിൽ മനസ്സിലാക്കി.

ജംഗിന്റെ കാര്യത്തിൽ, ബോധരഹിതനാകുന്നതിനും സ്കൂളിൽനിന്ന് പുറത്തുപോകുന്നതിനും ഇടയിൽ അദ്ദേഹത്തിന്റെ അബോധമനസ്സ് പ്രവർത്തിച്ചിരുന്നു. ക്ലാസ്സിൽനിന്ന് പുറത്തുകടക്കാനുള്ള അബോധമനസ്സിന്റെ അതിയായ ആഗ്രഹത്തിന്റെ സാക്ഷാത്ക്കാരമാണ് ഈ ബോധക്ഷയം എന്ന് അദ്ദേഹം വിശ്വസിച്ചു, അവിടെ അദ്ദേഹത്തിന് അസ്വസ്ഥതയും അസന്തുഷ്ടിയും തോന്നി. അതുപോലെ, പലർക്കും അവരുടെ ഭയങ്ങളും താല്പര്യങ്ങളും പലപ്പോഴും ആഴത്തിലുള്ള പ്രശ്നങ്ങളുടെ ലക്ഷണങ്ങൾ മാത്രമാണ്. അവ നേരിടാൻ അവർക്ക് മികച്ച മാർഗ്ഗങ്ങളില്ല എന്നതാണ് വാസ്തവം.

സ്വയം-അട്ടിമറി ഒരു സ്വയം-നിർമ്മിത മെക്കാനിസം

നമ്മുടെയുള്ളിലെ ആവശ്യങ്ങൾ ബോധപൂർവ്വം നിറവേറ്റാൻ വിസമ്മതിക്കുമ്പോൾ സംഭവിക്കുന്നത് സ്വയം-അട്ടിമറി, അഥവാ സ്വയം-വിധ്വംസനമാണ്. പലപ്പോഴും, അവ കൈകാര്യം ചെയ്യാൻ നമുക്ക് കഴിവുണ്ടെന്ന് നാം വിശ്വസിക്കുന്നില്ല.

ചിലപ്പോൾ, നാം നമ്മുടെ ബന്ധങ്ങളെ തകർക്കുന്നു. കാരണം, നമ്മൾ യഥാർത്ഥത്തിൽ ആഗ്രഹിക്കുന്നത് നമ്മെത്തന്നെ കണ്ടെത്തുക എന്നതാണ്, എന്നിരുന്നാലും ഒറ്റക്കായിരിക്കാൻ നാം

ഭയപ്പെടുകയും ചെയ്യുന്നു. ചിലപ്പോൾ, നാം നമ്മുടെ തൊഴിൽപരമായ വിജയത്തെ അട്ടിമറിക്കുന്നു. കാരണം, നമുക്ക് യഥാർത്ഥത്തിൽ ആവശ്യം കലാപരമായി പ്രവർത്തിക്കുകയാവും, സമൂഹത്തിനു മുന്നിൽ ഉൽക്കർഷേച്ഛ കുറഞ്ഞ ഒരുവനെന്നു മുദ്രകുത്തപ്പെട്ടുമെങ്കിൽ പോലും. ചിലപ്പോൾ, നമ്മുടെ വികാരങ്ങളെ മനഃശാസ്ത്രപരമായി വിശകലനം ചെയ്തുകൊണ്ട് നാം നമ്മുടെ മാനസികസൗഖ്യം പ്രാപിക്കാനുള്ള യാത്രയെയും അട്ടിമറിക്കുന്നു, അങ്ങനെ ചെയ്യുന്നതിലൂടെ യഥാർത്ഥത്തിൽ അവ അനുഭവിക്കുന്നത് ഒഴിവാക്കുന്നതിൽനിന്നും നാം രക്ഷതേടുന്നു. മറ്റുചിലപ്പോൾ, നാം സ്വയം ആശയവിനിമയം നടത്തുന്നതിനെയും അട്ടിമറിക്കുന്നു, കാരണം നമ്മൾ നമ്മളിൽ തന്നെ വിശ്വസിച്ചാൽ, യഥാർത്ഥലോകത്തിലേക്ക് മടങ്ങേണ്ടതായും റിസ്കുകൾ സധൈര്യം അഭിമുഖീകരിക്കേണ്ടതായും വരും, അത് നമ്മെ ദുർബ്ബലരാക്കും.

സത്യത്തിൽ, സ്വയം-അട്ടിമറി എന്നത് പലപ്പോഴും ഒരു തെറ്റായ കോപ്പിംഗ് മെക്കാനിസം മാത്രമാണ്, യഥാർത്ഥ ആവശ്യം എന്താണെന്ന് തിരിച്ചറിയാതെയും അതിനെ അഭിമുഖീകരിക്കാതെയും നമുക്ക് ആവശ്യമുള്ള താൽക്കാലിക ശമനം സ്വയം നൽകുന്ന ഒരു മാർഗ്ഗമാണത്. എന്നാൽ ഏത് കോപ്പിംഗ് മെക്കാനിസത്തെയും പോലെ, അതും – നേരിടാനുള്ള ഒരു മാർഗ്ഗം മാത്രം. ഇത് ഒരിക്കലുമൊരു ഉത്തരമല്ല, ഇത് ഒരു പരിഹാരവുമല്ല, ഇത് യഥാർത്ഥത്തിൽ ഒരു പ്രശ്നവും പരിഹരിക്കുന്നതുമില്ല. നാം നമ്മുടെ ആഗ്രഹങ്ങളെ മരവിപ്പിക്കുകയും താൽക്കാലിക ആശ്വാസത്തിന്റെ ഒരു ചെറിയ രുചി സ്വയംനൽകുകയും ചെയ്യുന്നുവെന്ന് മാത്രം.

അകാരണമായ ഭയത്തിൽനിന്നാണ് സ്വയം-അട്ടിമറി വരുന്നത്

ഒരുപക്ഷെ, നമ്മെ ഏറ്റവുമധികം തകർക്കുന്ന ശീലങ്ങൾ യഥാർത്ഥത്തിൽ ലോകത്തെയും നമ്മളെയുംകുറിച്ച് ദീർഘകാലമായി നിലനിൽക്കുന്നതും പരിശോധിക്കപ്പെടാത്തതുമായ നമ്മുടെ തന്നെ ഭയത്തിന്റെ ഫലമായിരിക്കാം.

ചിലപ്പോൾ അത് നിങ്ങൾ ബുദ്ധിയില്ലാത്തവനോ ആകർഷകമല്ലാത്തവനോ ഇഷ്ടപ്പെടാത്തവനോ ആണെന്നുള്ള ആശയമായിരിക്കാം. അല്ലെങ്കിൽ ഒരു ജോലി നഷ്ടപ്പെടുകയോ ഒരു എലിവേറ്റർ

എടുക്കുകയോ അല്ലെങ്കിൽ ഒരു ബന്ധത്തിൽ ഏർപ്പെടുകയോ ചെയ്യുന്നതിലുള്ള ഭയമാകാം. മറ്റ് സന്ദർഭങ്ങളിൽ, നിങ്ങളുടെ പരിധികൾ ലംഘിച്ചുകൊണ്ട് ആരെങ്കിലും നിങ്ങളെ "പിടിക്കാൻ വരുന്നു" എന്ന ആശയം, "പിടിക്കപ്പെടുക" അല്ലെങ്കിൽ തെറ്റായി കുറ്റപ്പെടുത്തുക എന്നിങ്ങനെ തുടങ്ങുന്ന നിഗൂഢങ്ങളായ ഭീതിയാവാം.

ഈ വിശ്വാസങ്ങൾ കാലക്രമേണ താല്പര്യങ്ങളായി മാറുന്നു.

മിക്ക ആളുകൾക്കും, അമൂർത്തമായ ഭയം യഥാർത്ഥത്തിൽ യുക്തി യുക്തമായ ഭയത്തിന്റെ പ്രതിനിധാനമാണ്. യഥാർത്ഥ ഭയം പേറുക ഭയാനകരമായതിനാൽ, സംഭവിക്കാൻ സാധ്യതയില്ലാത്ത പ്രശ്നങ്ങ ളിലേക്കോ സാഹചര്യങ്ങളിലേക്കോ നാം നമ്മുടെ വികാരങ്ങൾ അവതരിപ്പിക്കുന്നു. സാഹചര്യം യാഥാർത്ഥ്യമാകാനുള്ള സാധ്യത വളരെ കുറവാണെങ്കിൽ, അതൊരു "സുരക്ഷിത" കാര്യമായി മാറുകയും, ഭയം നീങ്ങുകയും ചെയ്യും. കാരണം, ഉപബോധമനസ്സിന് അത് സംഭവ്യമല്ലെന്നറിയാം. അതിനാൽ, യഥാർത്ഥത്തിൽ നമ്മെത്തന്നെ അപകടപ്പെടുത്താതെ നമ്മുടെ വികാരങ്ങൾ പ്രകടിപ്പിക്കാനുള്ള ഒരു മാർഗ്ഗമുണ്ട്.

ഉദാഹരണത്തിന്, നിങ്ങൾ ഒരു കാറിലെ യാത്രക്കാരനായിരിക്കാൻ അഗാധമായി ഭയപ്പെടുന്ന ഒരാളാണെന്നിരിക്കട്ടെ, നിങ്ങളുടെ യഥാർത്ഥ ഭയം നിയന്ത്രണം നഷ്ടപ്പെട്ട് അപകടം സംഭവിക്കു മെന്നതോ അല്ലെങ്കിൽ മറ്റാരോ, മറ്റെന്തെങ്കിലുമോ നിങ്ങളുടെ ജീവിതത്തെ നിയന്ത്രിക്കുന്നുവെന്ന ആശയമോ ആയിരിക്കാം. ഒരുപക്ഷേ ഭയം "മുന്നോട്ട് നീങ്ങുക" എന്നതായിരിക്കാം, ചലിക്കുന്ന കാർ അതിന്റെ പ്രതിനിധാനം മാത്രമാണ്.

യഥാർത്ഥ പ്രശ്നത്തെക്കുറിച്ച് നിങ്ങൾക്ക് ബോധമുണ്ടെങ്കിൽ, നിങ്ങൾക്കതു പരിഹരിക്കാൻ തുടങ്ങാം. ഒരുപക്ഷേ നിങ്ങൾ നിങ്ങളുടെ അധികാരങ്ങളോ നിഷ്ക്രിയത്വമോ തിരിച്ചറിഞ്ഞ് അവ ഒഴിവാക്കുന്നതിലൂടെ. എന്നിരുന്നാലും, യഥാർത്ഥ പ്രശ്നത്തെക്കുറിച്ച് നിങ്ങൾക്ക് ബോധമില്ലെങ്കിൽ, കാറിൽ കയറുമ്പോൾ ഉത്കണ്ഠ ഉണ്ടാകരുതെന്നും അത് കൂടുതൽ വഷളാകുകയേയുള്ളൂവെന്നും സ്വയം ബോധ്യപ്പെടുത്താൻ നിങ്ങൾ സമയം ചെലവഴിക്കുന്നത് തുടരും. നിങ്ങൾ ഉപരിതലത്തിൽ പ്രശ്നം പരിഹരിക്കാൻ ശ്രമിക്കുക യാണെങ്കിൽ, നിങ്ങൾ എല്ലായ്പ്പോഴും ഒരു മതിലിന് നേരെ വരും. മുറിവ് ഉണക്കാനുള്ള ഒരു തന്ത്രം ഉണ്ടാക്കുന്നതിന് മുമ്പ് നിങ്ങൾ ബാൻഡ്-എയ്ഡ് കീറിക്കളയാൻ ശ്രമിക്കുന്നതിനാലാണിത്.

ബോധരഹിതവും നിഷേധാത്മകവുമായ സംസർഗ്ഗങ്ങളിൽനിന്നാണ് സ്വയം-അട്ടിമറി വരുന്നത്

നിങ്ങളുടെ ആന്തരിക വിവരണം കാലഹരണപ്പെട്ടതോ പരിമിതപ്പെടുത്തുന്നതോ അല്ലെങ്കിൽ കേവലം തെറ്റോ ആണെന്നതിന്റെ ആദ്യ സൂചനകളിൽ ഒന്നാണ് സ്വയം-അട്ടിമറി.

നിങ്ങളുടെ ജീവിതം നിർവ്വചിക്കുന്നത് അതിനെക്കുറിച്ച് നിങ്ങൾ എന്താണ് ചിന്തിക്കുന്നതെന്ന് മാത്രമല്ല, നിങ്ങളെക്കുറിച്ച് നിങ്ങൾ എന്താണ് ചിന്തിക്കുന്നത് എന്നതു കൂടിയാണ്. നിങ്ങളുടെ ജീവിതകാലം മുഴുവൻ നിങ്ങൾ കെട്ടിപ്പടുക്കാൻ ചെലവഴിച്ച ഒരു ആശയമാണ് നിങ്ങളുടെ സ്വയം-ധാരണ. നിങ്ങൾക്ക് ചുറ്റുമുള്ളവരിൽ നിന്നുള്ള നിക്ഷേപങ്ങളും സ്വാധീനങ്ങളും സംയോജിപ്പിച്ചാണ് ഇത് നിങ്ങൾ സൃഷ്ടിച്ചത് : നിങ്ങളുടെ മാതാപിതാക്കൾ എന്താണ് വിശ്വസിച്ചത്, നിങ്ങളുടെ സമപ്രായക്കാർ എന്താണ് ചിന്തിച്ചത്, വ്യക്തിപരമായ അനുഭവത്തിലൂടെ എന്താണ് സ്വയം പ്രകടമായത് തുടങ്ങിയവ. നിങ്ങളുടെ സ്വന്തം പ്രതിച്ഛായ തിട്ടപ്പെടുത്തുക പ്രയാസമാണ്. കാരണം നിങ്ങളുടെ മസ്തിഷ്കത്തിന്റെ സ്ഥിരീകരണ പക്ഷപാതം നിങ്ങളെക്കുറിച്ചുള്ള നിങ്ങളുടെ മുൻകാല വിശ്വാസങ്ങളെ സ്ഥിരീകരിക്കാൻ പ്രവർത്തിക്കുന്നു.

നമ്മൾ സ്വയം അട്ടിമറിക്കുന്നത്, പലപ്പോഴും, നമ്മൾ ആഗ്രഹിക്കുന്ന ലക്ഷ്യം നേടുന്നതും അങ്ങനെ ചെയ്യുന്ന ഒരു വ്യക്തിയാകുന്നതും തമ്മിൽ ഒരു നെഗറ്റീവ് ബന്ധം ഉള്ളതുകൊണ്ടാണ്.

നിങ്ങൾ സാമ്പത്തികമായി സ്ഥിരത കൈവരിക്കാൻ ആഗ്രഹിക്കുന്നു എന്നതാണ് നിങ്ങളുടെ പ്രശ്നം, എന്നിട്ടും അവിടെയെത്താൻ നിങ്ങൾ ചെയ്യുന്ന എല്ലാ ശ്രമങ്ങളും നിങ്ങൾ നശിപ്പിക്കുന്നുവെങ്കിൽ, പണത്തെക്കുറിച്ചുള്ള നിങ്ങളുടെ ആദ്യ സങ്കൽപ്പത്തിലേക്ക് നിങ്ങൾ മടങ്ങേണ്ടതുണ്ട്. നിങ്ങളുടെ മാതാപിതാക്കൾ അവരുടെ സാമ്പത്തികം എങ്ങനെ കൈകാര്യം ചെയ്തു? അതിലും പ്രധാനമായി, അതുള്ളവരും ഇല്ലാത്തവരുമായ ആളുകളെയുംകുറിച്ച് അവർ നിങ്ങളോട് എന്താണ് പറഞ്ഞത്? സാമ്പത്തികമായി ബുദ്ധിമുട്ടുന്ന പലരും പണം മൊത്തത്തിൽ നിരസിച്ചുകൊണ്ട് ജീവിതത്തിൽ തങ്ങളുടെ സ്ഥാനം ന്യായീകരിക്കും. എല്ലാ പണക്കാരും ഭയങ്കരന്മാരാണെന്ന് അവർ പറയും. പണമുള്ളവർ ഇങ്ങനെയാണെന്ന് നിങ്ങളുടെ ജീവിതകാലം മുഴുവൻ നിങ്ങളോട് പറഞ്ഞ ആളുകളോ

ടൊപ്പമാണ് നിങ്ങൾ വളർന്നതെങ്കിൽ, നിങ്ങൾ എന്താണ് എതിർക്കുന്നതെന്നു ഊഹിച്ചുനോക്ക്...

നിങ്ങളുടെ സ്വയം അട്ടിമറിക്കുന്ന പ്രശ്നത്തെക്കുറിച്ചുള്ള ഉത്കണ്ഠ സാധാരണയായി നിങ്ങളുടെ പരിമിതമായ വിശ്വാസത്തിന്റെ പ്രതിഫലനമാണ്.

ഒരുപക്ഷെ ആരോഗ്യമെന്നത് ദൗർബല്യവുമായി നിങ്ങൾ ബന്ധപ്പെടുത്തിയേക്കാം. കാരണം പൂർണ്ണ ആരോഗ്യവതിയായിരുന്നു, ഒരു ദിവസം പെട്ടെന്നു രോഗത്തിനടിപ്പെട്ടുപോയ ഒരു രക്ഷിതാവ് നിങ്ങൾക്കുണ്ടായിരുന്നു. നിങ്ങളുടെ യഥാർത്ഥ പ്രചോദനം എഴുത്തല്ലാത്തതിനാൽ ഒരുപക്ഷേ നിങ്ങൾ നിങ്ങളുടെ മാസ്റ്റർപീസ് സൃഷ്ടിക്കുന്നില്ല; മറിച്ച്, വിജയം പലപ്പോഴും പ്രശംസ കൊണ്ടുവരുന്നതിനാൽ, വിജയകരമാണെന്ന് കാണിക്കുവാൻ നിങ്ങൾ എഴുതുന്നു, സ്വീകാര്യത ലഭിക്കാത്തപ്പോൾ ആളുകൾ പലപ്പോഴും അന്വേഷിക്കുന്ന ഒരു കാര്യം വിജയമാണ്, കാരണം വിജയം പ്രശംസ കൊണ്ടുവരുന്നു. ഒരുപക്ഷേ നിങ്ങൾ തെറ്റായ ഭക്ഷണങ്ങൾ കഴിച്ചു കൊണ്ടേയിരിക്കുന്നു, കാരണം അവ നിങ്ങളെ ആശ്വസിപ്പിക്കുന്നു, പക്ഷേ അവ എന്തിന്, എന്തിൽനിന്ന് നിങ്ങളെ ആശ്വസിപ്പിക്കുന്നുവെന്നു കണ്ടെത്താൻ നിങ്ങൾ ശ്രമിക്കുന്നുമില്ല. ഒരുപക്ഷേ നിങ്ങൾ യഥാർത്ഥത്തിൽ ഒരു അശുഭാപ്തിവിശ്വാസിയല്ലായിരിക്കാം, പക്ഷേ നിങ്ങളുടെ ജീവിതത്തിലെ ആളുകളോട് പരാതി പറയുകയല്ലാതെ അവരുമായി എങ്ങനെ ബന്ധപ്പെടണമെന്ന് നിങ്ങൾക്ക് അറിയില്ല.

ഇവയെല്ലാം അനുരഞ്ജിപ്പിക്കുന്നതിന്, നിങ്ങൾ ഈ മുൻകാല ആശയങ്ങളെ വെല്ലുവിളിക്കാൻ തുടങ്ങുകയും തുടർന്ന് പുതിയവ സ്വീകരിക്കുകയും വേണം.

സമ്പന്നരിൽ ഭൂരിഭാഗവും അഴിമതിക്കാരല്ലെന്ന് നിങ്ങൾ മനസ്സിലാക്കണം. സ്വാർത്ഥമായി തങ്ങളുടെ സമ്പത്ത് ദുരുപയോഗം ചെയ്യുന്ന വ്യക്തികളുണ്ടെന്നതും നാം കണക്കിലെടുക്കണം, അതിലും പ്രധാനമായി, തങ്ങൾക്കും ചുറ്റുമുള്ളവർക്കും കൂടുതൽ സമയവും അവസരങ്ങളും ക്ഷേമവും വളർത്തിയെടുക്കാൻ ഈ സുപ്രധാന വിഭവം സധൈര്യം നേടിയെടുക്കാൻ ധീരമായ ഉദ്ദേശ്യങ്ങളുള്ള നല്ല മനസ്സുള്ള ആളുകളും തീരെ കുറവല്ലാത്ത അളവിൽ നമുക്ക് ചുറ്റുമുണ്ട്. ഇത് കൂടുതൽ നിർണ്ണായകമാണ്. ആരോഗ്യവാനായിരിക്കുക എന്നത് അപകടസാധ്യത വർദ്ധിപ്പിക്കുന്നതിനു പകരം അത് കുറക്കുമെന്നും വിമർശനങ്ങളെ അഭിമുഖീകരിക്കുന്നത് പൊതുജനങ്ങൾക്കായി നന്മ ചെയ്യുന്നതിന്റെ ഭാഗമാണെന്നും അവ

സ്വയം പിന്തിരിയുവാനുള്ള ഉപാധികളല്ലെന്നും നിങ്ങൾ അംഗീകരിക്കേണ്ടതുണ്ട്. അനാരോഗ്യകരമായ ഭക്ഷണ തിരഞ്ഞെടുപ്പുകളേക്കാൾ ഫലപ്രദമായ നിരവധി മാർഗ്ഗങ്ങൾ സ്വയം സമാശ്വസിപ്പിക്കാനുണ്ടെന്നും നിഷേധാത്മകതയെക്കാൾ മറ്റുള്ളവരുമായി ബന്ധപ്പെടാൻ മികച്ച മാർഗ്ഗങ്ങളുണ്ടെന്നും നിങ്ങൾ സ്വയം തെളിയിക്കേണ്ടതുണ്ട്.

മുൻപുണ്ടായിരുന്ന ഈ വിശ്വാസങ്ങളെ നിങ്ങൾ ശരിക്കും ചോദ്യം ചെയ്യുകയും നിരീക്ഷിക്കുകയും ചെയ്തുകഴിഞ്ഞാൽ, അവയെല്ലാം എത്രമാത്രം വികലവും യുക്തിരഹിതവുമാണെന്ന് നിങ്ങൾക്ക് കാണാൻ കഴിയും – നിങ്ങളുടെ ആത്യന്തിക സാധ്യതകളിൽനിന്ന് നിങ്ങളെ തടഞ്ഞുനിർത്തുന്നത് എന്തെന്ന്, പ്രത്യേകം പറയേണ്ടതില്ലല്ലോ, അതും നിങ്ങളറിയും.

അപരിചിതമായതിൽനിന്നാണ് സ്വയം-അട്ടിമറി ഉത്ഭവിക്കുന്നത്

മനുഷ്യർക്ക് അജ്ഞാതമായവയോട് ഒരു സ്വാഭാവിക പ്രതിരോധം അനുഭവപ്പെടുന്നുണ്ട്, തന്റെ നിയന്ത്രണം നഷ്ടമാകുന്നതിന്റെ ആത്യന്തിക ഫലമാണിത്. "അജ്ഞാതമായത്" നമുക്ക് ഉപകാരപ്രദമാണെങ്കിലും അഥവാ പ്രയോജനകരമാണെങ്കിൽപോലും ഇത് സത്യവും സംഭവ്യവുമാണ്.

സ്വയം അട്ടിമറി പലപ്പോഴും അപരിചിതത്വത്തിന്റെ ലളിതമായ ഉൽപ്പന്നമാണ്. കാരണം വൈദേശികമായതെന്തും, എത്ര നല്ലതാണെങ്കിലും, അത് പരിചിതമാകുന്നതുവരെ അസ്വസ്ഥതയുണ്ടാക്കും. ഈ അസ്വാസ്ഥ്യത്തെ "തെറ്റ്", "മോശം" അല്ലെങ്കിൽ "അശുഭം" എന്നിങ്ങനെയുള്ള ആശയക്കുഴപ്പങ്ങൾ അവരിൽ ഉണ്ടാക്കുന്നു. എന്നിരുന്നാലും, ഇതൊരു മാനസിക ക്രമീകരണത്തെ സംബന്ധിച്ചതാണ്.

ഗേ ഹെൻട്രിക്സ് ഇതിനെ നിങ്ങളുടെ "അപ്പർ ലിമിറ്റ്" അഥവാ സന്തോഷത്തിനായുള്ള നിങ്ങളുടെ സഹിഷ്ണുത എന്ന് വിളിക്കുന്നു. ഓരോരുത്തർക്കും സ്വയം നന്മ കണ്ടെത്താനുള്ള കഴിവുണ്ട്. മറ്റ് മനഃശാസ്ത്രജ്ഞർ ഒരു വ്യക്തിയുടെ "അടിസ്ഥാനം" എന്ന് വിശേഷിപ്പിക്കുന്ന, അല്ലെങ്കിൽ സംഭവങ്ങളോ സാഹചര്യങ്ങളോ താൽക്കാലികമായി മാറുകയാണെങ്കിൽപ്പോലും, ഒടുവിൽ സ്വന്തം മുൻവിധികളിലേക്ക് തന്നെ മടങ്ങുന്നത് പോലെയാണ് ഇത്.

ചെറിയ മാറ്റങ്ങൾ, അത് കാലക്രമേണ ആവർത്തിക്കപ്പെട്ടുമ്പോൾ, സ്ഥിരമായ അടിസ്ഥാന ക്രമീകരണങ്ങൾക്ക് കാരണമാകും. എന്നിരുന്നാലും, അവ പലപ്പോഴും തുടർച്ചയായി നിന്നുപോവില്ല, കാരണം നാം നമ്മുടെ ഉയർന്ന പരിധിയിൽ ഉറച്ച് നിൽക്കുന്നു. ആ ഷിഫ്റ്റുകൾ അടിസ്ഥാനമായി മാറാൻ നാം അനുവദിക്കാത്തതിനു കാരണം, നമ്മുടെ സാഹചര്യങ്ങൾ നമ്മൾ പരിചിതമായ സന്തോഷത്തിന് അപ്പുറത്തേക്ക് വ്യാപിക്കുമ്പോൾ, ബോധപൂർവ്വവും അബോധാവസ്ഥയിലുള്ളതുമായ വഴികൾ നാം കണ്ടെത്തുന്നു എന്നതാണ്.

നമുക്കറിയാവുന്ന കാര്യങ്ങൾ അന്വേഷിക്കാൻ നാം പ്രോഗ്രാം ചെയ്യപ്പെട്ടിരിക്കുന്നു. നമ്മൾ സന്തോഷത്തിന് പിന്നാലെയാണെന്ന് കരുതുന്നുണ്ടെങ്കിലും, നമ്മൾ ഏറ്റവും കൂടുതൽ ഉപയോഗിക്കുന്ന തെന്തും കണ്ടെത്താൻ നാം ശ്രമിക്കുന്നു.

സ്വയം-വിധ്വംസനത്തിന്റെ ഉത്ഭവം വിശ്വാസ സംവിധാനങ്ങളിൽനിന്നാണ്

നിങ്ങളുടെ ജീവിതത്തെക്കുറിച്ച് നിങ്ങൾ വിശ്വസിക്കുന്നത് നിങ്ങൾ സത്യമാക്കും.

അതുകൊണ്ടാണ് കാലഹരണപ്പെട്ട ഈ വിവരണങ്ങളെക്കുറിച്ച് അറിഞ്ഞിരിക്കുകയും അവ മാറ്റാനുള്ള ധൈര്യം കാണിക്കുകയും ചെയ്യേണ്ടത് വളരെ നിർണ്ണായകമാവുന്നത്.

ഒരു ഉചിതമായ കമ്പനിയിൽ പ്രതിവർഷം ഒരു മാന്യമായ $50K ശമ്പളമാണ് നിങ്ങൾക്ക് എപ്പോഴെങ്കിലും സാധ്യമാകുന്നത് എന്ന് വിശ്വസിച്ചുകൊണ്ട് നിങ്ങളുടെ ജീവിതത്തിന്റെ ഭൂരിഭാഗവും നിങ്ങൾ കടന്നുപോയിരിക്കാം. "ഞാൻ ഒരു ഉത്കണ്ഠാകുലനായ വ്യക്തിയാണ്" എന്ന് സ്വയം പറഞ്ഞുകൊണ്ട് നിങ്ങൾ വർഷങ്ങളോളം ചെലവഴിച്ചിരിക്കാം, നിങ്ങൾ യഥാർത്ഥത്തിൽ അത് തിരിച്ചറിയാൻ തുടങ്ങി, അടിസ്ഥാനപരമായി നിങ്ങൾ ആരാണെന്നതിനെക്കുറിച്ചുള്ള നിങ്ങളുടെ വിശ്വാസ വ്യവസ്ഥയിൽ ഉത്കണ്ഠയും ഭയവും സ്വീകരിച്ചു. ഒരുപക്ഷേ നിങ്ങൾ ഒരു അടഞ്ഞ മനസ്സുള്ള സാമൂഹിക വലയത്തിലോ ഒരു എക്കോ ചേമ്പറിലോ വളർന്നവരായിരിക്കാം. രാഷ്ട്രീയത്തെയോ മതത്തെയോ കുറിച്ച് നിങ്ങൾക്ക് ചോദ്യം ചെയ്യാനോ പുതിയ നിഗമനങ്ങളിൽ എത്തിച്ചേരാനോ കഴിയുമെന്ന് നിങ്ങൾക്ക് അറിയില്ലായിരിക്കാം. മികച്ച

ശൈലിയും സംതൃപ്തിയും അനുഭവിക്കാൻ കഴിയുന്ന, അല്ലെങ്കിൽ ലോകം ചുറ്റി സഞ്ചരിക്കാൻ കഴിയുന്ന ഒരാളാണ് നിങ്ങളെന്ന് നിങ്ങൾ ഒരിക്കലും കരുതിയിരിക്കില്ല.

ഒരുപക്ഷെ, സ്വയം സുരക്ഷിതമായിരിക്കാനുള്ള നിങ്ങളുടെ ആഗ്രഹത്തിൽനിന്നാകാം നിങ്ങളുടെ പരിമിതമായ വിശ്വാസം ഉടലെടുത്തിരിക്കുക.

അതുകൊണ്ടായിരിക്കാം, നിങ്ങൾക്കറിയാത്തതിന്റെ ദുർബ്ബലതയേക്കാൾ നിങ്ങൾക്ക് അറിയാവുന്നതിന്റെ ആശ്വാസം നിങ്ങൾ കൂടുതൽ ഇഷ്ടപ്പെടുന്നത്, ആവേശത്തേക്കാൾ നിസ്സംഗത ഇഷ്ടപ്പെടുന്നത്, ക്ലേശങ്ങൾ നിങ്ങളെ കൂടുതൽ യോഗ്യരാക്കുന്നുവെന്ന് ചിന്തിക്കുന്നത്, അല്ലെങ്കിൽ ജീവിതത്തിലെ എല്ലാ നല്ല കാര്യങ്ങൾക്കും സഹചാരിയായി 'ദൗർഭാഗ്യവും' കൂടെയുണ്ടെന്ന് വിശ്വസിക്കുന്നത്.

ശരിക്കും സ്വയം സുഖപ്പെടുത്താൻ, നിങ്ങൾ ചിന്തിക്കുന്ന രീതി മാറ്റേണ്ടതുണ്ട്. നിഷേധാത്മകവും തെറ്റായതുമായ വിശ്വാസങ്ങളെക്കുറിച്ച് നിങ്ങൾ വളരെ ബോധവാന്മാരാകുകയും നിങ്ങളെ സേവിക്കുന്ന ഒരു മാനസികാവസ്ഥ ഉണ്ടാക്കിയെടുക്കുകയും അതിലേക്ക് നിങ്ങൾ മാറുകയും വേണം.

നിഷേധത്തിൽനിന്ന് എങ്ങനെ രക്ഷപ്പെടാം

സ്വയം വിധ്വംസിക്കുന്നതിനെക്കുറിച്ചുള്ള ഈ പ്രാഥമിക വിവരങ്ങൾ അൽപ്പം പ്രതിധ്വനിച്ചേക്കാം, ഒരുപക്ഷെ വളരെയധികം പ്രതിധ്വനിച്ചേക്കാം.

ഏതുവിധേനയും, നിങ്ങളുടെ ജീവിതം മാറ്റാൻ നിങ്ങൾ ആഗ്രഹിക്കുന്നതുകൊണ്ടാണ് നിങ്ങൾ ഇവിടെയായിരിക്കുന്നതെങ്കിൽ, നിങ്ങളുടെ വ്യക്തിപരമായ അവസ്ഥയെക്കുറിച്ച് നിഷേധിക്കുന്നത് നിങ്ങൾ അവസാനിപ്പിക്കേണ്ടിവരും. നിങ്ങൾ സ്വന്തത്തോട് സത്യസന്ധത പുലർത്താൻ പോകുന്നു. നിങ്ങൾ യഥാർത്ഥത്തിൽ അർഹിക്കുന്നതിലും കുറഞ്ഞതിൽ തൃപ്തിപ്പെടുന്ന സ്വഭാവം അവസാനിപ്പിക്കത്തക്കവണ്ണം സ്വയം സ്നേഹിക്കുമെന്നു നിങ്ങൾ ഉറച്ച തീരുമാനമെടുക്കാൻ പോകുന്നു.

നിങ്ങൾക്ക് ജീവിതത്തിൽ കൂടുതൽ മെച്ചപ്പെടാൻ കഴിയുമെന്ന് നിങ്ങൾ കരുതുന്നുവെങ്കിൽ, നിങ്ങൾക്കതിനു കഴിഞ്ഞെന്നു വരും.

നിങ്ങൾക്ക് ഇവിടെ പ്രാവർത്തികമാക്കാൻ കൂടുതൽ കാര്യങ്ങളു ണ്ടെന്ന് നിങ്ങൾ കരുതുന്നുവെങ്കിൽ, അതും സാധിച്ചെന്നിരിക്കാം.

നിങ്ങൾ നിങ്ങളുടെ തന്നെ സത്യസന്ധനയ വ്യക്തിയല്ലെന്ന് നിങ്ങൾ കരുതുന്നുവെങ്കിൽ, അതും ശരിയായിരിക്കാം.

നമ്മുടെ യാത്രയെക്കുറിച്ചുള്ള യഥാർത്ഥ വികാരങ്ങളെ ശമിപ്പിക്കാൻ നമ്മുടെ സാഹചര്യത്തെ ഉറപ്പിച്ച് പറയുന്നത് പ്രയോജനകരമല്ല. ഈ പ്രവർത്തി വിയോജിപ്പിലേക്കു നയിക്കുകയും നമ്മുടെ പുരോഗ തിയെ തടസ്സപ്പെടുത്തുകയും ചെയ്യുന്നു.

“നമ്മെത്തന്നെ സ്നേഹിക്കാനുള്ള” ശ്രമത്തിൽ, നമ്മൾ ആരാണെന്ന തിനെക്കുറിച്ചുള്ള എല്ലാ കാര്യങ്ങളും സാധൂകരിക്കാൻ നാം ശ്രമിക്കുന്നു. എന്നിരുന്നാലും, ആ ഊഷ്മള വികാരങ്ങൾ ഒരിക്കലും ഉറച്ചുനിൽക്കുന്നതായി തോന്നുന്നില്ല, നമ്മുടെ അസ്വാസ്ഥ്യത്തെ താൽക്കാലികമായി മരവിപ്പിക്കുന്നു എന്നുമാത്രം. എന്തുകൊണ്ടാണ് അവ പ്രവർത്തിക്കാത്തത്? കാരണം, ആഴത്തിൽ, നമ്മൾ ആരായി ത്തീരാൻ ആഗ്രഹിക്കുന്നുവോ അത് നമ്മൾ ആയില്ലെന്ന് നമുക്ക റിയാം, ഇത് അംഗീകരിക്കുന്നതുവരെ, നാം ഒരിക്കലും സമാധാനം കണ്ടെത്താൻ പോകുന്നില്ല.

ഇത് നാം നിഷേധിക്കുമ്പോൾ, അറിയാതെ നമ്മുടെ “കുറ്റപ്പെടുത്തൽ” മോഡ് ഓൺ ആവുന്നു. നമ്മുടെ ഈ അവസ്ഥക്ക് കാരണ ക്കാരനാവാൻ നാം ആരെയെങ്കിലും, അല്ലെങ്കിൽ എന്തിനെയെങ്കിലും തിരയുന്നു. ന്യായീകരിക്കാൻ തുടങ്ങുന്നു. നിങ്ങളുടെ ജീവിതത്തിൽ നിങ്ങൾക്കു അതൃപ്തിയുള്ളത് എന്തുകൊണ്ടാണെന്ന് നിങ്ങൾക്ക് നിരന്തരം – ഏകദേശം ദൈനംദിന അടിസ്ഥാനത്തിൽ – യുക്തി സഹമാക്കേണ്ടതുണ്ടെങ്കിൽ, നിങ്ങൾ സ്വയം ഒരു ഉപകാരവും ചെയ്യുന്നില്ല. നിങ്ങൾ വളരെ ആഴത്തിൽ ആഗ്രഹിക്കുന്ന ശാശ്വത മായ ആ മാറ്റം സൃഷ്ടിക്കുന്നതിലേക്ക് നിങ്ങൾ അടുക്കുന്നില്ല.

ഏതൊരു കാര്യവും സുഖപ്പെടുത്തുന്നതിനുള്ള ആദ്യപടി പൂർണ്ണമായ ഉത്തരവാദിത്വം ഏറ്റെടുക്കുക എന്നതാണ്. നിങ്ങളുടെ ജീവിതത്തി ന്റെയും നിങ്ങളുടെയും സത്യസന്ധമായ സത്യത്തെക്കുറിച്ചുള്ള നിഷേധം പാടെ ഒഴിവാക്കുക. പുറത്ത് നിങ്ങളുടെ ജീവിതം എങ്ങനെയായിരിക്കുമെന്നത് പ്രശ്നമല്ല; ഉള്ളിൽ നിങ്ങൾക്ക് അതിനെക്കുറിച്ച് തോന്നുന്നത് എങ്ങനെയാണെന്നതിലാണ് കാര്യം. നിരന്തരം പീഡിതനും പരിഭ്രാന്തനും അസന്തുഷ്ടനുമാ യിരിക്കുന്നത് ശരിയല്ല. എന്തോ കുഴപ്പമുണ്ടെന്നു മനസ്സിലാക്കി

"സ്വയം സ്നേഹിക്കാൻ" നിങ്ങൾ എത്രനാൾ ശ്രമിക്കുന്നുവോ അത്രയും കാലം നിങ്ങൾ കഷ്ടപ്പെടാൻ പോകുന്നു.

> **നിങ്ങൾ അസന്തുഷ്ടരായ ഒരു ജീവിതം ഇനി സ്വീകരിക്കാതിരിക്കുക എന്നതാണ് സ്വയം സ്നേഹിക്കുന്നതിൽ ഏറ്റവും മഹത്തരമായ പ്രവർത്തി. നമ്മുടെ പ്രശ്നം വ്യക്തവും നേരായതുമായ രീതിയിൽ പറയാൻ കഴിയുക എന്നതാണത്.**

നിങ്ങളുടെ ജീവിതത്തെ വേരോടെ പിഴുതെറിയുന്നതിനും അതിനെ മികച്ചരീതിയിൽ രൂപാന്തരപ്പെടുത്തുന്നതിനും നിങ്ങൾ ചെയ്യേണ്ടത് അതാണ്. യഥാർത്ഥ മാറ്റത്തിലേക്കുള്ള ആദ്യപടിയാണിത്.

ഒരു കഷണം പേപ്പറും പേനയും എടുത്ത് നിങ്ങൾക്ക് ഇഷ്ടപ്പെടാത്ത എല്ലാ കാര്യങ്ങളും എഴുതുക. നിങ്ങൾ അഭിമുഖീകരിക്കുന്ന ഓരോ പ്രശ്നങ്ങളും വളരെ വ്യക്തമായി എഴുതുക. നിങ്ങൾ സാമ്പത്തികമായി ബുദ്ധിമുട്ടുന്നുണ്ടെങ്കിൽ, എവിടെയാണ് പിഴച്ചത് എന്നതിനെ സംബന്ധിച്ചുള്ള വ്യക്തമായ ചിത്രം നിങ്ങൾക്ക് ആവശ്യമാണ്. എല്ലാ കടവും, എല്ലാ ബില്ലുകളും, എല്ലാ ആസ്തികളും, എല്ലാ വരുമാനവും എഴുതുക. നിങ്ങൾ സ്വയം പ്രതിച്ഛായയുമായി മല്ലിടുകയാണെങ്കിൽ, നിങ്ങളെക്കുറിച്ച് നിങ്ങൾക്ക് ഇഷ്ടപ്പെടാത്തത് കൃത്യമായി എഴുതുക. ഇനി അത് നിങ്ങളുടെ ഉത്കണ്ഠയാണെങ്കിൽ, നിങ്ങളെ ശല്യപ്പെടുത്തുന്നതോ അസ്വസ്ഥമാക്കുന്നതോ ആയ എല്ലാം എഴുതുക.

നിങ്ങൾ ആദ്യം തന്നെ നിഷേധത്തിൽനിന്ന് പുറത്തുകടക്കുകയും യഥാർത്ഥത്തിൽ എന്താണ് തെറ്റ് എന്നതിനെക്കുറിച്ചുള്ള വ്യക്തത കൈവരിക്കുകയും ചെയ്യണം. ഈ ഘട്ടത്തിൽ, നിങ്ങൾക്ക് ഒരു തിരഞ്ഞെടുക്കൽ ഉണ്ട് : നിങ്ങൾക്ക് താത്കാലിക സമാധാനം ഉണ്ടാക്കാം, അല്ലെങ്കിൽ സ്വയം മാറാൻ നിങ്ങൾക്ക് പ്രതിജ്ഞാബദ്ധനാകാം. നീണ്ടുനിൽക്കുന്നതാണ് നിങ്ങളെ തടഞ്ഞു നിർത്തുന്നത്.

നിങ്ങൾ ഇപ്പോൾ എവിടെയാണോ
അവിടെ നിങ്ങളുടെ പാത ആരംഭിക്കുന്നു

നിങ്ങളുടെ ജീവിതത്തിൽ മാറ്റം വരുത്തേണ്ടതുണ്ടെന്ന് നിങ്ങൾ

ക്കറിയാമെങ്കിൽ, നിങ്ങൾ നിങ്ങളുടെ ലക്ഷ്യത്തിൽനിന്ന് വളരെ അകലെയാണെങ്കിലും നിങ്ങൾക്കവിടെ എങ്ങനെ എത്തിച്ചേരാനാവുമെന്ന് സങ്കൽപ്പിക്കാൻ കഴിയുന്നില്ലെങ്കിലും കുഴപ്പമില്ല.

നിങ്ങൾ തുടക്കത്തിൽ തന്നെയാണെങ്കിലും കുഴപ്പമില്ല.

നിങ്ങൾ പാറയുടെ അടിയിലാണെങ്കിലും നിങ്ങളുടെ വഴി ഇതുവരെ കാണാൻ കഴിയുന്നില്ലെങ്കിലും കുഴപ്പമില്ല.

നിങ്ങൾ നിങ്ങളുടെ പർവ്വതത്തിന്റെ ചുവട്ടിലാണെങ്കിലും അതിനെ മറികടക്കാൻ ശ്രമിച്ചപ്പോഴെല്ലാം നിങ്ങൾ പരാജയപ്പെട്ടെന്നാലും കുഴപ്പമില്ല. ശാന്തിയിലേക്കുള്ള നമ്മുടെ യാത്ര ആരംഭിക്കുമ്പോൾ പലപ്പോഴും അടിസ്ഥാനശിലയിൽ നിന്നാവുക സ്വാഭാവികമാണ്. ഇത് നമ്മൾ പെട്ടെന്ന് വെളിച്ചം കാണുന്നതുകൊണ്ടോ, നമ്മുടെ ഏറ്റവും മോശം ദിവസങ്ങൾ മാന്ത്രികമായി ഏതെങ്കിലും തരത്തിലുള്ള ദൈവീക തിരിച്ചറിവിലേക്കു മാറ്റപ്പെട്ടതുകൊണ്ടോ, നമ്മുടെ സ്വന്തം ഭ്രാന്തിൽനിന്ന് ആരെങ്കിലും നമ്മെ രക്ഷിച്ചതുകൊണ്ടോ അല്ല. അടിസ്ഥാനശില ഒരു വഴിത്തിരിവായി മാറുന്നു. കാരണം ആ ഘട്ടത്തിൽ മാത്രമാണ് മിക്ക ആളുകളും ചിന്തിക്കുന്നത് : *എനിക്ക് ഇനി ഒരിക്കലും ഇങ്ങനെ തോന്നരുത്.*

ആ ചിന്ത ഒരു ആശയം മാത്രമല്ല. അതൊരു പ്രഖ്യാപനവും പ്രമേയവുമാണ്. നിങ്ങൾക്ക് അനുഭവിക്കാൻ കഴിയുന്ന ജീവിതത്തെ മാറ്റിമറിക്കുന്ന കാര്യങ്ങളിൽ ഒന്നാണിത്. നിങ്ങൾ മറ്റെല്ലാം കെട്ടിപ്പടുക്കുന്നതിന്റെ അടിസ്ഥാനമായി ഇത് മാറുന്നു.

നിങ്ങൾക്ക് ഇനിയൊരിക്കലും ഒരു നിശ്ചിത വഴി അനുഭവിക്കാൻ താൽപര്യമില്ലെന്ന് നിങ്ങൾ തീരുമാനിക്കുമ്പോൾ, നിങ്ങൾ സ്വയം അവബോധത്തിന്റെയും പഠനത്തിന്റെയും വളർച്ചയുടെയും ഒരു യാത്ര ആരംഭിക്കുന്നു, അത് നിങ്ങൾ ആരാണെന്നത് സമൂലമായി ഒരിക്കൽക്കൂടി പുനർനിർമ്മിക്കുന്നു.

ആ നിമിഷം, തെറ്റ് അപ്രസക്തമാകും. ആരാണെന്നോ എന്ത് ചെയ്തെന്നോ എങ്ങനെയാണ് നിങ്ങൾ അനീതിക്ക് ഇരയായതെന്നോ നിങ്ങൾ ചിന്തിക്കുകയില്ല. ആ നിമിഷത്തിൽ, ഒരു കാര്യം മാത്രമേ നിങ്ങളെ നയിക്കുകയുള്ളൂ, അത് ഇതാണ് : എന്ത് തന്നെ എടുത്താലും, *എന്റെ ജീവിതം ഇനി ഈ നിലയിലേക്ക് താഴാൻ ഞാൻ ഒരിക്കലും അനുവദിക്കില്ല.*

അടിസ്ഥാനശില ഒരു മോശം ദിവസമല്ല. അത് യാദൃശ്ചികമായി സംഭവിക്കുന്നതുമല്ല. നമ്മുടെ ശീലങ്ങൾ പരസ്പരം കൂടിച്ചേരാൻ

തുടങ്ങുമ്പോൾ, നമ്മുടെ സ്വയംനിർമ്മിത മെക്കാനിസങ്ങൾ നിയന്ത്രണാതീതമാകുമ്പോൾ, നാം മറക്കാൻ ശ്രമിക്കുന്ന വികാരങ്ങളെ ചെറുക്കാൻ കഴിയാതെ വരുമ്പോളൊക്കെ മാത്രമേ നമ്മൾ അടിത്തട്ടിൽ എത്തുകയുള്ളൂ. റോക്ക് ബോട്ടം അഥവാ അടിസ്ഥാനശില, എന്നത് ഒടുവിൽ നമ്മൾ സ്വയം അഭിമുഖീകരിക്കുമ്പോൾ, എല്ലാം വളരെ തെറ്റായി പോകുമ്പോൾ, എല്ലാറ്റിലും ഒരേയൊരു പൊതു ഘടകമേയുള്ളൂവെന്ന് നാം മനസ്സിലാക്കുകയാണ്.

നാം ശമനം കൈക്കൊള്ളണം. നമ്മൾ മാറണം. ഇനിയൊരിക്കലും ഇങ്ങനെ തോന്നാതിരിക്കാൻ നമ്മൾ മാറ്റത്തെ തിരഞ്ഞെടുക്കണം.

നമുക്ക് ഒരു മോശം ദിവസമുണ്ടാകുമ്പോൾ, നാം ഇപ്രകാരം ചിന്തിക്കില്ല : *എനിക്ക് ഇനി ഒരിക്കലും ഇങ്ങനെ തോന്നരുത്.* എന്തുകൊണ്ട്? കാരണം ഇത് തമാശയല്ല, പക്ഷേ അത് അസഹനീയവുമല്ല. എന്നിരുന്നാലും, മിക്കപ്പോഴും, ചെറിയ പരാജയങ്ങൾ ജീവിതത്തിന്റെ ഒരു സ്ഥിരം ഭാഗമാണെന്ന് നമുക്ക് ഒരു പരിധിവരെ അറിയാം; നാം അപൂർണ്ണരാണ്. പക്ഷേ നാം നമ്മുടെ പരമാവധി ശ്രമിക്കുന്നു, ആ അവ്യക്തമായ അസ്വസ്ഥത ഒടുവിൽ കടന്നുപോകും.

ഒന്നോ രണ്ടോ കാര്യങ്ങൾ തെറ്റായി പോകുന്നതിനാൽ നമ്മൾ ഒരു ബ്രേക്കിംഗ് പോയിന്റിൽ എത്തുന്നില്ല. ലോകം എങ്ങനെയാണെന്നതല്ല നാമെങ്ങനെയാണ് എന്ന് നാം ഒടുവിൽ അംഗീകരിക്കുമ്പോൾ നമ്മൾ ഒരു ബ്രേക്കിംഗ് പോയിന്റിലെത്തുന്നു; നമ്മൾ അങ്ങനെയാണ്. ഇത് മനോഹരമായ ഒരു കണക്കാണ്. അയോദേജി അവോസിക തന്റെ സ്വന്തത്തെ ഇങ്ങനെ വിവരിക്കുന്നു : "നിങ്ങൾ നിരാശയുടെ ശുദ്ധവും ശുദ്ധവും ശുദ്ധവുമായ രൂപം കണ്ടെത്തണം. ശേഷം അതിനെ വേദനാജനകമാക്കുക. ഞാൻ അക്ഷരാർത്ഥത്തിൽ നിലവിളിച്ചു, 'ഞാൻ ഒരിക്കലും ഇതുപോലെ ഇനി ജീവിക്കുകയില്ല'."

> **മനുഷ്യജീവികളെന്ന് പറയുന്നത് സുഖസൗകര്യങ്ങളാൽ നയിക്കപ്പെടുന്നവരാണ്. അവർക്ക് പരിചിതമെന്ന് തോന്നുന്നവയോട് അടുത്ത് നിൽക്കുകയും അല്ലാത്തത് നിരസിക്കുകയും ചെയ്യുന്നു, അത് അവർക്ക് വസ്തുനിഷ്ഠമായി മികച്ചതാണെങ്കിലും.**

ഇത് അങ്ങനെതന്നെയിരിക്കട്ടെ, മാറാതിരിക്കുന്നത് സുഖകരമല്ലാത്ത അനുഭവമാകുന്നതുവരെ മിക്ക ആളുകളും യഥാർത്ഥത്തിൽ അവരുടെ ജീവിതത്തെ മാറ്റില്ല. ഇതിനർത്ഥം അവർക്ക് മറ്റൊരു ചോയ്സ് ഇല്ലാതിരിക്കുന്നതുവരെ അവരുടെ ശീലങ്ങൾ മാറ്റുന്നതിനുള്ള ബുദ്ധിമുട്ട് അവർ യഥാർത്ഥത്തിൽ സ്വീകരിക്കുന്നില്ല എന്നാണ്. അവർ ഉള്ളിടത്ത് തുടരുന്നത് പ്രായോഗികമല്ല. അത് ഏതെങ്കിലും വിധത്തിൽ അഭിലഷണീയമാണെന്ന് നടിക്കാൻ പോലും അവർക്ക് സാധ്യമല്ല. സത്യത്തിൽ, അവർ വളരെ താഴെയല്ല; പകരം, അവരെ അടിച്ചമർത്തുന്ന ഒരു തടസ്സത്തിനും അതിൽനിന്ന് മോചനം നേടാനുള്ള വെല്ലുവിളി നിറഞ്ഞ ദൗത്യത്തിനും ഇടയിലാണവർ.

നിങ്ങളുടെ ജീവിതം മാറ്റാൻ നിങ്ങൾ ശരിക്കും ആഗ്രഹിക്കുന്നുവെങ്കിൽ, സ്വയം ക്രോധത്താൽ മുഴുകുക : മറ്റുള്ളവരോട് അല്ല, ലോകത്തോടല്ല, നിങ്ങളുടെ ഉള്ളിൽതന്നെ.

ഒരു ലക്ഷ്യത്തിൽ മാത്രം ശ്രദ്ധ കേന്ദ്രീകരിച്ച് രോഷാകുലനാകാനും ദൃഢനിശ്ചയം ചെയ്യാനും നിങ്ങളെ അനുവദിക്കുക : നിങ്ങൾ നിലവിലുള്ളതുപോലെ തുടരാൻ വിസമ്മതിക്കുക.

സമൂലമായ മാറ്റത്തിന് തയ്യാറെടുക്കുന്നു

ആളുകൾ പ്രധാന ആന്തരിക ജോലികൾ ചെയ്യാതിരിക്കുന്നതിനുള്ള ഏറ്റവും വലിയ കാരണങ്ങളിലൊന്ന്, അവർ സ്വയം ശാന്തത കൈവരിക്കുകയാണെങ്കിൽ, അവരുടെ ജീവിതം മാറുമെന്ന് അവർ തിരിച്ചറിയുന്നു എന്നതാണ് – ചിലപ്പോൾ ഗണ്യമായിത്തന്നെ. ഒരാൾ സ്വയം തന്റെ അസന്തുഷ്ടിയെ അഭിമുഖീകരിക്കുമ്പോൾ, അതിനർത്ഥം ഒരു പുതിയ തുടക്കത്തിലേക്ക് കടക്കുമ്പോൾ താൽക്കാലിക അസ്വസ്ഥതയോ ലജ്ജയോ ഭയമോ നേരിടേണ്ടിവരുമെന്നു തന്നെയാണ്.

ഇത് വ്യക്തമായി മനസ്സിലാക്കുക : നിങ്ങളുടെ സ്വയം അട്ടിമറിക്കുന്ന സ്വഭാവം അവസാനിപ്പിക്കുക എന്നതിനർത്ഥം നിങ്ങളുടെ മാറ്റം ചക്രവാളത്തിലാണ് എന്നാണ്. അത് വരാനിരിക്കുന്ന മാറ്റത്തെ അസന്ദിഗ്ധമായി സൂചിപ്പിക്കുന്നു.

നിങ്ങളുടെ പുതിയ ജീവിതത്തിന് വിലയായി നിങ്ങളുടെ പഴയ ജീവിതം നൽകാൻ പോകുന്നു.

ഇത് നിങ്ങളുടെ സുരക്ഷിത മേഖലയും ദിശാബോധവും നഷ്ടപ്പെടുത്തും.

ഇത് നിങ്ങളുടെ ബന്ധങ്ങളെയും സുഹൃത്തുക്കളെയും നഷ്ടപ്പെടുത്തും.

ഇത് നിങ്ങളെ മറ്റുള്ളവരാൽ ഇഷ്ടപ്പെടുന്നതും മനസ്സിലാക്കുന്നതുമെല്ലാം നഷ്ടപ്പെടുത്തിയേക്കും.

അത് സാരമില്ല.

നിങ്ങൾക്ക് വേണ്ടിയുള്ള ആളുകൾ മറുവശത്ത് നിങ്ങളെ കാണാൻ പോകുന്നു. നിങ്ങളെ മുന്നോട്ട് കൊണ്ടുപോകുന്ന കാര്യങ്ങൾക്ക് ചുറ്റും നിങ്ങൾ ഒരു പുതിയ സുരക്ഷിത മേഖല നിർമ്മിക്കാൻ പോകുന്നു. ഇഷ്ടപ്പെടുന്നതിനുപകരം, നിങ്ങൾ സ്നേഹിക്കപ്പെടാൻ പോകുന്നു. മനസ്സിലാക്കുന്നതിനുപകരം, നിങ്ങൾ കാണപ്പെടാൻ പോകുകയാണ്.

നിങ്ങൾ ഇപ്പോളല്ലാത്ത ഒരു വ്യക്തിക്കുവേണ്ടി നിർമ്മിച്ചതാണ് നിങ്ങൾ നഷ്ടപ്പെടുത്താൻ പോകുന്നത്.

നിങ്ങളുടെ പഴയ ജീവിതത്തോട് ചേർന്ന് നിൽക്കുക എന്നത് സ്വയം അട്ടിമറിയുടെ ആദ്യത്തേതും അവസാനത്തേതുമായ പ്രവൃത്തിയാണ്, ഇത് മനസ്സിലാക്കുകയാണ് ശരിയായ മാറ്റം കാണാനുള്ള നമ്മുടെ യഥാർത്ഥ തയ്യാറെടുപ്പ്.

അധ്യായം 2

സ്വയം-അട്ടിമറി എന്നൊന്നില്ല

നിങ്ങളുടെ ജീവിതത്തെ മുന്നോട്ട് നയിക്കുന്ന ശീലങ്ങൾ നിങ്ങൾ വികസിപ്പിക്കുമ്പോൾ, അവ കഴിവുകളായി കണക്കാക്കപ്പെടുന്നു. നേരെമറിച്ച്, ഈ ശീലങ്ങൾ നിങ്ങളുടെ പുരോഗതിയെ തടസ്സപ്പെടുത്തുമ്പോൾ, അവ സ്വയം-വിധ്വംസനമായി കണക്കാക്കപ്പെടുന്നു. അടിസ്ഥാനപരമായി, അവ രണ്ടും ഒരേ ഉദ്ദേശ്യം നിറവേറ്റുന്നു.

ചിലപ്പോൾ, അത് ആകസ്മികമായി സംഭവിക്കുന്നു. ചില സമയങ്ങളിൽ, നാം അശ്രദ്ധരായി ജീവിക്കുകയും ജീവിതം എങ്ങനെ വ്യത്യസ്തമാകുമെന്നതിനെക്കുറിച്ച് യാതൊരു കാഴ്ചപ്പാടുമുണ്ടാക്കാതിരിക്കുകയും ചെയ്യുന്നു. ചിലപ്പോൾ, നാം തിരഞ്ഞെടുക്കുന്നത് എങ്ങനെ മികച്ചവ ഉണ്ടാക്കണമെന്നോ മറ്റെന്തെങ്കിലും സാധ്യമാകുമെന്നോ എന്നതിനെക്കുറിച്ച് ആകാംക്ഷയുള്ളതിനാലാകാം. മറ്റുചിലപ്പോൾ, നമുക്ക് കൂടുതൽ ആവശ്യപ്പെടാൻ കഴിയില്ലെന്ന ധാരണയാൽ, കൈവശമുള്ള കാര്യങ്ങളിൽ നാം തൃപ്തരാവുന്നു. പലപ്പോഴും നമുക്ക് ഇനി ഒരു ചോയ്സ് ഇല്ലെന്ന ചിന്തയിൽ ആട്ടോപൈലെറ്റിലാണ് നാം ഓടുന്നത്.

എന്നിരുന്നാലും, മിക്കപ്പോഴും, ഇത് യാദൃശ്ചികമല്ല. നിങ്ങൾക്ക് നിർത്താൻ കഴിയാത്ത ശീലങ്ങളും പെരുമാറ്റങ്ങളും – അവ എത്രതന്നെ വിനാശകരമോ പരിമിതപ്പെടുത്തുന്നതോ ആയാലും – പൂർത്തീകരിക്കപ്പെടാത്ത ഒരാവശ്യമോ, സ്ഥാനഭ്രംശം സംഭവിച്ച വികാരമോ അവഗണിക്കപ്പെട്ട ആഗ്രഹമോ നിറവേറ്റുന്നതിനായി നിങ്ങളുടെ ഉപബോധമനസ്സ് ബുദ്ധിപൂർവ്വം രൂപകൽപ്പന ചെയ്തിരിക്കുന്നതാണത്.

സ്വയം-വിധ്വംസനത്തെ മറികടക്കുക എന്നത് നിങ്ങളുടെ പ്രേരണകളെ എങ്ങനെ മറികടക്കാം എന്ന് കണ്ടുപിടിക്കാനുള്ള ശ്രമമല്ല; എന്തുകൊണ്ടാണ് ആ പ്രേരണകൾ നിലനിൽക്കുന്നുവെന്ന് ആദ്യം നിർണ്ണയിക്കേണ്ടിയിരിക്കുന്നു.

നാം സ്വയം ശിക്ഷിക്കുവാനോ, പരിഹസിക്കുവാനോ അല്ലെങ്കിൽ മനപ്പൂർവ്വം ഉപദ്രവിക്കുവനോ ഉപയോഗിക്കുന്ന ഒരു മാർഗ്ഗമായി സ്വയം-അട്ടിമറി പലപ്പോഴും തെറ്റിദ്ധരിക്കപ്പെടുന്നുണ്ട്. പുറമേ നിന്ന് വീക്ഷിക്കുമ്പോൾ, ഇത് സത്യമാണെന്ന് തോന്നുകയും ചെയുന്നു. സ്വയം-അട്ടിമറി എന്നത് ആരോഗ്യകരമായ ഭക്ഷണ ക്രമത്തിൽ പ്രതിജ്ഞാബദ്ധമാക്കുകയും ഏതാനും മണിക്കൂറുകൾക്കു ശേഷം ഫാസ്റ്റ്ഫുഡ് റെസ്റ്റോറന്റിന്റെ അടുത്തേക്ക് സ്വയം വലിച്ചിഴപ്പിക്കുകയും ചെയ്യുന്നതാണ്. ഇതൊരു കമ്പോള വ്യത്യാസം തിരിച്ചറിയുകയും, ഒരു മികച്ച ബിസിനസ്സ് ആശയം വിഭാവനം ചെയ്യുകയും, തുടർന്ന് "ശ്രദ്ധ" നശിച്ച് മറ്റു പ്രവർത്തനങ്ങളിൽ ഏർപ്പെടുകയും ചെയ്യുന്നതാണ്. ഇത് വിചിത്രവും ഭയപ്പെടുത്തുന്നതുമായ ചിന്തകളുള്ളതും പ്രധാനപ്പെട്ട ജീവിത മാറ്റങ്ങളുടെയോ നാഴികക്കല്ലുകളുടെയോ മുഖത്ത് നിങ്ങളെ തളർത്താൻ അവരെ അനുവദിക്കുകയും ചെയ്യുന്നു. നിങ്ങൾക്ക് നന്ദിയുള്ളവരും ആവേശഭരിതരുമായിരിക്കാൻ പ്രയാസമനുഭവിക്കേണ്ടതുണ്ട്.

ബുദ്ധിയുടെയോ ഇച്ഛാശക്തിയുടെയോ കഴിവിന്റെയോ അഭാവമെന്ന് നാം ഇത്തരം സ്വഭാവങ്ങളെ തെറ്റായി വിലയിരുത്താറുണ്ട്. എന്നാൽ, സ്വയം അട്ടിമറി എന്നത് നമ്മളെത്തന്നെ ദ്രോഹിക്കുന്ന ഒരു മാർഗ്ഗമല്ല; നമ്മേ സ്വയം സംരക്ഷിക്കാൻ നാം തന്നെ ശ്രമിക്കുന്നതാണത്.

എന്താണ് സ്വയം-അട്ടിമറി?

നിങ്ങൾക്ക് പരസ്പരവിരുദ്ധമായ രണ്ട് ആഗ്രഹങ്ങൾ ഉണ്ടാകുമ്പോഴാണ് സ്വയം-അട്ടിമറി ഉണ്ടാവുന്നത്. ഒരാൾ ബോധമുള്ളവനാണ്, ഒരാൾ അബോധാവസ്ഥയിലാണ്. നിങ്ങളുടെ ജീവിതം എങ്ങനെ മുന്നോട്ട് കൊണ്ടുപോകണമെന്ന് നിങ്ങൾക്കറിയാം. എന്നിട്ടും, നിങ്ങൾ ചില കാരണങ്ങളാൽ കുടുങ്ങിക്കിടക്കുകയാണ്.

നിങ്ങളുടെ ജീവിതത്തിൽ വലിയതും പരിഹരിക്കാനാകാത്തതുമായ

പ്രശ്നങ്ങൾ നിലനിൽക്കുന്നു, പ്രത്യേകിച്ചും പരിഹാരങ്ങൾ വളരെ ലളിതവും, എളുപ്പവുമായവ. എന്നിട്ടും ആ പരിഹാരങ്ങളിൽ ഉറച്ചുനിൽക്കാൻ സാധ്യമാവാത്ത അവസ്ഥ നിങ്ങൾക്കുണ്ടെങ്കിൽ – നിങ്ങൾക്കുള്ളത് വലിയ പ്രശ്നങ്ങളല്ല, വലിയ താല്പര്യങ്ങളാണ്.

അടിസ്ഥാനപരമായി, ചെയ്യാൻ ആഗ്രഹിക്കുന്നതെന്തും ചെയ്യുന്നു എന്ന വസ്തുതയിൽ മനുഷ്യർ അത്ഭുതമാണ്.

മനുഷ്യജീവിതത്തിലെ എല്ലാ കാര്യങ്ങളിലും ഇത് സത്യമാണ്. സാധ്യമായ അനന്തരഫലങ്ങൾ പരിഗണിക്കാതെ തന്നെ, മനുഷ്യപ്രകൃതി അവിശ്വസനീയമാംവിധം സ്വയം സേവിക്കുന്നതായി തെളിയിച്ചിട്ടുമുണ്ട്. അത് ആരെ ദ്രോഹം ചെയ്യും, എന്തെല്ലാം യുദ്ധങ്ങൾ ഉണ്ടാക്കും, ഭാവിയെ അപകടത്തിലാക്കും എന്നത് പരിഗണിക്കാതെതന്നെ ആളുകൾക്ക് ചെയ്യാൻ തോന്നുന്നതെന്തും ചെയ്യാൻ അമാനുഷികമായ നൈപുണ്യമുണ്ട്. നിങ്ങൾ ഇത് പരിഗണിക്കുകയാണെങ്കിൽ, നിങ്ങളുടെ ജീവിതത്തിൽ നിങ്ങൾ സൂക്ഷിച്ചുവച്ച സർവ്വത്തിനും ഒരു കാരണമുണ്ടെന്ന് നിങ്ങൾ മനസ്സിലാക്കുന്നു, നിങ്ങൾ അത് ആഗ്രഹിക്കുന്നു എന്നതുമാത്രമാണ് ആ കാരണം. എന്തുകൊണ്ട് എന്ന ചോദ്യം മാത്രമേ ഇനിയുള്ളൂ.

സമ്പന്നരാകാനുള്ള അവരുടെ ലക്ഷ്യം സുഗമമാക്കുന്നതിന് ഒരു പുതിയ ബിസിനസ്സ് സൃഷ്ടിക്കാൻ തങ്ങളെത്തന്നെ സ്വയം പ്രചോദിപ്പിക്കാൻ കഴിയാത്തത് എന്തുകൊണ്ടാണെന്ന് ചില ആളുകൾക്ക് മനസ്സിലാക്കാൻ കഴിയില്ല. കാരണം സമ്പന്നരാകുകയെന്നത് അഹങ്കാരിയായോ മറ്റുള്ളവരാൽ വെറുക്കപ്പെടുന്നവരായോ ആളുകളെ മാറ്റുമെന്ന തോന്നൽ ഉപബോധമനസ്സിൽ തങ്ങൾക്കുണ്ടെന്ന് അവർ മനസ്സിലാക്കുന്നില്ല. ഒരുപക്ഷേ അവർ യഥാർത്ഥത്തിൽ അതിസമ്പന്നരാകാൻ ആഗ്രഹിക്കുന്നില്ല. അല്ലെങ്കിൽ ഇത് സുരക്ഷിതത്വവും "പരിചരണവും" അനുഭവിക്കുന്നതിനുള്ള ഒരു മറയായിരിക്കാം. അല്ലെങ്കിൽ അവരുടെ യഥാർത്ഥ ആഗ്രഹം അവരുടെ കലയെ തിരിച്ചറിയുകയെന്നതാവാം, ഇത് ഒരിക്കലും സംഭവിക്കാൻ സാധ്യതയില്ലെന്ന് തോന്നുന്നതിനാൽ, അവർ അവരെ തീരെ പ്രേരിപ്പിക്കാത്ത ഒരു ദ്വിതീയ സ്വപ്നത്തിലേക്ക് തിരിച്ചയയ്ക്കുന്നു.

ചിലർ എന്ത് വില കൊടുത്തും തങ്ങൾക്കു വിജയിക്കണമെന്നു പറയുന്നത് കേൾക്കാം. എന്നാൽ, അവിടെയെത്താൻ എടുക്കുന്ന മണിക്കൂറുകൾ അതിനായി മാറ്റിവെക്കാൻ അവർ ആഗ്രഹിക്കുന്നില്ല താനും. അതൊരുപക്ഷെ "വിജയിയാവുക" എന്നത് അവരെ

യഥാർത്ഥത്തിൽ സന്തോഷിപ്പിക്കുകയോ ഇഷ്ടപ്പെടുത്തുകയോ ചെയ്യുന്നില്ലെന്ന് അവർ ഏതെങ്കിലും തലത്തിൽ മനസ്സിലാക്കിയതു കൊണ്ടാകാം. ഇതിനു നേർ വിപരീതമാണ് വാസ്തവത്തിൽ സത്യം. വിജയം സ്വാഭാവികമായും നിങ്ങളെ അസൂയയ്ക്കും സൂക്ഷ്മപരിശോധനയ്ക്കും വിധേയനാക്കും. വിജയികളായ മനുഷ്യർ നാം കരുതുന്നത് പോലെ അത്ര സുന്ദരമായി സ്നേഹിക്കപ്പെടുന്നില്ല ; അസൂയാലുക്കളായ മറ്റു മനുഷ്യർ അവരെ ഏതുവിധേനയും മാനുഷികമായി കാണുവാൻ മാറ്റിനിർത്തുന്നു. ഒരുപക്ഷെ, വിജയം വരിക്കുക എന്ന ലക്ഷ്യത്തിനായല്ലാതെ സ്നേഹിക്കപ്പെടുവാൻവേണ്ടി വിജയികളാകുന്നവർ, സത്യത്തിൽ വിജയത്തോടുള്ള അവരുടെ അഭിനിവേശം അവർക്കൊരു ഭീഷണിതന്നെയാണ്.

തുടർച്ചയായ തിരസ്കരണവും, അധിക്ഷേപവും, വിശ്വാസവഞ്ചനയുമെല്ലാം നേരിടേണ്ടിവന്നിട്ടുപോലും, ചില മനുഷ്യർ വീണ്ടും തെറ്റായ ബന്ധങ്ങൾ തിരഞ്ഞെടുക്കുന്നത് എന്തുകൊണ്ടാണെന്നു മനസ്സിലാക്കാൻ അവർക്കു സാധിക്കാറില്ല. ഒരുപക്ഷെ, ബാല്യത്തിൽ അവരനുഭവിച്ച ബന്ധങ്ങളുടെ ചലനാത്മകത പുനഃസ്ഥാപിക്കാൻ അവർ സ്വയം ശ്രമിക്കുകയാണെന്ന് അവർ തിരിച്ചറിയുന്നുണ്ടാവില്ല. കാരണം, നഷ്ടത്തെയും ത്യാഗത്തെയുമെല്ലാമാണ് അവർ സ്നേഹമായി മനസ്സിൽ ചിത്രീകരിച്ചിട്ടുള്ളത്. ഒരുപക്ഷെ, ഒരിക്കൽ അവർ നിസ്സഹായരായി മാത്രം വീക്ഷിക്കേണ്ടിവന്ന ഒരു കുടുംബബന്ധം പുനഃസ്ഥാപിക്കാൻ ആഗ്രഹിക്കുന്നുണ്ടാവും, പക്ഷെ, അത് അത്യാസക്തനായ ഒരു മനുഷ്യനെയോ, ഒരു അസത്യവാദിയെയോ, നശിച്ചുപോയ മനുഷ്യനെയോ ഒരു ഉത്തരവാദിത്വബോധമുള്ള മുതിർന്ന ഒരാളായിക്കണ്ട് തിരികെ ജീവിതത്തിലേക്ക് ഉയർത്താൻ വേണ്ടിയാകും.

സ്വയം അട്ടിമറിക്കുന്ന ഈ സ്വഭാവത്തെക്കുറിച്ച് നാം മനസ്സിലാക്കേണ്ടത് ഇത്തരക്കാർക്ക് പ്രശ്നങ്ങളുമായി ഇഴുകിച്ചേരാൻ വളരെ എളുപ്പമാണെന്നതാണ്.

വിജയികളായാൽ മറ്റുള്ളവരാൽ ഇഷ്ടപ്പെടാനുള്ള സാധ്യത കുറവാണ്.

സ്നേഹം കണ്ടെത്തുന്നത് നിങ്ങളെ ദുർബ്ബലരാക്കും.

സ്വയം ആകർഷകത്വം കുറക്കുന്നത് നിങ്ങളെ സംരക്ഷിക്കും.

കുറവായി മാത്രം കാര്യങ്ങൾ ചെയ്യുന്നത് സൂക്ഷ്മ പരിശോധനയിൽനിന്നും നിങ്ങളെ രക്ഷിക്കും.

എന്തും മാറ്റിവെക്കുന്ന ശീലം നിങ്ങളെ സുഖപ്രദമായ ജീവിതത്തിലേക്ക് തിരികെ കൊണ്ടുവരുന്നു.

നിങ്ങൾ സ്വയം അട്ടിമറിക്കുന്ന ഇത്തരം എല്ലാ മാർഗ്ഗങ്ങളും യഥാർത്ഥത്തിൽ നിങ്ങൾപോലും അറിയാത്ത നിങ്ങളിൽ ഒളിഞ്ഞിരിക്കുന്ന ആവശ്യങ്ങൾ നിറവേറ്റാനുള്ളവയാണ്. ഇതിനെ മറികടക്കുക. എന്നാൽ, നിങ്ങളെ സ്വയം മനസ്സിലാക്കുക മാത്രമല്ല, മറിച്ച്, ഈ പ്രശ്നങ്ങളൊന്നുംതന്നെ പ്രശ്നങ്ങൾ അല്ലെന്നും അവ ലക്ഷണങ്ങൾ മാത്രമാണെന്ന് മനസ്സിലാക്കൽ കൂടിയാണ്.

സ്വയം നിർമ്മിത മെക്കാനിസങ്ങളെ അതിജീവിച്ചുകൊണ്ട് നിങ്ങൾക്ക് പ്രശ്നം പരിഹരിച്ചുവെന്നുറപ്പിക്കാൻ കഴിയില്ല.

സ്വയം-അട്ടിമറി എപ്രകാരം കാണപ്പെടുന്നു?

സ്വയം അട്ടിമറി എങ്ങനെ കാണുന്നുവെന്നോ എപ്രകാരമാണെന്നോ ഉറപ്പായി പറയുവാൻ സാധ്യമല്ല. കാരണം ഒരു വ്യക്തിക്ക് ആരോഗ്യകരമായ ശീലങ്ങളും സ്വഭാവങ്ങളും മറ്റൊരുവന് അനാരോഗ്യകരവുമായേക്കാം.

എന്നിരുന്നാലും, സ്വയം അട്ടിമറിയെ സൂചിപ്പിക്കുന്ന ചില പ്രത്യേക സ്വഭാവങ്ങളും ക്രമങ്ങളുമുണ്ട്. സാധാരണയായി, ഇവർക്ക് ഒരു പ്രശ്നം നിലനിൽക്കുന്നുണ്ടെന്ന മനസ്സിലാക്കാൻ കഴിയുമെന്നിരുന്നാലും അതിൽ ബോധവാന്മാരായിക്കൊണ്ടുതന്നെ തുടരാൻ അവർ നിർബ്ബന്ധിതരാവുകയും ചെയ്യുന്നു. സ്വയം അട്ടിമറിയുടെ പരിവൃതിയിലാണ് എന്ന് മനസ്സിലാക്കാനായുള്ള ചില പ്രധാന സൂചനകൾ ഇതാ.

പ്രതിരോധം

നമുക്കൊരു പുതിയ പദ്ധതി ചെയ്യാനുണ്ടാവുകയും, നമുക്ക് സ്വയം അതിലേക്ക് നമ്മുടെ ശ്രദ്ധ കൊണ്ടുവരാൻ കഴിയാതിരിക്കുകയും ചെയ്യുന്ന അവസ്ഥയാണ് പ്രതിരോധം. നാം പുതിയ ഒരു ബന്ധം സ്ഥാപിക്കുകയും തുടർച്ചയായി ഒഴിവുകഴിവുകൾ പറഞ്ഞുകൊണ്ട് പദ്ധതികൾ മാറ്റുകയും ചെയ്യുന്നതും പ്രതിരോധമാണ്. നമുക്കൊരു പുതുപുത്തൻ ബിസിനസ്സ് ആശയം മനസ്സിൽ തെളിയുകയും, അതു പ്രകാരം ജോലിചെയ്യേണ്ടി വരുമ്പോൾ ടെൻഷനും കോപവും മൂലം ചെയ്യേണ്ടിയിരുന്നത് ചെയ്യാതിരിക്കലും കൂടിയാണ് പ്രതിരോധം.

നമ്മുടെ ജീവിതത്തിൽ നന്നായി പൊയ്ക്കൊണ്ടിരിക്കുന്ന കാര്യങ്ങളോടാണ് നമുക്ക് കൂടുതലായും പ്രതിരോധം തോന്നുക, മോശമായി പോകുന്നവയോടല്ല. നമുക്ക് പരിഹരിക്കുവാൻ ഒരു പ്രശ്നം ഉണ്ടാവുമ്പോൾ, നമ്മിൽ പ്രതിരോധം ഉണ്ടാവില്ല. പക്ഷെ, നമുക്ക് ആസ്വദിക്കാനോ, രചിക്കുവാനോ നിർമ്മിക്കുവാനോ ഒക്കെയുണ്ടാവുമ്പോൾ അതിജീവിക്കുന്നതിനുപകരം നമുക്കറിവില്ലാത്ത നമ്മുടെ തന്നെ ഒരു ഭാഗത്തേക്ക് നാം ഒതുങ്ങിപ്പോകുന്നു, അപരിചിതത്വം ഭയമുളവാക്കുന്നതാണ്.

ഇതിനെ എങ്ങനെ പരിഹരിക്കാം

പ്രതിരോധമെന്നത് പുതിയ ഒന്നിലേക്ക് ബന്ധിക്കപ്പെടുമ്പോൾ സ്വയം വേഗത കുറക്കുവാനും അത് സുരക്ഷിതമാണെന്ന് നിങ്ങളെ ബോധ്യപ്പെടുത്താനുമായി നിങ്ങൾ സ്വയം എടുക്കുന്ന ഒരു മാർഗ്ഗമാണ്. മറ്റു സാഹചര്യങ്ങളിൽ, ചില ശരികേടുകൾ ചൂണ്ടിക്കാണിക്കുകയും, അവിടെനിന്നും പിന്മാറാൻ പ്രേരിപ്പിക്കുകയും ചെയ്യുന്ന ഒന്നുമായും പ്രതിരോധത്തെ മനസ്സിലാക്കാം.

നീട്ടിക്കൊണ്ടുപോകൽ പോലെയോ നിസ്സംഗതപോലെയോ അല്ല അത്, അവയെ സമീപിക്കുന്ന രീതിയിൽ പ്രതിരോധത്തെ കൈകാര്യം ചെയ്യുവാനും കഴിയില്ല. നാം പ്രതിരോധത്തിലാവുന്നതിന് വ്യക്തമായ കാരണമുണ്ട്, അത് കണ്ടെത്താൻ നാം തീർച്ചയായും ശ്രദ്ധ ചെലുത്തണം. പ്രതിരോധത്തെ ചെറുക്കാൻ നാം നമ്മെ സ്വയം നിർബന്ധിക്കുമ്പോൾ, മാനസിക സംഘട്ടനം ശക്തിപ്പെടുകയും നമ്മെ തടഞ്ഞുനിർത്തുന്ന ആന്തരികഭയം ഉത്തേജിക്കപ്പെടുകയും ചെയ്യുന്നു. അതുവഴി സ്വാഭാവികമായും പ്രതിരോധത്തിന് ആക്കം കൂട്ടുകയും ചെയ്യും.

അതിനുപകരം, പ്രതിരോധത്തെ മോചിപ്പിക്കു, നമ്മുടെ ശ്രദ്ധ വീണ്ടും കേന്ദ്രീകരിക്കാൻ അത് അത്യന്താപേക്ഷിതമാണ്. എന്താണ് നമുക്കാവശ്യമെന്നു മനസ്സിലാകുന്നതിനോടൊപ്പം എപ്പോഴാണത് ആവശ്യമെന്നും, എന്തിനാണാവശ്യമെന്നുമുള്ള വ്യക്തമായ ബോധം നമുക്കുണ്ടാവേണ്ടതുണ്ട്. നമ്മെ വെളിവാക്കുന്നതിൽനിന്നും നമ്മെ തടയുന്ന നമ്മുടെ അബോധപൂർവ്വമായ ചില വിശ്വാസങ്ങളെ നാം തിരിച്ചറിയുകയും, നാം പ്രേരിതരായിട്ടുള്ള ജോലികളിൽ വ്യാപൃതരാവുകയും വേണം. പ്രതിരോധത്തിനുശേഷം സ്വയം പരസ്യപ്പെടുത്താനുള്ള പ്രവേശനകവാടമാണ് ആവശ്യമെന്നത്.

നിങ്ങളുടെ ഉച്ചനിലയെ ഭേദിക്കുക

മുൻപ് പറഞ്ഞതുപോലെ, നമ്മിൽ പലരും സ്വയം ആസ്വാദ്യകരമാക്കുന്ന ഒരേയൊരു സന്തോഷമേയുള്ളൂ. ഗേ ഹെൻഡ്രിക്സ് അതിനെ വിളിക്കുന്നത് "ഉച്ചനില" അഥവാ "അപ്പർ ലിമിറ്റ്" എന്നാണ്.

നിങ്ങളുടെ ഉച്ചനില എന്നത് നിങ്ങളുടെ ജീവിതത്തിലെ ആശ്വാസ്യകരമായ നന്മകളാണ്. ശുഭ വർത്തമാനങ്ങളും സംഭവങ്ങളും ആസ്വദിക്കാനും അനുഭവിക്കാനുമുള്ള നിങ്ങളുടെ സഹനശേഷിയാണത്.

നിങ്ങളുടെ ഉച്ചനിലയെ നിങ്ങൾ മറികടക്കാൻ തുടങ്ങുമ്പോൾ, നിങ്ങൾ അബോധപൂർവ്വം നിങ്ങളെ സ്വയം നിങ്ങളുടെ സുരക്ഷിത മേഖലയിലേക്കും നിങ്ങൾക്ക് പരിചിതമായ ഇടത്തിലേക്കും നിങ്ങളെ തിരിച്ചുകൊണ്ടുവരാൻ ശ്രമിക്കുന്നു. ചിലരിൽ ശാരീരികമായി ഇത്തരം വ്യതിയാനങ്ങൾ കാണപ്പെടാം, അതായത്, തലവേദനയായോ മറ്റു ശാരീരിക ബുദ്ധിമുട്ടുകളോ വേദനകളോ മറ്റോ. മറ്റുചിലരിൽ, ഇത് പ്രത്യക്ഷപ്പെടുക വൈകാരികമായാവും. ഉദാഹരണത്തിന് പ്രതിരോധം, കോപം, കുറ്റബോധം, ഭയം എന്നിവ.

അപ്രതീക്ഷിതമായി തോന്നാം, എന്നാൽ, നാം സന്തോഷിക്കുവാൻ വിധിക്കപ്പെട്ടവരല്ല, നാം സുരക്ഷിതരായിരിക്കാൻ വിധിയുള്ളവരാണ്, അതിനു പുറത്തുനിൽക്കുന്ന എന്തും നമുക്ക് ഭീതിജനകമാണ്, നമുക്കവ പരിചിതമാവും വരെ.

ഇതെങ്ങനെ പരിഹരിക്കാം

നിങ്ങളുടെ ഉച്ചനിലയെ ഭേദിക്കുക, അതിനു ശ്രമിക്കുക എന്നത് ഒരു വലിയ സൂചനയാണ്. നിങ്ങളുടെ ജീവിതത്തിലെ പുതിയ തലങ്ങളിലേക്ക് നിങ്ങൾ പ്രവേശിക്കുന്നു, അതിനെ പിന്തള്ളി മുൻപോട്ടു പോകാൻ ശ്രമിക്കുന്നു എന്നതാണ് അതിനർത്ഥം. ഏറ്റവുമാദ്യം സ്വയം അഭിനന്ദിക്കേണ്ടുന്ന കാര്യം ഇതുതന്നെയാണ്. നിങ്ങളുടെ പരാതി പരിധിയിൽ നിൽക്കുന്ന പ്രശ്നങ്ങൾ പരിഹരിക്കുന്നത് സ്വയം അതിനോട് പാകപ്പെട്ടുകൊണ്ടു തന്നെയാണ്, നിങ്ങളുടെ പുതിയ "സാധാരണത്വം" അംഗീകരിക്കലാണ്.

വലിയ മാറ്റങ്ങളിലേക്ക് സ്വയം ഞെട്ടിച്ചുകൊണ്ട് കടക്കാതെ,

സാവധാനത്തിൽ അതിനോട് വശപ്പെടുവാനും പാകപ്പെടുവാനും നാം സ്വയം അനുവദിക്കേണ്ടതുണ്ട്. അങ്ങനെ ചെയ്യുമ്പോൾ നിങ്ങൾക്ക് വേണ്ടുന്ന ജീവിതത്തിൽ നിങ്ങൾക്ക് ചുറ്റും ഒരു പുതിയ സുരക്ഷാ മേഖല നിർമ്മിക്കുവാൻ നിങ്ങൾക്ക് കഴിയും. കാല ക്രമേണ, പുതിയ മാനദണ്ഡങ്ങളിലേക്ക് നിങ്ങളുടെ അടിസ്ഥാ നത്തെ കൊണ്ടുവരാനും നിലയുറപ്പിക്കുവാനും നിങ്ങൾക്കു കഴിയും.

വേരുപിഴുതെടുക്കൽ

ബന്ധങ്ങളിലെ യഥാർത്ഥ പ്രശ്നങ്ങൾ നേരിടുന്നതിന് പകരം, ഒന്നിൽനിന്നും മറ്റൊന്നിലേക്കെന്നപോലെ ബന്ധങ്ങളിൽനിന്നും ചാടിക്കൊണ്ടിരിക്കുമ്പോഴും, നിലവിലുള്ള ഉപഭോക്താക്കളെ നന്നായി കൈകാര്യം ചെയ്യേണ്ടതിനുപകരം ബിസിനസ്സ് വെബ് സൈറ്റുകൾ തുടർച്ചയായി മാറ്റിക്കൊണ്ടിരിക്കുമ്പോഴുമെല്ലാം അവിടെ നമുക്ക് ഈ വേരുപിഴുതെടുക്കൽ കാണാനാവും. ഇവിടെ, നിങ്ങൾ സ്വയം മുകുളിതമാവാൻ അനുവദിക്കുന്നില്ല, തളിർക്കുവാൻ മാത്രമാണ് നിങ്ങൾ ഇഷ്ടപ്പെടുന്നത്, അതാണ് നിങ്ങൾക്കു സുഖപ്രദം.

ക്ലേശങ്ങളും പ്രയാസങ്ങളും നേരിടുവാനും പരിഹാരങ്ങൾ കണ്ടെ ത്താനും ആരോഗ്യപ്രദമായ വഴികളില്ലാതിരിക്കുമ്പോൾ ഒരു “പുതിയ തുടക്കം” തുടർച്ചയായി ആവശ്യം വരുന്നു. പുതിയ ജോലിയിലോ പുതിയ ടൗണിലോ സ്വയം പുനരാവിഷ്കരിക്കേണ്ടി വരുമ്പോൾ ജീവിതത്തിലെ യഥാർത്ഥ പ്രശ്നങ്ങൾ നേരിടുന്നതിൽ നിന്നും ഇത്തരം ഉന്മൂലനങ്ങൾ നിങ്ങളുടെ ശ്രദ്ധയെ തിരിക്കുന്നു.

ആത്യന്തികമായി, ഉന്മൂലനം അഥവാ വേരുപിഴുതെടുക്കലുകൾ ഉദ്ദേശിക്കുന്നതെന്തെന്നാൽ, നിങ്ങൾ ജീവിതത്തിന്റെ പുതിയ അധ്യായങ്ങൾക്ക് തുടക്കംകുറിക്കുന്നു. എന്നാൽ, അത് പൂർത്തികരി ക്കാൻ നിങ്ങൾ പരാജയപ്പെടുന്നു. മുന്നോട്ടു സഞ്ചരിക്കാനുള്ള എല്ലാ പ്രയത്നങ്ങളെയും വ്യഥാവിലാക്കിക്കൊണ്ട് മുന്നത്തേക്കാൾ കൂടുതൽ നിങ്ങൾ പ്രയാസത്തിലാവുകയും ചെയ്യുന്നു.

ഇതെങ്ങനെ പരിഹരിക്കാം

ആദ്യത്തേത്, മാതൃക തിരിച്ചറിയുക എന്നതാണ്.

ഉന്മൂലനത്തിന്റെ പ്രാഥമിക സൂചന അത് നാം ചെയ്യുന്നുണ്ടെന്ന്

തിരിച്ചറിയലല്ല. ആയതിനാൽ, ഏറ്റവും പരമപ്രധാനമായ നടപടി, എന്താണ് സംഭവിക്കുന്നതെന്നതിനെക്കുറിച്ച് വ്യക്തമായ അവബോധം ഉണ്ടാവുകയെന്നതാണ്. കഴിഞ്ഞ ചില വർഷങ്ങളിലേക്ക് നിങ്ങൾ ഒന്നെത്തി നോക്കു, എത്ര സ്ഥലങ്ങളിൽ നിങ്ങൾ ജോലി ചെയ്തിട്ടുണ്ട്? നിങ്ങൾ കണ്ടെത്തിയ ഓരോ പുതിയ കാര്യത്തിൽ നിന്നും നിങ്ങളെ അകറ്റി നിർത്തിയ കാര്യങ്ങൾ എന്തൊക്കെയെന്ന് കണ്ടെത്താൻ ശ്രമിക്കു.

ശേഷം, യഥാർത്ഥത്തിൽ നിങ്ങൾക്കാവശ്യം എന്താണെന്നതിനെക്കുറിച്ച് വ്യക്തതയുണ്ടാക്കണം. ചില സമയങ്ങളിൽ, നന്നായി ചിന്തിക്കാതെയും നമ്മുടെ ആവശ്യം തിരിച്ചറിയാതെയും നമുക്കെന്താണാവശ്യം എന്നതിനുള്ള ഉത്തരത്തിലേക്ക് നാം വളരെ പെട്ടെന്ന് എത്തിച്ചേരുന്നു, ഇവിടെയും ഉന്മൂലനം സംഭവിക്കുന്നുണ്ട്. വ്യക്തതയാണ് പ്രധാനപ്പെട്ട താക്കോൽ, കാരണം നിങ്ങൾ ഇപ്പോൾ ദീർഘകാലമായി ചിന്തിക്കുകയാണ്. ഒരു പ്രദേശത്ത് ജീവിക്കുകയും നല്ല സുഹൃത്ത് വലയങ്ങൾ അവിടെ സ്ഥാപിക്കുകയും ചെയ്യുന്നതിനെക്കുറിച്ച് ഒന്നോർത്തുനോക്കു. ഒരേ സ്ഥലത്ത് ജോലി ചെയ്യുകയും സ്ഥാനക്കയറ്റം ലഭിക്കുകയോ ബിസിനസ്സിൽ അഭിവൃദ്ധി പ്രാപിക്കുകയോ ചെയ്യുന്നതിനെക്കുറിച്ച് ആലോചിച്ച് നോക്കൂ? എങ്ങനെയുണ്ടാവും?

ഓർക്കുക, ഇത്തരം പിഴുതെടുക്കൽ മാതൃകകളിൽനിന്നും മുക്തമാവുകയെന്നാൽ നിങ്ങൾ പുരോഗമനം ആഗ്രഹിക്കുന്നില്ല എന്നതിനാൽ ഇഷ്ടമില്ലാത്തവയുമായി പൊരുത്തപ്പെടുകയോ അരക്ഷിതമോ അനാരോഗ്യകരമോ ആയ സാഹചര്യത്തിൽതന്നെ തുടരലോ അല്ല. അത് നിങ്ങൾക്ക് ശരിയെന്താണോ അതിൽ വ്യക്തവും കൃത്യവുമായ ബോധ്യമുണ്ടാക്കുകയും എങ്ങനെ അഭിവൃദ്ധി പ്രാപിക്കാമെന്ന പ്ലാൻ ഉണ്ടാക്കലുമാണ്, എങ്ങനെ അതിജീവിക്കാമെന്നല്ല. നിങ്ങൾക്ക് ഉയർന്നു പറക്കാനുള്ള സാഹചര്യം വരുമ്പോൾ നിങ്ങളുടെ ക്ലേശത്തെ നിങ്ങൾ അഭിമുഖീകരിക്കു, നിങ്ങൾ എവിടെയാണോ അവിടെതന്നെ തുടരൂ. യോജിക്കേണ്ടി വരുന്ന സാഹചര്യത്തിൽ നിങ്ങളെ ബുദ്ധിമുട്ടിക്കുന്ന ഘടകമെന്താണെന്നു കണ്ടെത്തുക, ആരോഗ്യകരമായ രീതിയിലുള്ള താല്പര്യങ്ങൾ നിങ്ങൾക്കെങ്ങനെ സാധ്യമാകുമെന്നും നിർണ്ണയിക്കുക.

പരിപൂർണ്ണതാ സിദ്ധാന്തം

നാം ആദ്യമായി ഒരു ജോലി ചെയ്യുകയും അത് കുറ്റമറ്റതാവണമെന്ന്

പ്രതീക്ഷിക്കുകയും ചെയ്യുമ്പോൾ, പരിപൂർണ്ണതാ സിദ്ധാന്തത്തിന്റെ ഭ്രമണത്തിലേക്ക് നാം പ്രവേശിക്കുന്നു.

പരിപൂർണ്ണതാ സിദ്ധാന്തം എല്ലാം ശരിയായി നടക്കണമെന്ന ശാഠ്യമല്ല. അതൊരു നല്ല കാര്യവുമല്ല. വാസ്തവത്തിൽ, അതൊരു തടസ്സമാണ്, കാരണം അത് നമ്മുടെ കഴിവിനെയും ജീവിതത്തെയും സംബന്ധിച്ച് പ്രായോഗികമല്ലാത്ത പ്രതീക്ഷകൾ സജ്ജമാക്കുന്നു.

പരിപൂർണ്ണതാ സിദ്ധാന്തം, പരിശ്രമത്തിൽനിന്നും, ജീവിതത്തിലെ പ്രാധാന്യമേറിയ ജോലികളിൽ മുഴുകുന്നതിൽനിന്നുമൊക്കെ നമ്മെ പുറകോട്ടുവലിക്കുന്നു. തോറ്റുപോകുമെന്നോ, ദുർബ്ബലരായി പോകുമെന്നോ ഉള്ള ഭയത്താലോ, മറ്റുള്ളവർ നമ്മെ നല്ലവരായി കാണണമെന്ന നമ്മുടെ ആഗ്രഹത്തിനനുസരിച്ച് ജീവിക്കാൻ കഴിയാത്തതുകൊണ്ടോ എല്ലാം യഥാർത്ഥത്തിൽ മൂല്യമുള്ള ജീവിതം നയിക്കാനാവശ്യമായ ജോലിയിൽ നാം വ്യാപൃതരാവുന്നില്ല എന്നതുകൊണ്ടാണ് ഇത് സംഭവിക്കുന്നത്. നാം സ്വയം വഞ്ചിതരാവാനുള്ള കാരണം വീണ്ടും വീണ്ടും ഇതേ പ്രവർത്തി *ആവർത്തിച്ച്* നാം അതിൽ പ്രാവീണ്യം നേടി എന്നതാണ്.

എങ്ങനെ ഇതിനെ പരിഹരിക്കാം

നന്നായി ചെയ്യുന്നതോർത്ത് ആകുലപ്പെടേണ്ട; അത് ചെയ്താൽ മാത്രം മതി.

ഒരു ബെസ്റ്റ് സെല്ലർ എഴുതുന്നതിനെക്കുറിച്ച് ആധിവേണ്ട, എഴുതിയാൽ മതി. ഗ്രാമി അവാർഡ് സ്വന്തമാക്കേണ്ടതോർത്ത് തലപുകക്കേണ്ട, സംഗീതം നിർമ്മിച്ചാൽ മതി. തോൽവിയെക്കുറിച്ചോർത്ത് വ്യാകുലപ്പെടേണ്ട, തുടർച്ചയായി പരിശ്രമിച്ചുകൊണ്ടേ ഇരിക്കുക. ആദ്യം, നിങ്ങൾക്ക് ഇഷ്ടമുള്ളത് ചെയ്യുന്നതിനാണ് പ്രാധാന്യം. അവിടുന്നങ്ങോട്ട്, തെറ്റുകൾ സംഭവിക്കുകയും അതിൽ നിന്ന് പാഠം ഉൾക്കൊള്ളുകയും കാലക്രമേണ യഥാർത്ഥത്തിൽ നിങ്ങൾക്ക് എത്തിച്ചേരേണ്ട ഉന്നതിയിലേക്ക് എത്തിച്ചേരുകയും ചെയ്യും.

സത്യമെന്തെന്നാൽ, നാം ചെയ്യുന്ന പ്രവർത്തികൾ ശ്രദ്ധ കൊടുക്കാതെ ആകെമാനം മാറ്റാൻ കെൽപ്പുള്ളതാകുമോ, അത്തരം ജോലികൾ നമുക്ക് ചെയ്യാനാവുമോ ഇല്ലയോ എന്നിങ്ങനെയുള്ള ഉത്കണ്ഠകൾ നിലനിൽക്കെ നാം വലിയനേട്ടങ്ങൾ കൈവരിക്കില്ല.

ഇവയെല്ലാം നാം നേടുന്നത്, നമുക്ക് മൂല്യവും പ്രാധാന്യവുമേറിയവ നാം ലളിതമായി ചെയ്യുമ്പോഴാണ്.

പരിപൂർണ്ണതക്കുപകരം പുരോഗതിയിലേക്ക് ശ്രദ്ധയെ കൊണ്ടു വരൂ. ഒരു കാര്യം കുറ്റമറ്റതായി ചെയ്യുന്നതിന് പകരം അത് ചെയ്തുതീർക്കുന്നതിൽ ശ്രദ്ധിക്കൂ. അവിടെനിന്ന് നിങ്ങൾക്ക് നിങ്ങളുടെ യഥാർത്ഥ സ്വപ്നം തിരുത്താനും നിർമ്മിക്കുവാനും വികസിപ്പിക്കുവാനും കഴിയും. എന്നാൽ, തുടങ്ങിയില്ലെങ്കിൽ അവിടെയെത്തിച്ചേരുക നിങ്ങൾക്ക് സാധ്യമല്ല.

പരിമിതമായ വൈകാരിക പാടവം

ജീവിതത്തിൽ നമ്മെ അസ്വസ്ഥമാക്കുന്ന, രോഷം ജനിപ്പിക്കുന്ന, പ്രയാസപ്പെടുത്തുന്ന, ക്ഷുഭിതരാക്കുന്ന ആളുകളും, സാഹചര്യങ്ങളും, പരിതഃസ്ഥിതികളുമുണ്ടാവും. അതുപോലെതന്നെ നമ്മെ പ്രചോദിപ്പിക്കുന്ന, പ്രതീക്ഷകൾ നൽകുന്ന, സഹായകരമായ, ജീവിതത്തിന് അർത്ഥവും മൂല്യവും പകരുന്ന തരത്തിലുള്ള ആളുകളും സാഹചര്യങ്ങളും പരിതഃസ്ഥിതികളുമുണ്ടാവും.

നിങ്ങളുടെ വികാരങ്ങളെ പകുതി മാത്രമേ കൈകാര്യം ചെയ്യാൻ കഴിയുന്നുള്ളുവെങ്കിൽ നിങ്ങൾ സ്വയം നിങ്ങളുടെ പുരോഗതിയെ തടയുന്നു. നിരാശാജനകവും അസ്വാസ്ഥ്യവുമായ സാഹചര്യങ്ങളെ നേരിടേണ്ടിവരുമ്പോൾ നിങ്ങൾ അതിൽനിന്നും ഓടിയൊളിക്കുന്നു. കാരണം അവ കൈകാര്യ ചെയ്യാനുള്ള ഉപകരണങ്ങളൊന്നും നിങ്ങളുടെ കൈവശം ഇല്ലെന്നതുതന്നെ. ഇതിനർത്ഥം, നിങ്ങളുടെ ജീവിതംതന്നെ ഒരുപക്ഷെ മെച്ചപ്പെടുത്തിയേക്കാവുന്ന പ്രവർത്തനങ്ങളോ നഷ്ടങ്ങളോ പോലും നിങ്ങൾ ഒഴിവാക്കാൻ തുടങ്ങും.

കൂടാതെ, സ്വന്തം വികാരങ്ങളെ കൈകാര്യം ചെയ്യാൻ അശക്തനായതിനാൽ നിങ്ങൾ അവയിൽത്തന്നെ അകപ്പെട്ടുപോവുകയും ചെയ്യുന്നു. കോപത്തിലും വിഷമത്തിലും നിങ്ങൾ മുങ്ങിത്താഴുന്നു. നമ്മുടെ വികാരങ്ങളെ പകുതിമാത്രം നാം കൈകാര്യം ചെയ്യുമ്പോൾ നമ്മുടെ ശരിയായ ജീവിതത്തിന്റെ പകുതിമാത്രം നാം ജീവിക്കുന്നുള്ളൂ.

എങ്ങനെ ഇത് പരിഹരിക്കാം

ആരോഗ്യപ്രദമായ വൈകാരികോദ്ഗ്രഥനം എല്ലാവർക്കും

വ്യത്യസ്തമാണ്, എന്നിരുന്നാലും, പൊതുവായി അതിൽ ഈ പടവുകൾ ഉൾക്കൊള്ളുന്നു :

- എന്താണ് സംഭവിച്ചതെന്ന വ്യക്തമായ ധാരണയുണ്ടാവുക
- നിങ്ങളുടെ വികാരങ്ങളെ അനുകൂലിക്കുക
- തിരുത്തലുകൾ ഉൾക്കൊള്ളിച്ചുകൊണ്ടു ഒരു പുതിയ മാർഗ്ഗം നിർണ്ണയിക്കുക.

ആദ്യമായി, എന്തുകൊണ്ടാണ് നിങ്ങൾ അസ്വസ്ഥനെന്നോ ചില കാര്യങ്ങൾ നിങ്ങളെ വല്ലാതെ അലട്ടുന്നതെന്തെന്നോ മനസ്സിലാക്കണം. ഈ വ്യക്തത ഇല്ലായെങ്കിൽ, നിങ്ങളെ പ്രയാസപ്പെടുത്തുന്നതെന്താണെന്ന് മനസ്സിലാക്കാതെ കുഴപ്പങ്ങളെ മാത്രം ചികഞ്ഞുകൊണ്ട് നിങ്ങൾ നിങ്ങളുടെ സമയം പാഴാക്കിക്കൊണ്ടിരിക്കും.

ശേഷം, നിങ്ങൾക്ക് എന്താണ് അനുഭവപ്പെടുന്നത്, അതിനെ അനുകൂലിക്കുക. നിങ്ങൾക്ക് മാത്രമായിട്ടല്ലെന്നും നിങ്ങളുടെ സാഹചര്യത്തിൽ ഏതൊരു വ്യക്തിക്കും ഇപ്രകാരമെല്ലാം തോന്നുമെന്നും അവയെല്ലാം സാധാരണമാണെന്നും ആണെന്നും തിരിച്ചറിയുക. ഇങ്ങനെ ചെയ്യുമ്പോൾ, ശാരീരികമായി നിങ്ങളുടെ വികാരങ്ങളെ പുറന്തള്ളാൻ നിങ്ങൾക്ക് കഴിഞ്ഞേക്കും. അതായത് കരയുകയോ, ശരീരം വിറക്കുകയോ, നിങ്ങളുടെ വികാരങ്ങളെക്കുറിച്ച് എഴുതിവയ്ക്കുകയോ അടുത്ത സുഹൃത്തിനോട് തുറന്ന് സംസാരിക്കുകയോ ആവാം.

എവിടെയാണ് ക്രമക്കേടെന്ന് നിങ്ങൾക്ക് വ്യക്തമാവുകയും നിങ്ങളുടെ വികാരങ്ങളെ മുഴുവനായും ആരോഗ്യകരമാം വിധം പ്രകടിപ്പിക്കാൻ കഴിയുകയും ചെയ്താൽ ഭാവിയിൽ നിങ്ങൾക്കാവശ്യമായ ഫലം ലഭിക്കത്തക്ക രീതിയിൽ നിങ്ങളുടെ പെരുമാറ്റ രീതികളെയും ചിന്താപ്രക്രിയയെയും മാറ്റുവാൻ നിങ്ങൾക്കാവും.

ന്യായീകരണം

നിങ്ങളുടെ ജീവിതം ആത്യന്തികമായി നിശ്ചയിക്കപ്പെടുന്നത് നിങ്ങളുടെ ഫലങ്ങൾ പ്രകാരമാണ്, നിങ്ങളുടെ ഉദ്ദേശ്യങ്ങൾ കൊണ്ടല്ല. സമയക്കുറവുമൂലം ചെയ്യാൻ പദ്ധതിയിട്ടതോ ചെയ്യാൻ ആഗ്രഹിച്ചിരുന്നതോ ആയ കാര്യങ്ങൾക്കൊന്നും യാതൊരു പ്രസക്തിയുമില്ല. നിങ്ങൾക്ക് സാധിക്കാതെ പോയതിന് നിങ്ങളുടെ വിശദീകരണം എന്തുമായിക്കൊള്ളട്ടെ, അതിനും വലിയ പ്രാധാ

ന്യമില്ല, ഒടുവിൽ നിങ്ങളത് ചെയ്തോ ഇല്ലയോ എന്നത് മാത്രമാണ് മുഖ്യം. നിങ്ങൾ സ്വയം വഞ്ചിതരായിക്കൊണ്ടിരിക്കുന്ന ഒരു രീതിയിൽ തുടരവേ, ഫലങ്ങളെ പരിഗണിക്കുന്ന അതേ രീതിയിൽ തന്നെയാണ് നിങ്ങൾ ഒഴിവുകഴിവുകളെയും സമീപിക്കുന്നത്; താത്കാലിക സംതൃപ്തിക്ക് വേണ്ടി നിങ്ങൾ അവയെ ഉപയോഗിക്കുകയാണ്, യഥാർത്ഥ നേട്ടത്തിന് പകരമായി നിങ്ങളത് പുനഃസ്ഥാപിക്കുകയാണ് .

നമുക്കൊരു ലക്ഷ്യമോ സ്വപ്നമോ പ്ലാനോ ഉണ്ടായിരിക്കുമ്പോൾ നമ്മുടെ ഉദ്ദേശ്യങ്ങൾക്ക് അളവുകോലുകളുണ്ടാവില്ല. നിങ്ങൾ അവ ചെയ്തോ ഇല്ലയോ എന്നത് മാത്രമായിരിക്കും പ്രസക്തം. ശ്രമിക്കാതിരിക്കുവാനും ജോലി ചെയ്യാതിരിക്കുവാനും നിങ്ങൾ കണ്ടെത്തുന്ന മറ്റേതൊരു കാരണവും നിങ്ങളുടെ അന്തിമമായ അഭിലാഷങ്ങൾക്കും മുകളിൽ നിങ്ങൾ പ്രതിഷ്ഠിക്കുന്നതാണ്, അതിനർത്ഥം, നിങ്ങളുടെ ജീവിതത്തിലെന്നും അവ മുന്തിച്ച് നിൽക്കും.

നിങ്ങളുടെ വളർച്ചക്കാധാരമായ അസ്വസ്ഥമായ വികാരങ്ങളിൽ നിന്നും മുടന്തൻ ന്യായങ്ങൾ കണ്ടെത്തി രക്ഷപെടുന്നതും നിങ്ങൾ സ്ഥിരമായി ചെയ്തുവരുന്നതായിരിക്കും.

ഇതെങ്ങനെ പരിഹരിക്കാം

നിങ്ങളുടെ ഫലങ്ങൾ നിശ്ചയിക്കാൻ തുടങ്ങുക, ഓരോ ദിവസവും നിങ്ങൾ ചെയ്തതായ ചുരുങ്ങിയത് ഒരു ഫലവത്തായ കാര്യത്തിൽ ശ്രദ്ധയൂന്നുക.

എത്ര ദിവസം നിങ്ങൾ ജിമ്മിൽ പോകാൻ പ്ലാൻ ചെയ്തു എന്നതിനേക്കാൾ പ്രസക്തം എത്ര നാൾ നിങ്ങൾ പോയി എന്നുള്ളതിനാണ്. നിങ്ങളുടെ സുഹൃത്തുക്കൾക്കായി നിലകൊള്ളാൻ ആഗ്രഹിക്കുന്നു എന്നതിനേക്കാൾ പ്രസക്തം നിങ്ങൾ അവർക്കൊപ്പം നിന്നോ ഇല്ലയോ എന്ന ചോദ്യമാണ്. നിങ്ങളുടെ ബിസിനസ്സിൽ മാറ്റങ്ങൾ കൊണ്ടുവരാൻ തക്ക മികച്ച ആശയങ്ങൾ നിങ്ങൾക്കുണ്ട്. എന്നാൽ, അതിലും പ്രധാനം നിങ്ങൾ അത് ചെയ്തോ ഇല്ലയോ എന്നതാണ്.

നിങ്ങളുടെ സ്വന്തം ന്യായീകരണങ്ങൾ സ്വീകരിക്കുന്ന പ്രവണത അവസാനിപ്പിക്കുക. അവയിൽ തൃപ്തനാകുന്ന മനോഭാവം ഒഴിവാക്കുക. നിങ്ങളുടെ ആരോഗ്യകരവും പോസിറ്റീവുമായ നേട്ടങ്ങളെ നിർണ്ണയിച്ചുതുടങ്ങു, നിങ്ങൾക്കുണ്ടാവുന്ന വളർച്ച നിങ്ങളെ അത്ഭുതപ്പെടുത്തും തീർച്ച.

ക്രമക്കേട്

നമ്മുടെ ജീവിതവും ചുറ്റുപാടും അലസമായി അവശേഷിപ്പിക്കുമ്പോൾ, നാം അശ്രദ്ധ മൂലം മറന്നുപോകുന്നത് നമ്മുടെ ചുറ്റുപാട് പരിപാലിക്കാൻ മാത്രമല്ല, യഥാർത്ഥ്യത്തിൽ അസ്വാസ്ഥ്യവും കലാപവും കൂടിയാണ് നാം സൃഷ്ടിക്കുന്നത്.

വൃത്തിയും ചിട്ടയുമുള്ളയിടം – ജോലിയിലായാലും ജീവിതത്തിലായാലും – നമ്മുടെ അഭിവൃദ്ധിക്ക് അത്യന്താപേക്ഷിതമാണ്. അതായത്, വൃത്തിയുള്ള വീട്, എല്ലാ പ്രഭാതത്തിലും എളുപ്പത്തിൽ കയ്യിലെത്താവുന്ന തരത്തിൽ ഒന്നിച്ചു വച്ചിരിക്കുന്ന വസ്ത്രങ്ങൾ, നല്ല അടുക്കള, ക്രമാനുസൃതമായി അടുക്കിവെച്ച ഡെസ്ക്. ചിട്ടയോടെ ഒരു ഭാഗത്തു അടുക്കിവെച്ചിരിക്കുന്ന പേപ്പറുകൾ, സമാധാനപൂർണ്ണമായ കിടപ്പുമുറി... എല്ലാവർക്കും ഓരോ ദിവസത്തിന്റെയുമൊടുവിൽ "വീട്" എന്ന് വിശേഷിപ്പിക്കാവുന്ന ഒരു സുരക്ഷിതത്വം കയറിച്ചെല്ലാൻ ഉണ്ടാവണം.

വൃത്തിഹീനതയിൽ, നമ്മുടെ മുന്നിൽ സാധ്യതകൾ കുറഞ്ഞു പോകുന്നു. പോസിറ്റീവ് അല്ലാതെ, മനോഹാരിതയില്ലാതെ, കലാപങ്ങളുടെ കുത്തൊഴുക്ക് മാത്രം. ഉള്ളിന്റെയുള്ളിൽ നമുക്കതറിയാം. തുടർച്ചയായി, ചിട്ടയില്ലാത്ത ജീവിതം നയിച്ചുകൊണ്ട് നാം സ്വയം വഞ്ചിതരായിക്കൊണ്ടിരിക്കുന്നതിന്റെ കാരണം വൃത്തിയും ചിട്ടയുമായിരിക്കുമ്പോൾ നമുക്കത് അസ്വാസ്ഥ്യമുണ്ടാക്കുന്നു. ഈ അസ്വാസ്ഥ്യത്തെ ഒഴിവാക്കാനാണ് നാം ശ്രമിക്കുന്നത്, സകലതും ചിട്ടയിലായാൽ നാം പ്രതിജ്ഞാബദ്ധരാവുകയും ജോലിയിൽ വ്യാപൃതരാവുകയും ആരായിത്തീരണമോ അതിനായി നാം അദ്ധ്വാനിക്കേണ്ടിയും വരുമെന്ന ഉത്കണ്ഠയാണ് അതിനു കാരണം.

നമ്മുടെയിടങ്ങൾ അലങ്കോലമായി ഉപേക്ഷിക്കുമ്പോൾ, നാം സ്വയം അവയിൽനിന്നും പുറത്തുകടന്ന് നമ്മെത്തന്നെ പ്രദർശിപ്പിക്കുന്നതിൽനിന്നും വളരെ പിന്നിലായിപ്പോകുന്നു.

ഇതെങ്ങനെ പരിഹരിക്കാം

എന്തിനെയുംപോലെ, നിങ്ങൾ സാവധാനം തുടങ്ങുകയും, കാലക്രമേണ അതിനോട് പൊരുത്തപ്പെടുകയും വേണം. അനാവശ്യ തടസ്സങ്ങൾ നീക്കംചെയ്യുന്നതും നവീകരിക്കുന്നതുമെല്ലാം ഒരു മുറിയിൽനിന്ന് തുടങ്ങാം, ഇനി അതും അധികമാണെങ്കിൽ,

ഒരു മൂലയോ, അലമാരയോ, മേശവലിപ്പോ വൃത്തിയാക്കി തുടങ്ങാം. അതിനായി പ്രവർത്തിക്കുക, സാവധാനം വൃത്തിയും ഒതുക്കവും നിലനിർത്താൻ ഉതകുന്ന ഒരു ദിനചര്യയിലേക്കു മാറുക.

പിന്നീട്, നിങ്ങളുടെയിടങ്ങൾ നിങ്ങൾക്കുവേണ്ടി ക്രമീകരിക്കുക, നിങ്ങൾക്കെതിരായിട്ടല്ല. നിങ്ങളുടെ ഡെസ്കിൽ വെച്ചിരിക്കുന്ന മണംപരത്തുന്ന മെഷീൻ പോലെ ശാന്തതയുണർത്തുന്ന തെന്തെങ്കിലും നിലനിർത്തുക, അപ്പോയ്ന്റ്മെന്റുകളും പട്ടികകളും എല്ലാവർക്കും കാണത്തക്കവിധത്തിൽ കലണ്ടർ അടുക്കളയിൽ സ്ഥാപിക്കുക. കത്തുകൾ അടുക്കിവെക്കാനും ക്രമീകരിക്കാനും നിങ്ങൾക്ക് ബുദ്ധിമുട്ടുണ്ടെങ്കിൽ അതിനായി പ്രത്യേകമിടം നിശ്ചയിക്കാം. മുഷിഞ്ഞ വസ്ത്രങ്ങളാണ് നിങ്ങളെ വലക്കുന്ന തെങ്കിൽ അതിനൊരു ചിട്ട കൊണ്ടുവരിക, ആഴ്ചയിലെ ഒന്നോ രണ്ടോ ദിവസങ്ങൾ വസ്ത്രങ്ങൾ കഴുകാനായി നിശ്ചയിക്കുക, ശേഷം ആ ദിവസങ്ങളിൽ അത് വൃത്തിയായി ചെയ്യുക.

നിങ്ങളുടെ വർക്കിംഗ് ഡെസ്ക് ചിട്ടയോടെ സൂക്ഷിക്കുന്ന ശീലം മെല്ലെ മെല്ലെ ദിനചര്യയിൽ കൊണ്ടുവരുമ്പോൾ, അതെളുപ്പവും സഹജവുമായിത്തീരും. പതിയെ നിങ്ങളുടെ ജീവിതം നിങ്ങളുടെ നിയന്ത്രണത്തിലാവുകയും അനായാസമാവുകയും ചെയ്യുന്നത് നിങ്ങൾക്ക് തിരിച്ചറിയാനാവും.

നിങ്ങൾക്ക് ചുറ്റുമുള്ള പരിതസ്ഥിതി നിങ്ങളെ നിങ്ങളാഗ്രഹിക്കും വിധം ഉയരാനനുവദിക്കാത്തവയാണെങ്കിൽ അതിനെ അതി ജീവിച്ചുകൊണ്ട് നിങ്ങൾക്ക് വളരാൻ കഴിയില്ല.

വാസ്തവമായി നിങ്ങൾക്കാവശ്യമില്ലാത്തവയോടുള്ള അമിതമായ അഭിനിവേശം

ചിലപ്പോഴൊക്കെ, ജീവിതത്തിലെ നിങ്ങളുടെ സ്വപ്നങ്ങൾ മറ്റുള്ള വരുടെ അഭിരുചിയിൽനിന്ന് ഉരുത്തിരിഞ്ഞതാവാം. മറ്റു സന്ദർഭ ങ്ങളിൽ, നിങ്ങൾക്ക് വേണ്ടതെന്തെന്ന് നിങ്ങൾ തീരുമാനിക്കുകയും നിങ്ങളുടെ പഴയ അഭിലാഷങ്ങളെ മറികടന്നു നിങ്ങൾ വളരുകയും ചെയ്യുന്നു.

ചിലസമയങ്ങളിൽ, നമുക്ക് ആവശ്യമില്ലാത്ത പലതിനും വേണ്ടി നാം നമ്മോടു തന്നെ തർക്കിച്ചുകൊണ്ടിരിക്കും, അത് നമ്മിൽ ശൂന്യതയുളവാക്കും. കാരണം, അത് നമ്മുടെ യഥാർത്ഥ

അഭിലാഷങ്ങളല്ല. ഇത് പ്രചോദനമില്ലായ്മയോ നമ്മുടെ പ്രതിരോധമോ അല്ല, കഴിവില്ലായ്മയോ ഭയമോ അല്ല, നമ്മുക്കിതല്ല ആവശ്യം എന്ന അന്തർലീനമായ അറിവാണ് നമ്മുടെ പാതയിൽ തടസ്സമായി നാം അനുഭവിക്കുന്നത്.

നിങ്ങൾ എന്തിനായെങ്കിലും ഞെരുക്കമനുഭവിക്കുമ്പോൾ, സ്വയം ഇപ്രകാരം ചോദിച്ചിട്ടുണ്ടോ : *സത്യത്തിൽ ഞാൻ ഇത് ചെയ്യേണ്ടതുണ്ടോ?* നിങ്ങൾക്ക് ജോലി ആവശ്യമാണോ, അതോ പദവിയാണോ നിങ്ങളെ പ്രേരിതരാക്കുന്നത്? നിങ്ങൾ ആ വ്യക്തിയുമായി യഥാർത്ഥത്തിൽ പ്രണയത്തിലാണോ, അതോ സംസർഗത്തിനായുള്ള നിങ്ങളുടെ അതികാംക്ഷ മാത്രമാണോ അത്? മഹത്തരമായ വിജയത്തെക്കുറിച്ചുള്ള നിങ്ങളുടെ കാലഹരണപ്പെട്ട ആശയം തന്നെയാണോ ഇപ്പോഴും നിങ്ങൾ സൂക്ഷിച്ചിരിക്കുന്നത്, അതിനെ വിടുവിച്ചാൽ എങ്ങനെയുണ്ടാവും?

സ്വയം അട്ടിമറിക്കുന്ന ശീലം, ചിലപ്പോഴൊക്കെ ആളുകളെയും നമ്മുടെ തന്നെ ചെറുപ്പത്തെയും നിരാശരാക്കുമെങ്കിലും, ചില സമയങ്ങളിലൊക്കെ നാം ശരിയായ പാതയിലല്ലെന്ന ബോധ്യം നമുക്ക് തരുകയും, നമുക്ക് ഗുണകരമായതു നിർണ്ണയിക്കാനും തെരഞ്ഞെടുക്കുവാനും നമ്മെ പ്രേരിപ്പിക്കുകയും ചെയ്യുന്നു.

നാം നമ്മുടെ ചെറുപ്പകാലത്തെ ആദർശപരമായി ചിട്ടപ്പെടുത്തിവെച്ച വിജയം നേടാൻവേണ്ടി ബാക്കിയുള്ള ജീവിതം ഉഴിഞ്ഞുവെക്കേണ്ട കാര്യമില്ല. നമ്മളിപ്പോൾ ആരായി തീർന്നോ ആ വ്യക്തിക്കാവശ്യമായ ഉത്തരവാദിത്വങ്ങൾ മാത്രമേ നാം ഏറ്റെടുക്കുകയും അതിനുവേണ്ടി പ്രവർത്തിക്കുകയും ചെയ്യേണ്ടതുള്ളൂ.

ഇതെങ്ങനെ പരിഹരിക്കാം

പണ്ടെന്നോ നിങ്ങൾ മനസ്സിൽ ധരിച്ചുവെച്ച "വിജയഗാഥ" ആയിരിക്കില്ല യഥാർത്ഥത്തിൽ സംഭവിക്കുന്നതെന്ന് അംഗീകരിക്കുവാൻ നിങ്ങൾ തയ്യാറാവണം.

നിങ്ങളഭിലഷിക്കുന്ന വിജയം ഒരുപക്ഷെ സമാധാനപൂർവ്വമായ ജീവിതം മാത്രമായിരിക്കാം, ജോലി ചെയ്യുന്നതിന് പകരം യാത്ര ചെയ്യുന്നതാവും. ഒരുപക്ഷെ അത് സമ്പന്നനായ ഒരു സുഹൃത്തുണ്ടാവുകയെന്നതോ മൂല്യവത്തായ പ്രണയമുണ്ടാവുകയെന്നതോ ആവാം. പത്തു വർഷം മുന്നേ തുടങ്ങിവച്ച ബിസിനസ്സിൽ ഒരുപക്ഷെ നിലവിൽ തുടരണമെന്നുണ്ടാവില്ല. നിങ്ങൾക്കിഷ്ടമാവും

എന്ന് ധരിച്ച ജോലി ചിലപ്പോൾ പ്രതീക്ഷിച്ചപോലെ നിങ്ങളെ സ്വാഭാവികമായി തൃസിപ്പിക്കുന്നുണ്ടാവില്ല.

നമുക്ക് ശരിയല്ലാത്തവയെ നാം ഒഴിവാക്കിയാൽ, നമുക്ക് വേണ്ടതെന്തെന്ന് കണ്ടെത്താൻ നമുക്ക് കഴിയും. ഇതിനാവശ്യം നമുക്കാവശ്യമില്ലാത്തവ ഒഴിവാക്കുവാൻ നമ്മുടെ ദുരഭിമാനത്തെ ആരോഗ്യകരമായി മാറ്റിനിർത്തുവാനും ആവശ്യമായവ കണ്ടെത്താനുമുള്ള ബൃഹത്തായ ധൈര്യമാണ്.

മറ്റുള്ളവരുടെ വിധികർത്താവാകുക

മറ്റുള്ളവരെക്കുറിച്ച് അപവാദം പറയുകയും വിധിക്കുകയും ചെയ്യുന്നത് ആരോഗ്യപരമായ ശീലമല്ലെന്ന് നമുക്കേവർക്കുമറിയാം. എന്നാൽ, നാം കരുതുന്നതിലുമധികം കോട്ടം അത് സൃഷ്ടിക്കുന്നുണ്ട്. കാരണം, അത് നമ്മുടെ വിജയത്തെയും സാരമായി ബാധിക്കുന്നു.

മറ്റൊരാളുമായി താരതമ്യപ്പെടുത്തുമ്പോൾ നാം അവരുടെയത്ര വിജയിച്ചില്ലെന്ന തോന്നിയാൽ, നാം അവരെക്കുറിച്ച് നെഗറ്റീവ് ആയ എന്തെങ്കിലും കണ്ടെത്താനാവും അടുത്ത ശ്രമം. ഇത് സ്ഥിരമായി ചെയ്യുമ്പോൾ, നമ്മെക്കാൾ ഉയർന്നുനിൽക്കുന്ന, വിജയികളെ നാം കണ്ടെത്തും, അവരുടെ വിജയം നമുക്കവരോടുള്ള ഇഷ്ടക്കേടായി ഭവിക്കുകയും ചെയ്യും. ജീവിതം മുന്നോട്ട് നയിക്കേണ്ടുന്ന, അവശ്യ നടപടി എടുക്കേണ്ടുന്ന ഒരു സാഹചര്യം വരുമ്പോൾ, നാം അവയെ പ്രതിരോധിക്കും. കാരണം, വിജയിയാവുന്നതിനെക്കുറിച്ച് നാംപോലുമറിയാതെ മേല്പറഞ്ഞ കാരണങ്ങളാൽ നമ്മിൽ ഉരുത്തിരിഞ്ഞുവന്ന പൊതുധാരണ നമ്മെ അതിനനുവദിക്കില്ല.

മറ്റു സാഹചര്യങ്ങളിൽ സമ്പന്നരെ ചിലർ ഇപ്രകാരം ചിത്രീകരിക്കുന്നത് നാം കേട്ടു കാണും : "ഛെ...! സമ്പന്നരെല്ലാം നീചരാണ്". ഒരുപക്ഷെ, സമ്പന്നരെ ആകെമാനം മൂല്യച്യുതി സംഭവിച്ചവരായി ആവിഷ്കരിച്ചുകാണും. ഇത്തരത്തിൽ വ്യാപകമായ അധിക്ഷേപം നിങ്ങളുടെ ഉപബോധമനസ്സിൽ സ്ഥിരീകരിക്കപ്പെടുകയും സാമ്പത്തികമായി ഉയരാനുള്ള നിങ്ങളുടെ സ്വന്തം ശ്രമങ്ങൾ സ്വയം അട്ടിമറിക്കുകയും ചെയ്യും. കാരണം സമ്പന്നരാവുക, പണം സമ്പാദിക്കുക എന്നതെല്ലാം കുറ്റബോധത്തിന്റെയും വൈമുഘ്യത്തിന്റെയും ഭാഗമായി നിങ്ങൾ കണക്കാക്കുന്നു.

മറ്റുള്ളവരുടെമേൽ നിങ്ങൾ വിധിന്യായങ്ങൾ പ്രസ്താവിക്കുമ്പോൾ, അവയെല്ലാം തന്നെ നിങ്ങൾക്ക് ജീവിക്കാനുള്ള ചട്ടങ്ങളും നിയമങ്ങളുമായി മാറുന്നു. നമുക്കില്ലാത്തവയെ അടിസ്ഥാനമാക്കി ചുറ്റുമുള്ളവരെ നാം വിധിനിർണ്ണയവും വിചാരണകളും നടത്തുമ്പോൾ നാം സ്വയം വഞ്ചിതരാവുകയാണ് യഥാർത്ഥത്തിൽ നടക്കുന്നത്, മറ്റാരേക്കാളും നാം സ്വയം വേദനിക്കുകയും ചെയ്യുന്നു.

ഇതെങ്ങനെ പരിഹരിക്കാം

മറ്റുള്ളവരെ സ്നേഹിക്കുന്നതിനുംമുന്നേ ആദ്യം സ്വയം സ്നേഹിക്കണമെന്ന് ധാരാളമാളുകൾ വാചാലരാകുന്നത് കേട്ടിട്ടുണ്ട്, സത്യത്തിൽ, മറ്റുള്ളവരെ നന്നായി സ്നേഹിക്കാൻ പഠിച്ചാൽ സ്വയം സ്നേഹിക്കുവാനും നിങ്ങൾ പഠിക്കും.

ഊഹാപോഹങ്ങൾ അവസാനിപ്പിക്കുന്നതോടെ മറ്റുള്ളവരുടെമേൽ വിധിന്യായങ്ങൾ പ്രസ്താവിക്കുന്ന സ്വഭാവം മാറ്റിനിർത്താൻ സാധിക്കും. ഒരാളെക്കുറിച്ചുള്ള പരിമിതമായ വിവരങ്ങൾവെച്ച് അയാളെ വിലയിരുത്തുന്നതിന് പകരമായി, അവരുടെ മുഴുവൻ കഥയും ജീവിതവും നമുക്കജ്ഞാതമാണെന്ന വസ്തുത നാം അംഗീകരിക്കണം.

മറ്റുള്ളവരുടെ ജീവിതത്തെക്കുറിച്ച് നാം കരുണകാണിച്ചാൽ, നമുക്ക് നമ്മോടും അതേ അലിവും കരുണയും കാട്ടാനാവും. നിങ്ങൾ നേടാനുറച്ച എന്തെങ്കിലും വസ്തു മറ്റൊരാൾ നേടിയാൽ, ആദ്യം ബുദ്ധിമുട്ടെന്നു തോന്നുമെങ്കിലും, അവരെ അനുമോദിക്കുക. അത് നിങ്ങളിലേക്കും വ്യാപിക്കും, അത് സ്വീകരിക്കാൻ നിങ്ങളെ സജ്ജമാക്കുകയും ചെയ്യും.

ആത്മാഭിമാനം

നമ്മുടെ എല്ലാ നീചമായ തീരുമാനങ്ങളിലും ആത്മാഭിമാനം ഉൾക്കൊണ്ടിട്ടുണ്ട്.

ചിലസമയങ്ങളിൽ, ഒരു ബന്ധം മോശമാണെന്നറിയാമെങ്കിലും, എന്നാൽ അതുപേക്ഷിക്കുന്നതിലെ മാനക്കേട് മുന്നിൽക്കണ്ട് നാം അതിൽത്തന്നെ തുടരുന്നു. മറ്റുചിലപ്പോൾ, നാം തുടങ്ങിവെച്ച ബിസിനസ്സ് സംരംഭത്തോട് പിന്നീട് താല്പര്യമില്ലാതെയാകുമ്പോഴും നാം അത് ഉപേക്ഷിക്കാനോ സ്വീകാര്യമാക്കാനോ തയ്യാറാവില്ല.

ഇത്തരം സാഹചര്യങ്ങളിൽ ആത്മാഭിമാനമാണ് നമ്മുടെ വഴി മുടക്കുന്നത്. ആളുകൾ, യഥാർത്ഥത്തിൽ ആരാണെന്ന് വക വെക്കാതെ, അവർ നമ്മെ എപ്രകാരം അനുമാനിക്കുന്നു എന്നത് കണക്കാക്കിയാണ് നാം തീരുമാനങ്ങളെടുക്കുന്നത്. അത് ഉചിത മല്ലെന്നു മാത്രമല്ല, അനാരോഗ്യകരവുമാണ്.

ഇതെങ്ങനെ പരിഹരിക്കാം

ആത്മാഭിമാനത്തോടുള്ള നമ്മുടെ ബന്ധനത്തിൽനിന്ന് വിടുതൽ നേടാനായി, നമ്മെ പൂർണ്ണമായും സത്യസന്ധമായും ഉൾക്കൊള്ളുക എന്നതാണ് ആദ്യം ചെയ്യേണ്ടത്.

നാം കുറ്റമറ്റവരും എല്ലാം തികഞ്ഞവരുമാണെന്ന് എല്ലാവരെയും ബോധ്യപ്പെടുത്തണമെന്ന നമ്മുടെ ധാരണക്ക് പകരം, നമ്മെ കൂടു തൽ തന്മയത്വത്തോടെ നമുക്ക് അനുമാനിക്കാം : നമുക്ക് ബലഹീന തകൾ ഉണ്ടായിട്ടുപോലും നാം നമ്മുടെ പരമാവധി ശ്രമിക്കുന്നു എന്നതിനാൽ. മോശമായതിൽ മുറുകെപ്പിടിച്ചുകൊണ്ടിരിക്കുന്ന താണ് ഏറ്റവും നീചമായ പ്രവർത്തി. കാരണം അതുപേക്ഷിക്കു ന്നതിലും വലുതായി ആളുകൾ എന്തുപറയുമെന്നതിനെക്കുറിച്ച് കരുതലുള്ളവരാണ് നിങ്ങൾ, അതാണ് നിങ്ങളുടെ ശരി. നിങ്ങൾ അപൂർണ്ണനായ ഒരു മനുഷ്യനാണെന്ന് സ്വയം ഏറ്റുപറയാൻ നിങ്ങൾക്കായാൽ, ആളുകൾ നിങ്ങൾക്ക് കൂടുതൽ സ്വീകാര്യത നൽകും. കാരണം നിങ്ങളും എല്ലാവരെയും പോലെ – തിരുത്തുകയും പഠിക്കുകയും കഴിവിന് പരമാവധി ശ്രമിക്കുകയും ചെയ്യുന്നുണ്ട്.

ഈയൊരു ചിന്താഗതി നിങ്ങൾക്ക് പഠനത്തിന്റെ വാതായനങ്ങൾ തുറന്നു തരുന്നു. തനിക്കെല്ലാം അറിയാമെന്നും, താൻ കുറ്റമറ്റവനാ ണെന്നും സ്വയം അനുമാനിക്കാതിരിക്കുമ്പോൾ നമുക്ക് നമ്മുടെ തെറ്റ് സമ്മതിക്കാനും, സഹായം ചോദിക്കാനും, ചില സമയ ങ്ങളിൽ മറ്റുള്ളവരെ ആശ്രയിക്കാനുമെല്ലാം കഴിയും. അടിസ്ഥാന പരമായി, വളർച്ചയിലേക്ക് സ്വയം വെളിപ്പെടുക, നിങ്ങളുടെ ജീവിതം കൂടുതൽ മെച്ചമുള്ളതാകും.

വിജയത്തോടുള്ള കുറ്റബോധം

വേദനകളാലും ഭീതിയാലും നിർഭാഗ്യത്താലും സമ്പുഷ്ടമായ ഈ ലോകത്ത് സന്തോഷപൂർണ്ണവും സമൃദ്ധവുമായ ജീവിതം നയിക്കാൻ നമ്മൾ ആരാണ്?

ഈ ചിന്താഗതിയിലൂടെയാണ് നിരവധി ആളുകൾ കടന്നു പോകുന്നത്. മനുഷ്യർ കടന്നുപോകുന്ന ഏറ്റവും ബുദ്ധിമുട്ടേറിയ മാനസിക സംഘർഷമാണ്, നമ്മുടെ ഒന്നോ ഒന്നിൽ കൂടുതലോ ആവശ്യങ്ങൾ നിറവേറ്റിയതിനുശേഷം നേരിടേണ്ടിവരുന്ന കുറ്റബോധം. ഇതിനു വ്യത്യസ്തമായ ഹേതുക്കളാണുള്ളത്. എന്നാൽ, ഇതെല്ലം ഉപസംഹരിക്കുക "എനിക്ക് ഇതിനർഹതയില്ല" എന്ന ചിന്തയിലാണ്.

കുറച്ചധികം പണം സമ്പാദിച്ചാലും മൂർത്തമായ സുഖലോലുപതകൾ അനുഭവിച്ചുതുടങ്ങുമ്പോഴുമെലാം ഇത്തരം ചിന്തകൾ നമ്മെ അലട്ടിതുടങ്ങും. അതിനാൽത്തന്നെ ആളുകൾ അശ്രദ്ധരായി കൂടുതൽ പണം ചിലവഴിച്ചുകൊണ്ടും അവരുടെ ജോലികളിൽ അലസത കാണിച്ചും ഉയർന്ന വരുമാനം നേടാനുള്ള മാർഗ്ഗങ്ങളെ തടഞ്ഞുകൊണ്ട് സ്വയം വഞ്ചിരാകുന്നു. കാരണം കൂടുതൽ പണം അവരുടെ സുഖപ്രദമായ ജീവിതത്തിനു തടസ്സമാണ്.

നിർഭാഗ്യകരമെന്നു പറയട്ടെ വിജയത്തിന്റെ കാര്യത്തിൽ, കുറ്റബോധം വളരെ സ്വാഭാവികമാണ്, പ്രത്യേകിച്ച് നന്മ കാംക്ഷിച്ച് സത്യസന്ധമായി ജീവിക്കാനാഗ്രഹിക്കുന്ന സാധുക്കളും നല്ലവരുമായ ആളുകൾക്ക്.

ഇതെങ്ങനെ പരിഹരിക്കാം

വലിയ സാമ്പത്തിക നേട്ടം കൈവരിച്ചവർ ഇത്തരം കുറ്റബോധങ്ങളെ മറികടന്നവരാണെന്ന് തിരിച്ചറിയുക. സത്യത്തിൽ, ഈ ചിന്ത ഇല്ലായ്മക്കും നേടിയെടുക്കലിനും ഇടയിൽ സംഭവിക്കുന്നതാണ്.

പണവും വിജയവുമെല്ലാം ഉപകരണങ്ങൾ മാത്രമാണെന്നും മനസ്സിലാക്കേണ്ടതുണ്ട്. അവ നിങ്ങൾക്ക് മറ്റുള്ളവരെ സഹായിക്കുവാനും സ്വാധീനിക്കുവാനും അവരുടെ ജീവിതത്തിൽ വലിയ മാറ്റങ്ങൾ കൊണ്ടുവരാനുമുള്ള സമയവും അവസരങ്ങളും നൽകുന്നു. വിജയത്തെ നിങ്ങളുടെ അവസ്ഥകൾ മറ്റുള്ളവരുമായി താരതമ്യം ചെയ്യുവാനുള്ള അളവുകോലായി കാണാതെ അവ ലോകത്തിനും നിങ്ങളുടെ ജീവിതത്തിനും അത്യന്താപേക്ഷിതവും നന്മയും കൊണ്ടുവരുമെന്ന ചിന്തയാണ് നമ്മെ നയിക്കേണ്ടത്.

തോൽവിയോടുള്ള ഭയം

പെട്ടെന്നുള്ള തോൽവിയെ ഭയന്ന് നാം എത്ര തവണ ശ്രമങ്ങളിൽ നിന്ന് ഒഴിഞ്ഞുമാറിയിട്ടുണ്ട്?

ഉയർച്ചയിലേക്കുള്ള വഴികളിൽനിന്ന് നമ്മെ പലപ്പോഴും പിറകോട്ടു വലിക്കുന്ന ഒരു വലിയ ഘടകമാണ് തോൽവിയോടുള്ള ഭയം, അവ നാം ചെയ്യാൻ തീരുമാനിച്ച കാര്യങ്ങളിൽനിന്നും നമ്മെ തടയുന്നു. എന്നാൽ, അതിനു ഗൂഢമായ ചില തരങ്ങളുമുണ്ട്. ജീവിതത്തിൽ എന്തെങ്കിലും പുതിയകാര്യങ്ങൾ നാം സ്ഥാപിക്കാൻ ശ്രമിക്കുമ്പോൾ ഭയം നമ്മെ അലട്ടാൻ തുടങ്ങും, എന്റെ പങ്കാളി എന്റെ വിശ്വാസത്തെ ഹനിക്കുന്നുണ്ടോ, എന്നുതുടങ്ങി നമുക്ക് എന്തോ ഒന്നിന്റെ കുറവായി അത് അനുഭവപ്പെടാൻ തുടങ്ങുന്നു.

ഇത്തരം അത്യാപൽക്കരമായ ചിന്തകൾ നഷ്ടങ്ങളിൽനിന്നും നമ്മെ സ്വയം സംരക്ഷിക്കാൻ നാം കൈകൊള്ളുന്നവയാണ്. നാം വളരെ കാര്യമായി പരിപാലിക്കുകയും നിലനിർത്താൻ ആഗ്രഹിക്കുകയും ചെയ്യുന്ന അവസരങ്ങളിൽ മാത്രം സംഭവിക്കുന്നവയാണ് ഇത്തരം ഭയങ്ങളെല്ലാം.

ഇതെങ്ങനെ പരിഹരിക്കാം

നിങ്ങൾ നൂതനവും ബുദ്ധിമുട്ടേറിയതുമായ ഒരു ടാസ്ക് ഏറ്റെടുത്ത് തോറ്റുപോകുന്നതും ഉത്തരവാദിത്വമില്ലായ്മകൊണ്ട് ചെയ്യേണ്ട ജോലി ചെയ്യാത്തതിനാലും നിങ്ങൾ തോറ്റുപോകുന്നതും തമ്മിൽ വലിയ അന്തരമുണ്ട്.

ഇവ രണ്ടും രണ്ടു വ്യത്യസ്തമായ അനുഭവങ്ങൾ തന്നെയാണ്, നിങ്ങളുടെ മനസ്സിലും അവ വ്യത്യസ്തമായിരിക്കണം.

തുടക്കത്തിൽ നാം ചെയ്യുന്നതിൽ മികവ് പുലർത്താതിരിക്കുന്നതും ഒരു നഷ്ടം സംഭവിക്കുന്നതുമെല്ലാം ഭീതിജനകം തന്നെയാണ്. എന്നാൽ, അതിലും ഭീതിയുളവാക്കുന്നത് ശ്രമിക്കാതിരിക്കുകയും കഴിവിന് അനുസൃതമായി കാര്യങ്ങൾ ചെയ്യാതിരിക്കുകയും ചെയ്യുമ്പോഴാണ്. തോൽവി ഒഴിച്ചുകൂടാനാവാത്തതാണ്. എന്നാൽ, അത് ശരിയായ കാരണങ്ങൾകൊണ്ട് ഉണ്ടാവുന്നതാണെന്ന് നിങ്ങൾ തിരിച്ചറിയേണ്ടതുണ്ട്.

നാം അശ്രദ്ധ മൂലം തോൽക്കുമ്പോൾ, നാം അതിൽനിന്നും പിന്തിരിയുന്നു. എന്നാൽ, നൂതനമായവയാൽ തോൽവി അനുഭവിക്കുമ്പോൾ അതിനോട് കൂടുതൽ അടുക്കുന്നു.

പ്രാധാന്യം കുറച്ചു കാണുക

ജീവിത വിജയം നാം വില കുറച്ചുകാണുമ്പോൾ, ഒരുപക്ഷെ നാം മറ്റുള്ളവരുടെ ഭീഷണി ഭയന്ന് സ്വയം വിലകുറച്ചുകാണുകയോ, വിജയത്തിന്റെ മൂർധന്യത്തെ ഭയന്ന് "ഞാനിതു നേടി" എന്ന ബോധത്തിൽനിന്നും സ്വയം ഒഴിവാകാൻ ശ്രമിക്കുകയോ ആണ് ചെയ്യുന്നത്.

വിജയമായി നാം കണക്കാക്കുന്ന നിമിഷത്തിലെത്താൻ നാം ആത്മാർത്ഥമായി കൊതിക്കുന്നുണ്ടെങ്കിലും, അത് നേടിയെടുക്കുമ്പോൾ, നാം പ്രതീക്ഷിച്ച സംതൃപ്തി കുറയുന്നതായി നമുക്ക് പലപ്പോഴും കാണാം.

ഇത് നാം അവയെ പ്രാധാന്യം കുറച്ചുകാണുന്നതുകൊണ്ടാണ്. വിജയത്തിന്റെ കൊടുമുടി ഭയന്ന് നാം "ഞാനതു നേടിയെടുത്തു" എന്ന ബോധ്യത്തെത്തന്നെ ഭയക്കുന്നു, അതിനാൽ നാം പലപ്പോഴും തോൽവിയെ അഭിമുഖീകരിക്കുന്നു. നാം എത്തിച്ചേർന്നവയിൽ നമുക്കു സ്വയം സംതൃപ്തമാകാൻ കഴിഞ്ഞാൽ എന്തെല്ലാം ലക്ഷ്യങ്ങളാണ് ഇനിയും നമുക്ക് നേടാൻ ബാക്കിയാവുക? മരണത്തോട് സമാനമായ ഒരു അനുഭൂതിയാണിത്, അതിനാൽ പകരം പിന്തുടരാനുള്ള പുതിയ ലക്ഷ്യങ്ങൾ നാം തേടാൻ തുടങ്ങുന്നു.

അതുപോലെ, നാം മറ്റുള്ളവരുടെ കൂടെയായിരിക്കുമ്പോൾ നമ്മുടെ സ്വന്തം ആത്മാഭിമാനത്തെ തന്നെ ഉറച്ചുനിൽക്കില്ല. കാരണം, അത് മോശമാണെന്നു നാം പഠിച്ചിട്ടുണ്ട് (അനാരോഗ്യകരമാം വിധം പ്രകടിപ്പിക്കുമ്പോൾ). നാം എന്തൊക്കെയോ നേടിയിരിക്കുന്നു എന്നതിനാൽ "മറ്റുള്ളവരിലേക്കാൾ നാം മികച്ചതാണെന്ന" തോന്നലാണ് അതിനുകാരണം. ഇത് അസത്യവും നിർദയവുമാണ് എന്നതിനാൽ ഇത് നിങ്ങളിൽ അസ്വാസ്ഥ്യമുണ്ടാക്കുന്നു.

ഇതെങ്ങനെ പരിഹരിക്കാം

നമ്മുടെ നേട്ടങ്ങളിൽ സന്തോഷിക്കുന്നതോടൊപ്പം മറ്റുള്ളവരുടെ വ്യത്യസ്ത കഴിവുകളെയും നൈപുണ്യങ്ങളെയും നമുക്കു അംഗീകരിക്കുകയും അഭിനന്ദിക്കുകയും ചെയ്യാം. ഒരു അഭിനന്ദനം തള്ളിക്കളയുന്നതിനുപകരം, "നന്ദി, ഞാൻ വളരെയധികം പരിശ്രമിച്ചു, ഇത് നേടിയതിൽ ഞാൻ സന്തുഷ്ടനാണ്" എന്ന് മറുപടി നൽകിക്കൊണ്ട് നമുക്ക് നന്ദി പ്രകടിപ്പിക്കാം.

വളരെപ്പെട്ടെന്ന് നാം ഉന്നതിയിലെത്തുമെന്ന് നമ്മൾ ഭയപ്പെടുന്നുവെങ്കിൽ, പുരോഗതിയെക്കുറിച്ചുള്ള നമ്മുടെ സങ്കൽപ്പത്തെ പുനർനിർവ്വചിക്കേണ്ടത് അത്യാവശ്യമാണ്. പുരോഗമനത്തിന് മെച്ചപ്പെടലും പിന്നോക്കാവസ്ഥയും ഉണ്ടാകില്ല. വിജയം കൈവരിക്കുക എന്നതിനർത്ഥം അത് നഷ്ടപ്പെട്ട് നമ്മുടെ പഴയ അവസ്ഥയിലേക്ക് മടങ്ങുക എന്നല്ല. സ്വയം അട്ടിമറിക്കാനുള്ള ഈ സഹജാവബോധം നമ്മുടെ പഴയ സുരക്ഷാ മേഖല നിലനിർത്താൻ ലക്ഷ്യമിടുന്നു.

പകരം, നമ്മുടെ ജീവിതത്തിന്റെ ഒരു വശത്തെ പുരോഗതി മറ്റെല്ലാ കാര്യങ്ങളിലും അലയടിക്കുന്നുണ്ടെന്ന് നമുക്ക് തിരിച്ചറിയാൻ കഴിയും. ഓരോ നേട്ടവും ഭാവിയിലെ പരിശ്രമങ്ങൾക്കുള്ള നമ്മുടെ കഴിവുകൾ വർദ്ധിപ്പിക്കുന്നു. നമ്മൾ സ്ഥിരമായി പ്രവർത്തിക്കുമ്പോൾ ജീവിതം സാധാരണ ഗതിയിൽ മെച്ചപ്പെടുന്നു. നാം എന്തെങ്കിലും നേടുകയും പിന്നീട് നമ്മുടെ സ്വന്തം കഴിവിനാൽ അമിതമായി പിന്മാറുകയും ചെയ്താൽ മാത്രമേ വീഴ്ച സംഭവിക്കൂ.

ദുശ്ശീലങ്ങൾ

സ്വന്തം വിജയങ്ങൾ സ്വയം അട്ടിമറിക്കുന്ന പൊതുവായ മാർഗ്ഗമാണ് ഇത് : ലക്ഷ്യങ്ങളിൽനിന്നും നമ്മെ അകറ്റുന്ന നമ്മുടെ ശീലങ്ങൾ.

ഒരുവൻ തന്റെ ശാരീരികക്ഷമത നിലനിർത്താൻ ആഗ്രഹിക്കുകയും അതിനായി യാതൊരു മാറ്റവും ദിനേനെ ജീവിതത്തിൽ കൊണ്ടുവരാതിരിക്കുകയും ചെയ്യുമ്പോൾ ഇത് സംഭവിക്കുന്നു. ഇനി ഒരുവന് തന്റെ പ്രാണനിൽ മാറ്റങ്ങൾ കൊണ്ടുവരണമെന്ന ആഗ്രഹമുണ്ടെന്നാലും അതിനെ അസാധ്യമാക്കാൻ അവനു കഴിയില്ലെങ്കിലും അതിനെ ദുർഘടമാക്കാനുള്ള വഴികൾ അവൻ കണ്ടെത്തുന്നു.

നമ്മിലെ ഒരു പകുതിക്കറിയാം നാം ഉരുത്തിരിഞ്ഞുകൊണ്ടിരിക്കുകയാണെന്നും മുന്നോട്ട് നീങ്ങിക്കൊണ്ടിരിക്കുകയാണെന്നും, എന്നാൽ നമ്മുടെ മറുപകുതി ഇത്തരം വളർച്ച കൊണ്ടുവരുന്ന ക്ലേശങ്ങളാൽ ഭയപ്പെടുകയും ചെയ്യുന്നു എന്നതാണ് മേല്പറഞ്ഞ ചേഷ്ടകളുടെയെല്ലാം കാതൽ. സാധാരണയായി, ഇത്തരം രീതികളൊക്കെ നമ്മുടെ മാനസിക സമ്മർദ്ദത്തെയും നിരാശയെയും അതിന്റെ മൂർദ്ധന്യാവസ്ഥയിലേക്കു കൊണ്ടെത്തിക്കുകയും ഒരു ബ്രേക്കിംഗ് പോയിന്റ് എത്തുമ്പോൾ അതിനനുസൃതമായ മാറ്റങ്ങൾ സംഭവിക്കുകയും ചെയ്യുന്നു.

നമ്മുടെമേൽ അവബോധം അടിച്ചേൽപ്പിക്കാൻ ഒരു പ്രതിസന്ധിക്ക് കാത്തിരിക്കാതെ നമ്മുടെ സ്വന്തം സമാധാനത്തിനും ആശ്വാസത്തിനും തടസ്സമാകുന്ന വഴികൾ തിരിച്ചറിയുകയും അഭിസംബോധന ചെയ്യുകയും ചെയ്യുക എന്നതാണ് നമ്മുടെ ലക്ഷ്യം.

ഇതെങ്ങനെ പരിഹരിക്കാം

ആരോഗ്യത്തെ സ്വയം നിർവ്വചിക്കുക. ആരോഗ്യകരമായ ജീവിതം കൊണ്ട് നിങ്ങൾ ഉദ്ദേശിക്കുന്നതെന്താണ്? നിങ്ങൾക്കെന്താണ് അതിനെ സംബന്ധിച്ച് തോന്നുന്നത്, അതിനായി നിങ്ങൾ എന്തെല്ലാമായിരിക്കും ചെയ്യുക?

മറ്റൊരാളുടെ ആരോഗ്യപൂർണ്ണതയുടെ നിർവ്വചനം നമ്മുടേതാക്കി ത്തീർക്കാനും അതനുസരിച്ച് ജീവിതം ക്രമപ്പെടുത്താനും കഴിയില്ല. കാരണം, നാമെല്ലാവരും വിഭിന്നമായ ആഗ്രഹങ്ങളും താല്പര്യങ്ങളും പദ്ധതികളുമുള്ളവരാണ്.

അതിന് പകരമായി, നിങ്ങൾക്ക് കൂടുതൽ ഇണങ്ങുന്നതെന്തെന്ന് കണ്ടെത്തുക. നിങ്ങളുടേതായ ആരോഗ്യശീലങ്ങൾ രൂപപ്പെടുത്തി അതിൽ പ്രതിബദ്ധത പാലിക്കുക – ആരോഗ്യകരമായ ഭക്ഷണക്രമം, വ്യായാമം, ഉറക്കം എന്നിവയെല്ലാം... മറ്റെന്തിനെയും പോലെ, ആരോഗ്യകരമായ ശീലങ്ങൾ കാലക്രമേണ സ്ഥാപിതമാകുന്ന ഒന്നാണ്. എന്നും രാവിലെ 6 മണിക്ക് ഒരു മണിക്കൂർ ജിമ്മിൽ വ്യായാമം ചെയ്യുമെന്ന തീരുമാനത്തിന് പകരം അത് ദിനേന 15 മിനിറ്റ് എന്ന രീതിയിൽ ആരംഭിക്കുക, നിങ്ങൾക്കിഷ്ട പ്പെട്ട ഒരു ക്ലാസ്സിനായി അത് മാറ്റിവെക്കാം, അതല്ല, നിങ്ങൾക്ക് സംതൃപ്തമായ സമയം നിങ്ങൾക്കതിനായി നിശ്ചയിക്കുകയുമാവാം.

വിജയത്തിലേക്കുള്ള നിങ്ങളുടെ പാത കഴിവതും എളുപ്പമാക്കുക. നിങ്ങൾക്കായുള്ള ഊണ് മുൻകൂട്ടി തയ്യാറാക്കുക, ദിവസം മുഴുവൻ കുടിക്കുവാനാവശ്യമായ വെള്ളം നിങ്ങളുടെ മേശപ്പുറത്ത് സൂക്ഷിക്കുക. നിങ്ങളുടെ ജീവിതശൈലിയുമായി പൊരുത്തപ്പെടുന്ന ആരോഗ്യകരമായ ശീലങ്ങളെ അനുകൂലിക്കാൻ ക്രമേണ സ്വയം പരിശീലിപ്പിക്കുക.

തിരക്കിലാവുക

ആളുകൾ തങ്ങളെത്തന്നെ അട്ടിമറിക്കുന്ന മറ്റൊരു പ്രബലമായ

മാർഗ്ഗം, അവർ സ്വന്തം ജീവിതത്തിൽനിന്ന് പൂർണ്ണമായും വേർപെടുത്തുന്ന തരത്തിൽ ശ്രദ്ധ വ്യതിചലിപ്പിക്കുകയെന്നതാണ്.

നിരന്തരം "തിരക്കിലാണ്" എന്ന് പറഞ്ഞുനടക്കുന്ന ആളുകൾ യഥാർത്ഥത്തിൽ ഓടുന്നത് അവരവരിൽനിന്ന് തന്നെയാണ്.

അവർ തീരുമാനിക്കാതെ ആരും യഥാർത്ഥത്തിൽ തിരക്കിലാവുന്നില്ല, യഥാർത്ഥത്തിൽ തിരക്കുപിടിച്ച പട്ടികകളുള്ള പലരും അതങ്ങനെ സമ്മതിക്കാറുമില്ല. "തിരക്കിലാണ്" എന്നത് പ്രശംസനീയമായ ഒരു സ്വഭാവമല്ല; ഇത് ഒരാളുടെ കേവലം ടൈം മാനേജ്മെന്റിന്റെയോ ടാസ്ക് മാനേജ്മെന്റിന്റെയോ കുറവുകളെ സൂചിപ്പിക്കുന്നു.

തിരക്ക് എന്ന സങ്കൽപ്പം പലപ്പോഴും പ്രാധാന്യത്തിന്റെ ഒരു ബോധം നൽകുന്നു, മാത്രമല്ല അത് സമീപിക്കാൻ കഴിയാത്ത ഒരു പ്രഭാവലയം സൃഷ്ടിക്കുകയും ചെയ്യും. അത് മനസ്സിനെയും ശരീരത്തെയും കീഴടക്കുന്നു, തിരക്ക് അടിസ്ഥാന പ്രശ്നങ്ങളെ അഭിസംബോധന ചെയ്യുന്നതിൽനിന്നുള്ള ശക്തമായ വ്യതിചലനമായി മാറുന്നു.

ഇതെങ്ങനെ പരിഹരിക്കാം

നിങ്ങളുടെ പട്ടിക അതിരുകടന്നതും കൈകാര്യം ചെയ്യാൻ ബുദ്ധിമുട്ടുള്ളതുമാണെങ്കിൽ, നിങ്ങൾ ഒരിക്കലും ഫലപ്രാപ്തിയോ ഉൽപ്പാദനക്ഷമതയോ കൈവരിക്കില്ല. അത്തരം സാഹചര്യങ്ങളിൽ, നിങ്ങളുടെ മുൻഗണനന കർത്തവ്യങ്ങളുടെ പ്രാധാന്യത്തെ അടിസ്ഥാനമാക്കി കാര്യക്ഷമമാക്കുകയും മുൻഗണനന നൽകുകയും ചെയ്യുക എന്നതാണ്. സാധ്യമായ എല്ലാ ജോലികളും പുറം പണി കരാർ ചെയ്യുക, തുടർന്ന് നിങ്ങൾക്ക് കൈകാര്യം ചെയ്യാൻ കഴിയാത്തവയുടെ നിയന്ത്രണം ഉപേക്ഷിക്കുക.

നിങ്ങളുടെ ദൈനംദിന ജീവിതത്തിൽ അനാവശ്യമായി കുഴപ്പങ്ങളും തിരക്കുകളും സൃഷ്ടിക്കുന്നതായി നിങ്ങൾ കണ്ടെത്തുകയാണെങ്കിൽ, ലാളിത്യം സ്വീകരിക്കുകയും ഒരു ദിനചര്യ സ്ഥാപിക്കുകയും ചെയ്യേണ്ടത് അത്യാവശ്യമാണ്. ഓരോ ദിവസവും ശ്രദ്ധ ആവശ്യമുള്ള അഞ്ച് പ്രധാന ജോലികൾ എഴുതിക്കൊണ്ടു തുടങ്ങുക, അനാവശ്യമായ വ്യതിചലനങ്ങളോ സങ്കീർണ്ണതകളോ ഇല്ലാതെ ആ ജോലികൾ മാത്രം അഭിസംബോധന ചെയ്യാൻ പ്രതിജ്ഞാബദ്ധമാവുക.

തിരക്ക് നൽകുന്ന “സുരക്ഷ” ബോധത്തെ നിങ്ങൾ അഭിമുഖീകരിക്കേണ്ടി വന്നേക്കാം. ഇത് മറ്റുള്ളവരുമായി താരതമ്യപ്പെടുത്തുമ്പോൾ നിങ്ങളുടെ പ്രാധാന്യത്തെ വർദ്ധിപ്പിക്കുന്നുണ്ടോ? പദ്ധതികൾ നിരസിക്കുന്നതിനോ ചില വ്യക്തികളെ ഒഴിവാക്കുന്നതിനോ ഒരു ഒഴികഴിവായി ഇത് പ്രവർത്തിക്കുന്നുണ്ടോ? ഈ വികാരങ്ങൾക്കായി ആരോഗ്യകരവും കൂടുതൽ ഉൽപ്പാദനക്ഷമവുമായ സ്വയംനിർമ്മിത സംവിധാനങ്ങൾ കണ്ടെത്തുന്നത് നിർണ്ണായകമാണ്. നിങ്ങൾ അഭിമാനിക്കുന്ന എന്തെങ്കിലും സൃഷ്ടിച്ചുകൊണ്ടോ ആത്മാർത്ഥമായ ആത്മവിശ്വാസം വളർത്തിയെടുത്തതുകൊണ്ടോ അല്ലെങ്കിൽ ബന്ധങ്ങളിലെ നിങ്ങളുടെ അതിരുകളും ആവശ്യങ്ങളും ശാന്തമായും ഉറപ്പോടെയും ആശയവിനിമയം നടത്താനുള്ള നിങ്ങളുടെ കഴിവ് മെച്ചപ്പെടുത്തിയോ അവ ആവിഷ്കരിക്കാം.

തെറ്റായ വ്യക്തികളുമായി സമയം ചെലവിടൽ

തീർച്ചയായും, നമ്മുടെ ജീവിതത്തിന്റെ ഗണ്യമായ ഒരു ഭാഗം നമ്മുടെ സമയം ചെലവഴിക്കാൻ തിരഞ്ഞെടുക്കുന്ന വ്യക്തികളാൽ സ്വാധീനിക്കപ്പെടുന്നു. നമ്മൾ കാത്തുസൂക്ഷിക്കുന്ന കമ്പനി പലപ്പോഴും ആളുകൾ അശ്രദ്ധമായി സ്വയം അട്ടിമറിയിൽ ഏർപ്പെടുന്ന മറ്റൊരു വഴിയായി വർത്തിക്കുന്നു.

സമ്മർദ്ദം ഉണർത്തുന്ന, അരക്ഷിതാവസ്ഥയുടെ വിത്തുകൾ പാകുന്നു. എന്നിട്ടും, നമ്മെ അവരുടെ ഭ്രമണപഥത്തിലേക്ക് തിരികെ കൊണ്ടുവരാൻ കഴിയുന്ന വ്യക്തികൾ എല്ലാവരുടെയും ജീവിതത്തിലുണ്ടെന്നതിൽ സംശയമില്ല. ഈ ബന്ധങ്ങൾ അങ്ങേയറ്റം വിഷാംശം പ്രകടിപ്പിക്കുന്നില്ലെങ്കിലും, അവ സ്വയം പരാജയപ്പെടുത്തുന്നവയാണ്.

ഒരു പ്രത്യേക സൗഹൃദമോ ബന്ധമോ സ്ഥിരമായി അപകർഷതാബോധമോ അസൂയയോ ഉണ്ടാക്കുന്നുണ്ടെന്ന് നിങ്ങൾക്ക് തോന്നിയാൽ, അതിൽനിന്ന് ക്രമേണ അകന്നുപോകേണ്ടത് അത്യാവശ്യമാണ്. നിങ്ങൾ ആരുമായും ഏറ്റുമുട്ടുകയോ പെട്ടെന്ന് ബന്ധം വിച്ഛേദിക്കുകയോ ചെയ്യണമെന്നില്ല.

എന്നിരുന്നാലും, നിങ്ങൾ ഏറ്റവും കൂടുതൽ സമയം നിക്ഷേപിക്കുന്ന വ്യക്തികൾ നിങ്ങളുടെ ഭാവിയെ ആഴത്തിൽ സ്വാധീനിക്കുമെന്ന് തിരിച്ചറിയേണ്ടത് പ്രധാനമാണ്. അതിനാൽ, നിങ്ങളുടെ കൂട്ടാളികളെ വിവേകത്തോടെ തെരഞ്ഞെടുക്കേണ്ടത് അത്യാവശ്യമാണ്.

ഇതെങ്ങനെ പരിഹരിക്കാം

നിങ്ങളെ ഉന്നമിപ്പിക്കുകയും പ്രചോദിപ്പിക്കുകയും ചെയ്യുന്ന വ്യക്തികളുടെ ഒരു കൂട്ടം വളർത്തിയെടുക്കുന്നതിൽ ശ്രദ്ധ കേന്ദ്രീകരിക്കുക, സമാന അഭിലാഷങ്ങൾ പങ്കിടുകയും നിങ്ങളുടെ സാന്നിധ്യം ആസ്വദിക്കുകയും ചെയ്യുന്ന ഒരു കൂട്ടമാളുകൾ. ഒരുമിച്ച് സമയം ചെലവഴിച്ചതിനുശേഷം, നിരാശയും വേദനയും അനുഭവിക്കുന്നതിനു പകരം നിങ്ങൾക്ക് ഉന്മേഷവും പ്രചോദനവും അനുഭവപ്പെടണം.

അത്തരമൊരു പിന്തുണാ ശൃംഖല കെട്ടിപ്പടുക്കുന്നതിന് സമയമെടുക്കും, ഒറ്റയടിക്ക് സംഭവിക്കണമെന്നില്ല. നിങ്ങൾ അഭിനന്ദിക്കുന്ന ഒരാളെ കാപ്പി കുടിക്കാൻ ക്ഷണിച്ചുകൊണ്ടോ നിങ്ങൾക്ക് ബന്ധം നഷ്ടപ്പെട്ട ഒരാളുമായി വീണ്ടും ബന്ധം സ്ഥാപിച്ചോ ഇത് ആരംഭിക്കാം. നിങ്ങളുടെ ബന്ധങ്ങൾ ക്രമേണയും ആധികാരികമായും പുനർനിർമ്മിക്കുക, തുടർന്ന് അവയെ കഴിയുന്നത്ര പരിപോഷിപ്പിക്കുകയും പരിപാലിക്കുകയും ചെയ്യുക.

യുക്തിരഹിതമായ ഭയങ്ങളെക്കുറിച്ചും അസംഭവ്യമായ സാഹചര്യങ്ങളെക്കുറിച്ചുമുള്ള വേവലാതി

ആളുകൾ സ്വയം വഞ്ചിതരാവുന്ന മറ്റൊരു പൊതുവായ മാർഗ്ഗം ഏറ്റവും മോശം അവസ്ഥയിലേക്ക് സ്വയം സങ്കൽപ്പിക്കുക എന്നതാണ്.

ഒരു പരിധിവരെ അൽപ്പമെങ്കിലും ഇത്തരം സാഹചര്യങ്ങൾ നിങ്ങൾക്ക് പരിചിതമായിരിക്കണം : നിങ്ങൾക്ക് വളരെ വിചിത്രമായതും എന്നാൽ, സംഭവിക്കാൻ തീരെ സാധ്യതയില്ലാത്തതുമായ ചില ചിന്തകളുണ്ട്, ഇത്തരം ചിന്തകൾ നിങ്ങളിൽ ഉത്കണ്ഠയും ഭയവും അന്ത്യ വിധിദിനത്തിലെന്നപോലുള്ള സംഭവപരമ്പരകളും ജനിപ്പിക്കുന്നു. വീണ്ടും വീണ്ടും നിങ്ങൾ അതേ ചിന്തകളിലേക്ക് മടങ്ങിവരികയും ജീവിതത്തിന്റെ ചില മേഖലകളെത്തന്നെ ഇവ കൈകാര്യം ചെയ്യുകയും ചെയ്യുന്നു.

യുക്തിരഹിതമായ ഭയങ്ങൾ, പ്രത്യേകിച്ച് യാഥാർത്ഥ്യമാകാൻ സാധ്യതയില്ലാത്തവ, പലപ്പോഴും നമ്മുടെ യഥാർത്ഥ ഭയത്തിന്റെ പ്രവചനങ്ങളായി വർത്തിക്കുന്നു. ഇവ സുരക്ഷിതമാണ്. കാരണം, ഉള്ളിന്റെയുള്ളിൽ നമുക്കറിയാം ഇവയൊന്നും തന്നെ യാഥാർത്ഥ്യമാകാൻ പോകുന്നില്ലെന്ന്. അവ വെറും പകരക്കാരന്മാർ

മാത്രമാണ്, സംഭവിക്കാൻ സാധ്യതയില്ലെന്ന് നാം മനസ്സിലാക്കുന്ന ഒന്നിലേക്ക് നമുക്കനുഭവപ്പെടുന്ന യഥാർത്ഥ വികാരങ്ങൾ പ്രകടമാക്കുവാൻ നാം കണ്ടെത്തുന്ന മാർഗ്ഗം.

ഇത്തരം വിചിത്രവും, യാദൃശ്ചികവും അപ്രധാനവുമായ, യാഥാർത്ഥ്യമാകാൻ സാധ്യതകളില്ലാത്ത, ഭയത്തിന്റെ പരിവൃതിയിലാണ് നാമെന്നു സ്വയം തിരിച്ചറിയുമ്പോൾ, അതുമായി ബന്ധപ്പെട്ട പ്രബലമായ എന്തെങ്കിലും വികാരങ്ങൾ നമ്മിലുണ്ടോ എന്ന് നാം സ്വയം ചോദിക്കണം.

ഉദാഹരണത്തിന്, കാറിലെ ഒരു യാത്രക്കാരനാകുന്നുവെന്നത് നിങ്ങളിൽ ഭയമുളവാക്കുന്നുവെങ്കിൽ മുന്നോട്ടു ചലിക്കുന്നതാണോ അതോ അനിയന്ത്രിതമാകുന്നതാണോ നിങ്ങളെ ഭയപ്പെടുത്തുന്നതെന്നു തിരിച്ചറിയുക. ജോലിയിൽനിന്നും പുറത്താക്കപ്പെടുന്നതാണ് നിങ്ങളുടെ ഭയമെങ്കിൽ, മറ്റൊരു ജോലിയിൽ പ്രവേശിക്കാൻ സ്വയം അർഹനല്ലെന്ന തോന്നലോ ഉയർന്ന ഉദ്യോഗസ്ഥരാൽ അവഹേളിക്കപ്പെടുന്നതിന്റെ ആധിയോ ആവാം നിങ്ങളുടെ ഭയത്തിനു കാരണം.

ഇതെങ്ങനെ പരിഹരിക്കാം

ദുർഘടമായ ഘട്ടങ്ങളെ നിയന്ത്രിക്കുവാൻ നിങ്ങളുടെ ഊർജ്ജം പാഴാക്കുന്നതിനുപകരം, ഭയം നമുക്ക് നൽകുന്ന സന്ദേശത്തെ തിരിച്ചറിയാൻ ശ്രമിക്കുക, ജീവിതത്തിൽ നിങ്ങൾക്കാവശ്യമായതിനെ സംബന്ധിച്ച് അവ നൽകുന്ന അവബോധം തിരിച്ചറിയുക.

ഭയം വെറുമൊരു രൂപാലങ്കാരമാണെന്നിരിക്കെ, എന്താവും അത് അർത്ഥമാക്കുന്നത്? അപ്രതീക്ഷിതമായ സാമ്പത്തിക നഷ്ടങ്ങളോടുള്ള ഭയം സുരക്ഷിതത്വത്തോടുള്ള നിങ്ങളുടെ അഭിലാഷങ്ങളെയാണോ സൂചിപ്പിക്കുന്നത്? ഭാവിയെക്കുറിച്ചുള്ള നിങ്ങളുടെ ആവലാതി വർത്തമാനകാലത്ത് അതിന്റെ പൂർണ്ണതയിൽ ജീവിക്കാൻ കഴിയാത്തതിനെ സൂചിപ്പിക്കുന്നതാണോ? തീരുമാനങ്ങളെടുക്കുന്നതിൽ നിങ്ങൾക്കുള്ള ഭയം തിരിച്ചറിഞ്ഞിട്ടും സ്വതന്ത്രമായി അവ തിരഞ്ഞെടുക്കാൻ കഴിയാത്തതിനെയാണോ സൂചിപ്പിക്കുന്നത്?

നമ്മുടെ ഭയത്തിന്റെ അന്തർഭാഗത്ത്, നമുക്ക് പ്രാധാന്യമായിത്തീർന്ന കാര്യങ്ങളെക്കുറിച്ച് നാം നമ്മോടു തന്നെ വെളിപ്പെടുത്താൻ ആഗ്രഹിക്കുന്ന സന്ദേശങ്ങളാണുള്ളത്. നാം സംരക്ഷിക്കേ

ണ്ടതെന്താണെന്ന തിരിച്ചറിയാൻ നമുക്കായാൽ, അതിനായുള്ള ആരോഗ്യകരവും സുദൃഢവുമായ മാർഗ്ഗങ്ങൾ അവലംബിക്കാൻ നമുക്കാവും.

സ്വയം അട്ടിമറിയുടെ പരിവൃത്തിയിലാണോ നിങ്ങളെന്ന് എങ്ങനെ തിരിച്ചറിയാം

സ്വയം അട്ടിമറിയുടെ പെരുമാറ്റരീതിയെ സംബന്ധിച്ച വ്യക്തമായ അവബോധം നിങ്ങൾക്കുണ്ടെന്നാലും, ചിലസമയങ്ങളിൽ നിങ്ങളിൽ അതുണ്ടെന്ന തിരിച്ചറിയാൻ ബുദ്ധിമുട്ടാണ്.

വാസ്തവത്തിൽ, ചിലപ്പോഴൊക്കെ അതിന്റെ സൂചനകൾ നിഗൂഢവും, കണ്ടെത്താൻ പ്രയാസമേറിയതും, മറ്റൊരാൾ ചൂണ്ടിക്കാണിക്കുന്ന തുവരെയോ വലിയ പ്രശ്നമായി മാറിയതിനുശേഷം നാം സ്വയം കണ്ടെത്തുന്നതുവരെയോ നമ്മുടെ ശ്രദ്ധയിൽപെടാത്തതുമായവ ആയിരിക്കുമവ. സ്വയം അട്ടിമറിയുടെ പ്രസിദ്ധമായ ചില ലക്ഷണങ്ങൾ ഇവയൊക്കെയാണ്:

നിങ്ങളുടെ പ്രവർത്തികളെക്കാൾ നിങ്ങൾ ആഗ്രഹിക്കാത്ത തിനെക്കുറിച്ചാണ് നിങ്ങൾ കൂടുതൽ ജാഗരൂകരാവുന്നത്.

നിങ്ങൾക്ക് ചെയ്യാനുള്ളവയെ വിഭാവനം ചെയ്യുകയോ അതിന്റെ പ്രായോഗികതകളെ വിശകലനം ചെയ്യുകയോ അവയെ പ്ലാൻ ചെയ്യുകയോ ചെയ്യുന്നതിന് പകരം നിങ്ങൾ നിങ്ങളുടെ ഭൂരിഭാഗം സമയവും ആശങ്കയുള്ളവരായിക്കൊണ്ടും പകൽക്കിനാവുകളിൽ മുഴുകികൊണ്ടും നിങ്ങൾ നടക്കരുതെന്നാഗ്രഹിക്കുന്നവയിൽ ശ്രദ്ധ കേന്ദ്രീകരിച്ചുകൊണ്ടും ചിലവഴിക്കുന്നു.

നിങ്ങളെ നിങ്ങളായിക്കൊണ്ടുതന്നെ സ്നേഹിക്കുന്നവർക്കായി സമയം ചിലവഴിക്കാതെ നിങ്ങളെ സ്നേഹിക്കാത്തവരെ പ്രീതിപ്പെടുത്താനായി നിങ്ങൾ സമയം വിനിയോഗിക്കുന്നു.

കുടുംബവും സുഹൃത്തുക്കളും വിലമതിക്കുന്ന, നിരുപാധികം അവർക്ക് മുൻഗണന നൽകുന്ന വ്യക്തിയായി മാറുന്നതിനുപകരം, എതിരാളി കളിൽ അസൂയ ഉളവാക്കുന്ന തരത്തിലുള്ള വ്യക്തിയായി പരിണമി ക്കുന്നതിലാണ് നിങ്ങൾക്ക് കൂടുതൽ ശ്രദ്ധ.

നിങ്ങൾ സ്വയം നിങ്ങളുടെ തല മണ്ണിൽ പൂഴ്ത്തി വെക്കുന്നു.

നിങ്ങളുടെ ജീവിതത്തിന്റെ അടിസ്ഥാനപരമായ വസ്തുതകൾ പോലും നിങ്ങൾക്കജ്ഞമാണ്, അതായത്, നിങ്ങൾക്ക് നിലവിലുള്ള കടമെത്രയെന്നോ, നിങ്ങളുടെ അതേ ജോലി ചെയ്യുന്ന മറ്റ വ്യക്തികൾക്ക് ലഭിക്കുന്ന വേതനമെത്രയെന്നോ നിങ്ങൾക്കറിയില്ല. നിങ്ങൾ ഒരു വാക്കുതർക്കത്തിലേർപ്പെട്ടാൽ പിഴവുകളെക്കുറിച്ച് സംസാരിച്ച് ഒരു പരിഹാരം കണ്ടെത്തുന്നതിനുപകരം അത് ഓർമ്മയിൽനിന്നും മായുംവരെ അതിൽനിന്നും ഓടിയൊളിക്കുകയാണ് നിങ്ങളുടെ പതിവ്. മറ്റൊരുതരത്തിൽ പറഞ്ഞാൽ, നിങ്ങൾ നിഷേധാത്മകമാണ്, അതിനാൽ തന്നെ അവയെ ബദ്ധമാക്കുവാനുള്ള എല്ലാ പരിശ്രമങ്ങളും വിഫലമാണ്.

യഥാർത്ഥത്തിൽ സൗഖ്യമായിരിക്കുന്നതിലും കൂടുതൽ നിങ്ങൾ പ്രാധാന്യം നൽകുക മറ്റുള്ളവരെ അത് ബോധ്യപ്പെടുത്തുന്നതിലാണ്.

നിങ്ങൾ സ്വയം ആസ്വദിച്ചോ എന്നതിൽ ആത്മാർത്ഥമായി ശ്രദ്ധ കേന്ദ്രീകരിക്കുന്നതിനുപകരം, മനോഹരമായ ഒരു സമയത്തെ ചിത്രീകരിക്കുന്ന ഫോട്ടോകൾ പങ്കിടാനാണ് നിങ്ങൾക്ക് കൂടുതൽ താല്പര്യം. സത്യസന്ധത പുലർത്തുന്നതിനും സഹായമോ പിന്തുണയോ വാഗ്ദാനം ചെയ്യുന്ന വ്യക്തികളുമായി ബന്ധപ്പെടുന്നതിനും പകരം, നിങ്ങൾ നന്നായി എല്ലാം ചെയ്യുന്നുണ്ടെന്ന് ചുറ്റുമുള്ളവരെ ബോധ്യപ്പെടുത്താൻ നിങ്ങൾ കൂടുതൽ ശ്രദ്ധിക്കുന്നു.

നിങ്ങളുടെ ജീവിതത്തിലെ പരമ പ്രധാനമായ വസ്തുത മറ്റുള്ളവരുടെ ഇഷ്ടം സമ്പാദിക്കലാണ്, ഒരുപക്ഷേ സന്തോഷമായിരിക്കുക എന്നതിനേക്കാളും.

നിങ്ങൾ ആയിരിക്കുന്നതിൽ അവർ നിങ്ങൾക്ക് സംതൃപ്തിയും സമാധാനവും നൽകുന്നുണ്ടോ ഇല്ലയോ എന്ന് ചിന്തിക്കുന്നതിനുപകരം നിങ്ങളുടെ പ്രവർത്തനങ്ങൾക്ക് ആളുകളുടെ അനുമോദനവും അംഗീകാരവും ലഭിക്കുന്നുണ്ടോ എന്ന് നിങ്ങൾ ചിന്തിക്കുന്നു. (സത്യത്തിൽ "ആളുകൾ" ആരാണ്?)

മറ്റെന്തിനെക്കാളും നിങ്ങൾ നിങ്ങളുടെ സ്വന്തം വികാരങ്ങളെ ഭയക്കുന്നു.

നിങ്ങളുടെ സ്വന്തം വികാരങ്ങളെ സ്വയം കൈകാര്യം ചെയ്യാനാവുമോ എന്ന ജീവിതത്തിലെ ഏറ്റവും ഭയാനകവും ഹാനികരവുമായ വെല്ലുവിളി നിങ്ങൾ ഒരിക്കലെങ്കിലും നേരിട്ടിട്ടുണ്ടെങ്കിൽ, നിങ്ങളുടെ സ്വന്തം പാതയെ തടസ്സപ്പെടുത്തുന്നത് – മറ്റൊന്നുമല്ല, നിങ്ങൾ തന്നെയാണ്, അത് തിരിച്ചറിയുക.

എന്തിനാണെന്ന് സ്വയം ബോധ്യപ്പെടാതെ അന്ധമായി നിങ്ങൾ ലക്ഷ്യങ്ങളെ പിന്തുടരുന്നു.

ചെയ്യേണ്ടവയെല്ലാം കൃത്യമായി ചെയ്തിട്ടും ദിവസാവസാനം ശൂന്യവും ദുർബ്ബലവുമായി നിങ്ങൾക്കനുഭവപ്പെട്ടിട്ടുണ്ടോ, ഇവിടെ യഥാർത്ഥ വിഷയം നിങ്ങൾ "ചെയ്യുന്നവയൊന്നും ചെയ്യേണ്ട കാര്യങ്ങളല്ല എന്നതുതന്നെയാണ്," മറ്റാരുടെയോ സന്തോഷത്തിന്റെ മൂലപ്രമാണം നിങ്ങൾ ദത്തെടുക്കുക മാത്രമാണ് ചെയ്തത്.

നിങ്ങളുടെ സ്വയം നിർമ്മിത മെക്കാനിസത്തിനെ ഒരു പ്രശ്നമായി നിങ്ങൾ കണക്കാക്കുന്നു.

അമിതമായി ഭക്ഷണം കഴിക്കൽ, അമിതമായി ചെലവഴിക്കൽ, അമിതമായ മദ്യപാനം, അല്ലെങ്കിൽ അശ്ലീല സ്വഭാവത്തിൽ ഏർപ്പെടൽ തുടങ്ങി മെച്ചപ്പെടണമെന്ന് നിങ്ങൾ തിരിച്ചറിയുന്ന ശീലങ്ങളെ കീഴടക്കാൻ ആന്തരിക സംഘട്ടനത്തിന് പ്രേരിപ്പിക്കുന്നതിനുപകരം ഈ പെരുമാറ്റങ്ങൾ നിറവേറ്റുമ്പോൾ തൃപ്തിപ്പെടുന്ന നിങ്ങളുടെ വൈകാരിക ആവശ്യം ഒരു നിമിഷം മനസ്സിലാക്കുക. ഈ അടിസ്ഥാനപരമായ ആവശ്യം നിങ്ങൾ പരിഹരിക്കുന്നതുവരെ, നിങ്ങൾ ഒരു ശാശ്വത പോരാട്ടത്തിൽ തന്നെയായിരിക്കും.

നിങ്ങളുടെ കഴിവുകളെക്കാളധികം നിങ്ങളുടെ സംശയങ്ങൾക്ക് നിങ്ങൾ പ്രാധാന്യം കൊടുക്കുന്നു.

നിഷേധാത്മക പക്ഷാപാതം, നന്മകളേക്കാൾ മെച്ചപ്പെട്ടത് മോശം സംഭവങ്ങളാണെന്ന ധാരണ നമ്മിൽ ഉളവാക്കുന്നു. ഇത് അനിയന്ത്രിതമായി തുടർന്നാൽ നാം സത്യമെന്നു ധരിക്കുന്ന ഭീതികളൊക്കെയും സത്യങ്ങളെന്നു നാം വിശ്വസിക്കുകയും യഥാർത്ഥ സത്യങ്ങളെ അറിയാതെ പോകുകയും ചെയ്യും.

നിങ്ങൾ എല്ലാ കാര്യങ്ങളിലും ശ്രദ്ധ കാണിക്കാൻ ശ്രമിക്കുന്നു.

നിങ്ങളുടെ ഇച്ഛാശക്തി പരിമിതമായ ഉറവിടമാണ്. നിങ്ങൾക്കൊരു ദിവസം അത്രയേ ലഭ്യമായിട്ടുള്ളൂ. സർവ്വതിലും മികച്ചതാവാൻ ശ്രമിക്കാതെ നിങ്ങൾക്ക് വളരെ പ്രധാനപ്പെട്ടവ എന്തെന്ന് തിരിച്ചറിയുക. നിങ്ങളുടെ ശ്രദ്ധ അതിൽ കേന്ദ്രീകരിക്കുക, മറ്റുള്ളവയെല്ലാം ഉപേക്ഷിക്കുക.

നിങ്ങൾ കാത്തിരിക്കുന്ന ജീവിതവും, തുറന്ന ഒരു വാതിലും, അനുമോദനവും മറ്റാരിൽ നിന്നോ പ്രതീക്ഷിച്ചു ജീവിക്കുകയാണ് നിങ്ങൾ.

ഏറ്റവും അർഹതയുള്ള, കഴിവുള്ള, അല്ലെങ്കിൽ പദവിയുള്ളവരാണ് വിജയം വരിക്കുക എന്ന തെറ്റിദ്ധാരണയിലാണ് നാം വളർന്നത്. എന്നിരുന്നാലും, പ്രായപൂർത്തിയാകുമ്പോൾ, അവരുടെ താൽപര്യങ്ങൾ, അഭിനിവേശങ്ങൾ, കഴിവുകൾ, വിപണിയിലെ വിടവ് എന്നിവക്കിടയിലുള്ള വിന്യാസം തിരിച്ചറിയുന്ന വ്യക്തികളാണ് വിജയം രൂപപ്പെടുത്തുന്നതെന്ന് നാം മനസ്സിലാക്കുന്നു. ദൃഢപ്രയത്നം ഇവിടെ അനിവാര്യമാണ്, തളരാനുള്ള ഏക മാർഗ്ഗം ഒരാളുടെ ശ്രമങ്ങൾ ഉപേക്ഷിക്കുക എന്നതു തന്നെയാണ്.

നിങ്ങൾ കീഴടക്കിയ ദൂരം നിങ്ങൾ തിരിച്ചറിയുന്നില്ല.

അഞ്ചു വർഷങ്ങൾക്ക് മുൻപുണ്ടായിരുന്ന ഒരു വ്യക്തിയല്ല നിങ്ങളിന്ന്. നിങ്ങളുടെ പ്രതിച്ഛായ വളരുന്നതിനോടൊപ്പം നിങ്ങളും ഉയർന്നുകൊണ്ടേ ഇരിക്കുന്നു, അത് കൃത്യമാണെന്ന് ഉറപ്പുവരുത്തുക. നിങ്ങൾക്ക് അസാധ്യമെന്നു ധരിക്കുകയും എന്നാൽ തരണം ചെയ്യുകയും ചെയ്ത സർവ്വനേട്ടങ്ങൾക്കും, ഒരിക്കലും കഴിയില്ലെന്ന് ധരിച്ചിട്ടും നിങ്ങൾ പടുത്തുയർത്തിയ എല്ലാത്തിനും വേണ്ട അംഗീകാരം നൽകുക. നിങ്ങൾ ചിന്തിക്കുന്നതിലുമപ്പുറം ദൂരം നിങ്ങൾ താണ്ടിയിട്ടുണ്ട്, നിങ്ങൾക്ക് തിരിച്ചറിയാനാവുന്നതിലും എത്ര അടുത്താണ് നിങ്ങളുടെ ലക്ഷ്യം.

ഉപബോധകമായ പ്രതിബദ്ധതകളെ തിരിച്ചറിയുക

നാം പലപ്പോഴും അനുഭവിക്കുന്ന തീവ്രമായ ആന്തരിക സംഘർഷ

ത്തിന്റെയും സ്വയം അട്ടിമറിയുടേയുമെല്ലാം ഒരു സുപ്രധാന കാരണം, പ്രതിബദ്ധതകൾ എന്ന് വിളിക്കപ്പെടുന്ന, നമ്മുടെ ജീവിതത്തിന്റെ മൗലിക ലക്ഷ്യവും ഉദ്ദേശ്യവുമടങ്ങുന്ന നമ്മുടെ അടിസ്ഥാന കടമകളാണ്.

മറ്റെന്തിനേക്കാളും നിങ്ങൾക്കാവശ്യം നിങ്ങളുടെ ഉപബോധകമായ ഇത്തരം പ്രതിബദ്ധതകളാണ്, അത് നിങ്ങൾ തിരിച്ചറിയുന്നില്ലെന്നു മാത്രം. നിങ്ങൾ ഏറ്റവും കൂടുതൽ പോരാടുന്നവയെയും നിങ്ങൾ ഏറ്റവും കൂടുതൽ പ്രേരിതനാവുന്നത് എന്തിനാലാണെന്നും തിരിച്ചറിയാനായാൽ ഇവയെ നിങ്ങൾക്ക് കണ്ടെത്താൻ സാധിക്കും. നിങ്ങളിലെ പ്രേരക ഘടകങ്ങളുടെ പാളികളെ പതിയെ അടർത്തി മാറ്റിയാൽ ഒടുവിൽ നിങ്ങൾക്ക് ഒരു മൂലകാരണം കണ്ടെത്താനാവും. എല്ലാത്തിലും ഇതേ മൂലകാരണം കണ്ടെത്തുന്നതിൽ നിങ്ങൾ വിജയിച്ചാൽ, നിങ്ങൾ നിങ്ങളുടെ കേന്ദ്ര പ്രതിബദ്ധതയെ കണ്ടെത്തുന്നതിൽ വിജയിച്ചു.

മനുഷ്യർ നിങ്ങൾക്ക് യുക്തിരഹിതരും പ്രവചനാതീതരുമാവുന്നത്, അവർ അടിസ്ഥാനപരമായി പ്രതിജ്ഞാബദ്ധരായിരിക്കുന്നത് എന്തിലെല്ലാമാണെന്ന് നിങ്ങൾ തിരിച്ചറിയുംവരെയാണ്.

ഉദാഹരണത്തിന്, ഒരുവൻ സ്വതന്ത്രമായിരിക്കുന്നതിലാണ് സ്വയം പ്രതിബദ്ധത പുലർത്തുന്നതെങ്കിൽ, അത് നേടാനായവർ മുന്നിൽ വരുന്ന പല മികച്ച ജോലി സാധ്യതകളിൽനിന്നും സ്വയം ഓടി മറയുന്നത് നമുക്ക് കാണാം. ഇനി ഒരുവന്റെ പ്രധാന പ്രതിബദ്ധത താൻ ആവശ്യമാണെന്ന് തോന്നിപ്പിക്കുകയെന്നതാണെങ്കിൽ, അവർക്ക് തീവ്രമായ പല ബന്ധങ്ങളും സ്ഥാപിക്കുവാൻ ആവേശം ഉണ്ടാവുകയും എന്നാൽ ഊർജ്ജം നഷ്ടമാകുമോ എന്ന ഭയത്താൽ ബന്ധങ്ങളിലെ ഉടമ്പടികൾ നിരസിക്കുകയും ചെയ്യുന്നതായി കാണാം. ജീവിതം സ്വന്തം നിയന്ത്രണത്തിലാവുകയെന്നത് പ്രധാന പ്രതിബദ്ധതയായി കാണുന്നവർ പലപ്പോഴും ജീവിതം തന്നിൽനിന്നും അനിയന്ത്രിതമായി തീരുമോ എന്ന ഭയത്താൽ യുക്തിരഹിതമായ വ്യാകുലതകളിൽ ആണ്ടുപോകുന്നവരാവും. മറ്റുള്ളവരുടെ സ്നേഹം പിടിച്ചുപറ്റുക കേന്ദ്ര പ്രതിബദ്ധതയായി സ്വീകരിക്കുന്ന ആളുകൾ, മറ്റുള്ളവരെ ആശ്രയിച്ചില്ലെങ്കിൽ അവരാൽ ഉപേക്ഷിക്കപ്പെടുമെന്ന ഭയത്താൽ, ജീവിതത്തിന്റെ പല മേഖലകളിലും നിസ്സഹായരായി നടിച്ചേക്കാം.

ഇവിടെ തീർച്ചയായും മനസ്സിലാക്കേണ്ട പ്രധാന വസ്തുതയെന്തെന്നാൽ, നിങ്ങളുടെ ഇത്തരം പ്രതിബദ്ധതകളെല്ലാം തന്നെ

നിങ്ങളിലെ അടിസ്ഥാനപരമായ ആവശ്യങ്ങളെ മൂടിവെക്കാൻ ഉപയോഗിക്കുന്നവ മാത്രമാണ്. നിങ്ങളുടെ അടിസ്ഥാന ആവശ്യം നിങ്ങൾ പ്രകടമാക്കുന്ന ഇത്തരം പ്രതിബദ്ധതകൾക്ക് നേർവിപരീതമാണ്. നിങ്ങളുടെ യഥാർത്ഥ 'ലക്ഷ്യം' തിരിച്ചറിയുവാനുള്ള ഒരു വഴി കൂടിയാണിത്. ഒരു ഉദാഹരണം നോക്കാം. നിങ്ങളുടെ പ്രധാന പ്രതിബദ്ധത നിയന്ത്രണത്തിലായിരിക്കുക എന്നതാണെങ്കിൽ, നിങ്ങളുടെ അടിസ്ഥാന ആവശ്യം, വിശ്വാസമാണ്. നിങ്ങളുടെ പ്രതിബദ്ധത മറ്റുള്ളവർക്ക് ആവശ്യമുള്ള ഒരു വ്യക്തിയായി മാറുകയെന്നതാണെങ്കിൽ അതിനു പിന്നിൽ നിങ്ങൾ മുഖ്യനും ആവശ്യമുള്ളവനുമാണെന്ന് സ്വയം ബോധ്യപ്പെടുവാനുള്ള നിങ്ങളുടെ ആഗ്രഹമാണ്. മറ്റുള്ളവരാൽ സ്നേഹിക്കപ്പെടുക എന്നതാണ് നിങ്ങളുടെ പ്രതിബദ്ധതയെങ്കിൽ അവിടെ അന്തർലീനമായുള്ള അടിസ്ഥാന ആവശ്യം സ്വയം സ്നേഹിക്കപ്പെടലാണ്.

> **നിങ്ങളുടെ അടിസ്ഥാന ആവശ്യങ്ങളെ എത്രകണ്ട് നിങ്ങൾ തഴയുന്നുവോ, അതിലും പതിന്മടങ്ങു ശക്തിയിൽ നിങ്ങളുടെ അടിസ്ഥാന പ്രതിബദ്ധതകൾ നിങ്ങളോട് ആക്രോശിച്ചുകൊണ്ടിരിക്കും.**

നിങ്ങൾ ആത്മവിശ്വാസത്തിന് മുൻഗണന നൽകുകയും അതിനാൽ തന്നെ നിയന്ത്രണം നിലനിർത്താൻ പരിശ്രമിക്കുകയും ചെയ്യുന്ന ഒരാളാണെങ്കിൽ, നിങ്ങൾക്ക് ലഭിക്കുന്ന സംരക്ഷണവും പിന്തുണയും കുറവാണെന്ന വിശ്വാസം മൂലം നിങ്ങളുടെ നെഗറ്റീവ് സ്വയം നിർമ്മിത മെക്കാനിസം ഊർജ്ജസ്വലമാകുന്നു. ഇത് വിനാശകരമായ ഭക്ഷണ ശീലങ്ങൾക്കോ സാമൂഹിക ഇടപെടലുകളിൽനിന്ന് പിന്മാറി അന്തർമുഖനാവുന്നതിനോ ശാരീരിക രൂപത്തെക്കുറിച്ച് അമിതമായി വ്യാകുലപ്പെടുന്ന ശീലത്തിനോ കാരണമായേക്കാം. നേരെമറിച്ച്, നിങ്ങളുടെ മുൻഗണന സ്വതന്ത്രമാവുകയും അതിനാൽ തന്നെ സ്വയംഭരണത്തിനായി നിങ്ങൾ ആഗ്രഹിക്കുകായും ചെയ്യുമ്പോൾ, നിങ്ങളുടെ സ്വന്തം നിബന്ധനകൾക്കനുസൃതമായി നിങ്ങളുടെ ജീവിതം രൂപപ്പെടുത്തുന്നത് ജീവിതത്തിലെ നല്ല നിമിഷങ്ങളും സന്തോഷങ്ങളും നിങ്ങൾക്ക് നഷ്ടപ്പെടുത്തുന്നു, ഇത് സ്വയം അട്ടിമറിക്ക് ഇടയാക്കുകയും നിങ്ങളെ കൂടുതൽ ക്ഷീണിതനാക്കുകയും ചെയ്യുന്നു.

നിങ്ങളുടെ അന്തർലീനമായ ആവശ്യങ്ങൾ നിറവേറ്റുന്നതിൽ നിങ്ങൾ എത്രമാത്രം ശ്രദ്ധ ചെലുത്തുന്നുവോ അത്രയധികം

നിങ്ങളുടെ പ്രതിബദ്ധതയുടെ ലക്ഷണങ്ങൾ അപ്രത്യക്ഷമാകും.

ഒരു വ്യക്തി ശരിക്കും എന്താണ് ആഗ്രഹിക്കുന്നതെന്ന് നിങ്ങൾ മനസ്സിലാക്കിക്കഴിഞ്ഞാൽ, അവരുടെ ശീലങ്ങളുടെയും പെരുമാറ്റങ്ങളുടെയും സങ്കീർണ്ണതകൾ നിങ്ങൾക്ക് വിശദീകരിക്കാൻ കഴിയും. ഏത് സാഹചര്യത്തിൽ, അവർ എന്തുചെയ്യുമെന്ന് വിശദമായി പ്രവചിക്കാൻ നിങ്ങൾക്ക് കഴിയും. അതിലും പ്രധാനമായി, നിങ്ങൾക്ക് ശരിക്കും എന്താണ് വേണ്ടതെന്ന് നിങ്ങൾ സ്വയം ചോദിക്കാൻ തുടങ്ങിയാൽ, രോഗലക്ഷണങ്ങളുമായി പോരാടുന്നത് നിർത്താനും, അടിസ്ഥാനവും പ്രബലവുമായ നിങ്ങളുടെ ആവശ്യങ്ങളോട് അസംഘടിതമാവുകയും അതുവഴി നിങ്ങളുടെ യഥാർത്ഥ ലക്ഷ്യത്തെ തിരിച്ചറിയാതെ ജീവിക്കുകയും ചെയ്യുകയെന്ന നിങ്ങളുടെ ജീവിതത്തിൽ ഇതുവരെ നിലനിന്നിരുന്ന ഒരേയൊരു പ്രശ്നത്തെ ലളിതമായി പരിഹരിക്കുവാനും നിങ്ങൾക്കാവും.

അടിച്ചമർത്തപ്പെട്ട വികാരങ്ങളെ അഭിമുഖീകരിക്കുകയും നടപടിയെടുക്കുകയും ചെയ്യുക

നമ്മൾ എന്തിനാണ് സ്വയം അട്ടിമറിക്കുന്നതെന്നും സ്വയം അട്ടിമറിയെന്ന ശീലം പാടെ ഒഴിവാക്കുന്നതെന്നും തിരിച്ചറിയുന്നതിൽ തമ്മിൽ വലിയ വ്യത്യാസങ്ങളുണ്ട്.

അതായത്, നമ്മുടെ പെരുമാറ്റത്തിന്റെ അടിസ്ഥാനവും ഉദ്ദേശ്യവും മനസ്സിലാക്കാൻ കഴിഞ്ഞാൽ നമുക്ക് അവ ക്രമീകരിക്കാനുമാവും. നാം അവയോടു പൊരുത്തപ്പെടും. സ്വയം അട്ടിമറിയെ മറികടക്കുക എന്നതുകൊണ്ട് ഉദ്ദേശിക്കുന്നത് നിങ്ങളുടെ സ്വയം പിന്തിരിപ്പിക്കുന്ന ശീലങ്ങളെ മനസ്സിലാക്കുക എന്നതല്ല; തുടക്കത്തിൽ അസ്വാസ്ഥ്യമുണർത്തുന്നതോ ക്രുദ്ധരാവാൻ പ്രേരിപ്പിക്കുന്നവയോ ആണെങ്കിൽപ്പോലും, നിങ്ങൾ ആഗ്രഹിക്കുന്നതും ആവശ്യമുള്ളതുമായ ദിശയിൽ നടപടിയെടുക്കാനുള്ള നിങ്ങളുടെ കഴിവാണത്.

ഇത് ഈ പ്രക്രിയയുടെ വളരെ പ്രധാനപ്പെട്ട ഭാഗമാണ്. കാരണം നിങ്ങൾ ഒഴിവാക്കാൻ ശ്രമിക്കുന്ന തക്കതായ വികാരങ്ങളെ നിങ്ങൾ അഭിമുഖീകരിക്കാൻ പോകുകയാണ്.

നിങ്ങൾ സ്വയം അട്ടിമറിയെന്ന ശീലം അവസാനിപ്പിക്കുന്നതോടെ, നിങ്ങൾ പോലും അറിയാതെ സ്വയം അടക്കിസൂക്ഷിച്ചിരുന്ന നിങ്ങളുടെ വികാരങ്ങൾ ഉയർന്നുവരാൻ തുടങ്ങും, അതോടെ

മുൻപത്തേതിനേക്കാൾ മോശമായതായി നിങ്ങൾക്ക് സ്വയം തോന്നിയേക്കാം.

സ്വയം അട്ടിമറിയെ മറികടക്കുന്നതെങ്ങനെയെന്ന് നമുക്കാർക്കും പറഞ്ഞു തരേണ്ടതില്ല. എന്താണ് ചെയ്യേണ്ടതെന്ന് നമുക്ക് കൃത്യമായറിയാം. വികാരങ്ങളെക്കുറിച്ചുള്ള ഭയത്താൽ നാം നമ്മെ തടഞ്ഞുനിർത്തുന്നു എന്നു മാത്രം. ഇത്തരം തടഞ്ഞുനിർത്തലുകൾ എളുപ്പത്തിൽ അനാവരണം ചെയ്യാൻ, നമുക്ക് കൂടുതൽ ഇടവും സ്വാതന്ത്ര്യവും കണ്ടെത്തേണ്ടിയിരിക്കുന്നു. അതിനായി ഇനിപ്പറയുന്നവയിലൂടെ നമുക്ക് പ്രവർത്തിക്കാം.

സ്വയം അട്ടിമറിയെ തകർക്കുമ്പോൾ നിങ്ങളിൽ ഉടലെടുക്കുന്ന ചില പൊതുവായ വികാരങ്ങൾ

നിങ്ങൾ അഭിമുഖീകരിക്കാൻ പോകുന്ന ആദ്യത്തെ വികാരം നിഷേധാത്മകതയാണ്. അകപ്പെട്ടതുപോലെ തോന്നിയേക്കാവുന്ന വളരെ സാധാരണമായ തോന്നലാണിത്, ഒരു മതിലിൽ സ്വയം ഇടിക്കുന്നതുപോലെ ശാരീരിക പിരിമുറുക്കങ്ങളും നിങ്ങൾക്ക് അനുഭവപ്പെട്ടേക്കാം തുടർന്ന് നിങ്ങളുടെ ഈ തോന്നലുകലെ കാഠിന്യമുള്ളവയാക്കിയേക്കും. നിങ്ങളിൽ മറഞ്ഞുകിടക്കുന്ന വളരെ തീവ്രമായ യഥാർത്ഥ വികാരങ്ങളെ മനസ്സിലാക്കാൻ നിങ്ങളെ അനുവദിക്കാത്ത ഒരു മറ മാത്രമാണിത്.

നിങ്ങൾക്ക് പ്രതിരോധം അനുഭവപ്പെടുമ്പോൾ, "അതിലൂടെ സ്വയം തള്ളിനീക്കാൻ" നിങ്ങൾ ആഗ്രഹിക്കുന്നില്ല. വാസ്തവത്തിൽ, അങ്ങനെ ചെയ്യുമ്പോൾ നിങ്ങൾ നിങ്ങൾക്കെതിരെ നിൽക്കുന്ന പ്രശ്നങ്ങളിൽ കൂടുതൽ ഉലയുകയാണ് ചെയ്യുന്നത്. നിങ്ങൾ സ്വയം അട്ടിമറിയെന്ന ശീലം കൂടുതൽ ശക്തിപ്പെടുത്തുകയാണ് ചെയ്യുന്നത്. കാരണം അതിനെ അസാധുവാക്കാൻ ശ്രമിച്ചുകൊണ്ട് നിങ്ങളുടെ ശരിയായ പ്രശ്നം പരിഹരിക്കപ്പെടുന്നില്ല.

പകരം, ശരിയായ ചോദ്യങ്ങൾ ചോദിക്കാൻ ആരംഭിക്കുക.

എന്തുകൊണ്ടാണ് എനിക്ക് ഇങ്ങനെ തോന്നുന്നത്?

ഞാൻ ചെയ്യാൻ ശ്രമിക്കുന്ന പ്രവർത്തനങ്ങളെക്കുറിച്ച് ഈ വികാരം എന്നോട് എന്താണ് പറയാൻ ശ്രമിക്കുന്നത്?

ഇതിൽ നിന്നും എനിക്കുള്ള പാഠമെന്താണ്?

ഇപ്പോൾ എന്റെ ആവശ്യങ്ങൾ നിറവേറ്റാൻ ഞാൻ എന്താണ് ചെയ്യേണ്ടത്?

ശേഷം, നിങ്ങളുടെ പ്രചോദനവുമായോ ജീവിതത്തെക്കുറിച്ചുള്ള നിങ്ങളുടെ കാഴ്ചപ്പാടുമായോ നിങ്ങൾ വീണ്ടും ബന്ധപ്പെടേണ്ടതുണ്ട്. എന്തുകൊണ്ടാണ് നിങ്ങൾ ഒരു നടപടി സ്വീകരിച്ച് മാറ്റം വരുത്താൻ ആഗ്രഹിക്കുന്നതെന്ന് സ്വയം വ്യക്തമാക്കുക. വ്യത്യസ്തവും മികച്ചതുമായ ഒരു അസ്തിത്വത്തിൽ ജീവിക്കുവാൻ നിങ്ങൾ ആഗ്രഹിക്കുന്നു എന്ന വസ്തുത നിങ്ങളുടെ പ്രചോദനമാകുമ്പോൾ, നിങ്ങളുടെ മുന്നിലെ പ്രതിബന്ധങ്ങളെല്ലാം മെല്ലെ മങ്ങുത് നിങ്ങൾ അറിയും, ഭയത്തേക്കാൾ മഹത്തായ ഒരു ദർശനം നിങ്ങളെ പ്രേരിപ്പിക്കുമെന്നത് തന്നെ അതിനുകാരണം.

മറ്റു പലപ്പോഴും, കോപം, ദുഃഖം പോരായ്മ എന്നു തുടങ്ങിയ വികാരങ്ങളിലേക്ക് നിങ്ങൾ ആകൃഷ്ടരായേക്കാം. അത്തരം വികാരങ്ങൾ ഉയർന്നുവരുമ്പോൾ, അവയ്ക്ക് ഇടം നൽകുകയെന്നത് വളരെ പ്രധാനമാണ്. നിങ്ങളുടെ ശരീരത്തിലൂടെ തന്നെ സ്വാംശീകരിക്കാൻ അനുവദിക്കുകയും അതിനെ നിരീക്ഷിക്കുകയും വേണം. അവയെ നിങ്ങളെ പിരിമുറുക്കവും ഞെരുക്കവും സൃഷ്ടിക്കുന്നതെന്ന് വീക്ഷിക്കുക. നിങ്ങൾക്ക് അവ വെച്ചുനീട്ടുന്ന എല്ലാം അനുഭവിക്കുക. വികാരങ്ങളുമായി ഇടപഴകേണ്ടിവരുമോ എന്ന ഭയത്തേക്കാൾ മോശമായ ഒന്നും തന്നെയില്ല. കാരണം അത് നാം അനുഭവിച്ചറിയുന്നത് ആത്യന്തികമായി ചില ശാരീരിക സമ്മർദ്ദങ്ങൾ മൂലം മാത്രമാണ്, അതിന് ചുറ്റും നാം ഒരു കഥ തന്നെ തയ്യാറാക്കി വെച്ചിട്ടുമുണ്ട്.

ഇത്തരം വികാരങ്ങളിൽ പലതിനും സ്വയം അട്ടിമറിയെന്ന ശീലവുമായി ചില വേരുകളുണ്ടെന്ന് മനസ്സിലാക്കുക. നിങ്ങളുടെ മാതാപിതാക്കൾക്ക് നിങ്ങളോടുള്ള പെരുമാറ്റത്തെ സംബന്ധിച്ച് നിങ്ങൾക്ക് അസംതൃപ്തിയുണ്ടെങ്കിൽ, നിങ്ങൾ കോപവും അവിശ്വാസവും മൂലം നിങ്ങളുടെ ബന്ധങ്ങൾ അട്ടിമറിക്കുന്നു എന്നതിൽ അത്ഭുതപ്പെടാനില്ല. സ്വയം അട്ടിമറിയുമായി ബന്ധപ്പെട്ട വികാരങ്ങൾ സാധാരണയായി യാദൃശ്ചികമല്ല. വാസ്തവത്തിൽ, നമുക്ക് ശരിക്കും എന്താണ് വേണ്ടതെന്നും നമ്മുടെ ഉള്ളിലെ പ്രശ്നങ്ങൾ ഇപ്പോഴും പരിഹരിക്കപ്പെട്ടിട്ടില്ലെന്നുമുള്ള ആഴമേറിയ ഉൾക്കാഴ്ചകളിലേക്ക് അവ നമ്മെ നയിക്കുന്നു.

ആ വികാരങ്ങളെക്കുറിച്ച് ബോധവാന്മാരായതിനുശേഷം അവയെ

പൂർണ്ണമായും പുറന്തള്ളാൻ, സ്വയം ഒരു കത്ത് എഴുതാൻ ശ്രമിക്കുക. നിങ്ങളുടെ യുവത്വത്തിനോ നിങ്ങളുടെ ഭാവിയുടെ കാഴ്ചപ്പാടിൽ നിന്നോ എന്തെങ്കിലും എഴുതുക. ഒരു മന്ത്രമോ മാനിഫെസ്റ്റോയോ എഴുതുക. നിങ്ങൾ സ്വയം വളരെയധികം സ്നേഹിക്കുന്നുവെന്നോ, അല്ലെങ്കിൽ അന്യായമോ നിരാശാജനകമോ ആയ സാഹചര്യങ്ങളിൽ ദേഷ്യപ്പെടുന്നതിൽ കുഴപ്പമില്ലെന്നും സ്വയം ഓർമ്മിപ്പിക്കുക. നിങ്ങളുടെ വികാരങ്ങളുടെ ആഴം അനുഭവിക്കാൻ നിങ്ങൾക്ക് ഇടം നൽകുക, അപ്പോൾ അവ നിങ്ങളുടെ പെരുമാറ്റങ്ങളെ നിയന്ത്രിക്കില്ല.

പ്രവർത്തികളെയും വികാരങ്ങളെയും വിച്ഛേദിക്കൽ

സ്വയം അട്ടിമറിയെന്ന ശീലത്തെ അതിജീവിക്കുവാനുള്ള ഏറ്റവും ഒടുവിലത്തെ പാഠം വികാരങ്ങളിൽനിന്നും നമ്മുടെ പ്രവർത്തികളെ അടർത്തിമാറ്റുക എന്നതാണ്.

മാറ്റങ്ങൾ കൊണ്ടുവരാൻ പ്രാപ്തരല്ലെന്ന കാരണത്താൽ നാം ജീവിതത്തിൽനിന്നും ശങ്കിച്ചുനിൽക്കാറില്ല. മറിച്ച്, മാറ്റങ്ങൾ കൊണ്ടുവരാൻ നമുക്ക് തോന്നുന്നില്ല എന്നതിനാൽ നാം ശങ്കിക്കാറുണ്ട്, അതിനാൽ നമുക്കതിനു കഴിയാറുമില്ല.

നിങ്ങൾക്ക് വേണ്ടതെന്തെന്ന് കൃത്യമായി അറിയാം, നിങ്ങൾക്ക് നിസ്സംശയമറിയാം അവ നിങ്ങൾക്ക് ശരിയായതാണെന്ന്. എന്നാൽ, ആ വഴി പിന്തുടരാൻ ഉതകുന്ന നടപടികളൊന്നും തന്നെ നിങ്ങളെടുക്കുന്നില്ല എന്നതാണ് വാസ്തവം.

കാരണം, നമ്മുടെ വികാരങ്ങളെ, അടിസ്ഥാനപരമായി സുരക്ഷാ സംവിധാനങ്ങളായാണ് സജ്ജമാക്കിയിട്ടുള്ളത്. നമ്മൾ എന്നും ചെയ്തുകൊണ്ടിരിക്കുന്ന കാര്യങ്ങൾ ചെയ്യുമ്പോൾ – നമുക്ക് പരിചിതമായതിൽത്തന്നെ തുടരുകയും അവ നമ്മിൽ “നല്ല” വികാരം ഉളവാക്കുകയും ചെയ്യുന്നു. ഇത് നമുക്ക് ശരീരികമായും “സുരക്ഷിതത്വം” രേഖപ്പെടുത്തുന്നു. ചില സന്ദർഭങ്ങളിൽ, നമുക്ക് കാര്യമായ സന്തോഷം നൽകുന്ന നേട്ടങ്ങളോ മാറ്റങ്ങളോ പലപ്പോഴും നമ്മുടെ സുരക്ഷിതത്വബോധം വർദ്ധിപ്പിക്കുന്നതായി നമുക്ക് കാണാം. നേരെമറിച്ച്, ഒരു നേട്ടം, അപകടസാധ്യതകൾ ഉൾക്കൊള്ളുന്നുവെങ്കിൽ അഥവാ അപരിചിതമായ അനുഭവങ്ങളിലേക്കും മാർഗ്ഗങ്ങളിലേക്കും വെളിപ്പെടുമ്പോൾ, ആത്യന്തികമായി അത് നമ്മുടെ ജീവിതത്തിൽ മൊത്തത്തിൽ നല്ല മാറ്റങ്ങൾ

വരുത്തിയാൽ പോലും, ആരംഭത്തിൽ അത് നമുക്ക് സന്തോഷം നൽകിയേക്കില്ല.

എന്നിരുന്നാലും, നമുക്ക് നല്ല സ്വഭാവമുള്ളവരായിരിക്കാൻ സ്വയം പരിശീലിപ്പിക്കാൻ കഴിയും. നമ്മുടെ സുരക്ഷാ മേഖലകൾ പുനഃക്രമീകരിക്കുന്നത് ഇപ്രകാരമാണ്. നമ്മൾ ആവർത്തിച്ച് ചെയ്യുന്ന കാര്യങ്ങൾ ചെയ്യാൻ നാം ആഗ്രഹിക്കുന്നു, എന്നാൽ പ്രാരംഭത്തിൽ നാം അത് ചെയ്യുമ്പോൾ, നമുക്ക് പലപ്പോഴും അസ്വസ്ഥത അനുഭവപ്പെടുന്നു. ഇതിനെ മറികടക്കാൻ കഴിയുന്നതിലാണ് തന്ത്രം, അതിനാൽ വൈകാരികമായല്ല, യുക്തിയും ബുദ്ധിയും ഉപയോഗിച്ചാണ് നാം ജീവിതത്തെ നയിക്കേണ്ടത്.

നിങ്ങളുടെ വികാരങ്ങൾ എല്ലായ്പ്പോഴും സാധുതയുള്ളതും സാധൂകരിക്കപ്പെടേണ്ടതുമാണെങ്കിലും, ജീവിതത്തിൽ നിങ്ങൾക്ക് എന്തെല്ലാം ചെയ്യാൻ കഴിയും എന്നതിന്റെ കൃത്യമായ അളവുകോലുകളല്ല അവയൊന്നും. അവ എല്ലായ്പ്പോഴും യാഥാർത്ഥ്യത്തിന്റെ കൃത്യമായ പ്രതിഫലനങ്ങളല്ല. നിങ്ങളുടെ എല്ലാ വികാരങ്ങൾക്കും പരിചിതമായത് നിങ്ങൾ മുൻകാലങ്ങളിൽ ചെയ്ത കാര്യങ്ങളാണ്, മാത്രമല്ല സുരക്ഷ കണ്ടെത്തുന്ന ഘടകങ്ങളുമായി അവ ബന്ധപ്പെട്ടു കിടക്കുന്നു.

നിങ്ങൾ മൂല്യഹീനനാണെന്ന് സ്വയം തോന്നിയേക്കാം. എന്നാൽ, തീർച്ചയായും അങ്ങനെയല്ല. പ്രത്യാശ ഇല്ലെന്ന് നിങ്ങൾക്ക് തോന്നിയേക്കാം, പക്ഷേ തീർച്ചയായുമുണ്ട്. ചുറ്റുമുള്ളവർ നിങ്ങളെ സ്നേഹിക്കാത്തതുപോലെ നിങ്ങൾക്ക് തോന്നിയേക്കാം, അത് ഒരുപക്ഷേ നിങ്ങളുടെ അമിതമായ അതിശയോക്തി മാത്രമാണ്. എല്ലാവരും നിങ്ങളെ വിലയിരുത്തുന്നുവെന്ന് നിങ്ങൾ വിചാരിച്ചേക്കാം. എന്നാൽ, അത് ഒരു തെറ്റിദ്ധാരണ മാത്രമാണ്.

വളരെ പ്രധാനമായി, നിങ്ങൾക്ക് നടപടിയെടുക്കാൻ പ്രാപ്തമായ സാഹചര്യത്തിലും, നിങ്ങൾക്കതിനു *കഴിയില്ലെന്ന്* സ്വയം തോന്നിയേക്കാം. നിങ്ങൾ പലതിനും മുതിരാത്തതിന് കാരണം നിങ്ങൾക്കത് അപരിചിതമായതു കൊണ്ടുമാത്രമാണ്.

നമ്മെ സ്വയം നയിക്കാൻ നമ്മുടെ യുക്തിയും കാഴ്ചപ്പാടും ഉപയോഗിക്കുന്നതിലൂടെ, വ്യത്യസ്തവും മികച്ചതുമായ ഒരു ജീവിതാനുഭവം നമുക്ക് തിരിച്ചറിയാൻ കഴിയും. ഇതനുമാനിക്കാൻ തുടങ്ങുമ്പോൾ, നമുക്ക് സമാധാനവും പ്രചോദനവും അനുഭവപ്പെടും. നമ്മുടെ ജീവിതത്തിന്റെ ഈ പുതിയ പതിപ്പിനെ സ്വീകരിക്കുവാൻ, നമ്മുടെ

പ്രതിരോധങ്ങളെയും അസ്വസ്ഥതകളെയും മറികടക്കാൻ നമുക്കാവണം. ഈ പ്രവൃത്തികൾ എത്രകണ്ട് നമുക്ക് "ശരി" ആണെങ്കിലും, പ്രാരംഭത്തിൽ നമുക്ക് സന്തോഷം നൽകിക്കൊള്ളണമെന്നില്ല.

നിങ്ങൾക്ക് താൽപര്യമില്ലെങ്കിൽപോലും നടപടിയെടുക്കുന്നതിൽ വൈദഗ്ധ്യം നേടേണ്ടത് പ്രധാനമാണ്. നടപടിയെടുക്കുന്നത് ആക്കംകൂട്ടുകയും പ്രചോദനം സൃഷ്ടിക്കുകയും ചെയ്യുന്നു. ഈ വികാരങ്ങൾ നിങ്ങൾക്ക് സ്വമേധയാ ഉണ്ടാകുകയില്ല; നിങ്ങൾ അവ സൃഷ്ടിക്കുകയാണ് വേണ്ടത്. നിങ്ങൾ സ്വയം പ്രചോദനം കണ്ടെത്തണം, ചലിക്കാൻ തുടങ്ങണം. നിങ്ങൾ ആരംഭിക്കുകയും നിങ്ങളുടെ ജീവിതത്തെയും ഊർജ്ജത്തെയും പുനഃക്രമീകരിക്കാൻ അനുവദിക്കുകയും വേണം, നിങ്ങളുടെ ജീവിതത്തെ മുന്നോട്ട് കൊണ്ടുപോകാൻ ഉതകുന്ന സ്വഭാവശീലങ്ങൾ തിരഞ്ഞെടുക്കുന്നതിൽനിന്നും നിങ്ങളെ പിന്തിരിപ്പിക്കുന്നവയെ ഒഴിവാക്കുകയും വേണം.

അധ്യായം 3

നിങ്ങളുടെ ഉത്തേജനങ്ങളാണ് സ്വാതന്ത്ര്യത്തിലേക്കുള്ള നിങ്ങളുടെ വഴികാട്ടികൾ

ഇപ്പോൾ നിങ്ങൾ സ്വയം അട്ടിമറിക്കുന്ന സ്വഭാവങ്ങൾ തിരിച്ചറിയാൻ തുടങ്ങിയിരിക്കുന്നു, ഒരു വ്യക്തിയെന്ന നിലയിൽ നിങ്ങൾ ആരാണെന്നും ജീവിതത്തിൽനിന്ന് നിങ്ങൾക്ക് യഥാർത്ഥത്തിൽ എന്താണ് വേണ്ടതെന്നും തുടങ്ങിയ ആഴമേറിയ, സുപ്രധാനമായ സത്യങ്ങൾ കണ്ടെത്തുന്നതിന് അവയെ നിങ്ങൾക്കുപയോഗിക്കാം.

ഇത് ഒരു പ്രധാന ഭാഗമാണ്. കാരണം നമ്മുടെ സ്വയം പരാജയപ്പെടുത്തുന്ന ശീലങ്ങളെ മറികടക്കുന്നത് അവ എന്താണെന്നോ അവയിൽ ഏർപ്പെടുന്നതെന്തിനെന്നോ അറിയുന്നത് മൂലം മാത്രമല്ല. നമ്മുടെ അന്തർലീനമായ ആവശ്യങ്ങൾ എന്താണെന്നും, നാം യഥാർത്ഥത്തിൽ എന്താണ് ആഗ്രഹിക്കുന്നതെന്നും, നാം ആരാണെന്നും ഇവിടെ എന്താണ് ചെയ്യുന്നതെന്നും ഒരു ജീവിതം കെട്ടിപ്പടുക്കാൻ ആരംഭിക്കുന്നതിനായുള്ള ഒരു കേന്ദ്രബിന്ദുവായി ഇതിനെ എങ്ങനെ ഉപയോഗിക്കാമെന്നും വ്യക്തമാവുന്നതിനാൽ കൂടിയാണ്.

പരിഹരിക്കപ്പെടാത്ത വേദന എവിടെയാണ് നാം സംഭരിക്കുന്നതെന്ന് കാണിക്കുവാനല്ല സത്യത്തിൽ നമ്മിൽ ഉത്തേജനങ്ങൾ നിലകൊള്ളുന്നത്. അതിലും ആഴമേറിയ ചില വസ്തുതകളാണ് അവ വെളിപ്പെടുത്താൻ ശ്രമിക്കുന്നത്.

നമ്മൾ അനുഭവിക്കുന്ന ഓരോ "നെഗറ്റീവ്" വികാരത്തിലും ഒരു സന്ദേശം ഒളിഞ്ഞു കിടപ്പുണ്ട്, അവയെ എങ്ങനെ വ്യാഖ്യാനിക്ക

ണമെന്ന് നമുക്ക് ഇതുവരെ അറിയുകയുമില്ല. നിസ്സാരമായൊരു വെല്ലുവിളി, വിട്ടുമാറാത്ത തീവ്രമായ പ്രശ്നമായി മാറുന്നത് അപ്പോഴാണ്. വികാരത്തിന്റെ മാർഗ്ഗനിർദ്ദേശത്തെ ആദരിക്കാനും കൃത്യമായി ഉപയോഗിക്കാനും കഴിയാതെ, നാം അവയെ അടച്ചു പൂട്ടുന്നു, നമ്മുടെ ശരീരത്തിൽ സംഭരിക്കുന്നു, അവ വീണ്ടും ഉയർന്നേക്കാവുന്ന എല്ലാ സാധ്യതകളും ഒഴിവാക്കാനും ശ്രമിക്കുന്നു. നമുക്ക് ചുറ്റുമുള്ള ലോകത്തോട് നമ്മൾ സെൻസിറ്റീവ് ആകുമ്പോഴാണ് ഇപ്രകാരം സംഭവിക്കുന്നത്. കാരണം അടിച്ചമർത്തപ്പെട്ട ഒരുപാട് വികാരങ്ങൾ നമുക്ക് ചുറ്റിനും അലയടിക്കുന്നുണ്ട്.

ഉപരിതലത്തിൽ, നമ്മെ വൈകാരികമായി പ്രതികരിക്കാൻ ഉത്തേജിപ്പിക്കുന്ന ഘടകങ്ങളാണ് പ്രശ്നമെന്ന് നമുക്ക് തോന്നാം. എന്നാൽ, അല്ല. പ്രശ്നം എന്തെന്നാൽ, നമ്മുടെ തോന്നലുകൾക്കനുസൃതമായി പ്രവർത്തിക്കാൻ നമുക്കറിയില്ല, അതിനാൽത്തന്നെ നമുക്ക് ആവശ്യമായ വൈകാരിക നടപടി ക്രമങ്ങൾക്കുള്ള കഴിവുകളുമില്ല.

എന്തുകൊണ്ടാണ് ചില ഘടകങ്ങൾ നമ്മെ ഉത്തേജിപ്പിക്കുന്നതെന്ന് തിരിച്ചറിയാൻ നമുക്ക് കഴിയുമ്പോൾ, നമുക്കവയെ നമ്മുടെ ആശ്വാസത്തിനും മോചനത്തിനും പോസിറ്റീവ് മാറ്റങ്ങൾക്കുമായി ഉപയോഗിക്കാനും കഴിയും.

നെഗറ്റീവ് വികാരങ്ങളെ എങ്ങനെ വ്യാഖ്യാനിക്കാം

ഓരോരുത്തരുടെയും പ്രത്യേക ഉത്തേജനങ്ങൾ അവർക്ക് അദ്വിതീയമാണെങ്കിലും, നാം പലപ്പോഴും കുറ്റപ്പെടുത്തുന്ന ചില വികാരങ്ങളുടെ പ്രവർത്തനങ്ങൾ നന്നായി മനസ്സിലാക്കാൻ ഇവ സഹായകമാണ്.

സ്വയം അട്ടിമറിയുമായി ഏറ്റവും ശക്തമായി ബന്ധപ്പെട്ടു കിടക്കുന്ന വികാരങ്ങൾ വ്യക്തമായി മനസ്സിലാക്കുക യഥാർത്ഥത്തിൽ വളരെ പ്രധാനമാണ്. ഇത് കേവലം അവയിൽനിന്നും "മുക്തി നേടുന്നത്" മാത്രമല്ല; നമ്മുടെ അനുഭവങ്ങളെക്കുറിച്ച് അവ നമ്മോടു പറയാൻ ശ്രമിക്കുന്നതെന്തെന്ന ശ്രവിക്കുക കൂടിയാണത്.

കോപം

കോപം, മനോഹരവും രൂപാന്തരപ്പെടുന്നതുമായ ഒരു വികാരമാണ്.

ഇരുളാലും, ആക്രമണപ്രകൃതത്താലും ഇത് തെറ്റായി ചിത്രീകരിക്കപ്പെടുന്നു, അതുകൊണ്ടുതന്നെ നാം അതിനെ ചെറുക്കാനും ശ്രമിക്കുന്നു.

കോപിക്കുന്നത് ആരോഗ്യകരമാണ്, കോപത്തിന് നമ്മൾ ആരാണെന്നും നമുക്ക് പ്രധാനമായവ എന്തെല്ലാമാണെന്ന് നമ്മെ ബോധ്യപ്പെടുത്താനുമാവും. ഉദാഹരണത്തിന്, കോപം നാം അതിരു സൂക്ഷിക്കേണ്ടതെവിടെയെല്ലാം ആണെന്ന് കാണിച്ചുതരും. അനീതിയായി നാം മനസ്സിലാക്കുന്നവയെ തിരിച്ചറിയാനും അത് നമ്മെ സഹായിക്കുന്നു.

ആത്യന്തികമായി, കോപം നമ്മെ ചലനോത്മകമാക്കുകയും പ്രവർത്തിക്കാൻ പ്രചോദിപ്പിക്കുകയും ചെയ്യും. കോപം രൂപാന്തരപ്പെടുത്തുന്നതാണ്, നമ്മുടെ ജീവിതം യഥാർത്ഥത്തിൽ മാറ്റുന്നതിന് മുൻപ് നാം എത്തിച്ചേരുന്ന ഏറ്റവും ഉയർന്ന അവസ്ഥയാണിത്. കാരണം, കോപം മറ്റാരുടെയെങ്കിലുംമേൽ പ്രക്ഷേപണം ചെയ്യാൻ ഉദ്ദേശിച്ചുള്ളതല്ല; മറിച്ച്, നമ്മുടെ ജീവിതത്തിൽ മാറ്റങ്ങൾ കൊണ്ടുവരാൻ സഹായിക്കുന്ന പ്രചോദനത്തിന്റെ കുത്തൊഴുക്കാണ്. നാം ഇതിനെ ഇപ്രകാരം മനസ്സിലാക്കാതിരിക്കുമ്പോൾ, യഥാർത്ഥ പ്രശ്നം ഒരിക്കലും പരിഹരിക്കാതെ കുഴിച്ചുമൂടാനുള്ള പ്രവണതയും വർദ്ധിക്കുന്നു. കോപം ആക്രമണത്തിലേക്ക് കടക്കാൻ തുടങ്ങുമ്പോഴാണിത് സംഭവിക്കുക – സ്വയം മാറാനുള്ള ഉത്തേജനമായി അതിനെ ഉപയോഗിക്കുന്നതിന് പകരം ആ ഊർജ്ജം നാം ചുറ്റുമുള്ളവരിലേക്കു പ്രക്ഷേപണം ചെയ്യുമ്പോൾ.

കോപത്തെ ഭയക്കുന്നതിനുപകരം, നമ്മുടെ പരിമിതികളും മുൻഗണനകളും കൂടുതൽ വ്യക്തമായി കാണുവാൻ നമുക്കത് ഉപയോഗിക്കാം. നമുക്കും നമുക്കു ചുറ്റുമുള്ള ലോകത്തിനും വലുതും പ്രധാനപ്പെട്ടതുമായ മാറ്റങ്ങൾ വരുത്താനും ഇത് സഹായകമാണ്.

ദുഃഖം

നിങ്ങൾ വളരെയധികം ഇഷ്ടപ്പെടുന്ന ഒന്ന് നഷ്ടപ്പെടുമ്പോഴുള്ള വളരെ സാധാരണവും ശരിയായതുമായ പ്രതികരണമാണ് ദുഃഖം. അത് ഒരു ബന്ധത്തിന്റെയോ ജോലിയുടെയോ ജിവിതത്തെക്കുറിച്ചുള്ള നിങ്ങളുടെ കാഴ്ചപ്പാടിന്റെയോ നഷ്ടമാകാം. നിരാശയുടെ അനന്തരഫലങ്ങളിൽ പലപ്പോഴും ഉയർന്നുവരുന്ന ഒരു വികാരമാണിത്. ഇത് ഒരു ദുഃഖത്തിന്റെ സ്വാഭാവിക ഘട്ടങ്ങളിലൂടെ

കടന്നുപോകാൻ നാം സ്വയം അനുവദിക്കാതിരിക്കുമ്പോഴാണ് അതൊരു പ്രശ്നമാകുന്നത്. ദുഃഖം ഒരു രാത്രികൊണ്ട് സ്വയം വിട്ടുവിക്കുന്നതല്ല. വാസ്തവത്തിൽ, വ്യത്യസ്ത തരംഗങ്ങളിൽ നമുക്കിതിനെ കണ്ടെത്താനാകും, അവയിൽ ചിലത് അപ്രതീക്ഷിത സമയങ്ങളിൽ നമ്മെ ബാധിക്കുന്നു.

നഷ്ടപ്പെട്ടവയെ ഓർത്ത് പറയേണ്ടി വരുന്നതിനാലോ നിരാശരാകേണ്ടി വരുന്നതിനാലോ ഒന്നും തന്നെ നമുക്ക് നാണക്കേടോ അബദ്ധമോ തോന്നേണ്ടതില്ല. വാസ്തവത്തിൽ, ഉചിതമായ സമയങ്ങളിൽ കരയുക എന്നത് മാനസിക ശക്തിയുടെ അടയാളങ്ങളിൽ ഒന്നാണ്, മാനസിക ക്ലേശങ്ങൾ അനുഭവിക്കുന്നവർ അവരുടെ വികാരങ്ങൾ പുറത്തുവിടാൻ പലപ്പോഴും ബുദ്ധിമുട്ടാറുണ്ട്.

കുറ്റബോധം

കുറ്റബോധം നമ്മെ കൂടുതൽ ബാധിക്കുന്നത് ചെയ്തതിനെക്കാൾ *ചെയ്യാത്ത* കാര്യങ്ങളിലാണ്. വാസ്തവത്തിൽ, കുറ്റബോധത്താൽ വലിയ പിരിമുറുക്കമനുഭവിക്കുന്നവർ പലപ്പോഴും ഭയാനകമായ കാര്യങ്ങളിൽ കുറ്റക്കാരല്ല. നേരെമറിച്ച്, ഹീനമായ പ്രവൃത്തികൾ ചെയ്യുന്ന ആളുകൾക്ക് വലിയ പശ്ചാത്താപം തോന്നാറുമില്ല. ആരാലെങ്കിലും തെറ്റ് ചെയ്തതിന്റെ സാധ്യതയെക്കുറിച്ച് നിങ്ങൾക്ക് പശ്ചാത്താപം തോന്നുന്നു എന്നത് ഒരു നല്ല സൂചകമാണ്.

എന്നിരുന്നാലും, കുറ്റബോധം അനുഭവിക്കുന്നത് വഴി നിഷേധാത്മക വികാരങ്ങൾ ഉളവാക്കുന്ന പെരുമാറ്റങ്ങളെക്കുറിച്ചും നമ്മുടെ മികച്ച താൽപര്യങ്ങൾ നിറവേറ്റാൻ കഴിയാത്തതിനെയുമെല്ലാം സംബന്ധിച്ച് ആത്മപരിശോധന നടത്താൻ നമ്മെ പ്രേരിപ്പിക്കുന്നു.

മറ്റുള്ളവരോട് അന്യായമായി പെരുമാറിയാൽ, അത് അംഗീകരിക്കാനും മാപ്പ് ചോദിക്കാനും തിരുത്തുവാനും നമുക്ക് കഴിയണം. എന്നിരുന്നാലും, കുറ്റബോധം കൂടുതൽ സാമാന്യവൽക്കരിക്കപ്പെടുകയും ഏതെങ്കിലും ഒരു സംഭവവുമായി പ്രത്യേകമായി ബന്ധപ്പെടാതിരിക്കുകയും ചെയ്യുന്നുവെങ്കിൽ, ആരാണ് അല്ലെങ്കിൽ എന്താണ് നമ്മെ എല്ലായ്പ്പോഴും "ഞാൻ തെറ്റാണ്" എന്നും ഞാൻ മറ്റുള്ളവർക്ക് അസൗകര്യമുണ്ടാക്കുന്നു എന്നും തുടങ്ങിയ തോന്നൽ ഉണ്ടാക്കുന്നതെന്ന് സൂക്ഷ്മമായി പരിശോധിക്കേണ്ടതുണ്ട്.

കുറ്റബോധം കുട്ടിക്കാലം മുതൽ നാം വഹിക്കുന്ന ഒരു വികാരമാണ്,

പിന്നീട് നമുക്ക് ചുറ്റുമുള്ളവർക്ക് നാം ഭാരമാണെന്ന് തോന്നുമ്പോൾ നിലവിലെ സാഹചര്യങ്ങളിലേക്ക് അവ പ്രക്ഷേപിക്കുകയും ചെയ്യുന്നു.

നാണക്കേട്

അഭിമാനിക്കാവുന്ന തരത്തിലല്ല നാം പെരുമാറിയതെന്ന് സ്വയം തോന്നുമ്പോൾ സ്വാഭാവികമായും നമുക്ക് നാണക്കേട് തോന്നും.

നമ്മൾ സ്വയം അനുഭവിക്കുന്നതുപോലെ മറ്റുള്ളവർക്ക് ഒരിക്കലും നമ്മെ ലജ്ജിപ്പിക്കാൻ കഴിയില്ല. നിങ്ങൾക്ക് ലഭ്യമായ വിഭവങ്ങൾ ഉപയോഗിച്ച് നിങ്ങളുടെ ഏറ്റവും മികച്ചത് നൽകുന്നുവെന്ന് ആത്മാർത്ഥവും അചഞ്ചലവുമായ ആത്മവിശ്വാസം നിങ്ങൾക്കുണ്ടെങ്കിൽ, നാണക്കേടിന്റെ നിരന്തരമായ വികാരങ്ങൾ കുറയുന്നു. തീർച്ചയായും, മറ്റുള്ളവർക്ക് അവരുടെ അഭിപ്രായങ്ങളിലൂടെയോ ആശയങ്ങളിലൂടെയോ നിങ്ങളെ വിഷമിപ്പിക്കാൻ കഴിയും, എന്നിരുന്നാലും, നാം സ്വയം പൂർണ്ണമായി അംഗീകരിക്കുകയും നാം ആരാണെന്ന് അഭിമാനിക്കുകയും ചെയ്യുമ്പോൾ അവരുടെ കഠിനമായ വിധിന്യായങ്ങളുടെ പോലും ശക്തി ക്ഷയിച്ചുപോകുന്നു.

ലജ്ജ എന്നത് നാണക്കേടിന്റെ ഇരുണ്ട വശത്തെ പ്രതിനിധീകരിക്കുന്നു. ഇടയ്ക്കിടെ ഉണ്ടാകുന്ന നാണക്കേടെന്ന വികാരം സ്വയം അപലപിക്കുന്നതിലേക്ക് മാറുമ്പോൾ നമ്മെത്തന്നെ വിലകെട്ടവരായും അസാധുവായും സ്വയം ചിത്രീകരിക്കുവാൻ നമ്മെ പ്രേരിപ്പിക്കുന്നു.

നാണക്കേടിന്റെ ഈ വികാരത്തെ നാം ഗൗനിക്കാതിരിക്കുമ്പോൾ, അത് വളരെ ഇരുണ്ട ഒന്നായി മാറുന്നു.

അസൂയ

അസൂയ മൂടിവെക്കപ്പെടുന്ന വികാരമാണ്. അത് കോപമോ വിമർശനമോ ആയാണ് അവതരിപ്പിക്കപ്പെടുന്നതെങ്കിലും യഥാർത്ഥത്തിൽ അത് സങ്കടവും സ്വയം അസംതൃപ്തിയുമാണ്.

ജീവിതത്തിൽനിന്ന് നിങ്ങൾക്ക് യഥാർത്ഥത്തിൽ എന്താണ് വേണ്ടതെന്ന് അറിയണമെങ്കിൽ, നിങ്ങൾക്ക് അസൂയയുള്ള ആളുകളെ നിരീക്ഷിക്കുക. ഇല്ല, ഒരുപക്ഷെ അവരുടെ പക്കലുള്ളവ

കൃത്യമായി നിങ്ങൾ ആഗ്രഹിക്കുന്നവയല്ലായിരിക്കാം. എന്നാൽ, നിങ്ങൾ അനുഭവിക്കുന്ന വികാരം, നിങ്ങളുടെ അഭാവത്തിൽ അവയെ പിന്തുടരാൻ അവർ സ്വയം ശ്രമിക്കുന്നു എന്നതിലുള്ള, നമ്മുടെ കോപമാണ്.

മറ്റുള്ളവരുടെ നേട്ടങ്ങളെ വിലയിരുത്താൻ നാം നമ്മുടെ അസൂയയെ ഉപയോഗിക്കുമ്പോൾ, നാം അതിന്റെ ഗൂഢമായ പ്രവർത്തനങ്ങളിൽ ഏർപ്പെടുകയാണ് ചെയ്യുന്നത്. നമ്മൾ എന്തുചെയ്യാൻ ആഗ്രഹിക്കുന്നുവെന്ന് സൂചിപ്പിക്കാൻ നമ്മുടെ അസൂയ ഉപയോഗിക്കുമ്പോൾ, സ്വയം അട്ടിമറിയെ നാം തിരിച്ചറിയാൻ തുടങ്ങുകയും യഥാർത്ഥത്തിൽ നാം ആഗ്രഹിക്കുന്നവ ചെയ്യാൻ തയ്യാറാവുകയും ചെയ്യുന്നു.

നിങ്ങൾക്ക് അതിനെക്കുറിച്ച് ഇപ്രകാരം ചിന്തിക്കാം : നാം അതിയായി ആഗ്രഹിക്കുന്ന എന്തെങ്കിലും ഒരാളുടെ കൈവശം ഉണ്ടെന്ന് നാം സാക്ഷ്യപ്പെടുത്തുകയും എന്നാൽ അത് പിന്തുടരാനുള്ള നമ്മുടെ ആഗ്രഹം സ്വയം അടിച്ചമർത്തുകയും ചെയ്യുമ്പോൾ, നമ്മുടെ സ്വന്തം തിരഞ്ഞെടുപ്പുകളെ ന്യായീകരിക്കാൻ നാം അവരെ അപലപിച്ചേക്കാം. ഈ സമീപനത്തിനുപകരം, നമ്മൾ നേടാൻ ആഗ്രഹിക്കുന്നതെന്തും അംഗീകരിക്കുകയും അത് സ്വയം സൃഷ്ടിക്കുന്നതിൽ ശ്രദ്ധ കേന്ദ്രീകരിക്കുകയും ചെയ്യാം.

വിദ്വേഷം

നമ്മൾ ആളുകളോട് വിദ്വേഷത്തിലാകുന്നതിന്റെ പ്രധാന കാരണം, പലപ്പോഴും നമ്മുടെ മനസ്സിലെ പ്രതീക്ഷകൾക്ക് അനുസൃതമായി അവർ ജീവിക്കാത്തതാണ്.

ചില സമയങ്ങളിൽ വിദ്വേഷം ഒരു ഖേദത്തിന്റെ പ്രക്ഷേപണം പോലെയാണ്. നമ്മൾ എന്താണ് മാറ്റേണ്ടതെന്ന് നമ്മോടു പറയാൻ ശ്രമിക്കുന്നതിനുപകരം, *മറ്റുള്ളവർ* എന്താണ് മാറ്റേണ്ടതെന്ന് നമ്മെ ബോധ്യപ്പെടുത്താനാണത് ശ്രമിക്കുന്നതെന്ന് തോന്നുന്നു. എന്തുതന്നെ ആയിരുന്നാലും, മറ്റുള്ളവയെക്കുറിച്ചുള്ള നമ്മുടെ ആശയങ്ങൾക്കനുസരിച്ച് ജീവിക്കാൻ അവർക്കു ബാധ്യതയില്ല. വാസ്തവത്തിൽ, നമ്മുടെ ഒരേയൊരു പ്രശ്നം, ഒരാൾ നമ്മൾ വിചാരിക്കുന്നത് പോലെ ആയിരിക്കണം അല്ലെങ്കിൽ നമ്മൾ സങ്കൽപ്പിച്ചത് പോലെ നമ്മളെ സ്നേഹിക്കണം എന്ന അയഥാർത്ഥമായ പ്രതീക്ഷ നമുക്കുണ്ട് എന്നതാണ്.

നാം വിദ്വേഷം അഭിമുഖീകരിക്കുമ്പോൾ, നാം ചെയ്യേണ്ടത്, നമുക്ക് ചുറ്റുമുള്ളവരുടെയോ നമ്മളോട് തെറ്റ് ചെയ്തതായി നാം കരുതുന്ന വരുടെയോ മുന്നിൽ നമ്മുടെ പ്രതിച്ഛായ പുനർനിർമ്മിക്കുക എന്നതാണ്. മറ്റുള്ളവർ നമ്മെ പൂർണ്ണമായി സ്നേഹിക്കാനല്ല നില കൊള്ളുന്നത്; അവരെയും നമ്മെത്തന്നെയും എങ്ങനെ നന്നായി സ്നേഹിക്കാമെന്ന് നമ്മെ പഠിപ്പിക്കുവാനാണ്.

അവർ ആരായിരിക്കണം എന്നതിനെക്കുറിച്ച് നമുക്കുള്ള ആശയ ങ്ങൾ നാം പ്രകടമാക്കുമ്പോൾ, അവർ ആരാണെന്നും നമ്മുടെ ജീവിതത്തിൽ അവർ വഹിക്കാൻ ഉദ്ദേശിക്കുന്ന പങ്ക് എന്താ ണെന്നും നമുക്ക് കാണാൻ കഴിയും. അവ എങ്ങനെ മാറണം എന്നതിൽ ശ്രദ്ധ കേന്ദ്രീകരിക്കുന്നതിനുപകരം, നമുക്ക് പഠിക്കാ നാകുന്ന കാര്യങ്ങളിൽ ശ്രദ്ധ കേന്ദ്രീകരിക്കാം.

ഖേദം

അസൂയയ്ക്ക് സമാനമായി, പശ്ചാത്താപവും, മുൻകാലങ്ങളിൽ നമുക്ക് വ്യത്യസ്തമായി ചെയ്യാൻ നാം ആഗ്രഹിച്ചിരുന്നതിന്റെ ഓർമ്മപ്പെടു ത്തലുകളായി വർത്തിക്കുന്നു, മാത്രമല്ല മുന്നോട്ട് പോകുമ്പോൾ നാം സൃഷ്ടിക്കേണ്ടതെന്താണെന്ന് അവ അടിവരയിടുകയും ചെയ്യുന്നു.

ആളുകൾ, തങ്ങൾ ചെയ്തതിൽ പശ്ചാത്തപിക്കുന്നതിനേക്കാൾ കൂടു തൽ തങ്ങൾ ചെയ്യാത്തവ മൂലം പശ്ചാത്തപിക്കുന്നു എന്നതാണ് സത്യം. ഇത് യാദൃശ്ചികമല്ല. യഥാർത്ഥത്തിൽ നമ്മുടെ സ്വന്തം പ്രതീക്ഷകൾക്ക് അനുസൃതമായി നാം ജീവിച്ചില്ല എന്ന് പശ്ചാത്താപം നമ്മെ പ്രയാസപ്പെടുത്തുന്നില്ല. അവയ്ക്കൊപ്പം മുന്നോട്ട് പോകാനാണ് അത് നമ്മെ പ്രചോദിപ്പിക്കുന്നത്. ഭാവിയിൽ മാറ്റം വരുത്തേണ്ടത് എന്തിലാണെന്നും നമ്മുടെ സമയം അവസാനിക്കുന്നതിന് മുൻപ് നമുക്ക് യഥാർത്ഥത്തിൽ എന്തെല്ലാം അനുഭവങ്ങളാണ് പ്രധാനം എന്നും വെളിപ്പെടുത്താൻ ഇത് ശ്രമിക്കുന്നു.

ചെറുപ്പത്തിൽ യാത്ര ചെയ്തിട്ടില്ലേ? നിങ്ങളുടെ ഖേദം നിങ്ങളോടത് ഇപ്പോൾ ചെയ്യാൻ ആവശ്യപ്പെടുന്നു. പ്രതീക്ഷിച്ചത്ര മനോഹ രമായി അണിഞ്ഞൊരുങ്ങാൻ സാധിച്ചിട്ടില്ലേ? നിങ്ങൾ കൂടുതൽ കാര്യമായി ഇപ്പോൾ അതിനു ശ്രമിക്കണമെന്ന് ഖേദം കാണി ക്കുന്നു. നിങ്ങളുടെ മികച്ച വ്യക്തിത്വം പ്രതിഫലിപ്പിക്കത്തക്ക രീതിയിലുള്ള തിരഞ്ഞെടുപ്പുകൾ നടത്താൻ നിങ്ങൾക്ക്

കഴിഞ്ഞില്ലേ? നിങ്ങളത് ഇപ്പോൾ നടത്തണമെന്ന് നിങ്ങളുടെ ഖേദം പറയുന്നു. നിങ്ങളുടെ കൂടെയുള്ളപ്പോൾ നിങ്ങൾക്ക് പലരെയും സ്നേഹിക്കാൻ കഴിഞ്ഞില്ലേ? നിങ്ങൾ ഇപ്പോൾ ആളുകളെ അഭിനന്ദിക്കണമെന്ന് ഖേദം കാണിക്കുന്നു.

വിട്ടുമാറാത്ത ഭയം

ഭയാനകമായ ചിന്തകളിലേക്ക് മടങ്ങുന്ന ശീലം നിർത്താൻ കഴിയാതെ വരുന്നതിനു കാരണം, അവ എന്നും മുന്നിൽ യഥാർത്ഥ ഭീഷണിയുയർത്തുന്നതുകൊണ്ടല്ല. എന്നാൽ പലപ്പോഴും, നമ്മുടെ ആന്തരിക പ്രതികരണ സംവിധാനങ്ങൾ അവികസിതമോ ആഘാതത്താൽ അതിർരേഖ തീർത്തതോ മൂലമാണത്.

നമ്മൾ ഭയത്തോടെ ചിന്തിക്കുന്ന അവസ്ഥയിലായിരിക്കുമ്പോൾ, നമ്മൾ എന്തിനെ ഭയപ്പെടുന്നു എന്നതല്ല; ചിന്താ പ്രക്രിയ പ്രശ്നത്തിൽനിന്ന് പ്രശ്നത്തിലേക്ക് നമ്മെ പിന്തുടർന്നുകൊണ്ടിരിക്കുന്നു എന്നതാണ് പ്രശ്നം. പലപ്പോഴും, അതിനുള്ളിൽ എൻകോഡ് ചെയ്യപ്പെട്ട ഒരു രൂപകമുണ്ട്. ഉദാഹരണത്തിന്, ആത്യന്തികമായ "നിയന്ത്രണ നഷ്ടമോ" ഏതെങ്കിലും ബാഹ്യശക്തിയുടെ കടന്നുവരവോടെ നമ്മുടെ പുരോഗതിയെ പ്രത്യക്ഷപ്പെടുത്തുന്നതോ ഒരുപക്ഷെ നാം ഭയന്നേക്കാം.

എന്തുതന്നെയായാലും, വിട്ടുമാറാത്ത ഭയാനകമായ ചിന്ത പലപ്പോഴും നമ്മുടെ ഊർജ്ജവും ശ്രദ്ധയും ഒരുപക്ഷെ സംഭവിക്കാൻ സാധ്യതയുള്ള ഭീഷണിയിൽ കേന്ദ്രീകരിക്കാൻ നമ്മെ പ്രേരിപ്പിക്കുന്നു, അത്തരം അപകടങ്ങളിൽനിന്നും സ്വയം പരിരക്ഷ നേടാമെന്നതിനാലാണ് ഇങ്ങനെ. നാം അതിനെക്കുറിച്ച് വേവലാതിപ്പെടുകയോ, ഉത്കണ്ഠാകുലരാകുകയോ, ദേഷ്യപ്പെടുകയോ ചെയ്താൽ, അത് നമ്മുടെ അവബോധത്തിൽത്തന്നെ നിലനിൽക്കുമെന്നും പിന്നീട് അതിന് നമ്മെ അത്ഭുതപ്പെടുത്താൻ കഴിയില്ലെന്നും നാം സങ്കൽപ്പിക്കുന്നു. നമുക്ക് അതിൽ കുറച്ച് നിയന്ത്രണം നിലനിർത്താനാവുമെന്ന് നാം സമാശ്വസിക്കുന്നു.

ഇത്തരം ഭയാനകമായ ചിന്തകൾ നമ്മുടെ ഉള്ളിൽ സൂക്ഷിക്കുന്ന പ്രവൃത്തി പോലെതന്നെയാണ് ഭയം നമ്മുടെ മനസ്സിനെ നിയന്ത്രിക്കുന്നത്. ഇത് നമ്മുടെ നിലവിലെ ജീവിതത്തെ അവതാളത്തിലാക്കുന്നു, കാരണം നമ്മുടെ നിയന്ത്രണത്തിന് പുറത്തുള്ള ഒന്നിലേക്ക് നമ്മൾ ഊർജ്ജം എത്തിക്കുകയാണ്, നമ്മുടെ

ജീവിതത്തെ മുന്നോട്ടു നയിക്കുന്ന, നമ്മുടെ നിയന്ത്രണത്തിലുള്ള എല്ലാത്തിനും – നമ്മുടെ ശീലങ്ങൾക്കും പ്രവൃത്തികൾക്കും സ്വഭാവങ്ങൾക്കുമെല്ലാം വിരുദ്ധമായി നാം ഇതുപയോഗിക്കുന്നു.

ഈ അർത്ഥത്തിൽ, നാം ഭയപ്പെടുന്നത്, യഥാർത്ഥത്തിൽ സംഭവിച്ചുകൊണ്ടിരിക്കുന്നതിന്റെ ഒരു രൂപം മാത്രമാണ്.

ഭയത്തെ മറികടക്കാനുള്ള ഒരേയൊരു മാർഗ്ഗം യഥാർത്ഥത്തിൽ അതിലൂടെ കടന്നുപോകുക എന്നതാണ്. നമുക്ക് നിയന്ത്രിക്കാൻ കഴിയാത്തവയോട് യുദ്ധം ചെയ്യാനും ചെറുത്തുനിൽക്കാനും അവയെ ഒഴിവാക്കാനും ശ്രമിക്കുന്നതിനുപകരം, നമുക്ക് തോളു കുലുക്കി "സംഭവിക്കാനുള്ളത് സംഭവിക്കും" എന്ന് പറയാനും പഠിക്കാം. "എന്തായാലും ശരിയാകും" എന്ന് തോളു കുലുക്കി ചിരിച്ചുകൊണ്ട് കൈകളുയർത്തി പറയാൻ നമുക്ക് കഴിയുന്ന നിമിഷം തന്നെ നമ്മൾ നമ്മുടെ ശക്തി മുഴുവൻ തിരിച്ചുപിടിക്കും.

ഭയത്തിന്റെ തീ ആളിപ്പടരുന്നത് നാം ഭയപ്പെടുന്നതിനെ അംഗീകരിക്കുകയാണെങ്കിൽ, ഏറ്റവും മോശമായ ഫലത്തിന് നാം വഴങ്ങിക്കൊടുക്കേണ്ടി വരും എന്ന ആശയമാണ്. നിഷേധാത്മകവും അശ്രദ്ധയും യുക്തിരഹിതവുമായ ചിന്തകളാൽ നമ്മുടെ ജീവിതത്തെ നശിപ്പിക്കുന്നതിനേക്കാൾ മറ്റൊന്നിനും നമ്മുടെ ജീവിതത്തെ നശിപ്പിക്കാൻ കഴിയില്ലെന്ന് മനസ്സിലാക്കുകയും നമുക്ക് അനിയന്ത്രിതമായവയെ ചൊല്ലിയുള്ള ഭയം ഉപേക്ഷിക്കുകയും ചെയ്യുമ്പോഴാണ് നാം വാസ്തവത്തിൽ പൂർണ്ണമായും സ്വതന്ത്രരാവുന്നത്.

നാം പൂർണ്ണമായും അംഗീകരിക്കുവാൻ ആരംഭിക്കുമ്പോൾ, ഭയം നമ്മുടെ ബോധാവസ്ഥയിൽനിന്ന് വിട്ടുപോകുകയും ഒരു പ്രശ്നമല്ലാതായിത്തീരുകയും ചെയ്യുന്നു. ഈ അവസരത്തിലാണ് അതെത്ര വലിയ പ്രശ്നമായിരുന്നതെന്ന് നാം മനസ്സിലാക്കുക.

ശബ്ദമുയർത്തുന്നത് വരെ നമ്മുടെ ആന്തരിക മാർഗ്ഗനിർദ്ദേശ സംവിധാനങ്ങൾ മന്ത്രിച്ചുകൊണ്ടേയിരിക്കുന്നു

ഇപ്പോൾ നിങ്ങളെ ഏറ്റവും കൂടുതൽ അലട്ടുന്നവ, നിങ്ങൾക്ക് നിരന്തരം മനോവ്യഥകൾ നൽകാൻ ശ്രമിക്കുന്ന ബാഹ്യശക്തികളല്ല – നിങ്ങളുടെ ജീവിതത്തിൽ എന്തെല്ലാം സ്ഥിരപ്പെടുത്താനും

മാറ്റാനും രൂപാന്തരപ്പെടുത്താനും കഴിയുമെന്ന് തിരിച്ചറിയുന്ന നിങ്ങളുടെ സ്വന്തം മനസ്സാണ് അവ. നിങ്ങൾ നടപടിയെടുക്കാതെ തുടരുകയാണെങ്കിൽ, നിങ്ങൾക്കായുള്ള സൈറൺ കൂടുതൽ ഉച്ചത്തിലാകും, നിങ്ങൾ ഒരിക്കലും അത് ശ്രവിക്കാൻ പഠിച്ചില്ലെങ്കിൽ, നിങ്ങൾ ഒരുപക്ഷേ അതിൽനിന്ന് വേർപെട്ടു പോവുകയും അതിന് ഇരയായി മാറുകയും ചെയ്യും.

ഉത്തരങ്ങൾ നിങ്ങളുടെ കയ്യിൽത്തന്നെയുണ്ട്. എന്താണ് ചെയ്യേണ്ടതെന്ന് നിങ്ങൾക്ക് ഇതിനകം തന്നെ അറിയാം. നിങ്ങൾക്ക് സങ്കൽപ്പിക്കാൻ കഴിയുന്നതിലും കൂടുതൽ സന്തോഷം നൽകുന്ന എല്ലാം തന്നെ സൃഷ്ടിക്കുവാനാണ് നിങ്ങൾ ഇവിടെയുള്ളത്. നിങ്ങളുടെ മനസ്സിനെ വേണ്ടത്ര ശാന്തമാക്കുക എന്നതുമാത്രമാണ് നിങ്ങളിവിടെ ചെയ്യേണ്ടത്, അതിനാൽ നിങ്ങൾ ഉപയോഗിക്കണമെന്ന് അഭിലഷിക്കുന്ന എല്ലാ അളവറ്റ സാധ്യതകളും നിങ്ങൾക്ക് അനുഭവിക്കാൻ കഴിയും.

സ്വയം അട്ടിമറി എന്നൊന്നില്ല, കാരണം നിങ്ങളെ തടഞ്ഞുനിർത്തുന്നുവെന്ന് നിങ്ങൾ കരുതുന്ന പെരുമാറ്റങ്ങളെല്ലാം തന്നെ യഥാർത്ഥത്തിൽ നിങ്ങളുടെ ആവശ്യങ്ങൾ നിറവേറ്റുന്നുണ്ട്. അതിനുമപ്പുറത്തേക്ക് നിങ്ങളെത്തന്നെ തള്ളിവിടാൻ ശ്രമിക്കുന്നതിലും പ്രധാനം, അവ യഥാർത്ഥത്തിൽ എന്താണെന്ന് കാണുകയും അവ നിറവേറ്റുന്നതിനുള്ള മികച്ചതും ആരോഗ്യകരവുമായ മാർഗ്ഗങ്ങൾ കണ്ടെത്തുകയും ചെയ്യുക എന്നതാണ്.

നാം പൂർണ്ണമായും സ്വയംപര്യാപ്തരായിരിക്കണമെന്ന് ആളുകൾ നമ്മോട് പറയുന്ന ഒരു യുഗത്തിലാണ് നാം ജീവിക്കുന്നതെങ്കിലും, മറ്റൊരാളുടെ സാന്നിദ്ധ്യമോ സാധൂകരണമോ കമ്പനിയോ ആഗ്രഹിക്കുകയോ ആവശ്യപ്പെടുകയോ ചെയ്യുന്നത് അപര്യാപ്തതയുടെ അടയാളമാണ്, അത് മനുഷ്യനായിരിക്കുക എന്നതിന്റെ ചിത്രീകരണമല്ല അർത്ഥമാക്കുന്നത്, മറിച്ച് മനുഷ്യ സ്വഭാവത്തിന്റെയും ബന്ധത്തിന്റെയും യാഥാർത്ഥ്യത്തെ അത് രൂക്ഷമായി അവഗണിക്കുന്നുണ്ട്.

പലരും സഹാശ്രിതരും മറ്റുള്ളവരിൽ വളരെയധികം ആശ്രിതത്വം കണ്ടെത്തുന്നവരുമാകുന്നതിന്റെ പ്രധാന ലക്ഷ്യം അവർക്ക് സുരക്ഷിതത്വവും വ്യക്തിത്വവും നൽകുന്നതിനായാണെങ്കിലും, ഇടതിന് വിപരീതമായി – നിങ്ങൾക്ക് ആരെയും ഒന്നിനെയും ആശ്രയിക്കേണ്ടതില്ലെന്നും നിങ്ങൾക്ക് എല്ലാം സ്വയം ചെയ്യാൻ കഴിയുമെന്നും നിങ്ങൾ വിശ്വസിക്കുന്നതും ആരോഗ്യകരമല്ല. അവ

ഒരേ മുറിവുകളുടെ രണ്ട് വിപരീത സാക്ഷാത്ക്കാരങ്ങൾ മാത്രമാണ്, അവ അവിശ്വസനീയവും കൂട്ടിയോജിപ്പിക്കുവാൻ അശക്ത മായതുമാണ്.

സാധൂകരിക്കപ്പെടേണ്ടതായി നിങ്ങൾക്ക് തോന്നുന്ന ആവശ്യങ്ങ ളെല്ലാം തന്നെ ന്യായമായതാണ്.

മറ്റൊരാളുടെ സാമീപ്യം ആവശ്യമെന്ന നിങ്ങളുടെ തോന്നലുകളും ന്യായമാണ്.

തനിക്കു പ്രാധാന്യമുണ്ടെന്ന് തോന്നേണ്ടുന്ന നിങ്ങളുടെ ആവശ്യവും ന്യായം തന്നെയാണ്.

സുരക്ഷിതത്വം അനുഭവിക്കേണ്ടതിന്റെ നിങ്ങളുടെ ആവശ്യകതയും ന്യായം തന്നെ.

പലപ്പോഴും, നമ്മുടെ പ്രധാന ആവശ്യങ്ങൾ നാം അവഗണിക്കാൻ തുടങ്ങുന്ന ആദ്യത്തെ കാരണം, അവ നേടുവാൻ സാധിക്കാത്തവണ്ണം നമ്മൾ ദുർബ്ബലരാണെന്ന് സ്വയം കരുതുന്നു എന്നതുതന്നെയാണ്. നാം ഇത് പൂർണ്ണമായും വിശ്വസിക്കുന്നു. കാരണം നമ്മൾ ചെറുപ്പ മായിരുന്നപ്പോൾ നമ്മുടെ അടിസ്ഥാന ആവശ്യങ്ങൾ നിറവേറ്റാൻ നമുക്ക് മറ്റുള്ളവരെ പൂർണ്ണമായും ആശ്രയിക്കേണ്ടതായി വന്നിരുന്നു. ആത്യന്തികമായി, ഇത് നമ്മെ പരാജയപ്പെടുത്തുന്നു, കാരണം മറ്റൊരാൾക്ക് നമ്മെ പൂർണ്ണമായും സഫലീകരിക്കുവാൻ കഴിയില്ല, അഥവാ അവർ അതിന് ഉത്തരവാദികളല്ല. വളരുംതോറും നാം സ്വയം പര്യാപ്തത കൂടുതൽ അഭ്യസിക്കുന്നു. വാസ്തവത്തിൽ, നമ്മുടെ അടിസ്ഥാന ആവശ്യങ്ങളുടെ അടിത്തറക്കായി സ്വയം ആശ്രയിക്കു ന്നത് ഒരു വ്യക്തിയുടെ വികസനത്തിന്റെ പ്രധാന ഭാഗമാണ്.

അതുപോലെതന്നെ, നമ്മുടെ *എല്ലാ ആവശ്യങ്ങളും* സ്വന്തമായി നിറവേറ്റാൻ കഴിയില്ലെന്ന് തിരിച്ചറിയേണ്ടതും വളരെ പ്രധാന മാണ്.

മറ്റുള്ളവരുമായും ഒരു കൂട്ടവുമായും ബന്ധപ്പെടാൻ മനുഷ്യർ കഠിന മായി ശ്രമിക്കുന്നു. അതുകൊണ്ടാണ് നമ്മൾ സമൂഹങ്ങൾ, കുടുംബ ങ്ങൾ എന്നിങ്ങനെയുള്ള ഉപവിഭാഗങ്ങളായി നിലനിൽക്കുന്നത്, മാത്രവുമല്ല മഹനീയമായ നന്മയുളവാക്കുന്ന കാര്യങ്ങൾ ചെയ്യു മ്പോൾ പൊതുവെ നമുക്ക് സന്തോഷവും സംതൃപ്തിയും അനുഭവ പ്പെടുന്നു. ഇത്, നാം ആരാണെന്നതിന്റെ അടിസ്ഥാനപരവും ആരോഗ്യകരവുമായ ഭാഗമാണ്, ബലഹീനതയുടെ ലക്ഷണമല്ല.

മറ്റ് സന്ദർഭങ്ങളിൽ, സാമ്പത്തിക സുരക്ഷിതത്വം അനുഭവിക്കണെമെന്ന നിങ്ങളുടെ ആവശ്യം ആരോഗ്യകരമാണ്; അത് എല്ലായ്പ്പോഴും അത്യാഗ്രഹത്തിന്റെയോ ദുരുദ്ദേശത്തിന്റെയോ ഫലം ആവണമെന്നില്ല. നിങ്ങൾ ചെയ്യുന്ന ജോലി അംഗീകരിക്കപ്പെടണമെന്ന ആവശ്യവും ആരോഗ്യകരമാണ്, അത് എല്ലായ്പ്പോഴും നിങ്ങൾ വ്യർത്ഥമാണെന്ന് അർത്ഥമാകുന്നില്ല. നിങ്ങൾ ആസ്വദിക്കുന്ന ഒരു സ്ഥലത്തും പ്രദേശത്തും ജീവിക്കണമെന്ന ആവശ്യവും ആരോഗ്യകരമാണ്, നിങ്ങളുടെ പക്കലുള്ളതിൽ നിങ്ങൾ തൃപ്തനല്ലെന്നോ നിങ്ങൾ നന്ദികേട് കാണിക്കുന്നുവെന്നോ ഇത് അർത്ഥമാകുന്നില്ല.

നിങ്ങളുടെ ഉപബോധ മനസ്സ് നിങ്ങളുമായി ആശയവിനിമയം നടത്താൻ ശ്രമിക്കുന്നു

നമ്മുടെ സ്വയം അട്ടിമറിക്കുന്ന ശീലങ്ങൾക്കുള്ളിൽ അവിശ്വസനീയമായ ജ്ഞാനമുണ്ട്. എങ്ങനെ, എന്തിലൂടെയാണ് നമുക്ക് ആഘാതമേറ്റത് എന്ന് മാത്രമല്ല, നമുക്ക് യഥാർത്ഥത്തിൽ എന്താണ് ആവശ്യമെന്ന് നമ്മോടു പറയാനും അവയ്ക്ക് കഴിയും. സ്വയം അട്ടിമറിക്കുന്ന സ്വഭാവത്തിലെല്ലാംതന്നെ ഉൾച്ചേർത്തിരിക്കുന്നത് യഥാർത്ഥത്തിൽ അത് അൺലോക്ക് ചെയ്യാനുള്ള താക്കോൽ കൂടിയാണ്, അത് നമുക്ക് ആദ്യം തിരിച്ചറിയാൻ കഴിയുമെങ്കിൽ മാത്രം.

നിങ്ങളുടെ പെരുമാറ്റത്തിലൂടെ നിങ്ങളുടെ ഉപബോധ മനസ്സ് നിങ്ങളുമായി ആശയവിനിമയം നടത്താൻ ശ്രമിക്കുന്നതിന്റെ ചുരുക്കം ചില ഉദാഹരണങ്ങളാണിവ.

നിങ്ങൾ സ്വയം അട്ടിമറിക്കുന്ന രീതി : ഒരു സ്നേഹബന്ധത്തിൽ നിങ്ങളെ തകർത്ത അതേ വ്യക്തിയിലേക്ക് തന്നെ മടങ്ങുക. ഇത് ഒരു അതീന്ദ്രിയമായ സുഹൃത്തായിരിക്കാം, പക്ഷേ സാധാരണയായി ഇതൊരു മുൻ റൊമാന്റിക് പങ്കാളിയാവാനാണ് കൂടുതൽ സാധ്യത.

നിങ്ങളുടെ ഉപബോധ മനസ്സ്, നിങ്ങൾ അറിയണമെന്ന് ആഗ്രഹിക്കുന്നത് ഇപ്രകാരമാണ് : നിങ്ങളുടെ ബാല്യകാല ബന്ധങ്ങൾ വിലയിരുത്താനുള്ള സമയമാണിത്. നിങ്ങളെ വേദനിപ്പിക്കുന്ന ഒരാളെക്കുറിച്ച് ആശ്വാസകരമോ ആകർഷകമോ ആയ എന്തെങ്കിലും കാരണം നിങ്ങൾ കണ്ടെത്തുകയാണെങ്കിൽ, അതിനു സ്വാഭാവികമായും ഒരു കാരണമുണ്ടാകും.

നിങ്ങൾ സ്വയം അട്ടിമറിക്കുന്ന രീതി : വൈകാരികമായി മുറിവേറ്റ വ്യക്തികളോടുള്ള ആകർഷണം.

നിങ്ങളുടെ ഉപബോധ മനസ്സ്, നിങ്ങൾ അറിയണമെന്ന് ആഗ്രഹിക്കുന്നത് ഇപ്രകാരമാണ് : നിങ്ങളെ ആത്മാർത്ഥമായി ആഗ്രഹിക്കുന്ന ഒരാളെ കണ്ടെത്താൻ നിങ്ങൾ വൈകാരികമായി മുറിവേറ്റിട്ടില്ല. നിങ്ങളുടെ സ്വന്തം പ്രതിബദ്ധത നിങ്ങൾ തിരിച്ചറിഞ്ഞുകഴിഞ്ഞാൽ, ആ പ്രതിബദ്ധതയ്ക്ക് പ്രതിഫലം നൽകുന്ന പങ്കാളികളെ നിങ്ങൾ തിരഞ്ഞെടുക്കാൻ തുടങ്ങും.

നിങ്ങൾ സ്വയം അട്ടിമറിക്കുന്ന രീതി : അസന്തുഷ്ടി തോന്നുന്നുവെങ്കിലും, കുഴപ്പമൊന്നുമില്ലെങ്കിലും, സത്യത്തിൽ ജീവിതത്തിൽ നിങ്ങൾ ആഗ്രഹിച്ചതെല്ലാം നിങ്ങൾ നേടിയെടുത്തു.

നിങ്ങളുടെ ഉപബോധ മനസ്സ്, നിങ്ങൾ അറിയണമെന്ന് ആഗ്രഹിക്കുന്നത് ഇപ്രകാരമാണ് : നിങ്ങളുടെ മാനസികാവസ്ഥയിൽ മാറ്റം വരുത്തുന്നതിലും ശ്രദ്ധ കേന്ദ്രീകരിക്കുന്നതിലും ആശ്രയിക്കുന്നതിനു പകരം നിങ്ങൾക്ക് സന്തോഷം നൽകുന്നതിന് ബാഹ്യഘടകങ്ങളെ നിങ്ങൾ ആശ്രയിക്കുന്നുണ്ടാവാം. ഒരു ബാഹ്യ നേട്ടത്തിനും യഥാർത്ഥവും നിലനിൽക്കുന്നതുമായ ആന്തരിക സമാധാനം നൽകാനാവില്ല, നേട്ടങ്ങൾക്കിടയിലും അസ്വസ്ഥത നിങ്ങളെ ഇത്തരം വസ്തുതകളിലേക്ക് നിങ്ങളുടെ ശ്രദ്ധ ക്ഷണിക്കുന്നു.

നിങ്ങൾ സ്വയം അട്ടിമറിക്കുന്ന രീതി : ആളുകളെ അകറ്റി നിർത്തുന്നു.

നിങ്ങളുടെ ഉപബോധ മനസ്സ്, നിങ്ങൾ അറിയണമെന്ന് ആഗ്രഹിക്കുന്നത് ഇപ്രകാരമാണ് : മറ്റുള്ളവരിൽനിന്നുള്ള സ്നേഹവും സ്വീകാര്യതയും നിങ്ങൾ ആഗ്രഹിക്കുന്നു, അത് തേടുന്നതിന്റെ സമ്മർദ്ദം സാധ്യമായ വേദനയിൽനിന്ന് സ്വയം ഒറ്റപ്പെടാൻ നിങ്ങളെ പ്രേരിപ്പിക്കുന്നു, പ്രധാനമായും നിങ്ങൾ ഒഴിവാക്കാൻ ശ്രമിക്കുന്ന യാഥാർത്ഥ്യം പ്രകടമാക്കുകയും ചെയ്യുന്നു. നേരെമറിച്ച്, ഏകാന്തതയുടെ നിരന്തരമായ ആവശ്യം പലപ്പോഴും നിങ്ങൾ അവതരിപ്പിക്കുന്ന വ്യക്തിത്വവും നിങ്ങളുടെ യഥാർത്ഥ വ്യക്തിത്വവും തമ്മിലുള്ള പൊരുത്തക്കേടിനെ സൂചിപ്പിക്കുന്നു. നിങ്ങളുടെ ജീവിതത്തെ സത്യസന്ധമായി നേരിടുന്നത്, നിങ്ങൾക്ക് ചുറ്റുമുള്ളവർക്ക് ലളിതമായി തീരാൻ കാരണമാകുന്നു. കാരണം അപ്പോൾ അവർക്കു വളരെ കുറച്ച് പരിശ്രമമേ നിങ്ങളുമായി ചേർന്നുപോകാൻ ആവശ്യമായി വരികയുള്ളൂ.

നിങ്ങൾ സ്വയം അട്ടിമറിക്കുന്ന രീതി : നിങ്ങളുടെ ചിന്തകളും തോന്നലുകളും സത്യമാണെന്ന് യാന്ത്രികമായി വിശ്വസിക്കുക.

നിങ്ങളുടെ ഉപബോധ മനസ്സ്, നിങ്ങൾ അറിയണമെന്ന് ആഗ്രഹിക്കുന്നത് ഇപ്രകാരമാണ് : നിങ്ങൾക്കു വിഷമിക്കേണ്ടതുണ്ട്, കാരണം അത് സുഖകരവും സുരക്ഷിതവുമാണ്. നിങ്ങളിലൂടെ കടന്നുപോകുന്ന ഓരോ ചിന്തയെയും വികാരത്തെയും നിങ്ങൾ ചോദ്യം ചെയ്യാതെ വിശ്വസിക്കുന്നു, തത്ഫലമായി ബാഹ്യ സാഹചര്യങ്ങളുടെ സ്വാധീനത്തിന് നിങ്ങൾ കൂടുതൽ വിധേയരാകും. വ്യക്തതയിലും സത്യത്തിലും അടിസ്ഥാനത്തിലും സ്വയം സ്ഥിരത കൈവരിക്കാനും സഹായകരമായവയും അല്ലാത്തതും തമ്മിൽ മാനസികമായി തിരിച്ചറിയാനും നിങ്ങൾ പഠിക്കണം.

നിങ്ങൾ സ്വയം അട്ടിമറിക്കുന്ന രീതി : ആവശ്യമില്ലാത്ത സമയങ്ങളിലെ അനാരോഗ്യകരമായ ഭക്ഷണ ശീലം.

നിങ്ങളുടെ ഉപബോധ മനസ്സ്, നിങ്ങൾ അറിയണമെന്ന് ആഗ്രഹിക്കുന്നത് ഇപ്രകാരമാണ്: നിങ്ങൾ വളരെയധികം പ്രവർത്തിക്കുന്നു, അഥവാ നിങ്ങൾക്ക് വേണ്ടത്ര വിശ്രമവും പോഷണവും സ്വയം നൽകുന്നില്ല. നിങ്ങൾ വളരെ തീവ്രമായി തുടരുന്നു. അതുകൊണ്ടാണ് നിങ്ങളുടെ ശരീരം തുടർച്ചയായി ഇന്ധനം ആവശ്യപ്പെടുന്നത്. ഒരുപക്ഷെ, നിങ്ങൾ വൈകാരികമായ വിശപ്പായിരിക്കാം അനുഭവിക്കുന്നത്, നിങ്ങൾ ആഗ്രഹിക്കുന്ന യഥാർത്ഥ അനുഭവങ്ങൾ നിങ്ങൾക്ക് ലഭിക്കാത്തതു കാരണം, നിങ്ങളുടെ “വിശപ്പ്” മറ്റൊരു രീതിയിൽ നിങ്ങൾ തൃപ്തിപ്പെടുത്തുകയാണ് ചെയ്യുന്നത്.

നിങ്ങൾ സ്വയം അട്ടിമറിക്കുന്ന രീതി : നിങ്ങൾക്കറിയാവുന്ന ജോലി ചെയ്യാതിരിക്കുന്നത് നിങ്ങളുടെ കരിയർ മുന്നോട്ട് കൊണ്ടുപോകാൻ സഹായിക്കും.

നിങ്ങളുടെ ഉപബോധ മനസ്സ്, നിങ്ങൾ അറിയണമെന്ന് ആഗ്രഹിക്കുന്നത് ഇപ്രകാരമാണ് : നിങ്ങൾ പിന്തുടരാൻ ആഗ്രഹിക്കുന്ന കാര്യങ്ങളെക്കുറിച്ച് നിങ്ങൾ വിശ്വസിക്കുന്നത്ര വ്യക്തമായ കാഴ്ചപ്പാട് നിങ്ങൾക്കുണ്ടായിരിക്കില്ല. കാര്യങ്ങൾ സുഗമമായി നടക്കുന്നില്ലെങ്കിൽ, അതിന് ഒരു കാരണമുണ്ട്. നിങ്ങളുടെ വഴി മുന്നോട്ട് കൊണ്ടുപോകാൻ നിരന്തരം ശ്രമിക്കുന്നതിനും അതേ തടസ്സങ്ങൾ ആവർത്തിച്ച് നേരിടുന്നതിനും പകരം, ഒരു പടി പിന്നോട്ട് പോകുക. ഒരുപക്ഷേ, നിങ്ങൾ എന്തിനാണ് നടപടിയെടുക്കാൻ ശ്രമിക്കുന്നതെന്ന് പുനഃസംഘടിപ്പിക്കാനോ

പുനഃക്രമീകരിക്കാനോ ഗൗരവമായി ചിന്തിക്കാനോ സമയമായേക്കാം. മാറ്റങ്ങൾ അനിവാര്യമാണ്, അത് പക്ഷെ നിങ്ങളുടെ പ്രചോദനമാവേണ്ടതില്ല.

നിങ്ങൾ സ്വയം അട്ടിമറിക്കുന്ന രീതി : അമിത ജോലി.

നിങ്ങളുടെ ഉപബോധ മനസ്സ്, നിങ്ങൾ അറിയണമെന്ന് ആഗ്രഹിക്കുന്നത് ഇപ്രകാരമാണ്: നിങ്ങളുടെ മൂല്യം തുടർച്ചയായി നിങ്ങൾ തെളിയിക്കേണ്ടതില്ല. എന്നിരുന്നാലും, നിങ്ങളുടെ വികാരങ്ങളുമായി തനിച്ചായിരിക്കുന്നതിന്റെ അസ്വസ്ഥതയിൽനിന്ന് നിങ്ങൾ ഓടുന്നത് നിർത്തേണ്ടതുണ്ട്. കാരണം ഇതാണ് പലപ്പോഴും ആളുകൾ അമിതമായി ജോലി ചെയ്യുന്നതിനുള്ള കാരണം. ഒരു കാര്യത്തോട് സത്യസന്ധമായ പ്രതിബദ്ധത പുലർത്തുന്നതും മറ്റുള്ളവരെ പിന്തള്ളി മികച്ചവനാകുന്നതും തമ്മിൽ വ്യത്യാസമുണ്ട്. ഒന്ന് ആരോഗ്യകാരമാണ് ; മറ്റൊന്ന് അല്ല.

നിങ്ങൾ സ്വയം അട്ടിമറിക്കുന്ന രീതി : മറ്റുള്ളവർ എന്താണ് ചിന്തിക്കുന്നത് എന്നതിനെക്കുറിച്ച് നിങ്ങൾ വളരെയധികം ശ്രദ്ധാലുവാകുന്നു.

നിങ്ങളുടെ ഉപബോധ മനസ്സ്, നിങ്ങൾ അറിയണമെന്ന് ആഗ്രഹിക്കുന്നത് ഇപ്രകാരമാണ് : നിങ്ങൾ വിചാരിക്കുന്നത് പോലെ നിങ്ങൾ സന്തോഷവാനല്ല. നിങ്ങൾ എന്തെങ്കിലും കാരണമായി അമിത സന്തോഷം അനുഭവിക്കുന്നുവെങ്കിൽ, നിങ്ങൾക്ക് മറ്റ് ആളുകളോടുള്ള ആശ്രിതത്വം കുറയും. നിങ്ങൾ പര്യാപ്തനെന്ന് മറ്റൊരാൾ കരുതുമോ ഇല്ലയോ എന്ന് ആശ്ചര്യപ്പെടുന്നതിനുപകരം, സ്വയം ചോദിക്കുക : *എനിക്ക് എന്റെ ജീവിതം പര്യാപ്തമാണോ?* നിങ്ങളുടെ ജീവിതത്തെ മറ്റുള്ളവരുടെ കണ്ണിലൂടെ നോക്കാതെ സ്വയം വീക്ഷിക്കുമ്പോൾ നിങ്ങൾക്ക് ശരിക്കും എന്ത് തോന്നുന്നു?

നിങ്ങൾ സ്വയം അട്ടിമറിക്കുന്ന രീതി : അമിതമായി പണം ചെലവഴിക്കൽ.

നിങ്ങളുടെ ഉപബോധ മനസ്സ്, നിങ്ങൾ അറിയണമെന്ന് ആഗ്രഹിക്കുന്നത് ഇപ്രകാരമാണ്: ഭൗതിക വസ്തുക്കൾ നിങ്ങൾക്ക് ശാശ്വതമായ സുരക്ഷിതത്വം നൽകില്ല. ഒരു പുതിയ ജീവിതത്തിലേക്കോ തിരിച്ചറിവിലേക്കോ നിങ്ങൾക്ക് മാർഗ്ഗം അവലംബിക്കാൻ കഴിയില്ല. സ്ഥിരമായി അമിതമായി ചെലവഴിക്കുകയോ നിങ്ങളുടെ കഴിവിനപ്പുറമുള്ള ജീവിതം നിങ്ങളെ ദോഷകരമായി ബാധിക്കു

കയോ ചെയ്യുന്നതായി നിങ്ങൾ കണ്ടെത്തുകയാണെങ്കിൽ, ഷോപ്പിംഗ് നിങ്ങളുടെ ജീവിതത്തിൽ വഹിക്കുന്ന പങ്ക് പരിശോധിക്കേണ്ടത് അത്യാവശ്യമാണ്. ഇത് ഒരു തരം ഭ്രമമാണോ, ഒരു ഹോബിയാണോ, അതല്ല ഒരുപക്ഷെ പുനരുജ്ജീവനത്തോടുള്ള ആസക്തിയാണോ? നിങ്ങളുടെ യഥാർത്ഥ ആവശ്യങ്ങൾ തിരിച്ചറിഞ്ഞ് അതിനനുസരിച്ച് മുന്നോട്ട് പോകുക.

നിങ്ങൾ സ്വയം അട്ടിമറിക്കുന്ന രീതി : ഭൂതകാലത്തെക്കുറിച്ച് ചിന്തിക്കുക അഥവാ മുൻകാല ബന്ധങ്ങളെ തുടർച്ചയായി പരിശോധിക്കുക.

നിങ്ങളുടെ ഉപബോധ മനസ്സ്, നിങ്ങൾ അറിയണമെന്ന് ആഗ്രഹിക്കുന്നത് ഇപ്രകാരമാണ് : നിങ്ങൾക്ക് വിശ്വസിക്കാൻ ആവുന്നതിലധികം ഈ ബന്ധം നിങ്ങളെ സ്വാധീനിച്ചു. അതവസാനിപ്പിച്ചപ്പോൾ നിങ്ങൾ തിരിച്ചറിയുന്നതിനേക്കാൾ കൂടുതൽ വേദനിച്ചു, നിങ്ങൾ അതിന്റെ നടപടിക്രമം ചെയ്യേണ്ടതുണ്ട്. ഈ വ്യക്തിയോടുള്ള നിങ്ങളുടെ തുടർച്ചയായ താൽപര്യം അർത്ഥമാക്കുന്നത് ആ ബന്ധത്തെക്കുറിച്ച് ഇപ്പോഴും പരിഹരിക്കപ്പെടാത്ത എന്തൊക്കെയോ നിങ്ങൾ മനസ്സിൽ സൂക്ഷിക്കുന്നുണ്ടെന്നാണ്, മാത്രമല്ല നിങ്ങൾക്ക് ഏതെങ്കിലും തരത്തിലുള്ള പര്യവസാനമോ സ്വീകാര്യതയോ ആവശ്യമായി വരും.

നിങ്ങൾ സ്വയം അട്ടിമറിക്കുന്ന രീതി : നിങ്ങൾ മത്സരത്തിലാണെന്ന് നിങ്ങൾക്ക് സ്ഥിരമായി തോന്നുന്നവരുമായി സൗഹൃദം സ്ഥാപിക്കുക.

നിങ്ങളുടെ ഉപബോധ മനസ്സ്, നിങ്ങൾ അറിയണമെന്ന് ആഗ്രഹിക്കുന്നത് ഇപ്രകാരമാണ് : നമ്മൾ പലപ്പോഴും ആശയക്കുഴപ്പത്തിലാകുന്ന വസ്തുതയാണിത് – മറ്റുള്ളവരെക്കാൾ ശ്രേഷ്ഠരാണെന്ന് തോന്നാൻ ആഗ്രഹിക്കുന്നത് അവരുമായി ബന്ധം സ്ഥാപിക്കാൻ ആഗ്രഹിക്കുന്നതിനു തുല്യമല്ല. നാം ഇപ്രകാരം ചെയ്യുന്നത് യഥാർത്ഥത്തിൽ ഉയർന്നവരാകാൻ ആഗ്രഹിക്കുന്നതുകൊണ്ടല്ല, മറിച്ച് വിലപ്പെട്ടവരും മൂല്യമുള്ളവരുമാണെന്ന തോന്നൽ മറ്റുള്ളവരിൽ ജനിപ്പിക്കുവാനാണ്. നമുക്ക് വേണ്ടത് യഥാർത്ഥ ബന്ധവും, മറ്റുള്ളവർക്ക് മുന്നിൽ പ്രധാനിയാണെന്ന ബോധ്യവുമാണ്. എന്നാൽ, അവരുടെ മൂല്യം ഇകഴ്ത്തുന്നത് ഇത് നിറവേറ്റാനുള്ള മാർഗ്ഗമല്ല.

നിങ്ങൾ സ്വയം അട്ടിമറിക്കുന്ന രീതി : നിങ്ങൾ ആഗ്രഹിക്കുന്നത് ചെയ്യുന്നതിൽനിന്ന് നിങ്ങളെ തടയുന്ന പരാജയ ചിന്തകൾ.

നിങ്ങളുടെ ഉപബോധ മനസ്സ്, നിങ്ങൾ അറിയണമെന്ന് ആഗ്രഹിക്കുന്നത് ഇപ്രകാരമാണ് : മറ്റുള്ളവർ നിങ്ങളെ വിധിക്കുകയോ നിരസിക്കുകയോ ചെയ്താൽ നിങ്ങൾ സ്വയം മോശമായി പെരുമാറുന്നത് പ്രാരംഭത്തിൽ ആ വേദന കുറക്കില്ല, അതിനാലാണ് നിങ്ങൾ ഈ പ്രതിരോധ സംവിധാനം ഉപയോഗിക്കുന്നത്. നിങ്ങളെക്കുറിച്ച് ഏറ്റവും മോശമായ കാര്യം നിങ്ങൾ തന്നെ ചിന്തിക്കുമ്പോൾ നിങ്ങളുടെ യഥാർത്ഥ ഭീതികളിൽനിന്നും നിങ്ങൾ മനപ്പൂർവം അചേതനമായി നിലകൊള്ളുന്നു, അതിനാൽത്തന്നെ നിങ്ങളെക്കുറിച്ച് മറ്റൊരാൾ അത്തരം കാര്യങ്ങൾ പറയുന്നത് നിങ്ങൾ അനുവദിക്കും. ഇങ്ങനെ ചെയ്യുന്നതിലൂടെ നിങ്ങളുടെ സ്വന്തം ഭീഷണിയായും ശത്രുവായും പ്രവർത്തിക്കുന്നത് നിങ്ങൾ തന്നെയാണെന്ന് നിങ്ങൾ മനസ്സിലാക്കുന്നില്ല. മറ്റൊരാളുടെ വിധിനിർണ്ണയങ്ങൾക്ക് നിങ്ങളുടെ ജീവിതത്തിൽ സത്യത്തിൽ എന്താണ് ചെയ്യാനാവുക? സത്യമായും, നിങ്ങളുടെ സ്വപ്നങ്ങൾ, അഭിലാഷങ്ങൾ, വ്യക്തിപരമായ സന്തോഷം എന്നിവ പിന്തുടരുന്നതിൽനിന്ന് ഇത് നിങ്ങളെ തീർച്ചയായും തടയും. ഇപ്രകാരമുള്ള ഹാനികരമായ ആശയങ്ങളിൽ ഉറച്ചു നിൽക്കുമ്പോൾ നിങ്ങൾ ചെയ്യുന്നത് അതാണ്. നിങ്ങളുടെ ഈ മാർഗ്ഗങ്ങളിൽനിന്ന് പുറത്തുകടക്കാനുള്ള സമയമാണിത്.

നിങ്ങൾ സ്വയം അട്ടിമറിക്കുന്ന രീതി : നിങ്ങളെ മുന്നോട്ട് കൊണ്ടുപോകാൻ സഹായിക്കുന്ന രീതിയിൽ നിങ്ങളുടെ ജോലിയെ പ്രോത്സാഹിപ്പിക്കാതിരിക്കുക.

നിങ്ങളുടെ ഉപബോധ മനസ്സ്, നിങ്ങൾ അറിയണമെന്ന് ആഗ്രഹിക്കുന്നത് ഇപ്രകാരമാണ്: നിങ്ങൾക്ക് സാധ്യമായ ഏറ്റവും മികച്ച സൃഷ്ടിയല്ല നിങ്ങൾ സൃഷ്ടിക്കുന്നത്, നിങ്ങൾക്ക് അതറിയാം. മറ്റുള്ളവരുടെ വിധിന്യായങ്ങളെക്കുറിച്ചുള്ള ഭയമാണ് നിങ്ങൾ പിന്നോട്ട് പോകുന്നതിന്റെ കാരണം. എന്നാൽ, നിങ്ങൾ സ്വയം വിലയിരുത്താതിരുന്നാൽ അത് നിലനിൽക്കില്ല. നിങ്ങൾ ചുറ്റുമുള്ളവരുമായി പങ്കിടാൻ അഭിമാനിക്കുന്ന കാര്യങ്ങൾ നിങ്ങൾ സൃഷ്ടിക്കണം, നിങ്ങളുടെ ബിസിനസ്സ് അല്ലെങ്കിൽ കരിയർ വളരാൻ ഉതകുന്ന പോസിറ്റീവായ രീതിയിൽ അവ പങ്കിടുമ്പോൾ, നിങ്ങളുടെ കഴിവിന്റെയോ നൈപുണ്യത്തിന്റെയോ ഏറ്റവും മികച്ച ജോലിയാണ് നിങ്ങൾ ചെയ്യുന്നതെന്ന് നിങ്ങൾക്കുറപ്പിക്കാം.

നിങ്ങൾ സ്വയം അട്ടിമറിക്കുന്ന രീതി : നിങ്ങളെക്കുറിച്ചല്ലാത്തപ്പോൾ പോലും കാര്യങ്ങൾ നിങ്ങളെക്കുറിച്ചാണെന്ന ആശങ്ക.

നിങ്ങളുടെ ഉപബോധ മനസ്സ്, നിങ്ങൾ അറിയണമെന്ന് ആഗ്രഹിക്കുന്നത് ഇപ്രകാരമാണ് : നിങ്ങൾ പലപ്പോഴും നിങ്ങളെക്കുറിച്ച് തന്നെ ചിന്തിക്കുന്നു. മറ്റുള്ളവരുടെ ജീവിതം നിങ്ങളെ ചുറ്റിപ്പറ്റിയുള്ളതല്ല, അവരുടെ ചിന്തകളിലും നിങ്ങളല്ല പ്രധാന വിഷയം. നിങ്ങൾ നിങ്ങളെക്കുറിച്ച് ചിന്തിക്കുന്ന പോലെ തന്നെ അവർ തങ്ങളെക്കുറിച്ച് ചിന്തിക്കുന്ന തിരക്കിലാണ്. നിങ്ങളുടെ ജീവിതത്തിലെ ക്രമങ്ങൾ നിങ്ങളുടെ സ്വന്തം പെരുമാറ്റങ്ങളെയാണ് സൂചിപ്പിക്കുന്നതെന്ന് ഓർക്കുക. എന്നാൽ, ഓരോ വിചാരങ്ങളും വ്യക്തിപരമായ ആക്രമണമാണെന്ന് സങ്കൽപ്പിച്ചാൽ, നിങ്ങൾ എല്ലായ്പ്പോഴും ഇരയായി സ്വയം ചിത്രീകരിച്ചുകൊണ്ടിരിക്കും, അത് നിങ്ങളെ പിന്തിരിപ്പിച്ചുകൊണ്ടേ ഇരിക്കും.

നിങ്ങൾ സ്വയം അട്ടിമറിക്കുന്ന രീതി : നിങ്ങൾ ഇഷ്ടപ്പെടാത്ത ഒരു നഗരത്തിലോ പട്ടണത്തിലോ ഉള്ള താമസം.

നിങ്ങളുടെ ഉപബോധ മനസ്സ്, നിങ്ങൾ അറിയണമെന്ന് ആഗ്രഹിക്കുന്നത് ഇപ്രകാരമാണ് : നിങ്ങൾ ഉണ്ടാക്കുന്നിടത്താണ് നിങ്ങളുടെ വീട്, നിങ്ങൾ കണ്ടെത്തുന്നിടത്തല്ല. ഇത് നിങ്ങൾക്ക് ചലിക്കാൻ കഴിയാത്തതിന്റെ പ്രശ്നമാണോ, അതോ നിങ്ങൾ അതിന് മുതിരാത്തതാണോ? സാധാരണയായി നമ്മൾ ഒരേ സ്ഥലത്ത് താമസിക്കുന്നതിന്, ഒരു കാരണമുണ്ട്. അതിൽ നാം ഇഷ്ടപ്പെടുന്ന ചിലതുണ്ട്, അവിടെയാണ് നാം നമ്മുടെ ജീവിതം ചെലവഴിക്കാൻ ആഗ്രഹിക്കുന്നത്. നമ്മൾ ജീവിക്കുന്നത് ഏറ്റവും മികച്ചതോ അഭികാമ്യമോ ആയ മേഖലയിലല്ലെന്ന് മറ്റുള്ളവർ കണ്ടെത്തിയാലുള്ള അവരുടെ വിധിയെ ഭയക്കുന്നതിനാലാണ് നാം അതിനെ എതിർക്കുന്നത്. വേണ്ടത്ര "പുരോഗമിച്ചിട്ടില്ല" എന്ന് ആളുകൾ നിങ്ങളെ വിലയിരുത്തുമെന്ന് ഒരുപക്ഷെ നിങ്ങൾ ഭയപ്പെട്ടേക്കാം. നിങ്ങൾ സ്വയമേ വിധി നിർണ്ണയിക്കുന്നു എന്നതാണ് സത്യം, അതിനുപകരം നിങ്ങൾ സമാധാനം തിരഞ്ഞെടുക്കുകയോ നിങ്ങൾ എവിടെ ജീവിക്കാൻ തിരഞ്ഞെടുത്തുവോ അതിനുള്ള കാരണങ്ങളിൽ അഭിമാനം കൊള്ളുകയും വേണം.

നിങ്ങൾ സ്വയം അട്ടിമറിക്കുന്ന രീതി : സമയം കടന്നുപോകാനുള്ള ഒരു മാർഗ്ഗമെന്ന നിലയിൽ സോഷ്യൽ മീഡിയയിലൂടെ അശ്രദ്ധമായി സ്ക്രോൾ ചെയ്യുക.

നിങ്ങളുടെ ഉപബോധ മനസ്സ്, നിങ്ങൾ അറിയണമെന്ന് ആഗ്രഹിക്കുന്നത് ഇപ്രകാരമാണ് : ഇത് നിങ്ങളെത്തന്നെ മരവിപ്പിക്കാനുള്ള

എളുപ്പവഴികളിലൊന്നാണ്. കാരണം ഇത് എളുപ്പം ചെയ്യാവുന്നതും ആസക്തിയുളവാക്കുന്നതുമാണ്. സോഷ്യൽ മീഡിയയെ ആരോഗ്യ കരമായ രീതിയിൽ ഉപയോഗിക്കുന്നതിനും ഒരു സ്വയം നിർമ്മിത മെക്കാനിസമായി ഉപയോഗിക്കുന്നതിനും വലിയ വ്യത്യാസമുണ്ട്, ലോകത്തെ മാറ്റിമറിക്കാൻ കഴിവുള്ള ഒന്ന്. മിക്കവാറും, നിങ്ങൾ പൂർത്തിയാക്കിയശേഷം നിങ്ങൾക്ക് എങ്ങനെ തോന്നുന്നു എന്നതു മായി ഇത് ബന്ധപ്പെട്ടിരിക്കുന്നു. പ്രചോദനത്താലോ ശാന്തത എന്ന തോന്നലിനാലോ നിങ്ങൾ ഫോൺ താഴെ വെക്കുന്നില്ലെ ങ്കിൽ, നിങ്ങളുടെ ഉള്ളിലെ എന്തെങ്കിലും തരത്തിലുള്ള അസ്വാസ്ഥ്യ ങ്ങൾ ഒഴിവാക്കാൻ നിങ്ങൾ ശ്രമിക്കുന്നുണ്ടാകാം – മാറ്റണമെന്ന് നിങ്ങളോട് നിരന്തരമായി അഭ്യർത്ഥിച്ചുകൊണ്ടിരിക്കുന്ന നിങ്ങളുടെ അസ്വാസ്ഥ്യങ്ങൾ.

വീണ്ടും ശ്രവിക്കാൻ പഠിക്കുന്നു

നിങ്ങൾ ഇപ്പോൾ നിങ്ങളുടെ ആന്തരിക സൂചകങ്ങളിൽ ശ്രദ്ധ ചെലുത്താൻ തുടങ്ങിയിരിക്കുന്നതിനാൽ, സ്വയം എങ്ങനെ ശ്രദ്ധി ക്കുകയും തത്സമയം പ്രതികരിക്കുകയും ചെയ്യണമെന്ന് മനസ്സിലാ ക്കേണ്ടത് പ്രധാനമാണ്.

ഈ നിമിഷത്തിൽ നിങ്ങളുടെ ആവശ്യങ്ങൾ എങ്ങനെ തിരിച്ചറി യണമെന്നോ പരിഹരിക്കണമെന്നോ അറിയാത്തതിന്റെ ഫലമാണ് നിങ്ങളുടെ നിലവിലെ അവസ്ഥ. നിങ്ങളുടെ തിരഞ്ഞെടുപ്പുകളും പെരുമാറ്റങ്ങളും നിരന്തരം "പരിഹരിക്കാൻ" നിങ്ങൾ ആഗ്രഹി ക്കുന്നില്ലെങ്കിൽ, നിങ്ങളുടെ വികാരങ്ങൾ തത്സമയം എങ്ങനെ നടപ്പിലാക്കണമെന്നും വ്യാഖ്യാനിക്കണമെന്നും നിങ്ങൾ പഠിക്കേ ണ്ടതുണ്ട്. വൈകാരിക ഇന്റലിജൻസ് കെട്ടിപ്പടുക്കുന്നതിനുള്ള ഒരു പ്രക്രിയയാണ് ഇത്, അത് വിശദമായി അടുത്ത അധ്യായത്തിൽ നമുക്കു പഠിക്കാം. എന്നിരുന്നാലും, ഇവിടെയാണ് നമ്മുടെ ആരംഭം : നമ്മുടെ സഹജാവബോധം എങ്ങനെ ശ്രവിക്കാമെന്നു തിരിച്ചറി യുന്നതിലൂടെ.

ഭാവിയെക്കുറിച്ച് ആശങ്കകളില്ലാതെ നിങ്ങളിലെ സഹജാവബോധത്തെ എങ്ങനെ പിന്തുടരാം

ആധുനിക ജ്ഞാനത്തിന്റെ ഏറ്റവും പ്രധാനപ്പെട്ട തത്വങ്ങളിലൊന്ന്,

ഉള്ളിന്റെയുള്ളിൽ, നിങ്ങളുടെ ജീവിതത്തിലെ എല്ലാ കാര്യങ്ങളെക്കുറിച്ചും, വിപുലീകരണത്തിലൂടെ നിങ്ങളുടെ ഭാവിയെക്കുറിച്ചുമുള്ള എല്ലാ സത്യങ്ങളും നിങ്ങൾക്കറിയാം എന്നതാണ്. നിങ്ങൾ സ്വയം ഒരു വെളിപാട് ആണെന്നതാണ് ആശയം, നിങ്ങളുടെ വികാരങ്ങൾ ഇപ്പോൾ സംഭവിക്കുന്ന കാര്യങ്ങളിൽ മാത്രമല്ല, ഉടൻ സംഭവിക്കാൻ പോകുന്നവയിലേക്കും വ്യാപിക്കുന്നു.

ഇത് വിശ്വസിക്കുന്നതിൽ നമ്മെ കുറ്റപ്പെടുത്താനാവില്ല. നമ്മുടെ മസ്തിഷ്കത്തിന്റെയും ശരീരത്തിന്റെയും പരസ്പരബന്ധിതത്വം തെളിയിക്കുന്ന കാര്യമായ അളവിലുള്ള ഗവേഷണങ്ങളുണ്ട് – നമുക്ക് ഒരു "ഗട്ട് ഫീലിംഗ്" അല്ലെങ്കിൽ യുക്തിക്ക് മുൻപുള്ള ഒരു സഹജാവബോധം ഉണ്ടാകുന്നത് പലപ്പോഴും ശരിയാകുന്നത് എന്തുകൊണ്ടാണെന്ന് അവ വിശദീകരിക്കുന്നു.

നമ്മുടെ ദഹനനാളത്തിന്റെ പാളി ഒരു "രണ്ടാം മസ്തിഷ്കം" ആയി പ്രവർത്തിക്കുന്നു എന്നതാണിതിന് കാരണം. നിങ്ങളുടെ മനസ്സിന് ഓർമ്മിച്ചെടുക്കാൻ കഴിയുന്നതിനേക്കാൾ വേഗത്തിൽ നിങ്ങൾ മാറ്റി നിർത്തിയ വിവരങ്ങൾ നിങ്ങളുടെ ശരീരത്തിന് ഓർമ്മിച്ചെടുക്കാൻ കഴിയുന്നു. ഈ അവിശ്വസനീയമായ വൈദഗ്ധ്യമാണ് നിങ്ങളുടെ സഹജാവബോധം മിക്കവാറും സമയങ്ങളിൽ ശരിയാക്കുന്നത്.

നിങ്ങളുടെ അന്നനാളം—വിവേകിയാണെങ്കിലും—അതീന്ദ്രിയമല്ല.

നിങ്ങൾക്ക് നിങ്ങളിലേക്ക് കൂടുതൽ ഇറങ്ങിച്ചെല്ലണമെങ്കിൽ, നിങ്ങളുടെ ഹൃദയത്തെ പിന്തുടരുക, നിങ്ങളുടെ അഭിനിവേശം പിന്തുടരുക, നിങ്ങളുടെ ആത്മാവിനെ കണ്ടെത്തുക – അത് എന്തുതന്നെയായാലും – നിങ്ങൾ ആദ്യം മനസ്സിലാക്കേണ്ട കാര്യം, നിങ്ങളുടെ "ഉള്ളുണർവുകൾക്ക്" വർത്തമാനകാലത്ത് സംഭവിക്കുന്ന കാര്യങ്ങളോട് മാത്രമേ പ്രതികരിക്കാൻ കഴിയൂ എന്നതാണ്. ഭാവിയിലെ ഒരു സംഭവത്തെക്കുറിച്ച് നിങ്ങൾക്ക് ഒരു "സഹജബുദ്ധി" ഉണ്ടെങ്കിൽ, നിങ്ങൾ അത് പ്രൊജക്റ്റ് ചെയ്യുകയാണ് ചെയ്യുന്നത്.

ഇങ്ങനെയാണ് നിങ്ങളുടെ "ഉള്ളുണർവിനെ" കൂടുതൽ അടുത്തറിയാൻ നിങ്ങൾക്കാവുക. മുന്നിൽ നിൽക്കുന്നയാളോടാണോ അതോ അയാളെക്കുറിച്ച് നിങ്ങൾ സൂക്ഷിക്കുന്ന ആശയത്തോടാണോ നിങ്ങൾ പ്രതികരിക്കുന്നത്? നിങ്ങൾ ഇപ്പോൾ കടന്നുപോകുന്ന ഒരു സാഹചര്യത്തോടാണോ അതോ നിങ്ങൾ സങ്കൽപ്പിക്കുന്ന

ഒന്നിനോടാണോ നിങ്ങൾ പ്രതികരിക്കുന്നത്? ഇപ്പോൾ എന്താണ് സംഭവിക്കുമെന്നതിനാലാണോ ഭാവിയിൽ നിങ്ങൾ പ്രതീക്ഷിക്കുന്നതും ഭയക്കുന്നതുമായ കാര്യങ്ങളെക്കുറിച്ചാണോ നിങ്ങളുടെ ആശങ്കകൾ?

വർത്തമാനകാലത്ത് ശരിക്കും പ്രവർത്തിക്കാൻ കഴിയുക എന്നത് ഒഴിച്ചുനിർത്തിയാൽ, നിങ്ങളുടെ സഹജാവബോധം നിശബ്ദമാണ്. നിങ്ങളുടെ ഉള്ളിലെ ആ "ചെറിയ ശബ്ദം" അത് വളരെ ചെറുതാണ്.

അത് നിലവിളിക്കുന്നില്ല. പരിഭ്രാന്തരാകുന്നില്ല. നിങ്ങളുടെ ശ്രദ്ധ ആകർഷിക്കാൻ അഡ്രിനാലിൻ നിങ്ങളുടെ ശരീരത്തിലേക്ക് പമ്പ് ചെയ്യുന്നില്ല. ഇത് കോപമല്ല. നിങ്ങളുടെ ഇരുണ്ട നിമിഷങ്ങളുടെ മധ്യത്തിൽ വ്യക്തതയുടെ തരംഗങ്ങളാണ് നിങ്ങളെ മറികടക്കുന്നത്, അവ നിങ്ങളോട് ഇപ്രകാരം പറയുന്നു : *എല്ലാം ശരിയാകും; നിങ്ങൾ കരുതുന്നത്ര മോശമല്ല ഇത്, എല്ലാം ശരിയായയാണ് നടക്കുന്നത്.*

കാര്യങ്ങൾ മികച്ചതാക്കാൻ നിങ്ങളുടെ സഹജാവബോധം പ്രവർത്തിക്കുന്നു, അതേസമയം നിങ്ങളുടെ ഭാവന പലപ്പോഴും കാര്യങ്ങൾ കൂടുതൽ വഷളാക്കും.

എന്നാൽ, ഇത് പലപ്പോഴും ആളുകളെ ആശയക്കുഴപ്പത്തിലാക്കുന്നു. കാരണം ഏത് വികാരങ്ങളാണ് നിങ്ങളുടെ സഹജാവബോധം, എന്തൊക്കെയാണ് നിങ്ങളുടെ ഭയം, സംശയങ്ങൾ, അല്ലെങ്കിൽ പരിമിതപ്പെടുത്തുന്ന വിശ്വാസങ്ങൾ? അവ തമ്മിലുള്ള വ്യത്യാസങ്ങൾ നമുക്ക് എങ്ങനെ അറിയാൻ കഴിയും?

അതെ, നിങ്ങളുടെ സഹജവാസനകൾ യഥാർത്ഥത്തിൽ വികാരങ്ങളല്ല; അവ പ്രതികരണങ്ങളാണ്.

ആരെങ്കിലുമായി സമയം ചിലവഴിച്ചതിനുശേഷം നിങ്ങൾ ക്ഷീണിതനാണെന്നോ അവരെ വീണ്ടും കാണാൻ ആഗ്രഹിക്കുന്നില്ലെന്ന് തോന്നുകയോ ചെയ്താൽ, അതാണ് നിങ്ങളുടെ സഹജാവബോധം. നിങ്ങൾ ചെയ്യുന്ന ജോലി നിങ്ങളെ തളർത്തുകയും ഓരോ നിമിഷവും നിർബന്ധിതവും അശ്രദ്ധവുമാകുകയും ചെയ്യുന്നുവെങ്കിൽ, അത് നിങ്ങളുടെ സഹജാവബോധമാണ്. സഹജാവബോധം ഒരു വികാരമല്ല (ഇന്ന് നിങ്ങൾ സങ്കടപ്പെടുന്ന ഒരു "സഹജബോധവും" നിങ്ങൾക്കില്ല); സഹജാവബോധം അതിനെക്കുറിച്ച് ചിന്തിക്കാതെ തന്നെ ദോഷത്തിന്റെ വഴിയിൽനിന്ന് സ്വയം വ്യതിചലിക്കലാണ്.

നിങ്ങളുടെ വികാരങ്ങൾ സാധുവാണെങ്കിലും പലപ്പോഴും യഥാർത്ഥ മല്ലെന്ന് നിങ്ങൾ ഓർക്കണം. അവ എല്ലായ്പ്പോഴും യാഥാർത്ഥ്യ ത്തിന്റെ കൃത്യമായ പ്രതിഫലനങ്ങളല്ല. എന്നിരുന്നാലും, അവ എല്ലായ്പ്പോഴും നമ്മുടെ ചിന്തകളുടെ കൃത്യമായ പ്രതിഫലന ങ്ങളാണ്. നമ്മുടെ ചിന്തകൾ നമ്മുടെ വികാരങ്ങളെ മാറ്റുന്നു. എന്നാൽ, അവ നമ്മുടെ സഹജാവബോധത്തെ മാറ്റുന്നില്ല. നിങ്ങൾ സ്വാഭാവികമായി ആകർഷിക്കുന്നത് നിങ്ങളുടെ സഹജവാസന യെയാണ്. ഇത് നിങ്ങൾക്ക് തോന്നുകയോ വ്യാഖ്യാനിക്കുകയോ ചെയ്യുന്ന ഒന്നല്ല; അത് നിങ്ങൾ സ്വാഭാവികമായും ചെയ്യുന്ന ഒന്നാണ്.

ആളുകൾ തങ്ങൾ ഇഷ്ടപ്പെടുന്ന ഒരു ജീവിതം കെട്ടിപ്പടുക്കുന്നതിന് അവരുടെ സഹജാവബോധം ഉപയോഗിക്കുന്നതിനെക്കുറിച്ച് സംസാരിക്കുമ്പോൾ, അവർ അർത്ഥമാക്കുന്നത് ഇതാണ് : അവരുടെ സൂക്ഷ്മമായ അവബോധത്താൽ അവർക്ക് മികച്ചതായി തോന്നുന്നവയെ അവർ അനുസരിക്കുന്നു.

ചിലപ്പോൾ, നിങ്ങളുടെ സഹജാവബോധം നിങ്ങളെ നിങ്ങളുടെ കലയിലേക്ക് നയിക്കും, അത് നിങ്ങളെ അസ്വസ്ഥമാക്കുകയും പ്രതിരോധിക്കുകയും ചെയ്യുന്നുവെങ്കിൽ പോലും. ചില സമയങ്ങ ളിൽ, നിങ്ങളുടെ സഹജാവബോധം ഒരു ബന്ധം കഠിനമാണെ ന്നാൽപോലും അത് തുടരാൻ നിങ്ങളെ പ്രേരിപ്പിച്ചേക്കാം.

ദിവസത്തിലെ എല്ലാ മണിക്കൂറിലും നിങ്ങൾക്ക് സുഖവും ആന ന്ദവും ഉണ്ടെന്ന് ഉറപ്പാക്കുവാനല്ല നിങ്ങളുടെ സഹജാവബോധം നിലകൊള്ളുന്നത്. നിങ്ങളുടെ താൽപര്യങ്ങൾ, കഴിവുകൾ, ആഗ്രഹങ്ങൾ എന്നിവ എവിടെയാണെന്ന് ഇത് കാണിക്കുന്ന തിനാൽ നിങ്ങൾ ചെയ്യാൻ ഉദ്ദേശിക്കുന്ന കാര്യത്തിലേക്ക് ഇത് നിങ്ങളെ വഴിതെളിക്കുന്നു.

സഹജവാസനയും ഭയവും സമാനമായി തോന്നാം

നിങ്ങളുടെ ഹൃദയത്തെ വിശ്വസിക്കുക എന്നതിനർത്ഥം അതിനെ ഒരു വെളിപാടായി കണക്കാക്കുക എന്നല്ല.

അപ്പോഴാണ് ഈ ആശയം വളരെ പ്രശ്നകരമാകുന്നത്. ക്രമരഹി തമായ വികാരങ്ങളെ *അന്ധമായി* വിശ്വസിക്കുക മാത്രമല്ല നാം ചെയ്യുന്നത്, ഭാവി കൂടി അതിലേക്കു നാം ചേർത്തുവയ്ക്കുകയും നമുക്ക് തോന്നുന്ന എല്ലാ കാര്യങ്ങളും യഥാർത്ഥത്തിൽ നമുക്കായുള്ള

മുന്നറിയിപ്പോ വരാനിരിക്കുന്ന കാര്യങ്ങളുടെ വെളിപാടോ ആണെന്ന് അനുമാനിക്കുകയും ചെയ്യുന്നു.

എന്തുകൊണ്ടാണ് ഇത് സംഭവിക്കുന്നത്, എങ്ങനെയാണ് ഇത് സംഭവിക്കുന്നത്, നിങ്ങളുടെ ജീവിതം നശിപ്പിക്കുന്നതിൽനിന്ന് എങ്ങനെ തടയാം എന്നതെല്ലാം നമുക്കൊന്ന് പഠിക്കാൻ ശ്രമിക്കാം.

വികാരങ്ങൾ ശരിയായ തീരുമാനങ്ങളെടുക്കാൻ നമ്മെ പ്രാപ്തരാക്കില്ല.

ശരിയായ തീരുമാനങ്ങൾ, മറിച്ച്, നമ്മിൽ ശെരിയായ വികാരങ്ങളുണർത്തുന്നു.

നിങ്ങളുടെ വികാരങ്ങൾ ജീവിതത്തിലുടനീളം നിങ്ങളെ നയിക്കാൻ ഉദ്ദേശിച്ചുള്ളതല്ല; അതിനാണ് നിങ്ങളുടെ മനസ്സ് നിലകൊള്ളുന്നത്.

നിങ്ങളുടെ എല്ലാ പ്രേരണകളും നിങ്ങൾ സത്യസന്ധമായി പിന്തുടരുകയാണെങ്കിൽ, നിങ്ങൾ പൂർണ്ണമായും കുടുങ്ങിപ്പോകും, നിങ്ങൾ അലസനോ, ഒരുപക്ഷേ നിർജ്ജീവനോ ആയേക്കാം എന്തുതന്നെയായാലും നിങ്ങൾ വലിയ കുഴപ്പത്തിലേക്ക് കൂപ്പുകുത്തും. നിങ്ങൾ അങ്ങനെയല്ല, കാരണം നിങ്ങളുടെ മസ്തിഷ്കത്തിന് ദീർഘകാലത്തേക്ക് നിങ്ങൾ അനുഭവിക്കാൻ ആഗ്രഹിക്കുന്ന കാര്യങ്ങൾ പ്രതിഫലിപ്പിക്കുന്ന തിരഞ്ഞെടുപ്പുകൾ എങ്ങനെ നടത്താമെന്ന് നിങ്ങളെ ഉപദേശിക്കാനും അതിൽ ഇടപെടലുകൾ നടത്താനും കഴിയും.

വ്യക്തത, ശാന്തത, ആരോഗ്യം, ലക്ഷ്യബോധം എന്ന ആവർത്തിച്ചുള്ള ദൈനംദിന പ്രവർത്തനങ്ങൾ ചെയ്യാൻ നിങ്ങൾ സ്വയം വ്യവസ്ഥ ചെയ്യുമ്പോൾ നിങ്ങളുടെ ഉള്ളിൽ സമാധാനത്തിന്റെയും സന്തോഷത്തിന്റെയും വികാരങ്ങൾ നിങ്ങൾ അനുഭവിക്കാൻ തുടങ്ങും.

നിങ്ങളുടെ ജീവിതം മാസ്റ്റർ ചെയ്യാൻ നിങ്ങൾ ആഗ്രഹിക്കുന്നുവെങ്കിൽ, നിങ്ങളുടെ വികാരങ്ങൾ ക്രമീകരിക്കാൻ നിങ്ങൾ പഠിക്കേണ്ടതുണ്ട്. അവയെക്കുറിച്ച് ബോധവാന്മാരാകുന്നതിലൂടെ, അവയെ പ്രേരിപ്പിച്ച ചിന്താ പ്രക്രിയ നിങ്ങൾക്ക് കണ്ടെത്താനാകും. കൂടാതെ അവ യഥാർത്ഥത്തിൽ ഭീഷണിയാണോ ആശങ്കയാണോ, അതോ നിങ്ങളെ ജീവനോടെ നിലനിർത്താൻ ശ്രമിക്കുന്ന നിങ്ങളുടെ ഉരഗ മനസ്സ് കെട്ടിച്ചമച്ച മിഥ്യയാണോ എന്ന് അവിടെ നിന്നുകൊണ്ട് നിങ്ങൾക്ക് തീരുമാനിക്കാം.

ഓർക്കുക : നിങ്ങളുടെ മസ്തിഷ്കം പ്രകൃതിക്ക് വേണ്ടി നിർമ്മിച്ചതാണ്. നിങ്ങളുടെ ശരീരം കാട്ടിൽ അതിജീവിക്കാൻ രൂപകൽപ്പന ചെയ്തിട്ടുള്ളതാണ്. പരിഷ്കൃതവും ആധുനികവുമായ ഒരു ലോകത്തെ നാവിഗേറ്റ് ചെയ്യാൻ ശ്രമിക്കുന്ന ഒരു മൃഗീയ രൂപം നിങ്ങളിലുണ്ട്. ഈ പ്രേരണകൾ ഉണ്ടായതിന് സ്വയം ക്ഷമിക്കുക, അതേ സമയം, നിങ്ങളുടെ തിരഞ്ഞെടുപ്പുകൾ ആത്യന്തികമായി നിങ്ങളുടേത് മാത്രമാണെന്ന മനസ്സിലാക്കുക. നിങ്ങൾക്ക് എന്തും അനുഭവപ്പെടാം. എന്നാൽ, അവയിലെല്ലാം പ്രവർത്തിക്കരുത്.

എന്തുകൊണ്ടാണ് നമ്മോട് "നമ്മുടെ സഹജാവബോധം ശ്രദ്ധിക്കുക" എന്ന് പ്രാരംഭം മുതൽക്കേ പറയുന്നത്?

നിങ്ങളുടെ അന്നപഥം നിങ്ങളുടെ മനസ്സുമായി ആഴത്തിൽ ബന്ധപ്പെട്ടിരിക്കുന്നു. നിങ്ങളുടെ ദഹനവ്യവസ്ഥയും നിങ്ങളുടെ തലച്ചോറിലെ സെറോടോണിന്റെ ഉൽപ്പാദനവും തമ്മിൽ ഒരു ശാരീരിക ബന്ധമുണ്ട്. നിങ്ങളുടെ വാഗസ് നാഡി നിങ്ങളുടെ കുടലിൽനിന്ന് തലയിലേക്ക് ഘടനക്രമം ചെയ്യപ്പെട്ടിരിക്കുന്നു, ഇത് നിങ്ങളുടെ ഘടനയെ നിയന്ത്രിക്കാൻ സഹായിക്കുന്ന ഒരു ആശയവിനിമയ ഉപകരണമായി പ്രവർത്തിക്കുകയും ചെയ്യുന്നുണ്ട്.[6]

നിങ്ങളുടെ വയറും മനസ്സും അന്തർലീനമായി ബന്ധപ്പെട്ടിരിക്കുന്നു, അതുകൊണ്ടാണ് ആളുകൾ "ആഴത്തിൽ" എന്തെങ്കിലും അറിയുന്നതിനെക്കുറിച്ചോ അവർ അസ്വസ്ഥരാകുമ്പോൾ, അവർക്ക് "വയറിന് അസുഖം" ഉണ്ടെന്നോ എന്തിനോട് "ഗട്ട് റിയാക്ഷൻ" ഉണ്ടെന്നോ വിശദീകരിക്കുന്നത്.

ഇവിടെ അഭിസംബോധന ചെയ്യപ്പെടാത്തത് എന്തെന്നാൽ നിങ്ങളുടെ സഹജാവബോധം ശ്രവിക്കുന്നത് വർത്തമാനകാലത്തെ സംഭവങ്ങളാണ് എന്നതാണ്. ഭാവിയിലെ ഒരു സംഭവത്തെക്കുറിച്ച് നിങ്ങൾക്ക് ഒരു സഹജാവബോധമുണ്ടാകില്ല, കാരണം അത് ഇതുവരെ നിലവിലില്ല. നിങ്ങൾ ഭാവിയെ സംബന്ധിച്ച് ഭയാധിഷ്ഠിത പ്രതികരണമോ മെമ്മറി പ്രതികരണമോ ആയ ചിന്തകൾ പ്രൊജക്റ്റ് ചെയ്തേക്കാം. എന്നാൽ, ഒരു വ്യക്തിയെക്കുറിച്ചോ ഭാവിയിലെ സംഭവത്തെക്കുറിച്ചോ നിങ്ങൾക്ക് സഹജമായി യാതൊന്നും തന്നെ അറിയാൻ കഴിയില്ല.

അവരുമായി ഇടപഴകിയതിനുശേഷം മാത്രമാണ് നിങ്ങൾക്ക് അവരെ സംബന്ധിച്ചുള്ള സഹജാവബോധം അനുഭവപ്പെടുക

യുള്ളൂ. ഒരു ജോലി നിങ്ങൾക്ക് അനുയോജ്യമാണോ അല്ലയോ എന്ന് നിങ്ങൾ തിരിച്ചറിയണമെങ്കിൽ, അത് കുറച്ച് നേരമെങ്കിലും ചെയ്തു നോക്കേണ്ടത് അനിവാര്യമാണ്.

നമ്മുടെ സഹജാവബോധത്തെ നാം ഭാഗ്യം പ്രവചിക്കുവാനുള്ള സംവിധാനങ്ങളായി ഉപയോഗിക്കാൻ ശ്രമിക്കുന്നതാണ് പ്രശ്നം, ഇത് ക്ലേശങ്ങൾ ഒഴിവാക്കുവാനും ഭാവിയിലെ സുഖങ്ങൾ അധികരിപ്പിക്കുവാനും നമ്മുടെ ശരീരത്തെ സ്വാധീനിക്കുവാനുള്ള നമ്മുടെ തലച്ചോറിന്റെ സൃഷ്ടിപരമായ മാർഗ്ഗം മാത്രമാണ്. എന്നാൽ, അതല്ല യഥാർത്ഥത്തിൽ സംഭവിക്കുന്നത്. യഥാർത്ഥ പ്രതികരണം എന്താണെന്നും ആസൂത്രണം എന്താണെന്നും തിരിച്ചറിയുന്നതിനു പകരം നമുക്ക് തോന്നുന്ന ഓരോ കാര്യത്തെയും അക്ഷരാർത്ഥത്തിൽ വിശ്വസിക്കുന്നതിനാൽ നാം കുടുങ്ങിക്കിടക്കുന്നു.

സഹജാവബോധത്തിനും ഭയത്തിനും ഇടയിലെ വ്യത്യാസം തിരിച്ചറിയുക

ഒന്നാമതായി, നിങ്ങളുടെ സഹജാവബോധത്തിന് ഈ നിമിഷത്തിൽ നിങ്ങളെ വളരെയധികം സേവിക്കാൻ കഴിയുമെന്ന് മനസ്സിലാക്കുക. ഒരു കാര്യത്തോടുള്ള നിങ്ങളുടെ ആദ്യ പ്രതികരണം പലപ്പോഴും ഏറ്റവും ബുദ്ധിപരമായ പ്രതികരണമാണ്. കാരണം നിങ്ങൾ ലോഗ് ഓഫ് ചെയ്ത ഉപബോധമനസ്സിന്റെ എല്ലാ വിവരങ്ങളും മുൻപ് എന്തെങ്കിലും നിങ്ങളെ അറിയിക്കാൻ നിങ്ങളുടെ ശരീരം ഉപയോഗിച്ചവയാകാം, അത് രണ്ടാമത് ഊഹിക്കാൻ നിങ്ങളുടെ തലച്ചോറിന് അവസരം ലഭിക്കുകയും നിങ്ങളുടെ ശരീരം ഇത് ഉപയോഗപ്രദമാക്കുകയും ചെയ്യും.

ഈ നിമിഷത്തിൽ തുടരുകയും ഇവിടെ ഇപ്പോൾ എന്താണ് സത്യമെന്ന് സ്വയം ചോദിക്കുകയും ചെയ്യുന്നതിലൂടെ നിങ്ങൾക്ക് ഇത് നിങ്ങളുടെ നേട്ടത്തിനായി ഉപയോഗിക്കാം. നിങ്ങൾ മറ്റൊരു വ്യക്തിയോടൊപ്പമോ വ്യത്യസ്തമായ പ്രവർത്തിയിലോ പെരുമാറ്റത്തിലോ ആയിരിക്കുമ്പോൾ, ചിന്തിക്കുക, എന്താണ് സത്യം? നിങ്ങൾ ഇപ്പോൾ ഒരു കാര്യവുമായി ഏർപ്പെട്ടിരിക്കുമ്പോൾ നിങ്ങൾക്ക് ലഭിക്കുന്ന ആഴമേറിയതും ഉൾക്കാഴ്ചയുള്ളതുമായ സഹജാവബോധം എന്താണ്?

നിങ്ങൾ കേവലം സങ്കൽപ്പിക്കുകയോ ഊഹിക്കുകയോ വിശദാംശങ്ങൾ ഓർമ്മിക്കുകയോ ഭാവിയെക്കുറിച്ച് ചിന്തിക്കുകയോ ചെയ്യു

മ്പോഴുള്ള നിങ്ങളുടെ പ്രതികരണം നിങ്ങൾ ചിന്തിക്കുന്നതിൽ നിന്നും നിങ്ങളുടെ തോന്നലുകളിൽനിന്നും വിഭിന്നമാണോ? സാധാരണഗതിയിൽ, അത്തരം പ്രവചനങ്ങളിൽ ഭയം കൂടി ഉൾപ്പെടുന്നു, അതേസമയം നിങ്ങളുടെ ഉടനടിയുള്ള പ്രതികരണം നിങ്ങളുടെ യഥാർത്ഥ സഹജാവബോധത്തെ പ്രതിഫലിപ്പിക്കുകയും ചെയ്യും.

മൊത്തത്തിൽ, നിങ്ങളുടെ സത്യസന്ധമായ സഹജാവബോധം നിങ്ങളെ ഒരിക്കലും പരിഭ്രാന്തിയിലേക്ക് തള്ളിവിടുകയില്ല. നിങ്ങളുടെ സഹജാവബോധം എല്ലായ്പ്പോഴും സൂക്ഷ്മവും സൗമ്യവുമാണ്, അത് പലതും നിങ്ങൾക്കുള്ളതല്ലെന്ന് നിങ്ങളോട് പറയുമെങ്കിൽ പോലും. നിങ്ങളുടെ സഹജാവബോധത്തിന് ആരെയെങ്കിലും കാണരുതെന്നോ ഒരു സ്നേഹബന്ധത്തിലോ പ്രത്യേക സ്വഭാവത്തിലോ ഏർപ്പെടുന്നത് നിർത്തണമെന്നോ താല്പര്യമുണ്ടെങ്കിൽ, അതിനുള്ള പ്രേരണ ശാന്തമായിരിക്കും.

എന്തുകൊണ്ടാണ് അതിനെ "എളിയ ശബ്ദം" എന്ന് വിളിക്കുന്നത്. ഇത് നഷ്ടപ്പെടാൻ വളരെ എളുപ്പമാണ്. ഒച്ചവെക്കാനും വളരെ എളുപ്പമാണ്.

അവബോധജന്യമായ പ്രേരണകളും നുഴഞ്ഞു കയറുന്ന ചിന്തകളും തമ്മിൽ

നിങ്ങൾ സ്വയം ശ്രദ്ധിക്കാൻ തുടങ്ങുമ്പോൾ, സഹായകരവും അവബോധജന്യവുമായ ചിന്തകളും ദോഷകരവും നുഴഞ്ഞുകയറിക്കൂടുന്ന ചിന്തകളും തമ്മിലുള്ള വ്യത്യാസം പറയാൻ നിങ്ങൾക്ക് ബുദ്ധിമുട്ടായിരിക്കാം. അവ രണ്ടും ഒരേപോലെ പ്രവർത്തിക്കുന്നു – അവ സത്വരമാണ്, പ്രതികരണക്ഷമമാണ്. കൂടാതെ മുൻപ് കാണാത്ത ചില ഉൾക്കാഴ്ചകളും അവ വാഗ്ദാനം ചെയ്യുന്നു – എന്നിട്ടും അവ പ്രായോഗിക തലത്തിൽ തികച്ചും വ്യത്യസ്തമായി പ്രവർത്തിക്കുന്നു.

അവബോധം വഴി ഉളവാകുന്നതും ഭയത്താൽ ഉളവാക്കപ്പെടുന്നതുമായ ചിന്തകൾ തമ്മിലുള്ള വ്യത്യാസങ്ങൾ നമുക്ക് ഇപ്രകാരം അനുക്രമീകരിക്കാൻ തുടങ്ങാം :

- അവബോധജന്യമായ ചിന്തകൾ ശാന്തമാണ്. നുഴഞ്ഞുകയറുന്ന ചിന്തകൾ അമിതാവേശകരവും ഭയം ജനിപ്പിക്കുന്നതുമാണ്.

- അവബോധജന്യമായ ചിന്തകൾ യുക്തിസഹമാണ്; അവ ഒരു പരിധിവരെ പ്രത്യക്ഷ ജ്ഞാനമുൾക്കൊള്ളുന്നു. നുഴഞ്ഞുകയറുന്ന ചിന്തകൾ യുക്തിരഹിതമാണ്, പലപ്പോഴും ഒരു സാഹചര്യത്തെ പെരുപ്പിച്ചു കാണിക്കുന്നതിൽ നിന്നോ അല്ലെങ്കിൽ സാധ്യമായ ഏറ്റവും മോശമായ നിഗമനത്തിലെത്തുന്നതിൽനിന്നോ അവ ഉരുത്തിരിയുന്നു.
- അവബോധജന്യമായ ചിന്തകൾ വർത്തമാനകാലത്ത് നിങ്ങളെ സഹായിക്കുന്നു. നിങ്ങൾ ഒരു മികച്ച തീരുമാനം എടുക്കണമെന്ന വിവരം അവർ നിങ്ങൾക്ക് നൽകുന്നു. നുഴഞ്ഞുകയറുന്ന ചിന്തകൾ പലപ്പോഴും ക്രമാതീതമായി പ്രവർത്തിക്കുന്നു, ഈ നിമിഷത്തിൽ നടക്കുന്ന കാര്യങ്ങളുമായി യാതൊരു ബന്ധവുമതിനില്ല.
- അവബോധജന്യമായ ചിന്തകൾ "നിശബ്ദമാണ്"; നുഴഞ്ഞുകയറുന്ന ചിന്തകൾ "ഉച്ചത്തിൽ" ആണ്, അതിനാൽ തന്നെ ആദ്യത്തേത് കേൾക്കാൻ ബുദ്ധിമുട്ടുമാണ്.
- അവബോധജന്യമായ ചിന്തകൾ സാധാരണയായി ഒന്നോ രണ്ടോ തവണ നിങ്ങളിലേക്ക് വരും, അവ നിങ്ങളിൽ വിവേകമുണർത്തുന്നു. നുഴഞ്ഞുകയറുന്ന ചിന്തകൾ സ്ഥിരമായതും പരിഭ്രാന്തി ഉളവാക്കുന്നതുമാണ്.
- അവബോധജന്യമായ ചിന്തകൾ പലപ്പോഴും സ്നേഹമുള്ളവയാണ്, അതേസമയം ആക്രമണാത്മക ചിന്തകൾ ഭയമുളവാക്കുന്നവയാണ്.
- അവബോധജന്യമായ ചിന്തകൾ സാധാരണയായി ഒന്നിൽ നിന്നും ഉത്ഭവിക്കുന്നതല്ല; ആക്രമണാത്മക ചിന്തകൾ സാധാരണയായി ബാഹ്യ ഉത്തേജകങ്ങളാൽ പ്രചോദിപ്പിക്കപ്പെടുന്നു.
- അവബോധജന്യമായ ചിന്തകളുമായി നിങ്ങൾ മല്ലിടേണ്ടതില്ല – അവ നിങ്ങൾക്കായി എന്നുമുണ്ട്, തുടർന്ന് നിങ്ങൾ അവരെ സ്വതന്ത്രമാക്കുക. ആക്രമണാത്മക ചിന്തകൾ ആശയങ്ങളുടെയും ഭയങ്ങളുടെയും ഒരു സർപ്പിളമാകുന്നു, അവയെക്കുറിച്ച് ചിന്തിക്കാതിരിക്കൽ അസാധ്യമാണെന്ന് നിങ്ങൾക്ക് തോന്നുന്നു.
- ഒരു അവബോധജന്യമായ ചിന്ത നിങ്ങൾ ഇഷ്ടപ്പെടുന്ന ഒന്നിനെക്കുറിച്ചും നിങ്ങളോട് പറയുന്നില്ലെങ്കിലും, അത് ഒരിക്കലും

നിങ്ങളെ പരിഭ്രാന്തരാക്കില്ല. നിങ്ങൾക്ക് സങ്കടമോ നിരാശയോ അനുഭവപ്പെടുകയാണെങ്കിൽപ്പോലും, നിങ്ങൾക്ക് അമിതമായ ഉത്കണ്ഠ അനുഭവപ്പെടില്ല. ഒരു വികാരവുമായി എന്തുചെയ്യണമെന്ന് നിങ്ങൾക്കറിവില്ലാത്തപ്പോൾ നിങ്ങൾ അനുഭവിക്കുന്ന വികാരമാണ് പരിഭ്രാന്തി. നിങ്ങൾക്ക് ഒരു ആക്രമണാത്മക ചിന്ത ഉണ്ടാകുമ്പോൾ സംഭവിക്കുന്നത് ഇതാണ്.

- അവബോധജന്യമായ ചിന്തകൾ മറ്റ് സാധ്യതകളിലേക്ക് നിങ്ങളുടെ മനസ്സിന്റെ വാതായനങ്ങൾ തുറക്കുന്നു; ആക്രമണാത്മക ചിന്തകൾ നിങ്ങളുടെ ഹൃദയത്തെ അടക്കുകയും നിങ്ങളെ കുടുക്കുകയോ അപലപിക്കുകയോ ചെയ്യുകയും ചെയ്യുന്നു.
- അവബോധജന്യമായ ചിന്തകൾ നിങ്ങളുടെ ഏറ്റവും മികച്ച വ്യക്തിത്വത്തിന്റെ വീക്ഷണകോണിൽനിന്നാണ് വരുന്നത്; അക്രമാസക്തമായ ചിന്തകൾ വരുന്നത് നിങ്ങളുടെ ഏറ്റവും ഭീതിജനകമായ, ഇടുങ്ങിയ വീക്ഷണകോണിൽനിന്നും.
- അവബോധജന്യമായ ചിന്തകൾ പ്രശ്നങ്ങൾ പരിഹരിക്കുന്നു; ആക്രമണാത്മക ചിന്തകൾ അവയെ സൃഷ്ടിക്കുന്നു.
- അവബോധജന്യമായ ചിന്തകൾ മറ്റുള്ളവരെ സഹായിക്കാൻ നിങ്ങളെ പ്രാപ്തരാക്കുന്നു; നുഴഞ്ഞുകയറുന്ന ചിന്തകൾ "ഞാൻ അവർക്കെതിരെയാണ്" എന്ന മാനസികാവസ്ഥ സൃഷ്ടിക്കുന്നു.
- നിങ്ങൾ എന്താണ് ചിന്തിക്കുന്നതെന്നും നിങ്ങൾക്ക് തോന്നുന്നതെന്നും മനസ്സിലാക്കാൻ അവബോധജന്യമായ ചിന്തകൾ നിങ്ങളെ സഹായിക്കുന്നു; ആക്രമണാത്മക ചിന്തകൾ മറ്റുള്ളവർ എന്താണ് ചിന്തിക്കുന്നതെന്നു അനുഭവിക്കുന്നതെന്നും ഊഹിക്കുന്നു.
- അവബോധജന്യമായ ചിന്തകൾ യുക്തിസഹമാണ്; അധിനിവേശ ചിന്തകൾ യുക്തിരഹിതമാണ്.
- അവബോധജന്യമായ ചിന്തകൾ നിങ്ങളുടെ ഉള്ളിലെ ആഴമേറിയ സ്ഥലത്തുനിന്നാണ് വരുന്നത്. നിങ്ങളുടെ ഉള്ളിൽ ആഴത്തിലുള്ള ഒരു അനുഭൂതി അവ നൽകുന്നു; ആക്രമണാത്മക ചിന്തകൾ നിങ്ങളെ നിങ്ങളുടെ തലയിൽ കുടുക്കി നിർത്തുകയും നിങ്ങൾക്ക് ഒരു പരിഭ്രാന്തി നൽകുകയും ചെയ്യുന്നു.

- എങ്ങനെ പ്രതികരിക്കണമെന്ന് അവബോധജന്യമായ ചിന്തകൾ നിങ്ങളെ പഠിപ്പിക്കുന്നു; അധിനിവേശ ചിന്തകൾ നിങ്ങളോട് പ്രതികരിക്കാൻ ആവശ്യപ്പെടുന്നു.

നിങ്ങളുടെ ആവശ്യങ്ങൾ സത്യസന്ധമായി എങ്ങനെ നിറവേറ്റാൻ തുടങ്ങാം

സ്വയം പരിചരണം എന്ന പദം ഒരുപാട് അർത്ഥങ്ങൾ ഉൾക്കൊള്ളുന്ന പദമായി മാറിയിട്ടുണ്ടെങ്കിലും, പ്രശ്നം പരിഹരിക്കാൻ യഥാർത്ഥത്തിൽ നടപടിയെടുക്കുന്നതിനുപകരം, കയ്യിലുള്ള യഥാർത്ഥ പ്രശ്നത്തിൽനിന്ന് ഒരാളെ വ്യതിചലിപ്പിക്കുന്ന പെരുമാറ്റങ്ങളെയാണ് ഇത് പൊതുവെ സൂചിപ്പിക്കുന്നത്. യഥാർത്ഥത്തിലുള്ള സ്വയം പരിരക്ഷ നിങ്ങളുടെ ആവശ്യങ്ങൾ കണ്ടെത്തുന്നതിൽ ഏറ്റവും അടിസ്ഥാനപരമായ വശമാണ്.

നിങ്ങളുടെ അടിസ്ഥാന സുരക്ഷയെ മാറ്റിനിർത്തിയാൽ, നിങ്ങളുടെ ആവശ്യങ്ങൾ പോഷിപ്പിക്കപ്പെടേണ്ടതുണ്ട്, നന്നായി ഉറങ്ങുക, വൃത്തിയുള്ള അന്തരീക്ഷത്തിൽ ജീവിക്കുക, ഉചിതമായി വസ്ത്രം ധരിക്കുക, ന്യായവിധിയോ അടിച്ചമർത്തലോ ഇല്ലാതെ നിങ്ങൾക്ക് തോന്നുന്നത് അനുഭവിക്കാൻ നിങ്ങളെ അനുവദിക്കുക എന്നിവയെല്ലാം ന്യായമാണ്.

സ്വയം ഇത്തരം ആവശ്യങ്ങൾ നിറവേറ്റാനുള്ള വഴികൾ കണ്ടെത്തുന്നത് സ്വയം അട്ടിമറിയെ മറികടക്കാനുള്ള അടിത്തറയാണ്.

നിങ്ങൾക്ക് സുഖകരമായ ഉറക്കം ലഭിച്ചാൽ വ്യായാമം ചെയ്യാൻ നിങ്ങൾ കൂടുതൽ സന്നദ്ധരാകും. തുടർച്ചയായ നടുവേദനയോടെ നിങ്ങൾ അവിടെ ഇരിക്കേണ്ടതില്ല, പകരം നിങ്ങളുടെ നില്പിനെയും നാഡീഞരമ്പ് പരിചരണം മസാജ് എന്നിവയിൽ നിങ്ങളെ സഹായിക്കുന്ന ഒരു പ്രൊഫഷണലിനെ അന്വേഷിക്കുകയും ചെയ്യുകയാണെങ്കിൽ നിങ്ങൾക്ക് ജോലിയിൽ കൂടുതൽ കൂടുതൽ മെച്ചപ്പെടാം. നിങ്ങളുടെ വീട് ചിട്ടപ്പെടുത്തിയതും അർത്ഥവത്തായതുമാണെങ്കിൽ നിങ്ങളുടെ വീട്ടിൽ സമയം ചെലവഴിക്കുന്നത് നിങ്ങൾക്ക് ആസ്വദിക്കാനാകും. ശ്രദ്ധയോടെ സ്വയം മെച്ചപ്പെടുവാനുള്ള സമയമെടുക്കുകയാണെങ്കിൽ, ഓരോ ദിവസവും നിങ്ങൾക്ക് നിങ്ങളെക്കുറിച്ച് കൂടുതൽ സന്തോഷവും തൃപ്തിയും അനുഭവപ്പെടും.

ഇതൊന്നും ചെറിയ കാര്യങ്ങളല്ല; വലിയ കാര്യങ്ങളാണ്. നിങ്ങൾക്ക്

അത് കാണാൻ കഴിയില്ല കാരണം അവരുടെ സ്വാധീനം എല്ലാ ദിവസവും നിങ്ങൾ അവ ചെയ്യുമ്പോൾ മാത്രം വെളിപ്പെടുന്നവയാണ്.

നിങ്ങളുടെ ആവശ്യങ്ങൾ മനസ്സിലാക്കുക, നിങ്ങളുടെ ഉത്തരവാദിത്വങ്ങൾ നിറവേറ്റുക, തുടർന്ന് സ്വയം പ്രദർശിപ്പിക്കാൻ അനുവദിക്കുക, അങ്ങനെ നിങ്ങൾക്ക് സ്വന്തം ഇഷ്ടപ്രകാരം ചെയ്യാൻ കഴിയാത്തത് മറ്റുള്ളവരുടെ സഹായത്താൽ നിറവേറ്റാനാകും. അതുവഴി സ്വയം അട്ടിമറിയുടെ ചക്രം തകർത്ത് ആരോഗ്യകരവും കൂടുതൽ സന്തുലിതവും സംതൃപ്തവുമായ ജീവിതം കെട്ടിപ്പടുക്കാൻ നിങ്ങൾക്ക് കഴിയും.

അധ്യായം 4

വൈകാരിക ബുദ്ധി കെട്ടിപ്പടുക്കാം

സ്വയം-അട്ടിമറി ആത്യന്തികമായി കുറഞ്ഞ വൈകാരിക ബുദ്ധിയുടെ ഒരു ഉൽപ്പന്നമാണ്.

ആരോഗ്യകരവും ഉൽപ്പാദനപരവും സുസ്ഥിരവുമായ രീതിയിൽ നമ്മുടെ ജീവിതം മുന്നോട്ട് കൊണ്ടുപോകുന്നതിന്, നമ്മുടെ തലച്ചോറും ശരീരവും എങ്ങനെ ഒരുമിച്ച് പ്രവർത്തിക്കുന്നുവെന്ന് മനസ്സിലാക്കേണ്ടതുണ്ട്. വികാരങ്ങളെ എങ്ങനെ വ്യാഖ്യാനിക്കണം, വ്യത്യസ്ത വികാരങ്ങൾ എന്താണ് അർത്ഥമാക്കുന്നത്, എങ്ങനെ കൈകാര്യം ചെയ്യണമെന്ന് നമുക്കറിയാത്ത വലിയ, ഭയപ്പെടുത്തുന്ന സംവേദനങ്ങൾ നേരിടുമ്പോൾ എന്തുചെയ്യണം എന്നിവ നാം മനസ്സിലാക്കേണ്ടതുണ്ട്.

ലോകമെമ്പാടുമുള്ള വിദഗ്ധരിൽനിന്ന് ഇമോഷണൽ ഇന്റെലിജൻസ് അഥവാ വൈകാരിക ബുദ്ധിയെക്കുറിച്ചുള്ള വിപുലമായ പ്രവർത്തനങ്ങൾ കാലക്രമേണ വികസിച്ചുകൊണ്ടിരിക്കുന്നുണ്ടെങ്കിലും, സ്വയം അട്ടിമറിക്കുന്ന സ്വഭാവങ്ങളുമായി ബന്ധപ്പെട്ട വൈകാരിക ബുദ്ധിയുടെ വശങ്ങളിൽ നാം പ്രത്യേകം ശ്രദ്ധ കേന്ദ്രീകരിക്കുവാൻ പോകുകയാണ്.

എന്താണ് ഇമോഷണൽ ഇന്റെലിജൻസ്?

നിങ്ങളുടെ വികാരങ്ങളെ പ്രബുദ്ധവും ആരോഗ്യകരവുമായ രീതിയിൽ മനസ്സിലാക്കാനും വ്യാഖ്യാനിക്കാനും പ്രതികരിക്കാനുമുള്ള കഴിവാണ് ഇമോഷണൽ ഇന്റെലിജൻസ്.

ഉയർന്ന വൈകാരിക ബുദ്ധിയുള്ള വ്യക്തികൾ പലപ്പോഴും വിവിധ

തരത്തിലുള്ള ആളുകളുമായി ബന്ധപ്പെടുന്നതിൽ വിജയികളും അവരുടെ ദൈനംദിന ജീവിതത്തിൽ കൂടുതൽ സംതൃപ്തിയും സന്തുഷ്ടതയും അനുഭവിക്കുന്നവരും അവരുടെ യഥാർത്ഥ വികാരങ്ങൾ മനസ്സിലാക്കാനും ആശയവിനിമയം നടത്താനും സ്ഥിരമായി സമയം അനുവദിക്കുകയും ചെയ്യുന്നവരുമാണ്.

പ്രധാനമായും, നിങ്ങളുടെ ശരീരത്തിൽ വരുന്ന സംവേദനങ്ങളെ വ്യാഖ്യാനിക്കാനും നിങ്ങളുടെ ജീവിതത്തെക്കുറിച്ച് അവ നിങ്ങളോട് എന്താണ് പറയാൻ ശ്രമിക്കുന്നതെന്ന് മനസ്സിലാക്കാനുമുള്ള കഴിവാണ് വൈകാരിക ബുദ്ധി.

വൈകാരിക ബുദ്ധിയുടെ അഭാവമാണ് സ്വയം അട്ടിമറിയുടെ മൂലകാരണം, എന്തെന്നാൽ നമ്മെ സ്വയം മനസ്സിലാക്കാനുള്ള കഴിവില്ലെങ്കിൽ, നമുക്ക് ഉറപ്പായും സ്വയം നഷ്ടമാകും. നമ്മുടെ മസ്തിഷ്കത്തിന്റെയും ശരീരത്തിന്റെയും ഏറ്റവും തെറ്റിദ്ധരിക്കപ്പെട്ട ചില വശങ്ങൾ ഇവയാണ്, അവ നമ്മെ യഥാർത്ഥത്തിൽ കുടുക്കിക്കളയുന്നു.

നിങ്ങൾക്ക് യഥാർത്ഥത്തിൽ ആവശ്യമായതിനെ പ്രതിരോധിക്കുവാനാണ് നിങ്ങളുടെ മസ്തിഷ്കം രൂപകല്പന ചെയ്തിട്ടുള്ളത്

ആവശ്യമുള്ളവ ലഭിക്കുമ്പോൾ മനുഷ്യന്റെ തലച്ചോറിൽ രസകരമായ പല മാറ്റങ്ങളും സംഭവിക്കുന്നുണ്ട്.

എന്തെല്ലാം ലക്ഷ്യങ്ങളാണ് നാം കൈവരിക്കാൻ ആഗ്രഹിക്കുന്നതെന്ന് സങ്കൽപ്പിക്കുന്നത് പലപ്പോഴും അവ നമ്മുടെ ജീവിത നിലവാരം ഏതെങ്കിലും വിധത്തിൽ ഉയർത്തുമെന്ന പ്രതീക്ഷയിലാണ്. ഒരിക്കൽ ലക്ഷ്യസ്ഥാനത്ത് നാം എത്തിക്കഴിഞ്ഞാൽ, നമുക്ക് "തീരം" അണയാൻ കഴിയും.

"തീരം" എന്നതിനെ മറന്നേക്കു. ജീവിതത്തിൽ അൽപ്പം വിശ്രമിക്കു. കാര്യങ്ങൾ തൽക്കാലം ഇങ്ങനെ ഇരിക്കട്ടെ.

അതല്ല സത്യത്തിൽ സംഭവിക്കുന്നത്.

നാഡീശാസ്ത്രപരമായി, നാം യഥാർത്ഥത്തിൽ ആഗ്രഹിച്ച എന്തെങ്കിലും നമുക്ക് ലഭിക്കുമ്പോൾ, നമ്മുടെ ആഗ്രഹം വധിക്കാൻ തുടങ്ങുന്നു. ആഗ്രഹം, മോഹം, സമ്പാദനം എന്നിവയ്ക്ക് പ്രാഥമികമായി ഉത്തരവാദിയാണെന്ന് മുമ്പ് വിശ്വസിച്ചിരുന്ന ഡോപാമൈൻ എന്ന രാസവസ്തുവിന്റെ സ്വഭാവത്തെക്കുറിച്ചുള്ള സമീപകാല

ഗവേഷണം, അതിന്റെ പങ്ക് മുൻപ് മനസ്സിലാക്കിയതിനേക്കാൾ സങ്കീർണ്ണമാണെന്ന് വെളിപ്പെടുത്തുന്നു.

ദി മോളിക്യൂൾ ഓഫ് മോർ, എന്ന പുസ്തകത്തിൽ ഡാനിയൽ ഇസെഡ് ലീബർമാൻ വിശദീകരിക്കുന്നത് ഇപ്രകാരമാണ്, ഒരു വ്യക്തിയിൽ, താൻ വളരെയധികം ആഗ്രഹിക്കുന്ന എന്തെങ്കിലും നേടിയെടുത്തതിന് ശേഷം ഡോപാമൈൻ കുതിച്ചുചാട്ടത്തിൽ കുറവുണ്ടാകുമെന്ന് ഹോർമോണുകളെക്കുറിച്ച് ആഴത്തിൽ പഠിച്ച വിദഗ്ധർ സാക്ഷ്യപ്പെടുത്തുന്നു. ഡോപാമൈൻ, നിങ്ങൾക്ക് സന്തോഷം നൽകുന്ന രാസവസ്തുവല്ല; നിങ്ങൾക്ക് കൂടുതൽ ആഗ്രഹിക്കുന്നതിനുള്ള ആനന്ദം നൽകുന്ന രാസവസ്തുവാണിത്.

അപ്പോൾ നിങ്ങൾ പ്രവർത്തിക്കുന്ന ആ വലിയ, വലിയ ലക്ഷ്യമോ? നിങ്ങൾ അവിടെയെത്തുകതന്നെ ചെയ്യും, തുടർന്ന് നിങ്ങൾക്ക് കീഴടക്കാൻ മറ്റൊരു പർവ്വതം ഉണ്ടാകും.

നമ്മൾ യഥാർത്ഥത്തിൽ ആഗ്രഹിക്കുന്നതിനെ ആഴത്തിൽ അട്ടിമറിക്കുന്നതിനുള്ള നിരവധി കാരണങ്ങളിൽ ഒന്നാണിത്. "ആഗമനം" ജീവിതത്തിൽനിന്ന് പിന്മാറാനുള്ള കഴിവ് യഥാർത്ഥത്തിൽ നമുക്ക് നൽകില്ലെന്ന് നമുക്കറിയാം; അത് നമ്മുടെ വിശപ്പ് തീവ്രമാക്കും. ചില സമയങ്ങളിൽ, ആ വെല്ലുവിളിക്ക് നാം തയ്യാറല്ലെന്ന് തോന്നിയേക്കാം.

അതിനാൽ, നാം മാർഗ്ഗദിഷ്ടിതമായിരിക്കുമ്പോൾ, നാഡീ പക്ഷപാതങ്ങളുടെ ഒരു ദോഷകരമായ മിശ്രിതം നാം ശേഖരിക്കാൻ തുടങ്ങുന്നു, നാം അങ്ങനെ വീണ്ടും നീരസം കാട്ടാനും വിധിക്കാനും നമ്മുടെ ഏറ്റവും വലിയ ആഗ്രഹത്തെ അപകീർത്തിപ്പെടുത്തുവാനും തുടങ്ങുന്നു.

നമുക്ക് ശരിക്കും ആവശ്യമുള്ളവയെ പിന്തുടരാൻ തുടങ്ങുമ്പോൾ സത്യത്തിൽ എന്താണ് സംഭവിക്കുന്നത് : അത് നേടിയെടുക്കാൻ ആവശ്യമായ ശ്രമം നടത്തുന്നതിനെ നാം എതിർക്കുന്നു. കാരണം അത് ലഭിക്കില്ലെന്ന ഭയം നമ്മെ വേട്ടയാടുന്നു. പരാജയത്തെ അഭിമുഖീകരിക്കുന്ന ഏതൊരു ഏറ്റുമുട്ടലും നമ്മുടെ ശ്രമം പിൻവലിക്കാനും പിരിമുറുക്കത്തിലാകാനും ഇടയാക്കുന്നു.

ഇത്രയും കാലം നമുക്ക് ശരിക്കും ആവശ്യമുള്ളവ ലഭിക്കാതിരിക്കുമ്പോൾ, നാം അവ നേടുന്നതും "മോശമാകുന്നതും" തമ്മിൽ ഒരു ബന്ധം ഉപബോധമനസ്സ് സൃഷ്ടിക്കുന്നു. കാരണം അവ നേടിയെടുത്ത മറ്റു മനുഷ്യരെ നാം വിധിക്കുന്നു.

നാമത് നേടിയെടുക്കുമ്പോൾ, അവ നഷ്ടപ്പെട്ടുമെന്ന് നമ്മൾ ഭയപ്പെടുന്നു, അതിൽ നാം അവയിൽനിന്ന് സ്വയം അകലുന്നു, എന്തുകൊണ്ടെന്നാൽ നഷ്ടം കൊണ്ടുവരുന്ന വേദന സഹിക്കാൻ നമുക്കാവില്ല.

“ആശിക്കുക” എന്ന മാനസികാവസ്ഥയിൽ നാം ആഴത്തിൽ കുടുങ്ങിപ്പോയതിനാൽ, “കൈവശപ്പെടുത്തുക” എന്ന അവസ്ഥയിലേക്ക് നമുക്ക് മാറാൻ കഴിയില്ല.

ഒന്നാമതായി, നാം എന്തെങ്കിലും ശരിക്കും, വളരെയധികം ആഗ്രഹിക്കുമ്പോൾ, അത് പലപ്പോഴും അപ്രകാരം സംഭവിക്കുന്നു. കാരണം നമുക്ക് അതുമായി ബന്ധപ്പെട്ട അപ്രായോഗിക പ്രതീക്ഷകളുണ്ട്. അത് നമ്മുടെ ജീവിതത്തെ വലിയ രീതിയിൽ സ്വാധീനിക്കുമെന്ന് നാം സങ്കൽപ്പിക്കുന്നു, എന്നാൽ പലപ്പോഴും അങ്ങനെയല്ല സംഭവിക്കാറ്.

നമ്മെ അയഥാർത്ഥ്യമായ രീതിയിൽ രക്ഷപെടുത്തുവാൻ നാം ഏതെങ്കിലും ലക്ഷ്യത്തെയോ ജീവിതത്തിലെ വമ്പൻ മാറ്റങ്ങളെയോ ആശ്രയിക്കുമ്പോൾ, പരാജയത്തിന്റെ ചെറിയ കണികകൾ പോലും നമ്മെ ആ ശ്രമങ്ങളിൽനിന്നും പിൻമാറുവാൻ പ്രേരിപ്പിച്ചേക്കാം. ഉദാഹരണത്തിന്: നമ്മുടെ വിഷാദാവസ്ഥയിൽനിന്നും ഒരു പ്രണയബന്ധം നമ്മെ കരകയറ്റുമെന്ന് നാം ഉറച്ച് വിശ്വസിക്കുകയാണെങ്കിൽ, നാം പ്രണയം നിരസിക്കുന്നതിനോട് അങ്ങേയറ്റം ലോലമായിരിക്കും, കാരണം നാം വിഷാദത്തിൽനിന്ന് ഒരിക്കലും കരകയറില്ല എന്ന തോന്നൽ നമ്മിലുളവാക്കുന്നു.

തീർച്ചയായും, ഡേറ്റിംഗ് പരീക്ഷണത്തിന്റെയും പിശകിന്റെയും ഒരു പ്രക്രിയയാണ് എന്നതാണ് ഇവിടുത്തെ പ്രകടമായ പ്രശ്നം. വിജയിക്കണമെങ്കിൽ ആദ്യം പരാജയപ്പെടണം.

പിന്നെ, പ്രണയബന്ധം പോലെയുള്ള, നമ്മൾ ആഗ്രഹിക്കുന്ന കാര്യങ്ങൾ ഇല്ലാതെ നാം ചെലവഴിക്കുന്ന എല്ലാ സമയത്തും, നമ്മുടെ മസ്തിഷ്കത്തിന് സ്വയം സംരക്ഷണത്തിന്റെ ഒരു രൂപമായി ജീവിതത്തിലെ നമ്മുടെ നിലപാടിനെ ന്യായീകരിക്കുകയും സാധൂകരിക്കുകയും വേണം. അതുകൊണ്ടാണ് നമുക്ക് ആവശ്യമുള്ളവ കൈവശപ്പെടുത്തിയവരെ നാം അറിയാതെ അപകീർത്തിപ്പെടുത്തുന്നത്. അവരുടെ വിജയത്തിൽനിന്ന് പ്രചോദിതരാകുന്നതിനു പകരം, നാം അവരെ സംശയിക്കുന്നു. മറ്റുള്ളവരുടെ സന്തോഷത്തിൽ അസൂയയുള്ളവരായി നാം ബന്ധങ്ങളെക്കുറിച്ച് സന്ദേഹ

വാദികളായിത്തീരുന്നു, അവർ അത് വ്യാജമായി വരുത്തിത്തീർക്കു ന്നതാകണമെന്ന് നാം ആശിക്കുന്നു, അല്ലെങ്കിൽ അവരുടെ സ്നേഹം "യഥാർത്ഥമല്ല" എന്നും ഒടുവിൽ അവർ വേർപിരിയുമെന്നും നാം പ്രതീക്ഷിക്കുന്നു.

ഈ വിശ്വാസങ്ങളെ നമ്മൾ വളരെക്കാലം മുറുകെ പിടിക്കുകയാ ണെങ്കിൽ, ഒടുവിൽ നമ്മൾ ആഗ്രഹിക്കുന്ന ആ ബന്ധം ലഭിക്കുമ്പോൾ എന്ത് സംഭവിക്കുമെന്ന് ഊഹിക്കുക? തീർച്ചയായും, നാം അതിനെ സംശയിക്കുകയും അതും പരാജയപ്പെടുമെന്ന് കരുതുകയും ചെയ്യും.

വെല്ലുവിളികൾ നിറഞ്ഞ സന്ദർഭങ്ങളുണ്ടാവുമ്പോൾ ആളുകൾ മറ്റുള്ളവരെ അകറ്റി നിർത്തുകയോ അവരുടെ വലിയ സ്വപ്നങ്ങൾ ഉപേക്ഷിക്കുകയോ ചെയ്യുന്നതിന്റെ പ്രധാന കാരണമിതാണ്. നമുക്ക് എന്തെങ്കിലും നഷ്ടപ്പെടാൻ പോകുന്നുവെന്ന് ഭയക്കുമ്പോൾ, സ്വയം സംരക്ഷണത്തിനുള്ള ഒരു ഉപാധിയായി അതിനെ നമ്മിൽനിന്ന് അകറ്റാനുള്ള പ്രവണത നാം പ്രകടമാക്കുന്നു.

അതിനാൽ, നിങ്ങളുടെ ജീവിതത്തിൽ കാര്യമായ പ്രതിരോധം സൃഷ്ടി ക്കുന്ന പരിമിതമായ വിശ്വാസങ്ങളെ നിങ്ങൾ അഭിസംബോധന ചെയ്യുന്നുവെന്ന് കരുതുക, തത്ഫലമായി ഒടുവിൽ നിങ്ങൾ യഥാർത്ഥ ത്തിൽ ആഗ്രഹിക്കുന്ന കാര്യം സൃഷ്ടിക്കാനും നേടാനും നിങ്ങൾക്ക് കഴിയും. ശേഷം, ഒടുവിലത്തേതും വെല്ലുവിളി നിറഞ്ഞതുമായ മാറ്റമാണ് നിങ്ങൾ നേരിടേണ്ടി വരുന്നത്, "അതിജീവനത്തിന്റെ രീതികളിൽ" നിന്ന് "പുരോഗതിയുടെ പാതയിലേക്കുള്ള" മാറ്റം.

നിങ്ങളുടെ ജീവിതത്തിന്റെ ഭൂരിഭാഗവും നിങ്ങൾ "അതിജീവിത ത്തിന്റെ" പാതയിൽ മാത്രമാണ് ചെലവഴിച്ചതെങ്കിൽ, നിങ്ങൾക്ക് വിശ്രമകരവും ആസ്വാദ്യകരവുമായ ഒരു ജീവിതവുമായി പൊരുത്ത പ്പെടാൻ ബുദ്ധിമുട്ടായിരിക്കും. നിങ്ങൾക്ക് ഈ മാറ്റത്തെ ചെറു ത്തേക്കാം, നിങ്ങൾക്ക് കുറ്റബോധം തോന്നാം, തത്ഫലമായി അമിതമായി ചെലവഴിക്കുകയോ ഉത്തരവാദിത്തങ്ങൾ അവഗണി ക്കുകയോ ചെയ്തേക്കാം. മാനസികമായി, നിങ്ങൾ പ്രയാസങ്ങളുടെ വർഷങ്ങളെയും പൂർണ്ണമായ ഉല്ലാസത്തിന്റെ വർഷങ്ങളെയും തമ്മിൽ സന്തുലിതമാക്കാൻ ശ്രമിക്കുകയാണ്. എന്നിരുന്നാലും, ഇത് ഫലപ്രദമായ സമീപനമല്ല.

"ആഗ്രഹിക്കുന്നു" എന്ന തോന്നലിൽ നാം ആഴത്തിൽ കുടുങ്ങിയിരി ക്കുമ്പോൾ, "കൈവശം സൂക്ഷിക്കുക" എന്ന അനുഭവവുമായി പൊരുത്തപ്പെടാൻ വളരെ പ്രയാസകരമാണ്.

കാരണം, ഏത് മാറ്റവും, എത്ര പോസിറ്റീവ് ആണെങ്കിലും, അത് പരിചിതമാകുന്നതുവരെ സുഖകരമല്ല.

നാം സ്വയം എത്രമാത്രം സാധൂകരണം തേടുന്നു എന്നത് അംഗീകരിക്കാൻ പ്രയാസമാണ്, ഇത് പലപ്പോഴും ആത്മാഭിമാനത്താൽ നമ്മുടെ സ്വന്തം പുരോഗതിയെ തടസ്സപ്പെടുത്തുന്നു. പലപ്പോഴും നമ്മൾ മറ്റുള്ളവരിൽ അസൂയപ്പെടുന്നത്, നമ്മൾ വളരെ ആഗ്രഹിക്കുന്ന എന്തെങ്കിലും ചിലതിന്റെ ശകലങ്ങൾ അവരിൽ കാണുന്നതു കൊണ്ടാണ്.

അതെ, നിങ്ങളുടെ മസ്തിഷ്കം വലിയ കാര്യങ്ങളിലും ഒരുപക്ഷെ അതിൽ കൂടുതലിലും സ്വാധീനം ചെലുത്തുന്നവയാണ്. എന്നാൽ, അതിന്റെ പ്രക്രിയകളും പ്രവണതകളും മനസ്സിലാക്കുന്നതിലൂടെ, നിങ്ങൾക്ക് ഈ പ്രോഗ്രാമിംഗിനെ അസാധുവാക്കാനും നിങ്ങളുടെ സ്വന്തം ജീവിതം നിയന്ത്രിക്കാനും കഴിയും.

നിങ്ങളുടെ ശരീരത്തെ നിയന്ത്രിക്കുന്നത് ഹോമിയോസ്റ്റാറ്റിക് ഇംപൾസ് ആണ്

നിങ്ങളുടെ ജീവിതത്തെ ശക്തിപ്പെടുത്തുന്നതിനും നിയന്ത്രിക്കുന്നതിനുമാണ് നിങ്ങളുടെ മസ്തിഷ്കം നിർമ്മിച്ചിരിക്കുന്നത്. നിങ്ങളുടെ ഉപബോധമനസ്സിൽ ഹോമിയോസ്റ്റാറ്റിക് ഇംപൾസ് എന്ന് വിളിക്കപ്പെടുന്ന ഒന്ന് ഉണ്ട്, അത് ശരീര താപനില, ഹൃദയമിടിപ്പ്, ശ്വസനം തുടങ്ങിയ പ്രവർത്തനങ്ങളെ നിയന്ത്രിക്കുന്നു. ബ്രയാൻ ട്രേസി ഇപ്രകാരം വിശദീകരിച്ചിട്ടുണ്ട്: “നിങ്ങളുടെ ഓട്ടോണോമിക് നാഡീവ്യൂഹം വഴി, [നിങ്ങളുടെ ഹോമിയോസ്റ്റാറ്റിക് പ്രചോദനം] നിങ്ങളുടെ കോടിക്കണക്കിന് കോശങ്ങളിലെ നൂറുകണക്കിന് രാസവസ്തുക്കൾക്കിടയിൽ ഒരു സന്തുലിതാവസ്ഥ നിലനിർത്താനാവുന്നു, അതിനാൽ നിങ്ങളുടെ മുഴുവൻ ഭൗതിക പ്രവർത്തനങ്ങളും മിക്ക സമയത്തും പൂർണ്ണമായും ഇണക്കത്തോടെ പ്രവർത്തിക്കുന്നു.”

എന്നാൽ പലരും മനസ്സിലാക്കാത്ത വസ്തുത എന്തെന്നാൽ, നിങ്ങളുടെ മസ്തിഷ്കം നിങ്ങളുടെ ശാരീരിക പ്രവർത്തനങ്ങൾ നിയന്ത്രിക്കുന്നതുപോലെ തന്നെ, നിങ്ങളുടെ മാനസിക സത്വത്തെയും നിയന്ത്രിക്കാൻ ശ്രമിക്കുന്നു. നിങ്ങളുടെ മനസ്സ് നിരന്തരം ഫിൽട്ടർ ചെയ്യുകയും നിങ്ങളുടെ മുൻകാല വിശ്വാസങ്ങളെ സ്ഥിരീകരിക്കുന്ന വിവരങ്ങളും ഉത്തേജനങ്ങളും നിങ്ങളുടെ ശ്രദ്ധയിൽ കൊണ്ടുവരികയും ചെയ്യുന്നു (ഇതിനെ സ്ഥിരീകരണ

പക്ഷപാതം എന്നാണ് മനഃശാസ്ത്രത്തിൽ അറിയപ്പെടുന്നത്) അതുപോലെ തന്നെ നിങ്ങൾ ഭൂതകാലത്തിൽ ചെയ്ത പ്രവർത്ത നങ്ങളെ അനുകരിക്കുകയും പ്രതിഫലിപ്പിക്കുകയും ചെയ്യുന്ന ആവർത്തിച്ചുള്ള ചിന്തകളും പ്രേരണകളും നിങ്ങൾക്ക് അവ അവത രിപ്പിച്ച് തരികയും ചെയ്യുന്നു.

നിങ്ങളുടെ ഉപബോധ മനസ്സാണ് നിങ്ങളുടെ സുഖസൗകര്യങ്ങളുടെ കാവൽക്കാരൻ.

നിങ്ങളുടെ ജീവിതത്തിലെ ഏറ്റവും വലിയ വിജയമോ, സന്തോ ഷമോ, പൂർണ്ണതയോ, സൗഖ്യമോ കെട്ടിപ്പടുക്കുകയും ശക്തി പ്പെടുത്തുകയും ചെയ്യുന്ന പ്രവർത്തനങ്ങൾ പ്രതീക്ഷിക്കാനും പതിവായി അവയെ അന്വേഷിക്കാനും നിങ്ങൾക്ക് സ്വയം ശീലമാക്കാൻ കഴിയുന്ന മേഖല കൂടിയാണിത്.

ഇത് നമ്മെ പഠിപ്പിക്കുന്നത് അതാണ്. നാം ജീവിതത്തിൽ ഒരു രോഗശാന്തിയിലൂടെയോ മാറ്റത്തിലൂടെയോ കടന്നുപോകുമ്പോൾ, നമ്മുടെ ശരീരത്തെ അവയുടെ പുതിയ സാധാരണത്വവുമായി പൊരുത്തപ്പെടാൻ അനുവദിക്കണം. അതുകൊണ്ടാണ് എല്ലാ മാറ്റങ്ങളും, എത്ര നല്ലതാണെങ്കിലും, അത് പരിചിതമാകുന്നതുവരെ അസ്വസ്ഥമായിരിക്കുന്നത്. സ്വയം നശിപ്പിക്കുന്ന ശീലങ്ങളിലും ചക്രങ്ങളിലും നാം കുടുങ്ങിപ്പോകുന്നതും ഇതുകൊണ്ടാണ്. അവ സുഖകരമായി തോന്നുന്നുവെങ്കിലും, അവ തികച്ചും നല്ലതാണെന്ന അർത്ഥമില്ല.

വിവേചനബുദ്ധി പരിശീലിക്കാൻ നാം നമ്മുടെ മനസ്സ് ഉപയോ ഗിക്കണം. നമ്മൾ എവിടേക്കാണ് പോകേണ്ടതെന്നും, ആരായി രിക്കണമെന്നും തീരുമാനിക്കാൻ നമ്മുടെ പരമോന്നത ബുദ്ധി നാം ഉപയോഗിക്കണം, തുടർന്ന് നമ്മുടെ ശരീരത്തെ കാലത്തി നനുസരിച്ച് ക്രമീകരിക്കാൻ സ്വയം അനുവദിക്കണം.

നമ്മുടെ തോന്നലിനനുസൃതമായി നമുക്ക് ജീവിക്കാൻ കഴിയില്ല. നമ്മുടെ വികാരങ്ങൾ താൽക്കാലികമാണ്, എല്ലായ്പ്പോഴും അത് യാഥാർത്ഥ്യത്തെ പ്രതിഫലിപ്പിക്കുന്നില്ല.

ഉടനടിയുള്ള വിജയത്തിൽ നിങ്ങൾക്ക് മാറ്റമുണ്ടാവില്ല, നിങ്ങൾ മാറുന്നത് മൈക്രോഷിഫ്റ്റുകളിലൂടെയാണ്

നിങ്ങൾ ജീവിതത്തിനുള്ളിൽ അകപ്പെട്ടതായി തോന്നുന്നുവെങ്കിൽ,

അതിനുകാരണം നിങ്ങളുടെ എല്ലാ ഭയങ്ങളും അപ്രത്യക്ഷമാകുകയും വ്യക്തത പ്രവഹിക്കുകയും ചെയ്യുന്ന ഒരു വലിയ മുന്നേറ്റത്തിനായി നിങ്ങൾ കാത്തിരിക്കുന്നതിനാലാകാം. ആവശ്യമായ ജോലികൾ അനായാസമായി നടക്കുമെന്ന് നിങ്ങൾ പ്രതീക്ഷിക്കുന്നു, ഇത് നിങ്ങളെ അലംഭാവത്തിൽനിന്ന് പുറത്തെടുക്കുന്ന ഒരു പരിവർത്തനത്തിലേക്ക് നയിക്കുകയും, പെട്ടെന്ന്, നിങ്ങൾ പൂർണ്ണമായും പുതിയ യാഥാർത്ഥ്യത്തിലേക്ക് ഉണരുകയും ചെയ്യും.

എന്നാൽ ആ നിമിഷം ഒരിക്കലും വരില്ല.

വഴിത്തിരിവുകൾ പൊടുന്നനെ സംഭവിക്കുന്നതല്ല. അവ ടിപ്പിംഗ് പോയിന്റുകളാണ്. നിങ്ങളുടെ മനസ്സിന്റെ അരികിൽ ഇരുന്ന ആശയങ്ങൾക്ക് ഒടുവിൽ നിങ്ങളുടെ ചിന്തകളെ കീഴടക്കാൻ ആവശ്യമായ ശ്രദ്ധ ലഭിക്കുമ്പോഴാണ് വെളിപാടുകൾ സംഭവിക്കുന്നത്. നിങ്ങളുടെ ജീവിതകാലം മുഴുവൻ നിങ്ങൾ കേട്ട ഉപദേശം നിങ്ങൾ ഒടുവിൽ മനസ്സിലാക്കുന്ന ഭാഗ്യ നിമിഷങ്ങളാണിവ. നിങ്ങൾ വളരെക്കാലം ഒരു സ്വഭാവരീതി ആവർത്തിച്ച് ശീലിച്ച് അതൊരു സഹജവാസനയായി മാറുന്ന നിമിഷങ്ങളാണിത്.

മനസ്സിനെ സ്പർശിക്കുന്ന, ഏകീകൃതമായ ഒരൊറ്റ മുന്നേറ്റമല്ല നിങ്ങളുടെ ജീവിതത്തെ മാറ്റിമറിക്കുക. അതിനു സാധിക്കുക ഒരു മൈക്രോഷിഫ്റ്റിനാണ്.

ഒരേ ലൗകികവും വിരസവുമായ ജോലി മണിക്കൂറുകളുടെയും, ദിവസങ്ങളുടെയും, വർഷങ്ങളുടെയും പ്രയത്നത്തിന് ശേഷം സംഭവിക്കുന്ന മുന്നേറ്റങ്ങളാണ്.

എന്നാൽ മനസ്സിനെ സ്പർശിക്കുന്ന, ഏകീകൃതമായ ഒരു മുന്നേറ്റം നിങ്ങളുടെ ജീവിതത്തെ മാറ്റുന്നതല്ല. അതിനു കഴിയുക ഒരു മൈക്രോഷിഫ്റ്റിനാണ്.

എഴുത്തുകാരനും മാധ്യമ തന്ത്രജ്ഞനുമായ റയാൻ ഹോളിഡേ സൂചിപ്പിച്ചതുപോലെ, വെളിപാടുകൾ ജീവിതത്തെ മാറ്റിമറിക്കുന്നവയല്ല. ദീർഘകാലം നിലനിൽക്കുന്ന, വ്യാപകമായ മാറ്റം സംഭവിക്കുന്നത് സമൂലമായ പ്രവർത്തനങ്ങളിൽനിന്നല്ല; അത് നമ്മുടെ ശീലങ്ങളെ പുനഃക്രമീകരിക്കുന്നതിൽനിന്നാണ് – ഇത് നമ്മുടെ ശീലങ്ങളുടെ പുനർനിർമ്മാണമാണ്. ശാസ്ത്ര തത്ത്വചിന്തകനായ തോമസ് കുൻ "പാരഡൈം ഷിഫ്റ്റ്" എന്ന് വിശേഷിപ്പിച്ച ആശയം ഇതാണ്. പെട്ടെന്നുള്ള തിളക്കത്തിൽ നമ്മുടെ ജീവിതത്തിൽ നാം വിപ്ലവം സൃഷ്ടിക്കരുതെന്ന് കുൻ

നിർദ്ദേശിക്കുന്നു, പകരം ക്രമാനുഗതമായ പ്രക്രിയയിലൂടെ പുതിയ വിശദീകരണങ്ങൾ തേടിയും നിലവിലുള്ള അനുമാനങ്ങളുടെ ചുരുളുകളഴിച്ചും മുന്നേറുക. ഈ പ്രവാഹ വേളയിലാണ് മൈക്രോ ഷിഫ്റ്റുകൾ സംഭവിക്കുകയും, മാറ്റം രൂപപ്പെടാൻ തുടങ്ങുകയും ചെയ്യുന്നത്.

മൈക്രോഷിഫ്റ്റുകളെ നിങ്ങളുടെ ദൈനംദിന ജീവിതത്തിലെ ചെറിയ മാറ്റങ്ങളായി കരുതുക. മൈക്രോഷിഫ്റ്റ് എന്നത് ഒരു ഭക്ഷണത്തിന്റെ ഒരു ഭാഗം ഒരിക്കൽ മാത്രം വ്യത്യസ്തപ്പെടുത്തുന്ന തുപോലെ ലളിതമാണ്. പിന്നീട് അതിനെ രണ്ടാമതും മൂന്നാമതും വ്യത്യസ്തപ്പെടുത്തുക. എന്താണെന്ന് മനസ്സിലാക്കുന്നതിന് മുമ്പുതന്നെ ഒരു പുതിയ പെരുമാറ്റ രീതി നിങ്ങൾ സ്വീകരിച്ചു കഴിഞ്ഞിരിക്കും.

നിങ്ങൾ എല്ലാ ദിവസവും ചെയ്യുന്ന കാര്യങ്ങൾ നിങ്ങളുടെ ജീവിതത്തിന്റെ ഗുണനിലവാരത്തെയും നിങ്ങളുടെ വിജയത്തിന്റെ അളവിനെയും സാരമായി ബാധിക്കുന്നു. ജോലിയിൽ ഏർപ്പെടാൻ നിങ്ങൾക്ക് "തോന്നുന്നുണ്ടോ" എന്നതല്ല, അത് പരിഗണിക്കാതെ നിങ്ങൾ അത് ചെയ്യുമോ ഇല്ലയോ എന്നതാണ് പ്രധാനം.

കാരണം, ജീവിതത്തിന്റെ അനന്തരഫലങ്ങൾ അഭിനിവേശ ത്താലല്ല നിയന്ത്രിക്കപ്പെടുന്നത്; തത്ത്വങ്ങളാലാണ്.

ഇന്ന് രാവിലെ നിങ്ങൾ ചെയ്തത് ഒരുപക്ഷെ പ്രധാനമായി നിങ്ങൾ കണക്കാക്കുന്നില്ലായിരിക്കാം, പക്ഷേ അത് പ്രധാനമാണ്. ചെറിയ കാര്യങ്ങൾ ശേഖരിക്കപ്പെടുമെന്ന് നിങ്ങൾ ധരിക്കുന്നില്ല, എന്നാൽ ഇതാണ് സത്യം. പഴയ ഒരു ബ്രെയിൻ ടീസർ നമുക്ക് പരിഗ ണിക്കാം : ഇന്ന് നിങ്ങളുടെ കയ്യിൽ $1 മില്യൺ വേണോ അതോ അടുത്ത മാസത്തേക്ക് എല്ലാ ദിവസവും മൂല്യം ഇരട്ടിയായി വർദ്ധിക്കുന്ന ഒരു ഒറ്റ പൈസയോ? $1 മില്യൺ ഇപ്പോൾ മികച്ചതായി തോന്നുന്നു, എന്നാൽ 31 ദിവസങ്ങളുള്ള ഒരു മാസത്തിനുശേഷം, ആ ഒരു ഒറ്റ പൈസക്ക് $10 മില്യണിലധികം വിലവരും.

വലുതും വ്യാപകവുമായ മാറ്റങ്ങൾ വരുത്തുന്നത് നമ്മൾ കുറവുകളും കഴിവുകെട്ടവരുമാണ് എന്നതിനാൽ ബുദ്ധിമുട്ടുളവാക്കുന്ന കാര്യമല്ല. നമ്മുടെ സുരക്ഷിത മേഖലകൾക്ക് പുറത്ത് ജീവിക്കാൻ നമ്മൾ ഉദ്ദേശിക്കുന്നില്ല എന്നതിനാലാണ് ഇത് ബുദ്ധിമുട്ടാവുക.

നിങ്ങളുടെ ജീവിതം മാറ്റാൻ നിങ്ങൾ ആഗ്രഹിക്കുന്നുവെങ്കിൽ, ആ

തിരഞ്ഞെടുപ്പുകൾ ശീലമാകുന്നതുവരെ എല്ലാ ദിവസവും ഓരോ മണിക്കൂറിലും ചെറുതും കണ്ടെത്താനാകാത്തതുമായ തീരുമാനങ്ങൾ നിങ്ങൾ എടുക്കേണ്ടതുണ്ട്. നിങ്ങൾ അവ ചെയ്യുന്നത് തുടർന്നു കൊണ്ടേ ഇരിക്കണം.

നിങ്ങളുടെ ഫോണിൽ കുറച്ച് സമയം ചെലവഴിക്കാൻ നിങ്ങൾ ആഗ്രഹിക്കുന്നുവെങ്കിൽ, ഇന്ന് ഒരു തവണ ഫോൺ പരിശോധിക്കാനുള്ള അവസരം സ്വയം നിഷേധിക്കുക. നിങ്ങൾക്ക് ആരോഗ്യകരമായ ഭക്ഷണം കഴിക്കണമെങ്കിൽ ഇന്ന് അര കപ്പ് വെള്ളം കുടിക്കുക. നിങ്ങൾക്ക് കൂടുതൽ ഉറങ്ങണമെങ്കിൽ, ഇന്നലെ രാത്രിയിൽ കിടന്നതിനേക്കാൾ 10 മിനിറ്റ് നേരത്തെ ഉറങ്ങുക.

നിങ്ങൾക്ക് കൂടുതൽ വ്യായാമം ചെയ്യണമെങ്കിൽ, വെറും 10 മിനിറ്റ് നേരത്തേക്ക് അത് ചെയ്യുക. നിങ്ങൾക്ക് വായിക്കണമെങ്കിൽ, ഒരു പേജ് വായിക്കുക. നിങ്ങൾക്ക് ധ്യാനിക്കണമെങ്കിൽ, 30 സെക്കൻഡ് അങ്ങനെ ചെയ്യുക.

എന്നിട്ട് ആ കാര്യങ്ങൾ ചെയ്തുകൊണ്ടേയിരിക്കുക. എല്ലാ ദിവസവും അവ ചെയ്യുക. നിങ്ങളുടെ ഫോൺ പരിശോധിക്കാതിരിക്കാൻ നിങ്ങൾ ശീലിക്കും. കൂടുതൽ വെള്ളം കുടിക്കാൻ ആഗ്രഹിക്കും, നിങ്ങൾ കൂടുതൽ വെള്ളം കുടിക്കും. നിങ്ങൾ 10 മിനിറ്റ് ഓടും, അത് നിർത്തണമെന്ന് നിങ്ങൾക്ക് തോന്നില്ല, അതിനാൽ നിങ്ങൾ അത് നിർത്തുകയുമില്ല. നിങ്ങൾ ഒരു പേജ് വായിക്കുകയും അതിൽ താൽപര്യം വളർത്തുകയും ശേഷം മറ്റൊന്നു വായിക്കുകയും ചെയ്യും.

നമ്മുടെ ഏറ്റവും പ്രാഥമികമായ, ശരീരശാസ്ത്രപരമായ തലത്തിൽ, “മാറ്റം” എന്ന ആശയം അപകടവും, ജീവന് ഭീഷണിയുമുള്ള കൂട്ടുകെട്ടുകളെ ഉണർത്തുന്നു. അതുകൊണ്ടാണ് നമ്മൾ പലപ്പോഴും സ്വയം മാനസിക കൂട്ടുകൾ നിർമ്മിക്കുകയും അവയിൽ തന്നെ തുടരാൻ തീരുമാനിക്കുകയും ചെയ്യുന്നത്, അതിൽനിന്നും പുറത്തു കടക്കാനുള്ള വാതിൽ പൂട്ടിയിട്ടില്ലെങ്കിൽ പോലും.

ഒരു പുതിയ ജീവിതത്തിലേക്ക് സ്വയം ഞെട്ടിച്ചുകൊണ്ട് പ്രവേശിക്കാൻ ശ്രമിക്കുന്നത് ഫലവത്താകാൻ പോകുന്നില്ല, അതുകൊണ്ടാണ് ഇതുവരെ അത് നടക്കാത്തതും.

മാറ്റത്തിന്റെ പ്രക്രിയ ആരംഭിക്കുന്നതിന് നിങ്ങൾ മാറണമെന്ന് തോന്നുന്നത് വരെ കാത്തിരിക്കേണ്ടതില്ല. നിങ്ങൾ ചെയ്യേണ്ടത് ഒരു സമയം ഒരു ചെറിയ മാറ്റം മാത്രം വരുത്തുക, തുടർന്ന് അവിടെനിന്ന് നിങ്ങളുടെ ഊർജ്ജത്തിന് ആക്കം കൂട്ടുകയും ചെയ്യുക.

നിങ്ങളുടെ മനസ്സ് സുശക്തമാണ്

നിങ്ങളുടെ ജീവിതത്തിലെ ഏറ്റവും വലിയ പ്രതിയോഗി നിങ്ങളുടെ മസ്തിഷ്കമാണോ?

അയുക്തികമായ ഭയമാണോ നിങ്ങളുടെ വലിയ സമ്മർദ്ദങ്ങളുടെ കാതൽ?

നിങ്ങൾ പ്രശ്നങ്ങൾക്കായി തിരയുകയാണെന്നോ, ഒന്നുമില്ലാത്തിടത്ത് പ്രശ്നങ്ങൾ കണ്ടുപിടിക്കുകയാണെന്നോ, അമിതമായി പ്രതികരിക്കുകയാണെന്നോ, അമിതമായി വിശകലനം ചെയ്ത് ദുരന്തങ്ങൾ സൃഷ്ടിക്കുകയോ ആണെന്നുള്ള തോന്നൽ നിങ്ങൾക്ക് എപ്പോഴെങ്കിലും ലഭിച്ചിട്ടുണ്ടോ?

നിങ്ങൾ ഇവയോട് "അതെ" എന്ന് ഉത്തരമാണ് പറഞ്ഞതെങ്കിൽ, അഭിനന്ദനങ്ങൾ, നിങ്ങൾ സ്വയം ബോധവാന്മാരാണ്.

നിങ്ങളും മറ്റുള്ളവരെപ്പോലെതന്നെയാണ്.

എപ്പോഴും അബോധപൂർവ്വം നിങ്ങളുടെ ജീവിതം സ്കാൻ ചെയ്യുകയും വിഷമിക്കേണ്ട അടുത്ത കാര്യം ഏതാണെന്ന് തേടിക്കൊണ്ടിരിക്കുകയും ഭയക്കുവാനുള്ള അടുത്ത ആശങ്കകളെ കാംക്ഷിച്ചിരിക്കുകയും ചെയ്യുന്നുവെന്ന് നിങ്ങൾക്ക് തോന്നുന്നുവെങ്കിൽ, നിങ്ങളുടെ ഊഹം ശരിയാണ്.

എന്താണ് നമുക്ക് നിയന്ത്രിക്കാൻ കഴിയാത്തത് എന്നതാണ് നമ്മെ ഏറ്റവും കൂടുതൽ ഭയപ്പെടുത്തുന്നത്. ഈ ഭീഷണി വളരെ കൂടുതലാണെങ്കിൽ, നാം അതിനെ ഭയപ്പെടുകയില്ല – പകരം നാം അതിനോട് പ്രതികരിക്കുകയാണ് ചെയ്യുക. അതുകൊണ്ടാണ് നമുക്ക് നിയന്ത്രിക്കാൻ കഴിയാത്ത ഒരു കാര്യം തിരിച്ചറിയുമ്പോൾ മാത്രമല്ല, നമുക്ക് നിയന്ത്രിക്കാൻ ചെറിയ, സാധ്യതപോലുമില്ലാത്ത കാര്യത്തെ തിരിച്ചറിയുമ്പോഴും നാം കൂടുതൽ ആശങ്കപ്പെടുന്നത്.

അപ്പോൾ നമ്മുടെ മനസ്സിന് ഇത് ആവശ്യമായി വരുന്നത് എന്തുകൊണ്ടാണ്?

നിലവിലുള്ളതും ആശ്വാസകരമായതുമായ കാര്യങ്ങൾ ആസ്വദിക്കാനോ അതിനോട് നന്ദിയുള്ളവരായിരിക്കാനോ നമുക്ക് കഴിയുന്നില്ലേ?

ഒരു തരത്തിൽ, തികച്ചും സാധ്യമാണ്.

എന്നാൽ നമ്മുടെ മനസ്സിനും പ്രതികൂല സാഹചര്യങ്ങൾ ആവശ്യമാണ്, അതുകൊണ്ടാണ് പ്രശ്നങ്ങൾ സൃഷ്ടിക്കുന്നത് തുടരുന്നത് – നമ്മുടെ മുന്നിൽ യഥാർത്ഥമായവ ഇല്ലെങ്കിൽപോലും.

മനുഷ്യ മനസ്സ് തകർക്കപ്പെടാൻ കഴിയാത്ത, ആന്റി ഫ്രാജൈൽ എന്ന് വിളിക്കപ്പെടുന്ന ഒന്നാണ്, അതിനർത്ഥം അത് യഥാർത്ഥത്തിൽ പ്രതികൂല സാഹചര്യങ്ങൾക്കൊപ്പം മെച്ചപ്പെടുന്നു എന്നാണ്.

സമ്മർദ്ദത്തിൻ കീഴിൽ വജ്രമായി മാറുന്ന ഒരു പാറ പോലെയോ പ്രതിരോധ സംവിധാനത്തിന്റെ ആവർത്തിച്ചുള്ള വെളിപ്പെടുത്തലിന് ശേഷം ശക്തിപ്പെടുന്ന രോഗാണുക്കളെപ്പോലെയോ, ഉത്തേജിക്കപ്പെടാൻ മനസ്സിന് അത്തരത്തിലുള്ള വെല്ലുവിളികൾ ആവശ്യമാണ്.

നിങ്ങളുടെ ജീവിതത്തിലെ ഏതെങ്കിലും തരത്തിലുള്ള യഥാർത്ഥ വെല്ലുവിളികൾ നിങ്ങൾ നിഷേധിക്കുകയും നിരസിക്കുകയും ചെയ്താൽ, ഇതിനെ മറികടക്കാൻ നിങ്ങളുടെ മസ്തിഷ്കം ഒരു പ്രശ്നം സൃഷ്ടിക്കും. ഇതല്ലാതെ നിങ്ങൾക്ക് യാതൊരു പ്രതിഫലവും ഉണ്ടാകില്ല. നിങ്ങളുടെ ജീവിതകാലം മുഴുവൻ നിങ്ങളോട് പോരാടുന്നത് നിങ്ങൾ മാത്രമായിരിക്കും.

സന്തോഷം പിന്തുടരുന്നതിനുള്ള സാംസ്കാരിക ദൃഢനിശ്ചയം, അസ്വസ്ഥതകൾ ഉണ്ടാക്കുന്ന എല്ലാ കാര്യങ്ങളിൽനിന്നുമുള്ള സ്വയം സംരക്ഷണം, ജീവിതം പ്രാഥമികമായി നല്ലതായിരിക്കണമെന്ന ആശയം, നാം നേരിടുന്ന ഏതൊരു വെല്ലുവിളിയും വിധിയുടെ പിഴവുകളാണെന്ന ധാരണ എന്നിവയെല്ലാം തന്നെ നിങ്ങളെ മാനസികമായി തളർത്തുന്നവയാണ്.

ഏത് പ്രതിസന്ധികളിൽനിന്നും മനസ്സിനെ സംരക്ഷിക്കുന്നതുമൂലം ഉത്കണ്ഠയിലേക്കും, പരിഭ്രാന്തിയിലേക്കും, അരാജകത്വത്തിലേക്കുമെല്ലാം നമ്മെ കൂടുതൽ ദുർബ്ബലരാക്കുകയാണ് ചെയ്യുന്നത്.

മനസ്സിൽ പ്രശ്നങ്ങൾ സൃഷ്ടിക്കാതിരിക്കാൻ കഴിയാത്തവർ പലപ്പോഴും അങ്ങനെ ചെയ്യുന്നത് അവരുടെ നിലനിൽപ്പിന്റെ സൃഷ്ടിപരമായ നിയന്ത്രണം അവസാനിപ്പിച്ചതിനാലാണ്. തങ്ങളുടെ സ്വന്തം പ്രവൃത്തികളുടെ ഫലമായല്ല, മറിച്ച് ജീവിതം തങ്ങൾക്ക് സംഭവിച്ച് കൊണ്ടിരിക്കുന്ന സംഭവവികാസങ്ങളാണെന്ന ധാരണയിൽ അവർ യാത്രക്കാരുടെ സീറ്റിലേക്ക് ഒതുങ്ങുന്നു.

അങ്ങനെയാണെങ്കിൽ ആരാണ് ഭയപ്പെടാത്തത്?

എന്നാൽ മിക്ക ആളുകളും നിങ്ങളോട് പറയാത്ത വസ്തുത എന്തെന്നാൽ, പ്രതികൂല സാഹചര്യങ്ങൾ നിങ്ങളെ സർഗ്ഗശക്തിയുള്ളവരാക്കുന്നു എന്നതാണ്. പലപ്പോഴും മറഞ്ഞിരിക്കുന്ന നിങ്ങളുടെ നൈപുണ്യത്തെ ഇത് സജീവമാക്കുന്നു. അത് കാര്യങ്ങൾ രസകരമാക്കുന്നു. മറികടക്കാൻ എന്തെങ്കിലും ആഗ്രഹിക്കുക എന്നത് മനുഷ്യന്റെ ആഖ്യാനത്തിന്റെ ഭാഗം മാത്രമാണ്.

അതിനെ സന്തുലിതമായി നിലനിർത്തുക എന്നതാണ് തന്ത്രം. നിങ്ങളുടെ സുരക്ഷിത മേഖലയിൽനിന്ന് പുറത്തുകടക്കാനും യോഗ്യമായ കാരണത്തിനായി ക്ലേശങ്ങൾ സഹിക്കാനും തിരഞ്ഞെടുക്കാൻ നിങ്ങളെ പ്രാപ്തരാക്കുന്നതുമാണ് തന്ത്രം.

പട്ടിണിയോ രാഷ്ട്രീയമോ മറ്റെന്തെങ്കിലുമോ പോലുള്ള ലോകത്തിലെ യഥാർത്ഥ പ്രശ്നങ്ങളിൽ നിങ്ങൾ ശ്രദ്ധ കേന്ദ്രീകരിക്കുന്നു.

എന്നാൽ ഏറ്റവും പ്രധാനമായത്, ജീവിതത്തിൽ നമുക്ക് നിയന്ത്രിക്കാനാകുന്ന കാര്യങ്ങളെക്കുറിച്ച് ചിന്തിക്കുക എന്നതാണ്, അതിൽ ഏർപ്പെടുക എന്നതാണ്. ശക്തമായ, തകർക്കാൻ പ്രയാസമേറിയ കാര്യങ്ങളെ പിളർക്കുവാനും രൂപാന്തരപ്പെടുത്തുവാനും പിരിമുറുക്കവും, പ്രതിരോധവും, പ്രതികൂലാവസ്ഥയും, വേദനയുമെല്ലാം ആവശ്യമാണ്. നമ്മുടെ വികാരങ്ങളെ ഭയക്കുന്നതിനും ഓടിയൊളിക്കുന്നതിനും പകരം ജീവിതവുമായി ആഴത്തിൽ ആശയവിനിമയം നടത്തി അതിന്റെ ഭാഗമാകുന്നതിലൂടെയാണ് നമുക്ക് ഇത് നേടാൻ കഴിയുക.

നിങ്ങൾക്ക് എന്നെന്നേക്കുമായി അതിൽ നിലനിൽക്കാൻ കഴിയില്ല, നിങ്ങൾ യഥാർത്ഥത്തിൽ അതാഗ്രഹിക്കുന്നുമില്ല. വെല്ലുവിളികളെയും സ്ഥൈര്യത്തെയും ഉൾക്കൊള്ളുവാൻ കൂടിയാണ് നിങ്ങൾ സൃഷ്ടിക്കപ്പെട്ടിട്ടുള്ളത്. അതിലൂന്നി ജീവിക്കാൻ തുടങ്ങുക.

പുതിയ മാറ്റം അഡ്ജസ്റ്റ്മെന്റ് ഷോക്കുകൾ സൃഷ്ടിക്കുന്നു

ജീവിതത്തെക്കുറിച്ച് ആരും നിങ്ങളോട് പറയാത്ത കാര്യങ്ങളിൽ ഏറ്റവും ആശയക്കുഴപ്പമുണ്ടാക്കുന്നത്, ഒരു നല്ല ജീവിതമാറ്റത്തിന് ശേഷം നിങ്ങൾക്ക് തൽക്ഷണം സന്തോഷം അനുഭവപ്പെടില്ല എന്ന മിഥ്യയാണ്.

നിങ്ങളുടെ മാനസികാവസ്ഥയെക്കുറിച്ചുള്ള സത്യം ഇതാണ് :

പുതിയതെന്തും, അത് നല്ലതാണെങ്കിൽ പോലും, അത് സംഭവ്യവും പരിചിതവുമാകുന്നതു വരെ തീർച്ചയായും നമുക്ക് അസ്വാസ്ഥ്യം അനുഭവപ്പെടും.

നമ്മുടെ മസ്തിഷ്കം വിപരീതമായ രീതിയിലാണ് പ്രവർത്തിക്കുന്നത്, പരിചിതമായത് നല്ലതും സുഖകരവുമാണെന്ന് നാം മനസ്സിലാക്കുന്നു, അത്തരം പെരുമാറ്റങ്ങളും ശീലങ്ങളും ബന്ധങ്ങളും യഥാർത്ഥത്തിൽ വിഷമയവും ഹാനികരവുമാണെങ്കിൽ പോലും.

പോസിറ്റീവ് ജീവിതാനുഭവങ്ങൾ യഥാർത്ഥത്തിൽ വിഷാദകരമായ എപ്പിസോഡുകൾക്ക് കാരണമാകുന്നു. ഇത് ചില കാരണങ്ങളാലാണ് സംഭവിക്കുന്നത് : ആദ്യം, മാനസികാവസ്ഥയിലോ മനോഭാവത്തിലോ പൊടുന്നനെയുള്ള ഒരു ഉയർച്ച അനുഭവപ്പെടും, പിന്നീട് അത് തൽക്ഷണം കുറയുന്നതും കാണാനാവും, ഇത് സമ്മർദ്ദം കൂടുതൽ വഷളാക്കുന്നു. രണ്ടാമതായി, ഒരു പോസിറ്റീവ് അനുഭവം എല്ലാ സമ്മർദ്ദങ്ങളും പൂർണ്ണമായും ഇല്ലാതാക്കുമെന്നും സമാനതകളില്ലാത്ത സന്തോഷം കൊണ്ടുവരുമെന്നും പ്രതീക്ഷിക്കുന്നത് ഹാനികരമാണ്. കാരണം അത് അപൂർവ്വമായി മാത്രം സംഭവ്യമായതാണ്. അതുകൊണ്ടാണ് വിവാഹങ്ങളും, പ്രസവവും, ഒരു പുതിയ ജോലിയുമെല്ലാം തുടക്കം മുതൽ അവിശ്വസനീയമാം വിധത്തിലുള്ള സമ്മർദ്ദങ്ങൾ ഉണ്ടാക്കുന്നത്. ജീവിതത്തിൽ കാര്യമായ മാറ്റങ്ങൾ ഉണ്ടാകുന്നതിനു പുറമേ, ഉത്കണ്ഠയും പിരിമുറുക്കവും പൂർണ്ണമായും ഒഴിവാക്കിക്കൊണ്ട് ഈ സംഭവങ്ങൾ പൂർണ്ണമായും പോസിറ്റീവ് ആയിരിക്കണമെന്ന നിശബ്ദമായ പ്രതീക്ഷയും ഇതിനുപിന്നിൽ ഉണ്ട്.

ഇത് അങ്ങനെയല്ലെന്ന് കണ്ടെത്തുന്നത് ഭയപ്പെടുത്തുന്നതാണ്.

മൊത്തത്തിൽ, ഏതൊരു നേട്ടങ്ങളും വിജയങ്ങളും ജീവിത മാറ്റങ്ങളും, അവയുടെ പോസിറ്റിവിറ്റി പരിഗണിക്കാതെ തന്നെ, മാറ്റം കൊണ്ടുവരുന്നു എന്നതാണ് കാര്യത്തിന്റെ കാതൽ. മാറ്റം സമ്മർദ്ദം ഉണ്ടാക്കുന്നു. ഇതിനകം ഉത്കണ്ഠക്കും വിഷാദത്തിനും വിധേയരായ വ്യക്തികളുടെ കാര്യത്തിൽ ഇത് സത്യമാണ്, കാരണം അവരുടെ മാനസികാവസ്ഥ സുസ്ഥിരമാക്കുന്നതിന് അവരുടെ സുരക്ഷിത മേഖല എന്ന ആശയം നിർണ്ണായകമാണ്. തൽഫലമായി, ഇത്തരം വ്യക്തികൾ അമിതപ്രതീക്ഷയുള്ളവരോ ഇടുങ്ങിയ ചിന്താഗതിയുള്ളവരോ ആയി മാറിയേക്കാം.

അഡ്ജസ്റ്റ്മെന്റ് ഷോക്കിന്റെ ലക്ഷണങ്ങൾ എന്തൊക്കെയാണ്?

അഡ്ജസ്റ്റ്മെന്റ് ഷോക്ക് ഉത്കണ്ഠയുടെയോ ക്ഷോഭത്തിന്റെയോ വർദ്ധനവ് പോലെ പ്രകടമാകാം. എന്നിരുന്നാലും, ഇത് പലപ്പോഴും കൂടുതൽ സങ്കീർണ്ണമാണ്.

അഡ്ജസ്റ്റ്മെന്റ് ഷോക്ക് പലപ്പോഴും അമിത ജാഗ്രത ആയി കണക്കാക്കാം. നിങ്ങൾ സാമ്പത്തിക നേട്ടങ്ങൾ ഉണ്ടാക്കുകയാണെങ്കിൽ, നിങ്ങളുടെ പുരോഗതിയെ തടസ്സപ്പെടുത്താൻ സാധ്യതയുള്ള കാര്യങ്ങളിലേക്കോ, ഉയർന്നുവന്നേക്കാവുന്ന ഒരു വലിയ ബില്ലിലേക്കോ നിങ്ങൾക്ക് ഇപ്പോൾ ലഭിച്ച ജോലിയുടെ നഷ്ടത്തിലേക്കോ നിങ്ങളുടെ മനസ്സ് ഉടനടി തെന്നിമാറുന്നു. നിങ്ങൾക്ക് ഒരു പുതിയ, സന്തോഷകരമായ ബന്ധമുണ്ടെങ്കിൽ, അവിശ്വസ്തതയെക്കുറിച്ചോ നുണകളെക്കുറിച്ചോ നിങ്ങൾ പരിഭ്രാന്തരാകാൻ തുടങ്ങും.

അഡ്ജസ്റ്റ്മെന്റ് ഷോക്ക് നമ്മുടെ അബോധാവസ്ഥയിലുള്ള ബന്ധങ്ങളെയും വിശ്വാസങ്ങളെയും വെളിച്ചത്തിലേക്ക് കൊണ്ടുവരുന്നു. സമ്പന്നർ ധാർമ്മികമായി അഴിമതിക്കാരാണെന്ന ധാരണയിൽ വളർന്ന ഒരാളാണ് നിങ്ങളെങ്കിൽ, കൂടുതൽ പണം കൈവശം വെക്കുന്നതിനെ നിങ്ങൾ എതിർക്കാൻ ശ്രമിക്കും.

നിങ്ങൾ സ്നേഹിക്കപ്പെടുവാൻ വേണ്ടി പ്രശസ്തി കാംക്ഷിക്കുന്ന ഒരുവനാണെങ്കിൽ പരസ്യമായ വിജയങ്ങളെല്ലാം നിങ്ങൾ എതിർക്കാൻ ശ്രമിക്കും. കാരണം, പ്രശസ്തരെല്ലാം തന്നെ സാധാരണക്കാരേക്കാൾ കൂടുതൽ വിമർശിക്കപ്പെടുകയും ഇഷ്ടക്കേട് സമ്പാദിക്കുകയും ചെയ്യുന്നു എന്നതാണ് നിങ്ങളുടെ ധാരണ.

അഡ്ജസ്റ്റ്മെന്റ് ഷോക്ക് തീവ്രമായ ഭയത്തിന്റെ വികാരങ്ങൾ കൊണ്ടുവരും. കാരണം, നമ്മൾ വളരെയധികം ആഗ്രഹിച്ചതോ ദീർഘകാലമായി പരിശ്രമിച്ചതോ ആയ എന്തെങ്കിലും നേടുമ്പോൾ, മതിലുകൾ കെട്ടിയും അനുഭവത്തിലേക്ക് സ്വയം നിർവീര്യമാക്കിയും അതിന്റെ നഷ്ടത്തിൽനിന്ന് സ്വയം പരിരക്ഷിക്കുക എന്നതാവും നമ്മുടെ സഹജവാസന.

നമ്മൾ ഏറ്റവും കൂടുതൽ ആഗ്രഹിക്കുന്ന കാര്യങ്ങളെ നാം പലപ്പോഴും ആഴത്തിൽ എതിർക്കുന്നു.

ഇതിന് കാരണം അഡ്ജസ്റ്റ്മെന്റ് ഷോക്കാണ്, അത് നമുക്ക് അജ്ഞാതമാണെങ്കിൽ പോലും.

നമ്മൾ ആഗ്രഹിക്കുന്നതെല്ലാം സ്വീകരിക്കുന്നത് ഭയാനകമാണ്, കാരണം അത് അതിജീവനത്തിന്റെ ഭയത്തെ അടിസ്ഥാന മാക്കിയുള്ള മാനസികാവസ്ഥയിൽനിന്നും വ്യതിചലിച്ച് കൂടുതൽ സ്ഥിരതയുള്ള ഒന്നിലേക്ക് മാറാൻ നമ്മെ പ്രേരിപ്പിക്കുന്നു. അതിജീവിക്കാൻ നമ്മൾ ചെയ്യേണ്ടവയെല്ലാമാണ് നമ്മൾ ശീലമാക്കിയിരിക്കുന്നതെങ്കിൽ, നമ്മുടെ സ്വയം-യാഥാർത്ഥ്യ ത്തിന്റെ അടുത്ത ഘട്ടങ്ങളെ നമ്മൾ അഭിമുഖീകരിക്കും.

അടിസ്ഥാനപരമായ നിലനിൽപ്പിനെക്കുറിച്ച് നമ്മൾ ഇനി ആകുലപ്പെടുന്നില്ലെങ്കിൽ, ജീവിതത്തിലെ വലിയ ചോദ്യങ്ങളി ലേക്ക് തിരിയാൻ നമ്മുടെ മനസ്സിന് സ്വാതന്ത്ര്യമുണ്ട് : എന്താണ് നമ്മുടെ ഉദ്ദേശ്യം? നമ്മൾ അർത്ഥപൂർണ്ണമായി ജീവിച്ചിട്ടുണ്ടോ? നമ്മൾ എന്താകാനാണ് ആഗ്രഹിക്കുന്നത്?

വലിയ നേട്ടങ്ങളെ നാം പലപ്പോഴും മനസ്സിലാക്കിയിട്ടുള്ളത് "ജീവിതത്തിൽനിന്ന് എളുപ്പം പുറത്തുകടക്കുവാനുള്ള കാർഡ് ആയിട്ടാണ്. അവ അപൂർവ്വമായി മാത്രമാണ് യാഥാർത്ഥ്യമാകുന്നത്. വാസ്തവത്തിൽ, നേരെ വിപരീതമാണ് സംഭവിക്കുക. അവ നമ്മെ സമനിലയിലാക്കുന്നു, വലിയ ഉത്തരവാദിത്തങ്ങളിലേക്ക് നമ്മെ പ്രേരിപ്പിക്കുന്നു, വലിയ പ്രശ്നങ്ങളെക്കുറിച്ച് കൂടുതൽ ആഴത്തിൽ ചിന്തിക്കാനും, നമ്മെത്തന്നെയും മുൻപ് സത്യമെന്ന് നമ്മൾ ധരിച്ചിരുന്നവയെയും ചോദ്യം ചെയ്യാനും നമ്മെ പ്രേരിപ്പിക്കുന്നു.

വലിയ നേട്ടങ്ങൾ യഥാർത്ഥത്തിൽ സ്വയം കൂടുതൽ മെച്ചപ്പെട്ട പതിപ്പുകളായി മാറാൻ നമ്മെ സമ്മർദ്ദം ചെലുത്തുന്നു. ഇത് നമ്മുടെ ജീവിതത്തിന് പോസിറ്റീവായി ഭവിക്കുന്നു, പക്ഷേ ഒരേസമയം അത് അസ്വസ്ഥതയുണ്ടാക്കുകയും ചെയ്യുന്നു.

അഡ്ജസ്റ്റ്മെന്റ് ഷോക്ക് ഞാൻ എങ്ങനെ മറികടക്കും?

നിങ്ങളുടെ ജീവിതത്തിൽ ഒരു പോസിറ്റീവ് അനുഭവം സംഭവി ക്കുമ്പോൾ, വിന്യാസം സ്ഥാപിക്കുന്നതിനും പുതിയതും കൂടുതൽ കൃത്യവും സുസ്ഥിരവുമായ വീക്ഷണം വളർത്തിയെടുക്കുന്നതിനും മറ്റ് വശങ്ങളെക്കുറിച്ചുള്ള നിങ്ങളുടെ മാനസികാവസ്ഥയുമായി നിങ്ങൾ പൊരുത്തപ്പെടേണ്ടതുണ്ട്.

നിങ്ങൾക്ക് കൂടുതൽ പണമുണ്ടോ എന്ന ഉത്കണ്ഠ അനുഭവപ്പെടുക

യാണെങ്കിൽ, നിങ്ങൾ മികച്ച മണി മാനേജ്മെന്റ് കഴിവുകൾ പഠിക്കേണ്ടതുണ്ട്. നിങ്ങൾക്ക് ബന്ധങ്ങളെക്കുറിച്ച് ഉത്കണ്ഠയുണ്ടെങ്കിൽ, മുമ്പത്തേക്കാൾ മികച്ചരീതിയിൽ മറ്റുള്ളവരുമായി ബന്ധപ്പെടാൻ നിങ്ങൾ പഠിക്കേണ്ടതുണ്ട്.

നിങ്ങളുടെ സുപ്രധാനമായ ജീവിത മാറ്റം നിങ്ങൾക്ക് സങ്കൽപ്പിക്കാവുന്ന എല്ലാ വഴികളിലൂടെയും ഉയരാൻ നിങ്ങളെ പ്രേരിപ്പിക്കും. കൂടാതെ അജ്ഞാതമായതിലേക്ക് കടക്കുന്നതിനുള്ള പ്രാരംഭ ഭയത്തെ മറികടക്കുന്നതിനായുള്ള മാർഗ്ഗത്തെ, നിങ്ങൾ അതിനായി പൂർണ്ണമായും തയ്യാറാണെന്ന് അറിഞ്ഞുകൊണ്ടും നിങ്ങൾ അത് അർഹിക്കുന്നുവെന്ന് മനസ്സിലാക്കിക്കൊണ്ടും, പരിചയപ്പെടുക, അത് സമ്പൂർണ്ണമായും നിങ്ങളിലേക്ക് സമന്വയിപ്പിക്കുക.

അതീന്ദ്രിയ ചിന്ത ജ്ഞാനമല്ല

"അതീന്ദ്രിയ ചിന്ത"യെക്കുറിച്ച് നമ്മൾ സംസാരിക്കുമ്പോൾ, നിങ്ങളുടെ ഊർജ്ജം വിലയിരുത്തുന്നതിനും നിങ്ങളുടെ ഭാവി പ്രവചിക്കുന്നതിനും നിങ്ങൾക്ക് നിയമിക്കാവുന്ന കൈനോട്ട ശാസ്ത്രമോ, നിയോൺ-സൈൻ പരസ്യം ചെയ്ത മാന്ത്രികതയുള്ള പ്രൊഫഷണലുകളോ അല്ല നാം അർത്ഥമാക്കുന്നത്.

അതീന്ദ്രിയ ചിന്ത അതിനെക്കാൾ വളരെയധികം വഞ്ചനാപരമാണ്.

മറ്റൊരാൾ എന്താണ് ചിന്തിക്കുന്നതെന്നോ അവർ എന്താണ് ചെയ്യാൻ ഉദ്ദേശിക്കുന്നതെന്നോ നിങ്ങൾക്ക് അറിയാമെന്നാണ് അതീന്ദ്രിയ ചിന്ത അർത്ഥമാക്കുന്നത്. നിങ്ങൾക്ക് അത് ഏറ്റവും ശക്തമായി അനുഭവപ്പെടുന്നതിനാൽ, ഏറ്റവും കുറഞ്ഞ സാധ്യതയുള്ള ഫലമാണ് ഏറ്റവും ലാഭകരമെന്ന് അനുമാനിക്കപ്പെടുന്നു. "മറ്റൊരു ജീവിതം" നിങ്ങൾക്ക് നഷ്ടപ്പെട്ടുവെന്ന് നിങ്ങൾ വിശ്വസിക്കുകയും, നിങ്ങൾ തിരഞ്ഞെടുക്കാത്ത ഒരു പാത, നിങ്ങൾ കൂടുതൽ നന്മ ഉദ്ദേശിച്ചിട്ടുള്ളതുമാണെന്ന് നിങ്ങൾ ധരിക്കുന്നു. നിങ്ങൾ ഏറ്റവും കൂടുതൽ വൈദ്യുത ബന്ധം പുലർത്തുന്ന വ്യക്തി നിങ്ങളുടെ ഏറ്റവും അനുയോജ്യമായ ജീവിത പങ്കാളിയാണെന്ന് വിശ്വസിക്കുന്നു.

തീർച്ചയായും, മറ്റുള്ളവർ നമ്മെ കാണുന്ന രീതി ചലനാത്മകമാണ്.

അവരുടെ ചിന്തകൾ, വികാരങ്ങൾ, ഉദ്ദേശ്യങ്ങൾ എന്നിവ പൂർണ്ണമായതല്ലെങ്കിൽ പോലും, നമുക്ക് തിരഞ്ഞെടുക്കാമായിരുന്ന ഒരു യഥാർത്ഥ വഴിയുമില്ല; പകരം, നമ്മുടെ ജീവിതങ്ങൾ എന്തായിരുന്നിരിക്കാം എന്നതിന്റെ ആദർശപരമായ കാഴ്ചപ്പാടിലേക്ക് നമ്മുടെ ആവശ്യങ്ങളുടെയും ആഗ്രഹങ്ങളുടെയും ഒരു രൂപം മാത്രമേയുള്ളൂ. ശക്തമായ വൈകാരിക ബന്ധം ആത്മബന്ധത്തിന് തുല്യമാകണമെന്നില്ല, മാത്രമല്ല സ്നേഹം അനുയോജ്യതയുടെ പര്യായവുമല്ല.

അതീന്ദ്രിയ ചിന്ത നമ്മെ യാഥാർത്ഥ്യത്തിൽനിന്ന് അകറ്റുന്നു. യുക്തിയുടെ സ്ഥാനത്ത്, പലപ്പോഴും തെറ്റായതും വിശ്വസനീയമല്ലാത്തതും നാം വിശ്വസിക്കാൻ ആഗ്രഹിക്കുന്ന കാര്യങ്ങളോട് പൂർണ്ണമായും പക്ഷപാതപരവുമായ വികാരങ്ങളെ അവ അടിച്ചേൽപ്പിക്കുന്നു.

അസ്വാസ്ഥ്യത്തിന് അപ്പുറം, അതീന്ദ്രിയ ചിന്ത നിങ്ങളുടെ മാനസികാരോഗ്യത്തിന് ഭീഷണിയാണ്. അത് ഉത്കണ്ഠയും വിഷാദവും വളർത്തുന്നു. ഇത് ഭയമോ അസ്വസ്ഥതയോ മാത്രമല്ല; ആ ചിന്ത സത്യമാകണമെന്നു മാത്രമല്ല, ഭാവി സംഭവങ്ങളെ പ്രവചിക്കുന്നതും ആയിരിക്കണമെന്നതാണ് വിശ്വാസം. ഈ ദിവസത്തെക്കുറിച്ച് വെറുതെ തോന്നുന്നതിനുപകരം, ഇത്തരം ചിന്ത നമ്മെ നയിക്കുന്നത് ഭയങ്കരമായ ഒരു ജീവിതത്തിലേക്കാണ്.

"നിങ്ങളെ സ്വയം വിശ്വസിക്കുക" എന്ന് നാം ധാരാളം കേട്ടിട്ടുണ്ട്, ഇത് നമ്മെത്തന്നെ വെളിപാടുകളുമായി താരതമ്യം ചെയ്യാൻ നമ്മെ പ്രേരിപ്പിക്കുന്നു. നമ്മുടെ ഉള്ളിൽ ഒരു പ്രത്യേക ചിന്തയോ വികാരമോ ഉണ്ടാകുമ്പോൾ, അത് വരാനിരിക്കുന്ന കൂടുതൽ പ്രാധാന്യമുള്ള ഒന്നിനെ സൂചിപ്പിക്കുന്നവയാകുമെന്നു നാം അനുമാനിക്കുന്നു.

തീർച്ചയായും, 50-കളിലും 60-കളിലും പോപ്പ് സൈക്കോളജിയുടെ ജനപ്രീതി കാരണം അതീന്ദ്രിയ ചിന്ത മൊത്തത്തിൽ ഒരു പുതിയ വെളിച്ചം വീശാൻ തുടങ്ങിയിരുന്നു. സ്വയം വിശ്വസിക്കൂ, ഗുരുക്കൾ പറയുന്നു. ഉള്ളിന്റെയുള്ളിൽ, നിങ്ങൾക്കാ സത്യം അറിയാം.

ഇത് പ്രബലമാണ്. നിങ്ങളുടെ കുടൽ അക്ഷരാർത്ഥത്തിൽ നിങ്ങളുടെ തലച്ചോറുമായി ബന്ധപ്പെട്ടിരിക്കുന്നു; നിങ്ങളുടെ വയറിലെ ബാക്ടീരിയകൾ നിങ്ങളുടെ മനസ്സിനേക്കാൾ വേഗത്തിൽ ഉപബോധമനസ്സിലെ ബുദ്ധിപരമായ അവബോധത്തിലേക്ക്

പ്രതികരിക്കുന്നു. അതുകൊണ്ടാണ് നിങ്ങളുടെ "ഗട്ട് ഫീലിംഗ് " ശരിയായി ഭവിക്കാറുള്ളത്. എന്നാൽ, ഭയത്തിൽനിന്നോ അപ്രധാനമായ വെറും ചിന്തകളിൽനിന്നോ ഗട്ട് ഫീലിംഗിനെ വേർതിരിച്ചറിയാൻ കഴിയാത്ത ആളുകൾക്ക് ഈ ഉപദേശം നൽകുമ്പോൾ, അത് അവർ പൂർണ്ണമായും കുടുങ്ങിപ്പോകുന്ന അപകടകരമായ പ്രവർത്തിയായി മാറുന്നു. പരിമിതമായതിനാൽ, അവരുടെ ക്രമരഹിതമായ വികാരങ്ങളെല്ലാം യഥാർത്ഥമാണെന്ന് അവർ കരുതുന്നു - യഥാർത്ഥം മാത്രമല്ല, വരാനിരിക്കുന്ന കാര്യങ്ങളുടെ പ്രവചനവുമായി അവർ അതിനെ കണക്കാക്കുന്നു.

അതീന്ദ്രിയ ചിന്ത എന്നത് വൈജ്ഞാനിക പക്ഷപാതങ്ങളുടെ ഒരു പരമ്പരയല്ലാതെ മറ്റൊന്നുമല്ല, അവയിൽ ഏറ്റവും പ്രധാനപ്പെട്ടത് ഇനിപ്പറയുന്നവയാണ് :

സ്ഥിരീകരണം

എല്ലാ സമയത്തും, നിങ്ങളുടെ മസ്തിഷ്കം ഉത്തേജകങ്ങളാൽ നിറഞ്ഞിരിക്കുന്നു. എല്ലാം പ്രോസസ്സ് ചെയ്യാൻ, നിങ്ങളുടെ ബോധ മനസ്സിന് അതിന്റെ ഏകദേശം 10% അല്ലെങ്കിൽ അതിൽ താഴെ മാത്രമേ അറിയൂ. നിങ്ങളുടെ ഉപബോധമനസ്സ് എല്ലായ്പ്പോഴും, നിങ്ങൾക്ക് ഒരു ദിവസം ആവശ്യമായി വന്നേക്കാവുന്ന വിവരങ്ങൾ ലോഗ് ചെയ്യുവാനുള്ള തിടുക്കത്തിലാണ്.

എന്നിരുന്നാലും, നമ്മുടെ ബോധപൂർവ്വമായ അവബോധത്തിന്റെ 10% നമ്മുടെ നിലവിലുള്ള വിശ്വാസങ്ങളെ വളരെയധികം സ്വാധീനിക്കുന്നു. നമ്മുടെ മുൻകാല ആശയങ്ങൾക്ക് വിരുദ്ധമായ വിവരങ്ങൾ നമ്മുടെ മസ്തിഷ്കം സജീവമായി ഫിൽട്ടർ ചെയ്യുകയും അവയുമായി പൊരുത്തപ്പെടുന്ന വിവരങ്ങളിൽ ശ്രദ്ധ കേന്ദ്രീകരിക്കുകയും ചെയ്യുന്നു. ഈ പ്രതിഭാസത്തെ "സ്ഥിരീകരണ പക്ഷപാതം" എന്ന് വിളിക്കുന്നു, അവിടെ നാം ഇതിനകം വിശ്വസിക്കുന്നതിനെ പിന്തുണയ്ക്കുന്ന ഉത്തേജനങ്ങളെ സജീവമായി അന്വേഷിക്കുകയും പ്രോസസ്സ് ചെയ്യുകയും ചെയ്യുന്നു.

ഊഹംവെയ്ക്കൽ

നമ്മുടെ നിലവിലെ സാഹചര്യങ്ങൾ എടുത്ത് ഭാവിയിലേക്ക് വ്യാപിപ്പിക്കുമ്പോഴാണ് ഊഹംവെയ്ക്കൽ അഥവാ എക്സ്ട്രാപോളേഷൻ സംഭവിക്കുന്നത്. റയാൻ ഹോളിഡേ പറഞ്ഞതുപോലെ,

“ഈ നിമിഷം എന്റെ ജീവിതമല്ല. ഇത് എന്റെ ജീവിതത്തിലെ ഒരു നിമിഷമാണ്.”

നമ്മൾ നമ്മുടെ ഭൂതകാലത്തിലെയോ നിലവിലുള്ളതോ ആയ അനുഭവങ്ങളുടെ ആകെത്തുകയാണെന്നും, നമ്മൾ ഇപ്പോൾ അനുഭവിക്കുന്ന സമ്മർദ്ദങ്ങളോ ഉത്കണ്ഠകളോ എല്ലാം നമ്മുടെ ജീവിതകാലം മുഴുവൻ നമ്മൾ ചുമക്കുന്നവയാണെന്നുമെല്ലാം എക്സ്ട്രാപൊളേഷൻ നമ്മെ ചിന്തിപ്പിക്കുന്നു. കയ്യിലുള്ള പ്രശ്നത്തിലൂടെ കാണാൻ നമുക്ക് കഴിയുന്നില്ല എന്നതിനാൽ അത് ഒരിക്കലും സ്വയം പരിഹരിക്കാനാവില്ലെന്ന് നാം അനുമാനിക്കുന്നു. നിർഭാഗ്യവശാൽ, ഇത് സ്വയം നിറവേറ്റപ്പെടുന്ന ഒരു പ്രവചനമായി മാറിയേക്കാം. നമ്മുടെ പ്രശ്നങ്ങളിൽനിന്ന് ഒരിക്കലും കരകയറാൻ കഴിയില്ല എന്ന ആശങ്കയാൽ നമ്മൾ വളരെ എളുപ്പത്തിൽ പരാജയപ്പെടുകയും ക്ഷീണിക്കുകയും ചെയ്യുന്നുവെങ്കിൽ, അവ പരിഹരിക്കാൻ യുക്തിസഹമായി ശ്രമിക്കുന്നതിനുപകരം, ആവശ്യമുള്ളതിലും കൂടുതൽ സമയം നാം അവയിൽ മുങ്ങിക്കിടക്കാനുള്ള സാധ്യതയാണ് കൂടുതൽ.

വെളിച്ചംവീശൽ (Spotlighting)

ലോകം തങ്ങളെ ചുറ്റിപ്പറ്റിയാണെന്ന് എല്ലാവരും കരുതുന്നു. എല്ലാ ദിവസവും, നിങ്ങളെയും നിങ്ങളുടെ സ്വന്തം താൽപര്യങ്ങളെയും കുറിച്ച് നിങ്ങൾ ചിന്തിക്കുന്നു. മറ്റുള്ളവർ നമ്മളെക്കുറിച്ച് ഇത്ര തീവ്രതയോടെ ചിന്തിക്കുന്നില്ലെന്നുള്ള മനസ്സിലാക്കൽ ഒരു വെല്ലുവിളിതന്നെയാണ്; അവർ തങ്ങളെക്കുറിച്ച് മാത്രമാണ് ചിന്തിക്കുന്നത്.

വെളിച്ചംവീശൽ പ്രതീതി (spotlight effect) എന്നത് നമ്മുടെ ജീവിതം പ്രകടനപരമാണെന്നോ മറ്റുള്ളവർക്ക് ഉപഭോഗം ചെയ്യാൻ “പ്രദർശിപ്പിച്ചിരിക്കുന്നതോ” ആണെന്ന് സങ്കൽപ്പിക്കുമ്പോൾ സംഭവിക്കുന്ന ഒന്നാണ്. കഴിഞ്ഞ രണ്ടോ മൂന്നോ ലജ്ജാകരമായ കാര്യങ്ങൾ നാം ഓർക്കുന്നു, മറ്റുള്ളവരും അവയെക്കുറിച്ച് സജീവമായി ചിന്തിക്കുന്നതായി സങ്കൽപ്പിക്കുകയും ചെയ്യുന്നു. മറ്റൊരാൾ ചെയ്ത, രണ്ടോ മൂന്നോ ലജ്ജാകരമായ കാര്യങ്ങൾ നിങ്ങൾക്ക് ഓർക്കാമോ? തീർച്ചയായും നിങ്ങൾക്ക് കഴിയില്ല. കാരണം നിങ്ങൾ അവ ശ്രദ്ധിക്കുന്നില്ല.

ലോകം നമ്മെ കുറിച്ച് മാത്രമാണെന്ന തെറ്റായ ധാരണ വെളിച്ചംവീശൽ നമുക്ക് നൽകുന്നു, അങ്ങനെ അല്ലെങ്കിൽ കൂടി.

ഈ പക്ഷപാതിത്വങ്ങളും മറ്റും, അതീന്ദ്രിയ ചിന്തയോടൊപ്പമോ ലോകത്തെക്കുറിച്ചുള്ള നമ്മുടെ അനുമാനങ്ങളും വികാരങ്ങളും യാഥാർത്ഥ്യമായി മാറുമെന്ന മിഥ്യാധാരണയോടൊപ്പമോ സംയോജിപ്പിക്കപ്പെട്ടുമ്പോൾ ഹാനികരവും മിക്കവാറും തെറ്റുമായി ഭവിക്കും. അടുത്തതായി എന്ത് സംഭവിക്കുമെന്ന് പ്രവചിക്കാൻ ശ്രമിക്കുന്നതിനുപകരം, നമ്മുടെ ഊർജ്ജം ഈ നിമിഷത്തിൽ ശ്രദ്ധ കേന്ദ്രീകരിക്കുമ്പോൾ, നമ്മിലെ ഊർജ്ജം വളരെ മികച്ച രീതിയിൽ പ്രയോജനപ്രദമാക്കാൻ നമുക്കാവുന്നു – ജ്ഞാനികൾ "ഇപ്പോൾ," (now) എന്ന് അതിനെ വിശേഷിപ്പിക്കുന്നു – കാരണം ഭൂതവും ഭാവിയും വർത്തമാനകാലത്തിലെ മിഥ്യാധാരണകളാണ് എന്നതാണ് സത്യം. നമ്മുടെ പക്കലുള്ളതോ വർത്തമാനകാലം മാത്രമാണ്.

നിങ്ങളുടെ ബുദ്ധി ഉപയോഗിച്ച് അടുത്തത് ഹാക്ക് ചെയ്യാൻ ശ്രമിക്കുന്നതിനുപകരം, നിങ്ങൾ ഇപ്പോൾ എവിടെയാണെന്ന ബോധ്യത്തെ മെച്ചപ്പെടുത്താൻ ശ്രമിക്കുക. അതാണ് നിങ്ങളുടെ ജീവിതത്തിന്റെ ഫലങ്ങളെ ശരിക്കും മാറ്റിമറിക്കാൻ പോകുന്നത്.

യുക്തിപരമായ വീഴ്ചകൾ നിങ്ങൾക്ക് അഗാധമായ ഉത്കണ്ഠകൾ നൽകുന്നു

ജീവിതത്തിൽ നിങ്ങൾ അനുഭവിക്കുന്ന മിക്ക ഉത്കണ്ഠകളും കാര്യക്ഷമമല്ലാത്ത വിമർശന-ചിന്തകളുടെ ഫലമാണ്. നിങ്ങൾക്ക് ഉത്കണ്ഠയുള്ളതിനാൽ, നിങ്ങൾ അമിതമായി ചിന്തിക്കുന്ന ആളാണെന്നും, സാധ്യതയില്ലാത്തതും ഭയപ്പെടുത്തുന്നതുമായ ഫലങ്ങളെക്കുറിച്ച് ന്യായമായതിനേക്കാൾ കൂടുതൽ ചിന്തിക്കുന്ന ഒരാളാണെന്ന് നിങ്ങൾ ഗ്രഹിച്ചേക്കാം. നിങ്ങൾ ഒരു ചിന്താശേഷി കുറഞ്ഞ ആളാണ് എന്നതാണ് യാഥാർത്ഥ്യം.

നിങ്ങളുടെ ന്യായവാദ പ്രക്രിയയുടെ ഒരു ഭാഗം നിങ്ങൾക്ക് നഷ്ടമായിരിക്കുന്നു.

ആദിമുതൽതന്നെ നമുക്ക് തുടങ്ങാം. ഉത്കണ്ഠ ഒരു സാധാരണ വികാരമാണ്, സാധാരണയായി സാഹചര്യങ്ങൾ പിരിമുറുക്കമോ ഭയാനകമോ ആകുമ്പോൾ ഓരോ വ്യക്തിയും അവരുടെ ജീവിതത്തിൽ ഒരിക്കലെങ്കിലും അനുഭവിക്കുന്ന ഒന്ന്.

ഉത്കണ്ഠ വിട്ടുമാറാതെ ദൈനംദിന പ്രവർത്തനങ്ങളിൽ ഇടപെടാൻ

തുടങ്ങുമ്പോൾ, അത് ഒരു ക്ലിനിക്കൽ ഡിസോർഡർ ആയി മാറുന്നു.

ശാരീരികാരോഗ്യത്തിന് നാം നൽകുന്ന അതേ പ്രാധാന്യത്തോടെ മാനസികാരോഗ്യത്തെയും സമീപിക്കണമെന്നതിലെ നിയമ സാധുത നമുക്ക് വ്യക്തമാണ്. അതുപോലെ, ഒരാൾക്ക് ആവർത്തിച്ച് കണങ്കാൽ ഉളുക്കിയാൽ എന്തുകൊണ്ടാണ് കാലിടറുന്നത് എന്ന് നമ്മൾ ചോദ്യം ചെയ്യുന്നതുപോലെ, പല രോഗങ്ങളെയും പോലെ തന്നെ, ഉത്കണ്ഠയും സാഹചര്യത്താൽ ഉരുത്തിരിയുന്നതാണ്. പ്രത്യേകിച്ചും, നിശിതവും നിലനിൽക്കുന്നതുമായ സമ്മർദ്ദകരമായ സാഹചര്യങ്ങളെ നേരിടാനുള്ള കഴിവില്ലായ്മയിൽനിന്നാണ് പലപ്പോഴും ഉത്കണ്ഠ ഉത്ഭവിക്കുന്നത്.

നമുക്ക് സുഖം പ്രാപിക്കണമെങ്കിൽ, നാം പ്രാവർത്തികമാകാൻ പഠിക്കണം.

ഇത് രോഗനിർണ്ണയത്തിനു മാത്രമല്ല, എല്ലാവർക്കും ബാധകമാണ്.

ഉത്കണ്ഠയുടെ മുഖമുദ്രകളിലൊന്ന് ദ്രുതഗതിയിലുള്ള ചിന്തയാണ്. നിങ്ങൾ ഒരു പ്രത്യേക പ്രശ്നത്തിന് കാര്യമായ സമയവും ശ്രദ്ധയും കേന്ദ്രീകരിക്കുന്നതിനാൽ, നിങ്ങൾ അത് സമഗ്രമായി വിശകലനം ചെയ്യുകയും ഏറ്റവും സാധ്യതയുള്ള നിഗമനത്തിലെത്തുകയും ചെയ്യുന്നുവെന്ന് നിങ്ങൾ അനുമാനിച്ചേക്കാം. എന്നിരുന്നാലും, നേരെ വിപരീതമാണ് പലപ്പോഴും സംഭവിക്കാറ്.

നിങ്ങൾ യുക്തിപരമായ ഒരു വീഴ്ച നേരിടുന്നു. ഏറ്റവും മോശം സാഹചര്യം നിങ്ങൾ ഉടനടി അനുമാനിക്കുന്നു, കാരണം നിങ്ങളുടെ ചിന്തകൾ മേഘാവൃതമാണ്, ഏറ്റവും മോശം സാഹചര്യം ഭീഷണി യാണെന്ന് തോന്നുന്നതിനാൽ നിങ്ങളുടെ *ഫൈറ്റ്-ഓർ-ഫ്ലൈറ്റ്* റെസ്പോൺസിന് ഇത് കാരണമാകുന്നു. ഭയപ്പെടുത്തുന്ന ആശയ ത്തിലുള്ള നിങ്ങളുടെ ഉറച്ച നിലനിൽപ്പ് നിങ്ങളുടെ ശരീരത്തിന്റെ പ്രതിരോധ സംവിധാനത്തെ സജീവമാക്കുന്നു, തിരിച്ചറിഞ്ഞ ഭീഷണിയെ അഭിസംബോധന ചെയ്യുകയോ പരിഹരിക്കുകയോ ചെയ്യുന്നതുവരെ ഉയർന്ന ജാഗ്രത നിങ്ങൾ നിലനിർത്തുകയും ചെയ്യുന്നു.

എന്താണ് യുക്തിപരമായ പിശക്?

നിങ്ങൾ ഭയപ്പെടാത്ത ഒരു കാര്യത്തെക്കുറിച്ച് ചിന്തിക്കുക, ഒരുപക്ഷെ മറ്റുള്ളവർക്ക് അത് ഭയാനകരമാവാം.

ഒരു പക്ഷേ വിമാനത്തിൽ പറക്കുന്നതിൽ നിങ്ങൾക്ക് ഭയമില്ലായിരിക്കാം. ധാരാളം ആളുകൾക്ക് എന്നാൽ ഭയമുണ്ട്. ഒരുപക്ഷേ നിങ്ങൾ അവിവാഹിതനായിരിക്കാൻ ഭയപ്പെടുന്നില്ലായിരിക്കാം. ധാരാളം ആളുകൾക്ക് അതങ്ങനെയല്ല. ഒരുപക്ഷേ നിങ്ങൾ പ്രതിബദ്ധതയെ ഭയപ്പെടുന്നില്ലായിരിക്കാം. പലർക്കും നേർവിപരീതമാണ് വസ്തുത. നിങ്ങളുടെ ജീവിതത്തിൽ നിങ്ങൾ ശരിക്കും ഭയപ്പെടാത്ത ഒരു കാര്യത്തെക്കുറിച്ചെങ്കിലും തീർച്ചയായും നിങ്ങൾക്ക് ചിന്തിക്കാനാകും.

എന്തുകൊണ്ടാണ് നിങ്ങൾ അതിനെ ഭയപ്പെടാത്തത്? കാരണം നിങ്ങൾക്ക് അവിടെ ഒരു യുക്തിപരമായ പിശകില്ല.

നിങ്ങൾ സ്വയം ഒരു വിമാനത്തിൽ പോകുന്നതും നിരാശപ്പെടാതെ വിജയകരമായി ഇറങ്ങുന്നതും ദൃശ്യവത്ക്കരിക്കാനാകും. നിങ്ങൾ സംതൃപ്തനായിക്കൊണ്ടുതന്നെ അവിവാഹിതനായോ പ്രതിജ്ഞാബദ്ധനായോ സ്വയം സങ്കൽപ്പിക്കാൻ കഴിയും. ഏറ്റവും മോശം സാഹചര്യം സംഭവിക്കുകയാണെങ്കിൽപ്പോലും, നിങ്ങൾക്ക് ഒരു സാഹചര്യത്തെ തുടക്കം മുതൽ അവസാനം വരെ പൂർണ്ണമായി വിചിന്തനം ചെയ്യാൻ കഴിയുമെങ്കിൽ, അതിന്റെ മുഴുവൻ കമാനവും വിഭാവനം ചെയ്യുക. നിങ്ങൾ എന്ത് നടപടികളാണ് സ്വീകരിക്കേണ്ടതെന്ന് നിങ്ങൾ മനസ്സിലാക്കുകയും ഒരു പ്ലാൻ തയ്യാറാക്കുകയും ചെയ്യുന്നു.നിങ്ങൾക്കതിനു കഴിയുന്നു.

നിങ്ങൾക്ക് ഒരു യുക്തിപരമായ വീഴ്ച അനുഭവപ്പെടുമ്പോൾ, ക്ലൈമാക്സ് ഒരു നിഗമനമായി മാറുന്നു. നിങ്ങൾ ഒരു സാഹചര്യം സങ്കൽപ്പിക്കുന്നു, നിങ്ങൾ പരിഭ്രാന്തരാകുമെന്ന് നിങ്ങൾ കരുതുന്നു, തുടർന്ന് നിങ്ങൾ ഭയപ്പെടുന്നതിനാൽ, ബാക്കിയുള്ള സാഹചര്യങ്ങളിലൂടെ നിങ്ങൾ സ്വയം ഒരിക്കലും ചിന്തിക്കില്ല. നിങ്ങൾ ഇതിലൂടെ എങ്ങനെ കടന്നുപോകും, പ്രതികരിക്കാൻ നിങ്ങൾ എന്തുചെയ്യും, പിന്നീട് നിങ്ങളുടെ ജീവിതം എങ്ങനെ മുന്നോട്ട് കൊണ്ടുപോകും എന്നതിനെക്കുറിച്ച് നിങ്ങൾ ഒരിക്കലും ചിന്തിക്കില്ല. നിങ്ങൾക്ക് ഇത് ചെയ്യാൻ കഴിയുമെങ്കിൽ, നിങ്ങൾ അതിനെ ഭയപ്പെടുന്നില്ല എന്നാണർത്ഥം, കാരണം നിങ്ങളെ "അവസാനിപ്പിക്കാൻ" അതിന് ശക്തിയുണ്ടെന്ന് നിങ്ങൾ കരുതുന്നില്ല.

അതുകൊണ്ടുതന്നെ യുക്തിരഹിതമായ ഭയത്തിനുള്ള ഏറ്റവും സാധാരണമായ ചികിത്സയാണ് തുറന്നുകാട്ടൽ. നിങ്ങളുടെ ജീവിതത്തിലേക്ക് ക്ലേശം ഉണ്ടാക്കുന്നവയെ സുരക്ഷിതമായ രീതിയിൽ

പുനരവതരിപ്പിക്കുന്നതിലൂടെ, ആരോഗ്യകരവും ശാന്തവുമായ ഒരു ചിന്താഗതി പുനഃസ്ഥാപിക്കാൻ നിങ്ങൾക്ക് കഴിയും. അടിസ്ഥാന പരമായി, ഭയപ്പെടുത്തുന്ന എന്തെങ്കിലും സംഭവിച്ചാലും (മിക്കപ്പോഴും അത് സംഭവിക്കുന്നില്ല) നിങ്ങൾക്ക് കുഴപ്പമില്ല എന്ന് നിങ്ങൾ സ്വയം തെളിയിക്കുന്നു.

എന്തുതന്നെയായാലും, മാനസിക ശക്തി എന്നത് ഒരിക്കലും തെറ്റ് സംഭവിക്കില്ലെന്ന പ്രതീക്ഷയല്ല, അങ്ങനെ സംഭവിച്ചാൽ തന്നെയും അത് കൈകാര്യം ചെയ്യാനുള്ള ശേഷി നമുക്കുണ്ടെന്ന വിശ്വാസമാണ്.

ഒരുപക്ഷേ നിങ്ങൾക്ക് ഇതുവരെ ആ ആത്മവിശ്വാസമില്ലായിരുന്നിരിക്കാം. അത് കുഴപ്പമില്ല. ഇത് ജന്മസിദ്ധമല്ല; ഇത് നിങ്ങൾ സാവധാനത്തിലും കാലക്രമത്തിലും നിർമ്മിക്കുന്ന ഒന്നാണ്. ചെറിയ പ്രശ്നങ്ങൾ പരിഹരിച്ച്, ആരോഗ്യകരമായ സ്വയം-നിർമ്മിത മെക്കാനിസങ്ങളും ഫലപ്രദമായ യുക്തിസഹമായ കഴിവുകളും പഠിച്ചുകൊണ്ട് നിങ്ങൾ പരിശീലനത്തിലൂടെ വികസിപ്പിക്കുന്ന ഒന്നാണിത്.

ദശലക്ഷക്കണക്കിന് ഭീകരമായ കാര്യങ്ങൾ നമ്മുടെ ജീവിതത്തിൽ സംഭവിച്ചേക്കാം. അത് എല്ലാവരുടെ കാര്യത്തിലും സത്യമാണ്. ഭയപ്പെടുത്തുന്ന ഒന്നിനെക്കാൾ മറ്റൊന്നിനെ നമ്മൾ കൂടുതൽ ആശ്രയിക്കുന്നതിനുള്ള കാരണം, അത് കൂടുതൽ സാധ്യതയുള്ള ഭീഷണിയായതുകൊണ്ടല്ല; അങ്ങനെ സംഭവിക്കുകയാണെങ്കിൽ അത് കൈകാര്യം ചെയ്യാനുള്ള നമ്മുടെ കഴിവിൽ സ്വയം നമുക്കുള്ള ആത്മവിശ്വാസക്കുറവിനാലാണത്.

സുഖപ്പെടുത്താൻ, നാം അത് ഒഴിവാക്കേണ്ടതില്ല. സാഹചര്യങ്ങൾ എന്താണെന്ന് കാണാനും അവയോട് ഉചിതമായ രീതിയിൽ പ്രതികരിക്കാനുമുള്ള യുക്തി നാം വികസിപ്പിക്കേണ്ടതുണ്ട്.

ജീവിതത്തിൽ പലപ്പോഴും, നമ്മുടെ ഏറ്റവും വലിയ ഉത്കണ്ഠ വരുന്നത് യഥാർത്ഥത്തിൽ എന്താണ് സംഭവിക്കുന്നത് എന്നതിൽ നിന്നല്ല, മറിച്ച് എന്താണ് സംഭവിക്കുന്നതെന്ന് നാം എങ്ങനെ ചിന്തിക്കുന്നു എന്നതാണ്. അതിൽ, നമ്മളുടെ വൈകാരിക സ്വാതന്ത്ര്യവും ശക്തിയും നമ്മൾ വീണ്ടെടുക്കുന്നു.

തെറ്റായ അനുമാനങ്ങൾ നിങ്ങളെ വിജയത്തിൽനിന്ന് പിന്തിരിപ്പിക്കുന്നു

നിങ്ങൾക്ക് ശരീരപ്രകൃതി നിഗമനം (ബോഡി ടൈപ്പിംഗ്) പരിചിതമാണെങ്കിൽ, എൻഡോമോർഫ്, മെസോമോർഫ്, എക്ടോ മോർഫ് എന്നീ പദങ്ങളും നിങ്ങൾക്ക് പരിചിതമായിരിക്കും. എല്ലാവരും യഥാർത്ഥത്തിൽ ഇവയുടെ പ്രതിച്ഛായയിൽ എവിടെ യെങ്കിലും പെടുന്നുണ്ടെങ്കിലും (ഓരോരുത്തർക്കും ഓരോന്നിന്റെയും വ്യത്യസ്ത അളവുകൾ ഉണ്ടെന്നാണ് അർത്ഥം), നിങ്ങൾ സ്ഥിരമായി പ്രകടിപ്പിക്കുന്ന സ്വഭാവവിശേഷങ്ങൾ സാധാരണയായി നിങ്ങളുടെ പ്രാഥമിക ശരീര പ്രകൃതിയുമായി പൊരുത്തപ്പെടുന്നു.

ഈ വിഭാഗങ്ങൾ നിങ്ങൾക്ക് പരിചിതമാണെങ്കിൽ, എൻഡോ മോർഫിക് ബോഡികൾ പലപ്പോഴും ഉയർന്ന കൊഴുപ്പ് നിലനിർ ത്തലുമായി ബന്ധപ്പെട്ടിരിക്കുന്നുവെന്ന് നമുക്ക് തിരിച്ചറിയാനാവും. ഈ വ്യക്തികൾക്ക് ഏറ്റവും മന്ദഗതിയിലുള്ള മെറ്റബോളിസം ഉണ്ടെന്നാണ് പൊതുവായ അനുമാനം, പക്ഷേ അത് കൃത്യമല്ല. എൻഡോമോർഫുകൾക്ക് യഥാർത്ഥത്തിൽ വളരെ കാര്യക്ഷമമായ രാസവിനിമയങ്ങളുണ്ട്. അവരുടെ പൂർവ്വികർ അതിജീവിക്കാൻ നന്നായി പൊരുത്തപ്പെട്ടതിനാൽ അവർ ഇന്ന് ജീവിച്ചിരിക്കുന്നു. അവരുടെ മെറ്റബോളിസങ്ങൾ ഭാവിയിലെ ഉപയോഗത്തിനായി കൊഴുപ്പ് കാര്യക്ഷമമായി സംഭരിക്കുന്നു.

ഉയർന്ന തലത്തിലുള്ള ഉത്കണ്ഠ അനുഭവിക്കുന്ന ഉയർന്ന ബുദ്ധിശക്തിയുള്ള ആളുകളിൽ സമാനമായ ചില വസ്തുതകൾ സംഭവിക്കുന്നുണ്ട്. ഈ ആളുകൾ മിടുക്കരായതിനാൽ, യുക്തി രഹിതമായ ഭയങ്ങളെ തടസ്സപ്പെടുത്താൻ അവർക്ക് യുക്തി ഉപയോഗിക്കാൻ കഴിയുമെന്ന് നിങ്ങൾ കരുതുന്നു. (യുക്തിപരമായ പോരായ്മകൾ, അല്ലെങ്കിൽ വേണ്ടത്ര ന്യായവാദം ചെയ്യാനുള്ള കഴിവില്ലായ്മ, പലപ്പോഴും ഉത്കണ്ഠ ജനിപ്പിക്കുന്നു.)

എന്നിരുന്നാലും, അവരുടെ മസ്തിഷ്കം അവർ ചെയ്യാൻ ഉദ്ദേശിച്ചത് കൃത്യമായി ചെയ്യുന്നു, അതായത് ബന്ധമില്ലാത്ത ഉത്തേജകങ്ങൾ കൂട്ടിച്ചേർക്കുകയും സാധ്യതയുള്ള ഭീഷണികൾ തിരിച്ചറിയുകയും ചെയ്യുക.

ഉയർന്ന ബുദ്ധിശക്തിയുള്ള വ്യക്തികൾക്ക് അനുമാനം എന്ന് വിളിക്കപ്പെടുന്ന ഒരു പ്രത്യേക വൈജ്ഞാനിക കഴിവുണ്ട്.

മറ്റുള്ളവർ അവഗണിക്കുന്ന സാഹചര്യങ്ങളിൽ നിന്ന് അവർക്ക് അർത്ഥവും ഉൾക്കാഴ്ചയും നേടാനാകും. അതുകൊണ്ടാണ് അസാധാരണമാംവിധം ഉയർന്ന IQ ഉള്ള വ്യക്തികൾ സാമൂഹിക ഇടപെടലുകൾ അല്ലെങ്കിൽ ഡ്രൈവിംഗ് പോലുള്ള ദൈനംദിന ജോലികളിൽ വെല്ലുവിളികൾ നേരിടുന്നത്. ഭൂരിഭാഗം ആളുകളും ലോകത്തെ നേരായ രീതിയിൽ കാണുമ്പോൾ, ഉയർന്ന ബുദ്ധിശക്തിയുള്ള വ്യക്തികൾ അതിനെ കൂടുതൽ സങ്കീർണ്ണവും ത്രിമാനവുമായ രീതിയിൽ കാണുന്നു. അവർ സാഹചര്യങ്ങളെ കൂടുതൽ ആഴത്തിൽ വിശകലനം ചെയ്യുന്നു, സൃഷ്ടിപരമായ ശ്രമങ്ങൾ, പ്രശ്നപരിഹാരം, നവീകരണം എന്നിവയിൽ മികവ് പുലർത്താൻ അവരെ പ്രാപ്തരാക്കുന്നു.

എൻഡോമോർഫിന്റെ മികച്ച മെറ്റബോളിസം അവർക്കെതിരെ പ്രവർത്തിക്കുന്നത് പോലെ തന്നെ ഉയർന്ന ബുദ്ധിശക്തിയുള്ള ഒരു വ്യക്തിയുടെ തലച്ചോറും അപ്രകാരം പ്രവർത്തിച്ചേന്നുവരും. കാരണം, ചില സമയങ്ങളിൽ, അവർ "തെറ്റായ അനുമാനങ്ങൾ" ഉണ്ടാക്കുന്നു, അവ സാധുവായ തെളിവുകളിൽനിന്ന് തെറ്റിദ്ധാരണകളും പക്ഷപാതങ്ങളും തെറ്റായ അനുമാനങ്ങളും ഉണ്ടാക്കുന്നു.

നിങ്ങൾ വളരെ ഉത്കണ്ഠാകുലരായിരിക്കുമ്പോൾ, നിങ്ങളുടെ മസ്തിഷ്കം നിരുപദ്രവകരമായ ഒരു ഉത്തേജനം സ്വീകരിക്കുകയും അതിൽനിന്ന് എന്തെങ്കിലും പ്രാധാന്യമോ പ്രവചനമോ നേടുകയും ചെയ്യുന്നു. നിങ്ങൾ ഭയപ്പെടുമ്പോൾ, നിങ്ങളെ വേദനിപ്പിച്ചേക്കാവുന്ന കാര്യം തിരിച്ചറിയാൻ നിങ്ങളുടെ മസ്തിഷ്കം ഓവർ ഡ്രൈവിൽ പ്രവർത്തിക്കുന്നു, തുടർന്ന് ആ അനുഭവം പൂർണ്ണമായും ഒഴിവാക്കാനുള്ള വഴികൾ ക്രിയാത്മകമായി കണ്ടെത്തുന്നു. നിങ്ങൾ എത്ര മിടുക്കനാണോ അത്രത്തോളം നിങ്ങൾ ഇതിൽ മെച്ചപ്പെടും.

എന്നിരുന്നാലും, നിങ്ങൾ ഒരു ഭയം എത്രത്തോളം ഒഴിവാക്കുന്നുവോ അത്രത്തോളം അത് തീവ്രമാകും.

എന്താണ് തെറ്റായ അനുമാനം?

സാധുവായ തെളിവുകളുടെ അടിസ്ഥാനത്തിൽ നിങ്ങൾ തെറ്റായ നിഗമനത്തിൽ എത്തിച്ചേരുന്നതാണ് തെറ്റായ അനുമാനം.

ഇതിനർത്ഥം നിങ്ങൾ കാണുന്നതോ അനുഭവിച്ചതോ മനസ്സിലാക്കിയതോ ആയ കാര്യങ്ങൾ യാഥാർത്ഥ്യമായിരിക്കാം, എന്നാൽ അതിൽനിന്ന് നിങ്ങൾ കൂട്ടിച്ചേർക്കുന്ന അനുമാനങ്ങൾ

ഒന്നുകിൽ യാഥാർത്ഥ്യമല്ലാത്തതോ സാധ്യതയില്ലാത്തതോ ആകുന്നു.

ഒരു ഉദാഹരണം തിടുക്കത്തിലുള്ള സാമാന്യവൽക്കരണമാണ്, അതായത്, നിങ്ങൾക്കുണ്ടായ ഒന്നോ രണ്ടോ അനുഭവങ്ങളെ അടിസ്ഥാനമാക്കി ഒരു മുഴുവൻ ആളുകളെയും കുറിച്ച് നിങ്ങൾ അവകാശവാദം ഉന്നയിക്കുമ്പോൾ ഇങ്ങനെ സംഭവിക്കുന്നു. ഒരുപാട് വംശീയതയുടെയും മുൻവിധിയുടെയും അടിസ്ഥാന പക്ഷാപാതമിതാണ്. മറ്റൊരുദാഹരണം, *ഇതിനു ശേഷം, അതിനാൽ ഇതു കാരണം (post hoc ergo propter hoc)* ആണ്, അതെന്തെന്നാൽ രണ്ട് കാര്യങ്ങൾ ഒരേ സമയം സംഭവിക്കുമ്പോൾ, അവ ബന്ധപ്പെട്ടിരിക്കുമെന്നു നിങ്ങൾ അനുമാനിക്കുന്നതാണ്, അവ യഥാർത്ഥത്തിൽ ബന്ധപെട്ടു കിടക്കുന്നവയല്ലെങ്കിൽ പോലും.

നിലവിലുള്ള മറ്റ് സാധ്യതകളെ അവഗണിച്ച് സത്യമായേക്കാവുന്ന രണ്ട് ഓപ്ഷനുകൾ മാത്രമേ ഉള്ളൂ എന്ന് നിങ്ങൾ തെറ്റായി വിശ്വസിക്കുമ്പോൾ ഒരു തെറ്റായ ദ്വിമുഖം സംഭവിക്കുന്നു. സാധുവായേക്കാവുന്ന സാധ്യതകൾ, വീണ്ടും യാഥാർത്ഥ്യ മാകുമ്പോൾ, നിങ്ങൾക്കറിയാത്ത പലതും സംഭവിക്കുന്നു. നിങ്ങളുടെ ബോസ് നിങ്ങളെ ഒരു സ്വകാര്യ മീറ്റിംഗിലേക്ക് വിളിക്കുന്നുവെന്നു കരുതുക, അത് ഒന്നുകിൽ ഒരു പ്രമോഷനോ ജോലിയിൽനിന്ന് പിരിച്ചുവിടപ്പെടുവാനോ ആയിരിക്കുമെന്നു നിങ്ങൾ അനുമാനിക്കുന്നു ഇതാണ് ഒരു ഉദാഹരണം. ഒരു ചെറിയ കാര്യം വലിയ പ്രശ്നത്തിലേക്ക് വഴിമാറുമെന്നു നാം ചിന്തിക്കുന്നു, അത് സംഭവിക്കില്ലെങ്കിൽ പോലും – ഇതുമൊരു ഉദാഹരണമാണ്.

നിങ്ങളുടെ മസ്തിഷ്കം നിങ്ങളെ തെറ്റിദ്ധരിപ്പിക്കുന്ന നിരവധി മാർഗ്ഗങ്ങളിൽ ചിലത് മാത്രമാണിത്. നിങ്ങളെ ജാഗരൂകരായി നിലനിർത്താനാണ് ഇത് ലക്ഷ്യമിടുന്നതെങ്കിലും, ഇത് ചിലപ്പോൾ ഭീഷണികളെ പെരുപ്പിച്ചു കാണിക്കുകയും നിങ്ങളുടെ ശരീരം അനാവശ്യമായി പ്രതികരിക്കുകയും ചെയ്യും.

ഞാൻ ഇത് എങ്ങനെ ശരിയാക്കും?

തെറ്റായ അനുമാനത്തെ ശരിയാക്കുന്നതിന്, നിങ്ങൾ അത് ചെയ്യുന്നുവെന്ന് ആദ്യം അറിഞ്ഞുകൊണ്ട് ആരംഭിക്കുക. മിക്ക കാര്യങ്ങളിലും, നിങ്ങൾ തെറ്റായ ദ്വിമുഖത്തിൽ ചിന്തിക്കുക യാണെന്നോ അല്ലെങ്കിൽ തിടുക്കത്തിൽ സാമാന്യവൽക്കരിക്കുക

യാണെന്നോ നിങ്ങൾ മനസ്സിലാക്കിക്കഴിഞ്ഞാൽ, നിങ്ങൾ അത് ചെയ്യുന്നത് സമയംകളയാതെ നിർത്തുക. അത് എന്താണെന്ന് നിങ്ങൾ മനസ്സിലാക്കുന്നു, നിങ്ങൾ അതിനെ കൈവിടുന്നു.

ഇത് സ്വയം ചെയ്യുന്നത് നിർത്താൻ നിങ്ങളുടെ തലച്ചോറിനെ പരിശീലിപ്പിക്കാൻ സമയമെടുക്കും. നിങ്ങളുടെ നിബന്ധനകൾ സ്വയമേവ പൂരിപ്പിക്കുന്ന ഒരു തിരയൽ എഞ്ചിൻ പോലെ നിങ്ങളുടെ മനസ്സിനെക്കുറിച്ച് ചിന്തിക്കുക. വർഷങ്ങളായി നിങ്ങൾ നിരവധി തവണ ഇൻപുട്ട് ചെയ്തിട്ടുള്ള ഒന്നാണെങ്കിൽ, അത് അല്പ സമയത്തേക്ക് വരാൻ പോകുന്നു. പുതിയ ചിന്തകൾ, ഓപ്ഷനുകൾ, ഉത്തേജകങ്ങൾ എന്നിവ ചേർത്ത് അത് സ്വാഭാവികമായി മാറ്റാൻ നിങ്ങൾ തുടർച്ചയായി പ്രവർത്തിക്കേണ്ടതുണ്ട്.

ഇത് സാധ്യമാണെന്ന് മാത്രമല്ല; അനിവാര്യവുമാണ്. നിങ്ങൾ സ്ഥിരമായി ചെയ്യുന്നതുമായിട്ടാണ് നിങ്ങൾ പൊരുത്തപ്പെടുന്നത്. നിങ്ങളുടെ മസ്തിഷ്കം നിങ്ങളുടെ സുരക്ഷാ മേഖല പുനഃക്രമീകരിക്കാൻ തുടങ്ങും, ഒടുവിൽ ഒരിക്കൽ നാടകീയമായി ചിന്തിക്കുന്നത് പോലെ യുക്തിസഹമായി ചിന്തിക്കുന്നത് സ്വാഭാവികമായി അനുഭവപ്പെടും. ഉത്കണ്ഠ തോന്നാത്തതുപോലെ ശാന്തനായിരിക്കുക എന്നത് സ്വാഭാവികമായി നിങ്ങൾക്ക് അനുഭവപ്പെട്ടു തുടങ്ങും. അതിന് അവബോധം ആവശ്യമാണ്, സമയമെടുക്കുകയും ചെയ്യും. എന്നാൽ അത് എല്ലായ്പ്പോഴും സാധ്യമാണ്.

ആശങ്കപ്പെടുകയെന്നത് ഏറ്റവും ദുർബ്ബലമായ പ്രതിരോധ സംവിധാനമാണ്

സർഗ്ഗാത്മകതയുടെ ജന്മസ്ഥലമാണ് പരിചിന്തനം. മസ്തിഷ്കത്തിന്റെ അതേ ഭാഗത്താൽ അവ നിയന്ത്രിക്കപ്പെടുന്നു.

ന്യൂറോളജിക്കൽ കാരണങ്ങളാൽ "വിഷാദ സൃഷ്ടികൾ" എന്ന സ്റ്റീരിയോടൈപ്പ് നിലവിലുണ്ട്. തങ്ങളുടെ ജീവിതത്തിലെ ദുഷ്കരമായ സമയങ്ങൾ തകർപ്പൻ സൃഷ്ടികൾക്ക് പ്രചോദനമായെന്ന് പല കലാകാരന്മാരും അവകാശപ്പെടുന്നു. എന്നിരുന്നാലും, സർഗ്ഗാത്മകത വളരുന്നതിന് പ്രതിസന്ധി ആവശ്യമില്ലെന്ന് തിരിച്ചറിയേണ്ടത് അത്യാവശ്യമാണ്.

ശരി, തീർച്ചയായും നിങ്ങൾ ചിന്തിക്കുന്നതുപോലെയല്ല. പ്രതിസന്ധിയാണ് ഏറ്റവും മോശം സാഹചര്യം. എന്നിട്ടും ആ "സാധ്യത

കുറഞ്ഞ സാഹചര്യം" യാഥാർത്ഥ്യമാകുമോ എന്ന ഭയത്താൽ നമ്മിൽ എത്രപേർ പരിഭ്രാന്തിയിലാണ്? നമ്മളിൽ എത്ര പേർ, പരിഭ്രാന്തിയിൽനിന്ന് സ്വയം രക്ഷനേടാനുള്ള ശ്രമത്തിൽ, ഓരോ ദിവസവും നമ്മുടെ ഭയത്തിൽനിന്ന് ഒരു പ്രതിസന്ധി സൃഷ്ടിക്കുന്നു?

നാമെല്ലാം വെറും സ്വപീഡിതാരാധകർ അല്ല. അബോധപൂർവ്വം പ്രവർത്തിക്കുന്ന ബുദ്ധിയുള്ള ജീവികളാണ് നമ്മൾ. നമ്മുടെ മസ്തിഷ്കം ചിലത് മനസ്സിലാക്കുന്നു : നമ്മുടെ ഏറ്റവും മോശമായ ഭയം നാം സങ്കൽപ്പിക്കുകയാണെങ്കിൽ, അവയ്ക്കായി നമുക്ക് തയ്യാറാകാം. നാം അവ വീണ്ടും വീണ്ടും വിചിന്തനം ചെയ്യുക യാണെങ്കിൽ, ഒരു വിധത്തിൽ നമുക്ക് സംരക്ഷണം അനുഭവിക്കാൻ കഴിയും. കൊടുങ്കാറ്റിനെ നേരിടാൻ നാം തയ്യാറാണെങ്കിൽ, അതിന് നമ്മെ ഉപദ്രവിക്കാനാവില്ല.

എന്നിരുന്നാലും, അത് സംഭവിക്കാം.

അമിതമായി വിഷമിക്കുന്നത് ഒരു തകരാറല്ല. നിങ്ങൾക്ക് ജീവിതത്തിൽ "ഒരിടവേളയെടുക്കാനും" "ആസ്വദിക്കാനും" കഴിയാത്തതിനർത്ഥം നിങ്ങൾ ഒരു മോശം സ്വഭാവക്കാര നാണെന്നല്ല ഉദ്ദേശ്യം. വേവലാതിപ്പെടുക എന്നത് ഒരു ഉപബോധമനസ്സിന്റെ പ്രതിരോധ സംവിധാനമാണ്. നാം ഒരു കാര്യത്തെക്കുറിച്ച് ആഴത്തിൽ ശ്രദ്ധിക്കുകയും അത് നമ്മെ ദോഷകരമായി ബാധിക്കുമെന്ന് ഭയപ്പെടുകയും ചെയ്യുമ്പോൾ അത് നമ്മുടെ സഹജാവബോധമാണ്, അതിനാൽ അതിനെ പ്രതിരോധി ക്കാൻ നാം സ്വയം ധൈര്യപ്പെടുന്നു.

നിങ്ങളുടെ ഭയത്തിന്റെ നേർവിപരീതം എന്താണ്? അതാണ് നിങ്ങൾ ആഗ്രഹിക്കുന്നത്. അതിനെ പ്രതിരോധിക്കാൻ നിങ്ങൾ നിങ്ങളുടെ വിവേകത്തിന്റെ ഏതറ്റം വരെയും പോകും.

നാം പ്രതീക്ഷിക്കുന്നത് പോലെ ആശങ്കകൾ നമ്മെ സംരക്ഷിക്കു ന്നില്ല എന്നതാണ് സത്യം. നമുക്ക് ഭയത്തെ മറികടക്കാൻ കഴിയില്ല. ആശങ്കകൾ നമ്മെ എണ്ണമറ്റ നിഷേധാത്മക സാധ്യത കളിലേക്ക് തുറക്കുന്നു, ഏറ്റവും മോശമായ അനന്തരഫലങ്ങൾ മുൻകൂട്ടി കാണാനും തിരയാനും പ്രകടമാക്കാനും നമ്മുടെ കാഴ്ചപ്പാട് രൂപപ്പെടുത്തുന്നു. ഒരു പ്രതിസന്ധി ഉണ്ടായാൽ, നമ്മൾ പരിഭ്രാന്തരാകാൻ തുടങ്ങും. കാരണം നമ്മുടെ തലച്ചോറും ശരീരവും വളരെക്കാലമായി ഈ ഇതിഹാസയുദ്ധത്തിന് തയ്യാറെടുക്കുക യായിരുന്നു.

ഇത്തരം ഭയങ്ങളെ നാം അമിതമായി കുന്നുകൂട്ടി വച്ചില്ലായിരുന്നെങ്കിൽ, ഇപ്പോൾ ബാധിക്കുന്നതുപോലെ അവ നമ്മളെ ബാധിക്കില്ലായിരുന്നു. സാഹചര്യം എന്താണെന്ന് മനസ്സിലാക്കുകയും അതിനനുസരിച്ച് പ്രതികരിക്കുകയും ചെയ്യാൻ നമുക്ക് സാധിക്കുമായിരുന്നു.

അവിടെയാണ് മോശം ചക്രം രൂപപ്പെടുന്നത് : യാഥാർത്ഥ്യബോധമില്ലാത്ത കാര്യങ്ങളെക്കുറിച്ച് അമിതമായി വേവലാതിപ്പെടുമ്പോൾ, അത് ഒരിക്കലും സംഭവിക്കാതെയും – അത് ഒരിക്കലും സംഭവിക്കാൻ സാധ്യതയില്ലാത്തതിനാൽ – നാം ആശങ്കയെ സുരക്ഷയുമായി ബന്ധിപ്പിക്കാൻ തുടങ്ങുകയും ചെയ്യുന്നു. നമ്മുടെ ആശങ്കകൾ ഫലത്തെ തടഞ്ഞുവെന്ന് നാം സ്വയം ബോധ്യപ്പെടുത്തുന്നു.

എന്നിരുന്നാലും, യാഥാർത്ഥ്യം അതല്ല.

ആരോടെങ്കിലും വിഷമിക്കുന്നത് നിർത്താനും സന്നിഹിതരായിരിക്കാനും പറയുന്നത് അവരുടെ ഭയം വർദ്ധിപ്പിക്കുന്നു, കാരണം അവർ ഇതിനകം തന്നെ അവരുടെ ജാഗ്രത കുറക്കാൻ അത് അവരോട് ആവശ്യപ്പെട്ടുകഴിഞ്ഞിരിക്കും. ഇത് അവരെ കൂടുതൽ ദുർബ്ബലരാക്കിയേക്കാം.

പകരം, സുരക്ഷിതത്വം അനുഭവിക്കാൻ ഇതര മാർഗ്ഗങ്ങൾ കണ്ടെത്തേണ്ടത് പ്രധാനമാണ്.

ഒരു പ്രത്യേക സാഹചര്യം സംഭവിച്ചാൽ നിങ്ങൾ എങ്ങനെ പരിഭ്രാന്തരാകുമെന്ന് നിരന്തരം പരിശീലിക്കുന്നതിനുപകരം, ഇതേ സാഹചര്യത്തിൽ മറ്റൊരാളായിരുന്നെങ്കിൽ അത് എങ്ങനെ കൈകാര്യം ചെയ്യുമായിരുന്നെന്ന് സങ്കൽപ്പിക്കാൻ ശ്രമിക്കുക. നിങ്ങൾ ഈ പ്രശ്നത്തെ തരണം ചെയ്യുന്നതായി സങ്കൽപ്പിക്കുക, ഒരുപക്ഷേ അത് വളർച്ചയ്ക്കോ സർഗ്ഗാത്മകതയ്ക്കോ ഉള്ള അവസരമായി മാറിയേക്കാം.

ബുദ്ധിമുട്ടുകൾ നേരിടേണ്ടിവരുമെന്ന ഭയത്താൽ നിങ്ങളെയും നിങ്ങളുടെ ജീവിതത്തെയും നിരന്തരം ചുരുക്കുന്നതിനുപകരം, നിങ്ങളുടെ ആത്മാഭിമാനം വളർത്തിയെടുക്കുന്നതിൽ ശ്രദ്ധ കേന്ദ്രീകരിക്കുക. നിങ്ങൾ പരാജയപ്പെടുകയാണെങ്കിൽപ്പോലും, നിങ്ങൾ ഭയപ്പെടുന്ന രീതിയിൽ നിങ്ങൾ വിധിക്കപ്പെടുകയോ നാടുകടത്തപ്പെടുകയോ വെറുക്കപ്പെടുകയോ ചെയ്യില്ലെന്ന് സ്വയം ഓർമ്മിപ്പിക്കുക.

അടുത്ത ഏതു കാര്യത്തിലാണ് വിഷമിക്കേണ്ടതെന്ന് നിരന്തരം അന്വേഷിക്കുകയും അതിനെ "അതിജീവിക്കാൻ" പരിശ്രമിക്കുകയും വേണ്ടത് എന്ന് ചിന്തിക്കുന്നതിനുപകരം, ഒരു പുതിയ ചിന്താരീതിയിലേക്ക് മാറുക. സംതൃപ്തമായ ജീവിതം നയിക്കാൻ നിങ്ങൾ ചീത്തയെ നന്മയുമായി സന്തുലിതമാക്കേണ്ടതില്ലെന്ന് മനസ്സിലാക്കുക. സ്ഥിരത, പൂർണ്ണത, ആരോഗ്യം, ചൈതന്യം എന്നിവ നിങ്ങളുടെ ജന്മാവകാശമാണ്. നിങ്ങൾ ആഗ്രഹിക്കുന്നതെല്ലാം ലഭിക്കാൻ നിങ്ങൾക്ക് അർഹതയുണ്ട്, നിങ്ങൾക്ക് സമാധാനമായിരിക്കാൻ എല്ലാ അവകാശവുമുണ്ട്.

സാധ്യതയുള്ള ഭീഷണികളെ അതിജീവിച്ചതുപോലെ, വിജയവും സുരക്ഷിതത്വവും അനുഭവിക്കാനുള്ള നമ്മുടെ ഉള്ളിലെ ഒരു പ്രാഥമിക ആവശ്യത്തെ വേവലാതി തൃപ്തിപ്പെടുത്തുന്നു. എന്നിരുന്നാലും, ആശങ്കാകുലരുമായുള്ള നമ്മുടെ അസ്വാസ്ഥ്യം അത് അനിവാര്യമല്ലെന്ന് സൂചിപ്പിക്കുന്നു. വാസ്തവത്തിൽ, അത് നമ്മൾ ആഗ്രഹിക്കുന്ന വ്യക്തികളാകുവാനുള്ള നമ്മുടെ വളർച്ചയെ തടസ്സപ്പെടുത്തുന്നു.

നിങ്ങളുടെ വൈകാരിക ക്ഷേമത്തെ പോഷിപ്പിക്കുന്നതിന് കൂടുതൽ ഫലപ്രദമായ മാർഗ്ഗമുണ്ട്, ആന്തരിക സമാധാനത്തിനായി നിങ്ങളോട് തന്നെ പോരാടുന്നത് ഇതിൽ ഉൾപ്പെടുന്നില്ല.

അധ്യായം 5

ഭൂതകാലത്തെ മോചിപ്പിക്കാം

നമ്മുടെ ജീവിതത്തിലുടനീളം, നാം സ്വയം പുനർനിർമ്മാണ പ്രക്രിയയിലൂടെ കടന്നുപോകുന്നു.

കാലക്രമേണ, മാറാനും പരിണമിക്കാനും രൂപീകരിക്കപ്പെട്ടിട്ടുള്ളവരാണ് നാം. ഇങ്ങനെ കോശങ്ങളെ ഇല്ലാതാക്കുകയും പുനഃസ്ഥാപിക്കുകയും ചെയ്യുമ്പോൾ നമ്മുടെ ശരീരം ഇത് നമുക്ക് കാണിച്ചുതരുന്നു, ചിലർ വാദിക്കുന്നത്, ഏഴ് വർഷം കൂടുമ്പോൾ നമ്മൾ പൂർണ്ണമായും "പുതിയതായി" മാറുന്നു എന്നാണ്.[12]

അപ്പോൾ, നമ്മുടെ ഏറ്റവും അഗാധമായ ചില കഷ്ടപ്പാടുകൾ ഈ സ്വാഭാവിക പ്രക്രിയയോടുള്ള ചെറുത്തുനിൽപ്പിൽനിന്നാണ് വരുന്നത് എന്നത് യുക്തിസഹമാണ്. നമ്മൾ വേദനയിലാണ്. കാരണം നമ്മുടെ ജീവിതം മാറ്റേണ്ടതാണെങ്കിലും, നമ്മൾ തന്നെയാണ് ഭൂതകാലത്തിലെ ഭാരങ്ങളും അവശിഷ്ടങ്ങളും മുറുകെ പിടിക്കുന്നത്. നാം അനുദിനം പരിഹരിക്കപ്പെടാത്ത വികാരങ്ങൾ കൊണ്ടുനടക്കുമ്പോൾ, നമ്മുടെ ഭൂതകാല ആഘാതങ്ങൾ നമ്മുടെ ഭാവിജീവിതത്തിലേക്ക് ക്രമേണ നീങ്ങുന്നു.

ഭൂതകാലത്തെ വിട്ടുവിക്കുക എന്നത് ഒരു പ്രക്രിയയാണ്, ഒരു പരിശീലനമാണ് – നാം പഠിക്കേണ്ട ഒന്നാണ്. ഇവിടെനിന്നാണ് നാം ആരംഭിക്കുന്നത്.

എങ്ങനെ വിമോചനം ആരംഭിക്കാം?

നിങ്ങൾക്ക് വിമോചിപ്പിക്കുവാൻ എത്രമാത്രം ആഗ്രഹമുണ്ടായിരുന്നാലും, നിങ്ങൾ സ്വയം നിർബന്ധിക്കുവാൻ സാധ്യമല്ല.

ഇപ്പോൾ, നിങ്ങളുടെ പഴയ വ്യക്തിത്വത്തെ മോചിപ്പിക്കാൻ നിങ്ങൾ തയ്യാറെടുക്കുന്നു : നിങ്ങളുടെ മുൻകാല കഷ്ടപ്പാടുകൾ, മുൻകാല ബന്ധങ്ങൾ, ജീവിതത്തിൽ നിന്ന് നിങ്ങൾ ശരിക്കും ആഗ്രഹിച്ചതും ആവശ്യമുള്ളതുമായ കാര്യങ്ങളെല്ലാം സ്വയം നിഷേധിക്കുന്ന സമയം മുതലുള്ള എല്ലാ കുറ്റബോധവും. സ്വയം നിഷേധനത്തെ വീണ്ടെടുക്കുന്നതിന് എല്ലായ്പ്പോഴും വിട്ടുകൊടുക്കുന്ന പ്രക്രിയ ആവശ്യമാണ്.

എന്നിരുന്നാലും, നിങ്ങളുടെ മസ്തിഷ്കത്തിൽനിന്ന് എന്തെങ്കിലും നിർബന്ധിതമായി പുറത്തേക്കു വലിക്കാൻ നിങ്ങൾക്ക് കഴിയില്ല, അത് അവിടെ ഉണ്ടാകാൻ നിങ്ങൾ ആഗ്രഹിക്കുന്നില്ലെങ്കിൽ പോലും.

നിങ്ങളുടെ പിടുത്തം അയയ്ക്കാനോ അൽപ്പം വിശ്രമിക്കാനോ, നിങ്ങളുടെ ലോകം മുഴുവൻ പരിക്രമണം ചെയ്തിരുന്ന ഒരു കാര്യത്തെക്കുറിച്ച് ചിന്തിക്കുന്നത് പൂർണ്ണമായും നിർത്താനോ നിങ്ങൾക്ക് കഴിയില്ല.

ഇത് അങ്ങനെയല്ല പ്രവർത്തിക്കുന്നത്.

"മുന്നോട്ട് പോകൂ" എന്ന് ആരെങ്കിലും നിങ്ങളോട് പറയുന്ന നിമിഷം, ഒരു നിശ്ചിത തോൽവി സമ്മതിക്കേണ്ടിവരുമെന്ന് നിങ്ങൾ തിരിച്ചറിയുന്ന ദിവസം, നിങ്ങൾക്ക് സംഭവിക്കുന്ന ഹൃദയം തകർന്ന നിമിഷം... ഒന്നിനെയും നിങ്ങൾ വെറുതെ വിടാൻ പോകുന്നില്ല.

പ്രത്യാശ വ്യർത്ഥമാണ്. ഇനി ശ്രദ്ധിക്കേണ്ടതില്ലെന്ന് സ്വയം സന്നദ്ധനായി വിട്ടുകളയാൻ നിങ്ങൾക്കാവില്ല. എന്തെങ്കിലും കാര്യങ്ങളിൽ തീവ്രമായ സ്ഥിരീകരണം അനുഭവിച്ചിട്ടില്ലാത്ത വ്യക്തികൾ അനുമാനിക്കാവുന്ന ഒരു ധാരണയാണിത്. സുരക്ഷിതത്വം, സ്നേഹം, ഭാവിയിലേക്കുള്ള അഭിലാഷങ്ങൾ എന്നിവയുടെ വികാരങ്ങളിൽ വേരൂന്നിയ ആഴത്തിലുള്ള അടുപ്പങ്ങൾ രൂപപ്പെടുത്താത്തവരുടെ കാഴ്ചപ്പാടാണിത്.

നിങ്ങളുടെ മനസ്സിലും ഹൃദയത്തിലും അലയടിക്കുന്ന വൈകാരിക പ്രക്ഷുബ്ധത മനസ്സിലാക്കുന്നതിൽ അവർ പരാജയപ്പെടുന്നതുപോലെ, "വെറുതെ വിട്ടയയ്ക്കണം" എന്ന് മറ്റുള്ളവർ യാദൃശ്ചികമായി നിർദ്ദേശിക്കുമ്പോൾ നിങ്ങൾക്ക് നിരാശയുടെ കുതിച്ചുചാട്ടം അനുഭവപ്പെടുന്നുണ്ടെങ്കിൽ അത് പൂർണ്ണമായും മനസ്സിലാക്കാവുന്നതേയുള്ളൂ.

പരിപാലിക്കുന്നതിനും ആത്യന്തികമായി പുനഃസ്ഥാപിക്കാൻ ശ്രമിക്കുന്നതിനും നിങ്ങൾ കാര്യമായ സമയവും പ്രയത്നവും ചെലവഴിച്ച ഒരു കാര്യത്തോട് നിങ്ങൾ നിഷ്ക്രിയമായ നിലപാട് സ്വീകരിക്കുമെന്ന് ആരെങ്കിലും എങ്ങനെ പ്രതീക്ഷിക്കും?

നിങ്ങൾക്ക് കഴിയില്ല, നിങ്ങൾ ചെയ്യില്ല.

ഒരു പുതിയ ജീവിതം കെട്ടിപ്പടുക്കുന്നതിനുള്ള ആദ്യ ചുവടുവെപ്പ് നടത്തുമ്പോൾ, കിടക്കയിൽ കിടക്കാനും മച്ചിലേക്ക് നോക്കാനും ആവശ്യമുള്ളത്ര കണ്ണുനീർ ചൊരിയാനും നിങ്ങളെ അനുവദിക്കുക – അങ്ങനെ നിങ്ങൾ വിമോചന പ്രക്രിയ ആരംഭിക്കുന്നു.

നിങ്ങളുടെ ജീവിതത്തിൽ നഷ്ടപ്പെട്ട ഒരു വിടവിന് ചുറ്റും കറങ്ങുന്നത് തുടരാൻ കഴിയില്ലെന്ന് നിങ്ങൾ മനസ്സിലാക്കുന്ന ദിവസം നിങ്ങൾ അതുപേക്ഷിക്കാൻ തുടങ്ങുന്നു, മുമ്പത്തെപ്പോലെ അത് തുടർന്നുകൊണ്ട് പോകുക എന്നത് നിങ്ങൾക്ക് ഒരു ഓപ്ഷ നായിരിക്കില്ല.

വിമോചനം ആരംഭിച്ചുവെന്ന് നിങ്ങൾ മനസ്സിലാക്കുന്ന നിമിഷം തന്നെ നിങ്ങൾ തിരിച്ചറിയും, ഇതാണ് പ്രേരണ, ഇതാണ് ഉത്തേജനം, ഇതാണ് സിനിമകളും പുസ്തകങ്ങളും ഗാനങ്ങളും നിർമ്മിക്കപ്പെടുന്ന പ്രചോദനത്തിന്റെ നിമിഷം.

നിങ്ങളുടെ പഴയ സ്വത്വത്തിന്റെ അവശിഷ്ടങ്ങൾക്കിടയിൽ ഒരിക്കലും സമാധാനം കണ്ടെത്താനാവില്ലെന്ന് നിങ്ങൾ മനസ്സിലാക്കുന്ന നിമിഷമാണ് ഇത്.

മുന്നോട്ട് പോകുന്നതിന് പുതിയ എന്തെങ്കിലും സൃഷ്ടിക്കാതെ സാധ്യമല്ല.

ഊർജ്ജസ്വലവും ആകർഷകവുമായ ഒരു പുതിയ ജീവിതം കെട്ടിപ്പടുക്കുന്നതിലൂടെ നിങ്ങൾ ഭൂതകാലത്തെ വിട്ടുവിക്കുന്നു, കാലക്രമേണ ഭൂതകാലം അവ്യക്തമാകുന്നു.

എന്തിനെയെങ്കിലും "മോചിപ്പിക്കുവാൻ" നിർബന്ധിക്കുമ്പോൾ, മുമ്പത്തേക്കാളും ശക്തമായും കഠിനമായും കൂടുതൽ ആവേശ ത്തോടെയും നാം അതിനെ മുറുകെ പിടിക്കുന്നു. ഒരു വെളുത്ത ആനയെക്കുറിച്ച് ചിന്തിക്കരുതെന്ന് നമ്മോടു പറയുന്നത് പോലെയാണിത്, നമുക്കൊരിക്കലും അതിനെക്കുറിച്ച് ചിന്തിക്കാ തിരിക്കാൻ കഴിയില്ല.

ഈ വിഷയത്തിൽ നമ്മുടെ മനസ്സിന്റെ അതേ രീതിയിലാണ്

നമ്മുടെ ഹൃദയങ്ങളും പ്രവർത്തിക്കുന്നത്. മോചിപ്പിക്കണമെന്ന നമ്മൾ സ്വയം പറയുന്നിടത്തോളം, കൂടുതൽ ആഴത്തിൽ അടുപ്പം അനുഭവപ്പെടുന്നു.

അതിനാൽ വിമോചനത്തെ സ്വയം നിർബന്ധിക്കരുത്.

പകരം, നിങ്ങൾക്ക് ആവശ്യമുള്ളിടത്തോളം കരയാമെന്ന് സ്വയം പറയുക. നിങ്ങൾക്ക് കഷണങ്ങളായി മുറിഞ്ഞു തീരാനും നിങ്ങളുടെ ജീവിതം തകർക്കാനും കഴിയുമെന്നും പറയുക. നിങ്ങളുടെ അടിത്തറ തകരട്ടെയെന്ന് സ്വയം പറയുക.

നിങ്ങൾ ഇപ്പോഴും നിലനിൽക്കുന്നുണ്ടെന്ന് നിങ്ങൾ മനസ്സിലാക്കും.

നഷ്ടത്തിന്റെ അനന്തരഫലത്തിൽനിന്ന് ഉയർന്നുവരുന്ന സൃഷ്ടി വളരെ അഗാധവും അതിശയകരവുമായിരിക്കും, നഷ്ടം ഒരുപക്ഷേ ഒരു വലിയ പദ്ധതിയുടെ ഭാഗമാണെന്ന് നിങ്ങൾ മനസ്സിലാക്കും. നിങ്ങൾ അഭിമുഖീകരിച്ച വെല്ലുവിളികളാൽ ഉണർത്തപ്പെടേണ്ട നിങ്ങളുടെ പ്രവർത്തനരഹിതമായ ഒരു വശം ഉണർത്താൻ ഇതിന് കഴിയുമായിരുന്നു.

നിങ്ങളുടെ വേദനകളെ മോചിപ്പിക്കുവാൻ നിങ്ങൾക്ക് കഴിയുന്നില്ലെങ്കിൽ, വേണ്ട, അതുപേക്ഷിച്ചേക്കുക.

എന്നാൽ നിങ്ങൾക്കായി ഒരു പുതിയ ജീവിതം പുനർനിർമ്മിക്കാൻ ഇന്ന് ഒരു ചുവടുവെയ്ക്കുക, നാളെ മറ്റൊന്ന്. ഓരോ ചെറിയ ചുവടുകളായി ദിനേന ഓരോന്ന്.

കാരണം താമസിയാതെ, നിങ്ങളുടെ ഒരു മണിക്കൂർ പോകും, നിങ്ങൾ അവരെക്കുറിച്ചോ അതിനെക്കുറിച്ചോ ചിന്തിച്ചിട്ടില്ലെന്ന് മനസ്സിലാക്കും. പിന്നെ ഒരു ദിവസം, പിന്നെ ഒരാഴ്ച... പിന്നെ വർഷങ്ങളും നിങ്ങളുടെ ജീവിതത്തിന്റെ വ്യാപ്തിയും കടന്നുപോകും, തകർക്കുമെന്ന് നിങ്ങൾ കരുതിയതെല്ലാം ഒരു വിദൂര ഓർമ്മയായി മാറും, നിങ്ങൾ തിരിഞ്ഞുനോക്കി പുഞ്ചിരിക്കുന്ന ചിലത് മാത്രമായി അവ അവശേഷിക്കും.

നിങ്ങൾക്ക് നഷ്ടപ്പെടുന്നതിലെല്ലാം നിങ്ങൾ തീർച്ചയായും നന്ദിയുള്ളവരായി മാറുന്നു. കാലക്രമേണ, അതല്ല വഴിയെന്ന് നിങ്ങൾ തിരിച്ചറിയുന്നു. അതായിരുന്നു നിങ്ങളുടെ വഴിയിൽ നിന്നിരുന്ന തടസ്സമെന്നും.

പഴയ അനുഭവങ്ങൾ പുറന്തള്ളാനുള്ള മനഃശാസ്ത്രപരമായ തന്ത്രങ്ങൾ

ഒരു അനുഭവം അവസാനിച്ചു എന്നതുകൊണ്ട് അതിന് പര്യന്തമായി എന്ന അർത്ഥമില്ല.

പൂർത്തിയാകാത്തതും പരിഹരിക്കപ്പെടാത്തതുമായ വൈകാരിക അനുഭവങ്ങൾ നാം നമ്മുടെ ശരീരത്തിനുള്ളിൽ സംഭരിക്കുന്നു. വൈജ്ഞാനികമായി, നമ്മുടെ ജീവിതത്തിൽ നമുക്ക് കേട്ടുപാടുകൾ സംഭവിച്ചതോ ആഘാതമേറ്റതോ ആയ സമയത്താൽ നാം മുരടിച്ചതായി പലപ്പോഴും കണ്ടെത്തുന്നു. നാം ഭയന്നുപോവുകയും, നമ്മൾ ഒരിക്കലും ഭയത്തിൽനിന്ന് മുക്തരാവാതിരിക്കുകയും, തൽഫലമായി, നമ്മുടെ വളർച്ച മുരടിക്കുകയും ചെയ്യുന്നു.

പലപ്പോഴും നമ്മൾ മനസ്സിലാക്കാത്തത്, നമ്മെ ഏറ്റവും വേദനിപ്പിക്കുന്ന അനുഭവങ്ങൾ സാധാരണയായി നമ്മൾ നിസ്സംഗത പുലർത്തുന്നവയല്ല എന്നതാണ് : അവിടെ നമ്മൾ ആഴത്തിൽ ആഗ്രഹിച്ചതോ ഇപ്പോഴും ആഗ്രഹിക്കുന്നതോ ആയ എന്തോ ഒന്ന് അവരുടെ ഉള്ളിലുണ്ട്. ഒരു വേർപിരിയൽ കൊണ്ട് നമ്മൾ തകർന്നില്ല; ശരിയല്ലാത്ത സ്നേഹം ആഗ്രഹിച്ചതിനാലാണ് നാം തകർന്നത്. ഒരു നഷ്ടം കൊണ്ട് നമ്മൾ തകർന്നില്ല; ആ വ്യക്തിയോ വസ്തുവോ നമ്മുടെ ജീവിതത്തിൽ നിലനിൽക്കണമെന്ന് നാം ആഗ്രഹിച്ചതിനാലാണ് തകർന്നത്.

നാം ഇപ്പോഴും ഒരു അനുഭവം കൊതിക്കുന്ന ഈ സ്ഥലങ്ങളിൽ മാനസികമായി കുടുങ്ങിപ്പോകുന്നു. നമുക്ക് മനസ്സിലാകാത്തത്, അതിൽ നിന്ന് സ്വയം സ്വതന്ത്രരാകേണ്ടതുണ്ട്, അതുവഴി നമുക്ക് മുന്നോട്ട് പോയി അത് തത്സമയം സൃഷ്ടിക്കാൻ കഴിയും എന്നതാണ്.

ജീവിതത്തിലെ പരാജയങ്ങളായി നാം കരുതുന്ന കാര്യങ്ങളിൽ സ്വയം രാജി സമ്മതിക്കുന്നതിനു പകരം, നമ്മുടെ ആഗ്രഹങ്ങളുടെ അന്തർലീനമായ സാരാംശം തിരിച്ചറിയുകയും ഈ നിമിഷത്തിൽ ആ ആവശ്യങ്ങൾ നിറവേറ്റുന്നതിനുള്ള വഴികൾ കണ്ടെത്തുകയും ചെയ്യേണ്ടത് അത്യാവശ്യമാണ്.

ഒരു മുൻകാല അനുഭവം യഥാർത്ഥമായി പുറത്തുവിടാൻ, നിങ്ങളുടെ ഓർമ്മയിൽ നിങ്ങൾ അതിനെ അഭിമുഖീകരിക്കണം. നിങ്ങളുടെ കണ്ണുകൾ അടച്ച് നിങ്ങളുടെ ശരീരത്തിനുള്ളിലെ അസ്വസ്ഥത കണ്ടെത്തണം.

ഇത് അതിന്റെ ഉത്ഭവത്തിലേക്കുള്ള നിങ്ങളുടെ കവാടമാണ്. സംവേദനം ട്രാക്ക് ചെയ്ത് അതിന്റെ ആരംഭം വെളിപ്പെടുത്താൻ അഭ്യർത്ഥിക്കുക. നിങ്ങൾ ഒരു നിമിഷം, ലൊക്കേഷൻ അല്ലെങ്കിൽ സംഭവം എന്നിവ ഓർക്കും. ചില സമയങ്ങളിൽ, മെമ്മറി വളരെ സമീപകാലമാണ്, എല്ലാം ആരംഭിച്ചിടത്ത് നിന്ന് സ്വയം സങ്കൽപ്പിക്കുക വഴി നിങ്ങൾക്ക് അത് എളുപ്പത്തിൽ വീണ്ടും സന്ദർശിക്കാനാകും.

ഇപ്പോൾ നിങ്ങൾ ചെയ്യേണ്ടത് നിങ്ങളുടെ ചെറുപ്പത്തിലേക്ക് ഒരു ആഖ്യാനം അദ്ധ്യാരോപം ചെയ്യുക എന്നതാണ്. സുഖം പ്രാപിച്ച സന്തോഷമയമായ നിങ്ങളുടെ പ്രായവും പക്വതയുമേറിയ വ്യക്തിത്വം കുറച്ച് ജ്ഞാനം പകരുന്നതായി നിങ്ങൾ സങ്കൽപ്പിക്കേണ്ടതുണ്ട്.

നിങ്ങളിലെ പ്രായം കുറഞ്ഞ, പക്വത കുറഞ്ഞ വ്യക്തിത്വം ഹൃദയം തകർന്നപ്പോൾ അവർക്കരികിലിരുന്ന് ഇത് തികച്ചും മികച്ചതാണെന്ന് ഓർമ്മിപ്പിച്ചും അനുസൃതമായ മാർഗ്ഗനിർദ്ദേശങ്ങൾ നൽകിക്കൊണ്ടും ഒപ്പമിരിക്കുന്നതായി സങ്കൽപ്പിക്കുക. നിലവിൽ അത് മനസ്സിലാക്കാൻ നിങ്ങളുടെ എളിയ വ്യക്തിത്വത്തിന് കഴിയില്ലെങ്കിൽ പോലും, ഇതിലും മികച്ച മറ്റൊരു ബന്ധം മുന്നിലുണ്ടാവുമെന്ന് ഉറപ്പിക്കുക.

നിങ്ങളുടെ എളിയ വ്യക്തിത്വത്തിന് യഥാർത്ഥത്തിൽ വിഷമം തോന്നുമ്പോൾ അവരുടെ അരികിലിരുന്ന് അവർക്ക് സുഖം തോന്നാൻ എന്താണ് ചെയ്യേണ്ടതെന്ന് അവർക്ക് കൃത്യമായ നിർദ്ദേശങ്ങൾ നൽകുന്നുവെന്ന് സങ്കൽപ്പിക്കുക : അവർ ആരെയാണ് വിളിക്കേണ്ടത്, എവിടെ പോകണം, അവർ എന്താണ് ചെയ്യാൻ തുടങ്ങേണ്ടത്, അവർ എന്തെല്ലാം ശീലങ്ങൾ ഉപേക്ഷിക്കണം എന്ന് തുടങ്ങുന്നവ.

എല്ലാറ്റിനുമുപരിയായി, ഒഴിവാക്കലുകളില്ലാതെ എല്ലാം ശരിയാകുമെന്ന് നിങ്ങളുടെ ചെറുപ്പക്കാർക്ക് ഉറപ്പുനൽകുക. അവരുടെ ഭയം അടിസ്ഥാനരഹിതമാണെന്നും നല്ല അനുഭവങ്ങൾ മുന്നിലുണ്ടെന്നും ജീവിതം ആത്യന്തികമായി ക്രിയാത്മകമായി വികസിക്കുമെന്നും അവർക്ക് ഉറപ്പ് നൽകുക.

പഴയ അടുപ്പം ഒഴിവാക്കുന്നതിന്, ഈ പ്രക്രിയയിൽ ഏർപ്പെടേണ്ടത് അത്യാവശ്യമാണ്, നിങ്ങളുടെ ആ ഭാഗത്തിന്റെ നിലവിലെ നിമിഷവുമായും അത് ഉൾക്കൊള്ളുന്ന എല്ലാ

കാര്യങ്ങളുമായും വീണ്ടും ബന്ധിപ്പിക്കാൻ അത് നിങ്ങളെ പ്രാപ്തമാക്കുന്നു.

ഭൂതകാലത്തെ മാറ്റാൻ കഴിയില്ലെങ്കിലും, അതിനെക്കുറിച്ചുള്ള നിങ്ങളുടെ കാഴ്ചപ്പാട് മാറ്റുന്നത് നിങ്ങളുടെ ഇന്നത്തെ അവസ്ഥയെ മാറ്റും. ആഖ്യാനത്തെ പുനർനിർവ്വചിക്കാനും തൽഫലമായി നിങ്ങളുടെ ജീവിതത്തെ പുനർനിർമ്മിക്കാനും നിങ്ങൾക്ക് അധികാരമുണ്ട്. നിങ്ങളുടെ യഥാർത്ഥ സ്വത്വവുമായി പൊരുത്തപ്പെടാത്ത, നിങ്ങളുടെ മുൻകാല പതിപ്പ് ഉപേക്ഷിക്കുന്നത് ഒരു വിമോചന മുന്നേറ്റമാണ്.

ഭൂതകാലത്തെ അമിതമായി മുറുകെ പിടിക്കുമ്പോൾ, അത് നമ്മുടെ ധാരണകളെ തന്നെ വളച്ചൊടിക്കുന്നു എന്നതാണ് സത്യം. നമ്മുടെ കാഴ്ചപ്പാട് വിശാലമാക്കാനും സത്യത്തെ ഉൾക്കൊള്ളാനും നാം നമ്മെത്തന്നെ സഹായിക്കണം. മുൻപ് ഇല്ലാത്തവയ്ക്കായി കൊതിക്കുന്നതിനുപകരം, ഭൂതകാലത്തിൽനിന്ന് സ്വയം മോചിതരാകുകയും വർത്തമാനകാലത്ത് ആ അനുഭവം പുതുതായി സൃഷ്ടിക്കുന്നതിൽ നമ്മുടെ ഊർജ്ജം കേന്ദ്രീകരിക്കുകയും വേണം.

ഇത് ചെയ്യുമ്പോൾ, അതിരുകളില്ലാത്ത സാധ്യതകളുടെ മണ്ഡലത്തിലേക്ക് പ്രവേശിക്കാൻ നാം സ്വയം സ്വതന്ത്രരാകുന്നു. നമ്മൾ എപ്പോഴും ആഗ്രഹിക്കുന്നവരായി മാറാനും, നമ്മൾ എപ്പോഴും ആഗ്രഹിച്ചത് പ്രകടിപ്പിക്കാനും, നമ്മൾ എപ്പോഴും സ്വപ്നം കണ്ടത് നേടാനും നമുക്ക് ശക്തിയുണ്ട്. ആ നിമിഷം ഇപ്പോളാണ്, നിങ്ങളുടെ അവസരവും ഇവിടെയുണ്ട്.

ഭൂതകാലത്തെക്കുറിച്ച് ചിന്തിക്കുന്നത് നിങ്ങൾ അതിലേക്ക് മടങ്ങണമെന്ന് അർത്ഥമാക്കുന്നില്ല.

സംഭവിച്ചത് മറക്കാൻ കഴിയാത്തത്, അത് ആവർത്തിച്ച് വീണ്ടും ഓർക്കുന്നത് തുടരുന്നതിൽ നിങ്ങൾ സംതൃപ്തനാണെന്ന് അർത്ഥമാക്കുന്നില്ല, ഈ നിമിഷം ഒരുപക്ഷെ നിങ്ങൾക്ക് അങ്ങനെ തോന്നുന്നുവെങ്കിലും.

ജീവിതത്തിന്റെ ഏറ്റവും വലിയ കാര്യം അത് എത്ര നിസ്സംഗതയോടെ നീങ്ങുന്നു എന്നതാണ്. നിങ്ങൾക്ക് ഏറ്റവും അടുത്ത വ്യക്തിയെ നിങ്ങൾക്ക് നഷ്ടപ്പെടുകയും ലോകം നിങ്ങൾക്ക് കുറച്ച് ദിവസത്തെ ദുഃഖം നൽകുകയും ചെയ്യുന്നു, തുടർന്ന് നിങ്ങൾ മുന്നോട്ട് പോകുമെന്ന് പ്രതീക്ഷിക്കുന്നു. ജീവിതത്തെ മാറ്റിമറിക്കുന്ന, മനസ്സിനെ മാറ്റിമറിക്കുന്ന, ആഴത്തിലുള്ള ആഘാതകരമായ

ഒന്നിലൂടെ നിങ്ങൾ കടന്നുപോകുന്നു, നിങ്ങളുടെ ഭയത്തെ സഹിക്കാൻ സമൂഹത്തിന് ഒരു ചെറിയ ശേഷി മാത്രമേ ഉള്ളൂ.

നിങ്ങൾക്ക് അനുവദനീയമായത് ഇതാണ് : നിങ്ങൾ കരയുന്നതിൽ കുഴപ്പമില്ല, ദുഃഖിച്ചതിന്, ചില പ്ലാനുകൾ റദ്ദാക്കിയതിന് ഒക്കെ നിങ്ങളോട് ക്ഷമിക്കാനാവും. നിങ്ങൾക്ക് ജോലിയിൽനിന്ന് കുറച്ച് ദിവസത്തേക്ക് അവധിയുണ്ട്, ചിലർക്ക് നിങ്ങളുടെ വാക്കുകൾ കുറച്ച് തവണ കേൾക്കാൻ കഴിയും.

നിങ്ങളുടെ എല്ലാ ഭാഗങ്ങളെയും ബാധിച്ച ഒരു കാര്യത്തിന്റെ ഗാംഭീര്യം മനസ്സിലാക്കുകയും പൂർണ്ണമായി അംഗീകരിക്കുകയും ചെയ്യുന്നത് ഒരു മാനസിക-ആരോഗ്യ ദിനത്തിൽ നേടാനാവു ന്നതല്ല. ഇത് ലോകം നിങ്ങൾക്ക് വേണ്ടത്ര സമയം നൽകുന്ന ഒന്നല്ല, അതിനാൽ നിങ്ങളുടെ ജോലി തടസ്സപ്പെടുന്നു. നിങ്ങൾ തുടരുക.

ഒരു ദിവസം, നിങ്ങൾ ഉണർന്ന്, തിരിച്ചറിയാവുന്ന എല്ലാ അളവു കളിലൂടെയും, നിങ്ങൾ മുന്നോട്ട് പോയിരിക്കുന്നുവെന്നു കണ്ടെത്തും. നിങ്ങൾ ആരംഭിച്ച സ്ഥലത്ത് നിന്ന് നിരവധി മൈലുകൾ അകലെയാണ്, നിങ്ങൾക്ക് അത് വ്യക്തമായി ഓർക്കാൻ പോലും കഴിയുന്നില്ല എന്നു തിരിച്ചറിയും. നിങ്ങൾ കുറച്ചുകാണുന്ന ഒരു സ്ഥലത്തെയോ ഒരു വ്യക്തിയെയോ ഒരു സാഹചര്യത്തെയോ നിങ്ങൾക്ക് ഉപേക്ഷിക്കാൻ കഴിഞ്ഞേക്കും... എന്നാൽ നിങ്ങൾക്ക് സ്വയം ഉപേക്ഷിക്കാൻ കഴിയില്ല എന്ന വസ്തുതയോട് നിങ്ങൾ കൂടുതൽ ഇഴുകിച്ചേരും.

നിങ്ങൾ ഭൂതകാലത്തെക്കുറിച്ച് ചിന്തിക്കുന്നത് നിങ്ങളെ ആശ്ചര്യ പ്പെടുത്തുന്നത് എന്തുകൊണ്ട്? നിശ്ചിത സാഹചര്യത്തിലെ ഇരുട്ടിൽ വെളിച്ചം വീശാനും അത് ശരിയാണെന്ന് കരുതാനും നിങ്ങൾക്ക് അവസരം ലഭിച്ചില്ല. നിങ്ങൾക്ക് കാര്യമായി ഒന്നും അത് തന്നിട്ടില്ല.

നിങ്ങളുടെ മനസ്സ് ഭൂതകാലത്തിൽ കുടുങ്ങിക്കിടക്കുമ്പോൾ, അത് അവിടേക്കു തിരിച്ചെത്താൻ ആഗ്രഹിക്കുന്നതുകൊണ്ടല്ല അങ്ങനെ സംഭവിക്കുന്നത്; നിങ്ങൾ ഇതുവരെ മനസ്സിലാക്കിയതിലും വളരെ ആഴത്തിൽ ഭൂതകാലം നിങ്ങളെ സ്വാധീനിച്ചതിനാലാണിത്, കൂടാതെ അതിന്റെ പ്രത്യാഘാതങ്ങൾ ഇപ്പോഴും നിങ്ങളിൽ അലയടിക്കുന്നു.

അവ അവിടെയും ഇവിടെയും ചിന്തകളായി ഉയർന്നുവരുന്നു,

പക്ഷേ ഉപരിതലത്തിനടിയിൽ ഒരു ആഴത്തിലുള്ള പ്രതിധ്വനിയുണ്ട്, അത് നിങ്ങളെ ഒരിക്കലും വിട്ടുപോയിട്ടില്ലെന്ന മട്ടിൽ നിങ്ങൾ ഉണ്ടായിരുന്നിടത്ത് തന്നെ നിങ്ങളെ തിരികെ കൊണ്ടുവരാൻ ശക്തിയുള്ളതാണ്.

നിങ്ങൾക്ക് രാജ്യം വിടാം, പുനർവിവാഹം കഴിക്കാം, ഒരു പുതിയ കരിയർ കെട്ടിപ്പടുക്കാം, മറ്റ് 12 പേരുമായി ഡേറ്റ് ചെയ്യാം, തികച്ചും പുതിയൊരു സുഹൃത്ത് ഗ്രൂപ്പിനെ കണ്ടെത്താം, എന്നത്തേക്കാളും സന്തോഷവും സംതൃപ്തിയും അനുഭവിക്കാം, എന്നിട്ടും നിങ്ങളുടെ ചെറുപ്പം കടന്നുപോയതിൽ ദുഃഖിക്കാം.

പുറത്ത് നിങ്ങൾ വ്യത്യസ്തനാണെങ്കിലും, നിങ്ങളുടെ ആ വേദനിക്കുന്ന ഭാഗം ഇപ്പോഴും ഉള്ളിൽ നിലനിൽക്കുന്നു. നിങ്ങളുടെ ചെറുപ്പം നിങ്ങൾ അങ്ങനെ ആകാൻ ആഗ്രഹിക്കുന്നില്ല; നിങ്ങൾ തിരിഞ്ഞുനോക്കാനും അത് അംഗീകരിക്കാനുമാണ് അത് ആഗ്രഹിക്കുന്നത്.

സമയത്തിനനുസരിച്ച് നിങ്ങൾ അങ്ങനെ ചെയ്യുകയും ചെയ്യുന്നു.

നിങ്ങൾ ഇപ്രകാരം ചെയുന്നതിനർത്ഥം നിങ്ങൾ തകർന്നുപോയവനെന്നോ തെറ്റുപറ്റിയവനെന്നോ അല്ല. ആരോഗ്യമുള്ള ഏതൊരു വ്യക്തിയും ചെയ്യുന്നതുപോലെ നിങ്ങൾ നിങ്ങളുടെ സാഹചര്യങ്ങളോട് പ്രതികരിച്ചു. നിങ്ങളുടെ സാഹചര്യത്തിൽ മറ്റാരെങ്കിലുമായിരുന്നെങ്കിൽ, അവർ അതേ രീതിയിൽ തന്നെ പ്രതികരിക്കുമായിരുന്നു. അവർക്കും അങ്ങനെ തന്നെ തോന്നും.

ആഘാതകരമായ ഒന്നിലൂടെ കടന്നുപോകുകയും അതിനനുസരിച്ച് പ്രതികരിക്കുകയും ചെയ്ത ആരോഗ്യമുള്ള വ്യക്തിയാണ് നിങ്ങൾ.

നിങ്ങൾ അനിവാര്യതയിൽനിന്ന് മുന്നോട്ട് പോയ ഒരു വ്യക്തിയാണ്, എന്നിട്ടും ഭൂതകാലത്തിൽനിന്ന് പൂർണ്ണമായും അകന്നുപോകാതിരിക്കാൻ ആവശ്യമായ ബന്ധം നിങ്ങൾ നിലനിർത്തി.

എന്താണ് സംഭവിച്ചതെന്ന് നിങ്ങൾക്ക് ഇപ്പോഴും ഓർക്കാൻ കഴിയും എന്നത്, നിങ്ങൾ വിചാരിക്കുന്നതിലും കൂടുതൽ ആരോഗ്യമുള്ളവനാണ് നിങ്ങളെന്നും, നിങ്ങൾ ഗ്രഹിക്കുന്നതിലും കൂടുതൽ സുഖപ്പെടുത്താൻ നിങ്ങൾ സ്വയം തയ്യാറാണെന്നും, നിങ്ങൾ സങ്കൽപ്പിച്ചതിലും കൂടുതൽ ക്ഷമിക്കുന്നവനാണ് നിങ്ങളെന്നുമുള്ളതിന്റെ സൂചനയാണ്. നിങ്ങളെ വേട്ടയാടുന്നതെല്ലാം നിങ്ങളുടെ ബോധത്തിൽ നിന്ന് ഉയർന്നുവരുന്നു, അതിനാൽ നിങ്ങൾക്ക് അത് കാണാനും കൃപയോടെ വണങ്ങാനും കഴിയും.

ആ കഷണങ്ങൾ ഇപ്പോഴും നിങ്ങളുടെ ഉള്ളിൽ വസിക്കുന്നുണ്ടെങ്കിലും, നിങ്ങൾ ഒരിക്കൽ ആയിരുന്ന വ്യക്തിയിൽനിന്ന് നിങ്ങൾ പരിണമിച്ചു കഴിഞ്ഞു.

വേദന അനുഭവപ്പെടുന്നത് നിങ്ങൾ തകർന്നുവെന്നല്ല അർത്ഥമാക്കുന്നത്; അതിനർത്ഥം നിങ്ങൾ അതിലൂടെ കടന്നുപോകുകയും മറുവശത്ത് സ്വയം കണ്ടെത്തുകയും ചെയ്യുന്നു എന്നാണ്.

അയഥാർത്ഥമായ പ്രതീക്ഷകൾ വിട്ടുകളയുക

നിങ്ങളുടെ ശരീരം എങ്ങനെയായിരിക്കണമെന്ന് നിങ്ങൾ ആഗ്രഹിക്കുന്നുവോ അത് കൃത്യമായി അപ്രകാരം രൂപാന്തരപ്പെടുത്തിയതിനുശേഷം മാത്രമേ നിങ്ങൾ സ്നേഹിക്കുകയുള്ളുവെന്ന് പറയുന്നത് അത്ര ധൈര്യമുള്ള കാര്യമല്ല.

നിങ്ങൾക്ക് ലോകത്തിലെ എല്ലാ കാര്യങ്ങളിലും പ്രവേശനം ഉള്ളപ്പോൾ നിങ്ങൾ സ്വത്തുക്കളെക്കുറിച്ച് ശ്രദ്ധിക്കുന്നില്ല എന്ന് പറയുന്നത് അത്ര ധൈര്യമുള്ള കാര്യമല്ല.

നിങ്ങൾക്ക് പണം മതിയാകുമ്പോൾ അത് നിങ്ങളെ പ്രചോദിപ്പിച്ചിട്ടില്ലെന്ന് പറയുന്നത് അത്ര ധൈര്യമല്ല.

എല്ലാ പോരായ്മകളും പരിഹരിച്ച്, എല്ലാ വെല്ലുവിളികളും കൈകാര്യം ചെയ്തശേഷം, ജീവിതത്തിൽ നിങ്ങൾ സന്തോഷവും സമാധാനവും കണ്ടെത്തുമ്പോൾ, സത്യത്തിൽ നിങ്ങൾ ഒന്നും തന്നെ പരിഹരിച്ചിട്ടില്ല.

എല്ലാം പൂർണ്ണമാകുന്നതുവരെ നിങ്ങൾക്ക് നന്നായിരിക്കാൻ കഴിയില്ല എന്ന ആശയം നിങ്ങൾ ശക്തിപ്പെടുത്തുക മാത്രമാണ് ചെയ്തത്.

നിങ്ങൾ ഓരോ കഷണവും ശരിയാക്കുമ്പോൾ നിങ്ങളുടെ ജീവിതത്തെ നിങ്ങൾ മാറ്റില്ല എന്നതാണ് സത്യം.

നിങ്ങൾ യഥാർത്ഥത്തിൽ ആയിരിക്കുന്നത് പോലെ തന്നെ പ്രകടമാക്കാൻ തുടങ്ങുമ്പോൾ നിങ്ങളുടെ ജീവിതം മാറുന്നു. നിങ്ങൾക്ക് മുന്നോട്ട് പോകണമെങ്കിൽ പോലും, ഇവിടെ ഈ നിമിഷം സന്തോഷമായിരിക്കാൻ കഴിയുമ്പോൾ നിങ്ങൾ നിങ്ങളുടെ ജീവിതം മാറ്റുന്നു. നിങ്ങൾ ആഗ്രഹിക്കുന്ന രീതിയിലാവാൻ നിങ്ങൾക്ക് സാധിച്ചില്ലെങ്കിലും നിങ്ങളെത്തന്നെ സ്നേഹിക്കാൻ കഴിയുമ്പോൾ നിങ്ങൾ നിങ്ങളുടെ ജീവിതം മാറ്റുന്നു. പണത്തെ

ക്കുറിച്ചും സ്നേഹത്തെക്കുറിച്ചും ബന്ധങ്ങളെക്കുറിച്ചും നിങ്ങൾ തത്വാധിഷ്ഠിതരായിരിക്കുമ്പോൾ, നിങ്ങൾ അപരിചിതരോടും നിങ്ങളുടെ സിഇഒയോടും ഒരുപോലെ പെരുമാറുമ്പോൾ, നിങ്ങൾ $ 1,000 കൈകാര്യം ചെയ്യുന്നതുപോലെതന്നെ നിങ്ങൾ $ 10,000-ഉം കൈകാര്യം ചെയ്യുമ്പോളെല്ലാം നിങ്ങൾ നിങ്ങളുടെ ജീവിതം മാറ്റുന്നു.

നിങ്ങൾ യഥാർത്ഥത്തിൽ സ്വയം ഭയപ്പെടുന്ന കാര്യം ചെയ്യാൻ തുടങ്ങുമ്പോൾ നിങ്ങളുടെ ജീവിതം മാറ്റുന്നു, അത് നിങ്ങളെപ്പോലെ തന്നെ പ്രകടമാണ്.

നമ്മുടെ ജീവിതത്തിൽ നിലനിൽക്കുന്ന മിക്ക പ്രശ്നങ്ങളും യഥാർത്ഥ പ്രശ്നത്തിൽനിന്നുള്ള വ്യതിചലനങ്ങളാണ്, അതായത്, ഇവിടെ ഈ നിമിഷം നമുക്ക് സുഖകരമല്ല.

അതുകൊണ്ട് നമ്മൾ ആദ്യം അത് സുഖപ്പെടുത്തണം. നമ്മൾ അത് തുടക്കത്തിൽ തന്നെ അഭിസംബോധന ചെയ്യണം. കാരണം മറ്റെല്ലാം അതിൽനിന്നാണ് നിർമ്മിക്കുന്നത്.

നാം ധൈര്യമുള്ളവരായിരിക്കണം, നമ്മുടെ അസ്വസ്ഥതകളെ അഭിമുഖീകരിക്കണം, അത് നമ്മുടെ വയറു പിളർന്നാലും മുഖത്ത് നുള്ളിയാലും അതിനൊപ്പം ഇരിക്കണം, നമുക്ക് ഒരിക്കലും അതിൽനിന്നും പുറത്തേക്കുള്ള വഴി കണ്ടെത്താനാവില്ലെന്നത് ഉറപ്പാണ്. (നമുക്കതു കഴിയില്ല.)

തെറ്റ് എന്താണെന്ന് നാം ശ്രദ്ധിക്കണം, അത് അനുഭവിക്കണം, അതിലൂടെ നീങ്ങണം, അതിനെ അനുവദിക്കണം.

ഈ അസ്വാസ്ഥ്യമാണ് യഥാർത്ഥ പ്രശ്നം എന്നതാണ് സത്യം, നാം അവയെല്ലാം ഒന്നിനുപുറകെ ഒന്നായി പരിഹരിക്കാൻ ശ്രമിക്കുന്നു, എന്നാൽ അതെല്ലാം ലക്ഷണങ്ങൾ മാത്രമാണ്.

പണത്തിന്റെ കാര്യത്തിൽ നമുക്ക് കുഴപ്പമൊന്നുമില്ലെങ്കിൽ, നമ്മൾ നമ്മുടെ ശരീരത്തിലേക്കാണ് പിന്നെ ശ്രദ്ധിക്കുക. നമ്മുടെ ശരീരം നമുക്ക് നല്ലതാണെങ്കിൽ, നമ്മൾ നമ്മുടെ ബന്ധങ്ങളിലാണ് കുഴപ്പം കണ്ടെത്തുക. നാം ശ്രദ്ധിക്കുന്ന എല്ലാ കാര്യങ്ങളും നമ്മൾ മാസ്റ്റർ ചെയ്തുകഴിഞ്ഞാൽ, പിന്നീട് നമ്മൾ ലെവൽ അപ്പ് ചെയ്യാനും മാറ്റാനും പരിഹരിക്കാനും ഒരു പ്രശ്നത്തെ തിരിച്ചറിയാനും ശ്രമിക്കുന്നു, അത് ഏത് പ്രശ്നമായാലും ശരി, നാം യഥാർത്ഥ പ്രശ്നത്തെ കാണുന്നുമില്ല. നിങ്ങൾ ആരാണെന്ന് കൃത്യമായി പ്രകടമാക്കാൻ തുടങ്ങുമ്പോൾ, നിങ്ങളുടെ ജീവിതത്തിൽ സമൂലമായ മാറ്റങ്ങൾ കാണാൻ തുടങ്ങും.

നിങ്ങൾക്ക് യഥാർത്ഥ സ്നേഹം ലഭിക്കാൻ തുടങ്ങും. നിങ്ങളുടെ ഏറ്റവും മികച്ചതും ലാഭകരവും അനായാസവുമായ ജോലി നിങ്ങൾ ചെയ്യാൻ തുടങ്ങും. നിങ്ങൾ ചിരിക്കാൻ തുടങ്ങുന്നു; നിങ്ങൾ വീണ്ടും കാര്യങ്ങൾ ആസ്വദിക്കാൻ തുടങ്ങുന്നു. ഈ ഭയം മുഴുവനും ഉയർത്തിക്കാട്ടാൻ നിങ്ങൾക്ക് എന്തെങ്കിലും ആവശ്യമാണെന്ന് നിങ്ങൾ മനസ്സിലാക്കാൻ തുടങ്ങുന്നു, അതിനാലാണ് ജീവിതത്തിലെ ഏറ്റവും ദുർബ്ബലവും പൊതുവായതുമായ പ്രശ്നങ്ങൾ നിങ്ങൾ തിരഞ്ഞെടുത്തത്.

നിങ്ങളായിരിക്കും വിധം നിങ്ങൾ കൃത്യമായി പ്രകടിപ്പിക്കാൻ തുടങ്ങുമ്പോൾ, നിങ്ങൾ അസംബന്ധങ്ങൾ ഒഴിവാക്കാനും ആരംഭിക്കുന്നു.

നിങ്ങളെ യോഗ്യനായി കാണുമ്പോൾ മാത്രമേ നിങ്ങൾ സ്വയം സ്നേഹിക്കുകയുള്ളൂ എന്ന ചിന്ത അവസാനിപ്പിച്ചു എന്ന് നിങ്ങൾ ലോകത്തോട് പ്രഖ്യാപിക്കുന്നു.

നിങ്ങൾക്ക് ആവശ്യമുള്ളതെല്ലാം ഉള്ളപ്പോൾ മാത്രമല്ല നിങ്ങൾ മൂല്യവത്താവുക.

നിങ്ങൾ ആഗ്രഹിക്കുന്നിടത്ത് എത്തിക്കഴിഞ്ഞാൽ മാത്രമല്ല നിങ്ങൾ തത്വാധിഷ്ഠിതനാവുക.

ആരെങ്കിലും നിങ്ങളെ സ്നേഹിച്ചാൽ മാത്രമല്ല നിങ്ങൾ സന്തുഷ്ടനാകുക.

നിങ്ങൾ ഉള്ളതുപോലെ പ്രകടമാക്കുമ്പോൾ, നിങ്ങൾ ഇത്തരം മാതൃകകൾ തടസ്സപ്പെടുത്തുന്നു.

ജീവിതത്തിന്റെ നന്മ ഇനി നിങ്ങളുടെ ചില പതിപ്പുകൾക്കായി മാത്രം കരുതിവെക്കുകയില്ല, അത് നിങ്ങൾ ഒരിക്കലും ആയിത്തീരാൻ കാത്തിരിക്കുകയുമില്ല.

നിങ്ങളുടെ വികാരങ്ങൾ പ്രകടിപ്പിക്കുന്നതും അനുവദിക്കുന്നതും എങ്ങനെയെന്ന് അറിയുന്നതിന് മുൻപ്, നിങ്ങൾക്ക് സ്വാഭാവികമായി സുഖം തോന്നാത്തത് എന്തുകൊണ്ടാണെന്ന് സ്വയം വിശദീകരിക്കാനുള്ള ഗെയിമായിരുന്നു ഇത്. നിങ്ങൾ ഇപ്പോഴും ഇരുട്ടിൽ ജീവിക്കുമ്പോൾ, അത് അടിച്ചമർത്തുകയും മറ്റ് പ്രശ്നങ്ങളിലേക്ക് അതിനെ ഉയർത്തിക്കാട്ടുകയും ചെയ്യേണ്ടിവന്നു നിങ്ങൾക്ക്. ഇനി മേലിൽ ഇങ്ങനെ ഉണ്ടാവില്ല.

നിങ്ങൾ ഇന്നത്തെ നിലയിൽ പ്രത്യക്ഷപ്പെടുകയും നിങ്ങളുടേ

തായവയെ എടുക്കുകയും ചെയ്യുന്ന, നിങ്ങളുടെ ചില സാങ്കൽപ്പിക പതിപ്പിന്റേതല്ല. നിങ്ങൾ യോഗ്യനാണെന്ന് ലോകം കരുതുന്നതിന്റേതുമല്ല. നിങ്ങൾ, ഇവിടെ, ഇപ്പോൾ ആയിരിക്കുന്ന സത്വത്തിന്റേത്.

അതാണ് യഥാർത്ഥ സൗഖ്യം.

വാസ്തവത്തിൽ, പ്രപഞ്ചം പൂർണ്ണത അനുവദിക്കുന്നില്ല. ഇടവേളകളും വിടവുകളും ഇല്ലെങ്കിൽ വളർച്ച ഉണ്ടാകില്ല. പ്രകൃതി അപൂർണ്ണതയെ ആശ്രയിച്ചിരിക്കുന്നു. വരിതെറ്റിയ വരകൾ പർവ്വതങ്ങളെ സൃഷ്ടിക്കുന്നു, നക്ഷത്രത്തിന്റെ ഉൾവലിഞ്ഞുള്ള വിഘടനങ്ങൾ ജ്യോതിർഗോള വിസ്ഫോടനങ്ങളായി മാറുന്നു, ഒരു സീസണിന്റെ മരണം അടുത്തതിന്റെ പുനർജന്മത്തെ സൃഷ്ടിക്കുന്നു.

നിങ്ങളുടെ തലയിൽ നിങ്ങൾ ശേഖരിച്ച കൃത്യമായ പ്രതീക്ഷയ്ക്കൊത്ത് ജീവിക്കാൻ നിങ്ങൾ ഇവിടെയില്ല. എല്ലാം കൃത്യവും വ്യക്തവുമായ ശരിയായ സമയത്ത് ചെയ്യാനല്ല നിങ്ങൾ ഇവിടെയുള്ളത്. അങ്ങനെ ചെയ്യുമ്പോൾ, നിങ്ങളുടെ ജീവിതത്തിലെ സ്വാഭാവികതയും ജിജ്ഞാസയും വിസ്മയവും ത്യജിക്കേണ്ടതായി വരും.

പാതയിൽനിന്ന് വ്യതിചലിക്കുന്നത് മുന്നോട്ടുള്ള യാത്രയിൽ വ്യക്തതയ്ക്ക് വഴിയൊരുക്കുന്നു

ഒരാളെയോ നിങ്ങളുടേതാകാൻ പാടില്ലാത്ത ചിലതിനെയോ സ്വന്തമാക്കാൻ നിങ്ങൾക്ക് ഒന്നും ചെയ്യാനില്ല.

നിങ്ങളുടെ കൈവശമുള്ളതെല്ലാം ഉപയോഗിച്ച് നിങ്ങൾക്ക് യുദ്ധം ചെയ്യാം. നിങ്ങൾക്ക് കഴിയുന്നിടത്തോളം പിടിച്ചുനിൽക്കാം. അടയാളങ്ങൾ വേർതിരിച്ചറിയാൻ നിങ്ങൾക്ക് മാനസികമായ അഭ്യാസങ്ങളിലേക്ക് സ്വയം നിർബന്ധിക്കാം. നിങ്ങളുടെ സുഹൃത്തുക്കളെ മെസ്സേജുകളും ഇമെയിലുകളും വായിപ്പിക്കാൻ നിങ്ങൾക്ക് കഴിഞ്ഞേക്കും. നിങ്ങൾക്ക് ഏറ്റവും മികച്ചതും അനുയോജ്യവുമായത് എന്താണെന്ന് നിങ്ങൾക്കറിയാമെന്ന് നിങ്ങൾക്ക് തോന്നാം. കൂടിപ്പോയാൽ, നിങ്ങൾക്ക് കാത്തിരിക്കാം.

നിങ്ങൾക്ക് എന്നേക്കുമായി കാത്തിരിക്കാം.

നിങ്ങൾക്ക് അനുയോജ്യമല്ലാത്തത് നിങ്ങളുടെ ജീവിതത്തിൽ ഒരിക്കലും നിലനിൽക്കില്ല.

ഒരു ജോലിയോ, വ്യക്തിയോ, നഗരമോ ഒന്നും, അനുയോജ്യമാക്കി ത്തീർക്കാൻ നിങ്ങൾക്ക് കഴിയില്ല, എന്നിരുന്നാലും നിങ്ങൾക്ക് കുറച്ച് നേരം നടിക്കാൻ കഴിയും. നിങ്ങൾക്ക് സ്വയം ഗെയിമുകൾ കളിക്കാം, നിങ്ങൾക്ക് ന്യായീകരിക്കാനും അന്ത്യശാസനം നൽകാനും കഴിയും. കുറച്ച് സമയം കൂടി ശ്രമിക്കാമെന്ന് നിങ്ങൾക്ക് പറയാനാകും, എന്തുകൊണ്ടാണ് കാര്യങ്ങൾ ഇപ്പോൾ പ്രവർത്തി ക്കാത്തത് എന്നതിന് നിങ്ങൾക്ക് ഒഴികഴിവ് പറയാം.

നിങ്ങൾക്ക് അനുയോജ്യമായത് നിങ്ങളുടെ അടുക്കൽ വരും, നിങ്ങളോടൊപ്പം നിൽക്കും, കൂടുതൽ കാലം നിങ്ങളിൽനിന്ന് അകന്നുപോകില്ല എന്നതാണ് സത്യം. നിങ്ങൾക്ക് എന്തെങ്കിലും ശരിയാകുമ്പോൾ അത് നിങ്ങൾക്ക് വ്യക്തത നൽകുന്നു, നിങ്ങൾക്ക് എന്തെങ്കിലും തെറ്റ് സംഭവിക്കുമ്പോൾ അത് നിങ്ങളെ ആശയ ക്കുഴപ്പത്തിലാക്കുന്നു എന്നതാണ് സത്യം.

നിങ്ങൾ തെറ്റായ എന്തെങ്കിലും ശരിയാക്കാൻ ശ്രമിക്കുമ്പോൾ നിങ്ങൾ കുടുങ്ങിപ്പോകുന്നു. നിങ്ങളുടെ ജീവിതത്തിൽ അതിനെ ഉൾക്കൊള്ളാത്ത ഒരു സ്ഥലത്തേക്ക് നിങ്ങൾ അതിനെ നിർബ ന്ധിക്കുമ്പോൾ. നിങ്ങൾ പിളരുന്നു; നിങ്ങൾക്ക് പരിഹരിക്കാൻ കഴിയാത്ത ഈ ആന്തരിക സംഘർഷം നിങ്ങൾ വളർത്തിയെടു ക്കുന്നു. അത് കൂടുതൽ തീവ്രമാകുമ്പോൾ, നിങ്ങൾ അതിനെ അഭിനിവേശമായി തെറ്റിദ്ധരിക്കുന്നു. ശരിയല്ലാത്ത ഒരു കാര്യത്തെ ക്കുറിച്ച് നിങ്ങൾക്ക് എപ്പോഴെങ്കിലും ഇത്ര ശക്തമായി ചിന്തിക്കാൻ കഴിയുന്നത് എങ്ങനെയാണ്? നിങ്ങൾക്ക് കഴിയും, കാരണം നിങ്ങൾക്ക് അറ്റാച്ച് ചെയ്യാൻ നിങ്ങളുടെ മനസ്സ് ഉപയോഗിക്കാം. യാഥാർത്ഥ്യത്തിന് വിരുദ്ധമായി നിങ്ങൾക്ക് സാധ്യതകളുമായി പ്രണയത്തിലാകാം. ഒടുവിൽ കാര്യങ്ങൾ അവയുടെ ശരിയായ സ്ഥലത്തേക്ക് മാറുമ്പോൾ നിങ്ങൾ എങ്ങനെ ജീവിക്കും എന്നതിന്റെ ചുവടുകൾ ക്രമീകരിക്കാനും കൃത്യമായി ചുവടുവയ്ക്കാനും നിങ്ങൾക്ക് കഴിയും. നിങ്ങൾ ആഗ്രഹിക്കുന്ന എല്ലാ കാര്യങ്ങളും നിങ്ങളുടെ ദൈനംദിന ജീവിതത്തിൽ വേരൂന്നിയ ഒരു ഭാവനാ ജീവിതത്തിലേക്ക് ചേർത്തുവായിക്കുവാൻ നിങ്ങൾ ശ്രമിച്ചു കൊണ്ടിരിക്കും.

എന്നാൽ, അത് ദൃശ്യമാകുന്നില്ലെങ്കിൽ, അത് ഒരു ഭാവന മാത്രമാണ്. നാം ഒരു മിഥ്യയിൽ ആഴത്തിൽ വിശ്വസിക്കാൻ തുടങ്ങുമ്പോൾ, അത് ഒരു മിഥ്യയായി മാറുന്നു. ഒരു വ്യാമോഹം ശരിക്കും നിർബന്ധിതമായ ഒരു കാര്യമായിരിക്കും.

നിങ്ങൾക്ക് അനുയോജ്യമല്ലാത്തത് ഒരിക്കലും നിങ്ങളോടൊപ്പം നിലനിൽക്കില്ല എന്നതാണ് സത്യം. ഇത് അങ്ങനെയാണോ എന്ന് നിങ്ങൾക്കറിയില്ലെന്ന് നടിക്കാൻ നിങ്ങൾ ആഗ്രഹിച്ചേക്കാം. എന്നാൽ, നിങ്ങൾ അങ്ങനെ ചെയ്യുന്നുണ്ട്. നിങ്ങൾക്ക് അത് അനുഭവിക്കാൻ കഴിയും. അതുകൊണ്ടാണ് നിങ്ങൾ വളരെ കഠിനാധ്വാനം ചെയ്യേണ്ടതും വളരെ കുറച്ച് കൊടുക്കേണ്ടതുമായി വരുന്നത്. നിങ്ങൾക്ക് അനുയോജ്യമായ കാര്യങ്ങൾ നിങ്ങളിൽ നിന്ന് സ്വതന്ത്രമാക്കാം. അവർ ശരിയാണെന്ന് നിങ്ങൾ അവരെ ബോധ്യപ്പെടുത്തേണ്ടതില്ല. നിങ്ങളുടെ കേസ് വാദിക്കുന്നതുപോലെ നിങ്ങൾ തെളിവുകൾ നിരത്തേണ്ടതില്ല.

ചിലപ്പോൾ പഴയ സ്വപ്നങ്ങളിൽ നാം വഴിതെറ്റിപ്പോകും. മറ്റുള്ളവർ ആഗ്രഹിച്ച ജീവിതത്തിൽ നമ്മൾ വഴിതെറ്റുന്നു. നമ്മൾ എന്തായിരിക്കണമെന്ന് കരുതിയോ, എന്താകുമെന്ന് നമ്മൾ നിനച്ചോ അതിൽ നാം കുടുങ്ങിപ്പോകുന്നു. എല്ലാം വ്യത്യസ്തമാണെങ്കിൽ മാത്രമേ അത് *എന്തായിരിക്കാമെന്നും ആയിരിക്കണമെന്നുമുള്ള* എല്ലാ ആശയങ്ങളും നമ്മുടെ തലയ്ക്ക് ചുറ്റും പാറി നടക്കുകയുള്ളൂ.

അതുകൊണ്ടാണ് ജീവിതം നമുക്ക് ഇത്തരത്തിലുള്ള രക്ഷാഭോഗം നൽകുന്നത്. ചില സമയങ്ങളിൽ, അത് സ്വയം കാണാൻ നാം തയ്യാറാകാത്തപ്പോൾ പോലും നമുക്ക് യോജ്യമല്ലാത്തതിനെ അവ നമ്മിൽനിന്ന് അകറ്റുന്നു.

കാരണം നമുക്ക് അനുയോജ്യമല്ലാത്തത് നമുക്ക് ആവശ്യമില്ല; എന്നാൽ, നാം അതിനോട് അറ്റാച്ച് ചെയ്തിരിക്കുന്നു. നാം വെറുതെ ഭയപ്പെടുന്നു. അതിനു പകരം വെക്കാൻ മറ്റൊന്നില്ല, അതിന്റെ അഭാവം അനന്തമായ കഷ്ടപ്പാടുകളുടെ ഒരു കിണർ തുറക്കും, അതിന് ഒരു പരിഹാരവുമില്ല എന്ന ധാരണയിൽ നാം കുടുങ്ങിക്കിടക്കുകയാണ്. നമുക്ക് അനുയോജ്യമല്ലാത്തത് നമ്മൾ ആഗ്രഹിക്കുന്നില്ല; നമ്മെ സുരക്ഷിതരാക്കുമെന്ന് നാം വിശ്വസിക്കുന്ന കാര്യങ്ങൾ ഉപേക്ഷിക്കാൻ നമ്മൾ ഭയപ്പെടുന്നു എന്നുമാത്രം.

രസകരമെന്നു പറയട്ടെ, നമുക്ക് അനുയോജ്യമല്ലാത്ത കാര്യങ്ങളിൽ ചുറ്റിക്കറങ്ങുന്നതിനേക്കാൾ നമ്മെ കൂടുതൽ അരക്ഷിതമാക്കുന്ന മറ്റൊന്നില്ല. വേഗത്തിൽ തകർക്കുന്ന ഒന്നുമില്ല. നമുക്ക് ഉള്ളിൽ അസ്വസ്ഥത ഉണ്ടാക്കുന്ന മറ്റൊന്നില്ല.

നിങ്ങൾക്ക് അനുയോജ്യമല്ലാത്തത് നിങ്ങളുടെ ജീവിതത്തിൽ

ഒരിക്കലും നിലനിൽക്കില്ല, അല്ലാതെ നമ്മുടെ ദൈനംദിന ജീവിതത്തിന്റെ സൂക്ഷ്മതകളിലേക്ക് ഇഴഞ്ഞു പോകാൻ നമുക്കപ്പുറം ശക്തികൾ ഉള്ളതുകൊണ്ടല്ല. നിങ്ങൾക്ക് അനുയോജ്യമല്ലാത്തത് നിങ്ങളോടൊപ്പം നിലനിൽക്കില്ല, കാരണം അത് ശരിയല്ലെന്ന് ആഴത്തിൽ നിങ്ങൾക്കറിയാം. ഒടുവിൽ പോകാൻ അനുവദിക്കുന്നതും, യാഥാർത്ഥ്യം കാണുന്നതും, നടന്നകലുന്നതും നിങ്ങൾ മാത്രമാവും. നിങ്ങളെ എതിർക്കുന്നത് നിങ്ങളാണ്, നിങ്ങളെ തടഞ്ഞുനിർത്തുന്നത് നിങ്ങളാണ്, എന്തെങ്കിലും തെറ്റ് ഒടുവിൽ ശരിയാകാൻ നിങ്ങളെ നിർബന്ധിക്കുമ്പോൾ അത് എത്ര മഹത്തരമായിരിക്കും എന്നതിനെക്കുറിച്ചുള്ള ഭാവനകൾ രൂപപ്പെടുത്തുന്നതും നിങ്ങൾതന്നെ.

നിങ്ങൾക്ക് അനുയോജ്യമല്ലാത്തത് നിങ്ങളോടൊപ്പം നിലനിൽക്കില്ല, കാരണം നിങ്ങൾക്ക് അത് ആവശ്യമില്ല, അതിനാൽ നിങ്ങൾ അത് തിരഞ്ഞെടുക്കുന്നില്ല. നിങ്ങൾ സ്വയം തയ്യാറാകുമ്പോൾ നിങ്ങൾ അകന്നുപോകുന്നു, നിങ്ങൾക്ക് കഴിയുമ്പോൾ നിങ്ങൾ അവയെ ഉപേക്ഷിക്കുന്നു, ഒപ്പം നിങ്ങൾ യഥാർത്ഥത്തിൽ പ്രണയത്തിലായിരുന്നതെല്ലാം നിങ്ങളെ സുരക്ഷിതരാക്കിയ വെളിച്ചത്തിന്റെ ഒരു ചെറിയ തന്ത്രമാണെന്ന് നിങ്ങൾ മനസ്സിലാക്കുന്നു.

വൈകാരിക ആഘാതത്തിൽനിന്ന് കരകയറുന്നു

രൂപകപരമായ അർത്ഥത്തിൽ നിങ്ങളുടെ തലയിൽ ആഘാതമേറ്റെന്ന് നിങ്ങൾ ചിന്തിച്ചേക്കാം. ഇത് വാസ്തവമായിട്ടും അക്ഷരാർത്ഥത്തിൽ നിങ്ങളുടെ ശരീരത്തിലാണ്.

എന്തെങ്കിലും നിങ്ങളെ ഭയപ്പെടുത്തുകയും നിങ്ങൾ ആ ഭയത്തിൽനിന്ന് മുക്തി നേടാതിരിക്കുകയും ചെയ്യുമ്പോൾ സംഭവിക്കുന്നതാണ് ആഘാതം. നിങ്ങൾ അത് പരിഹരിക്കുകയോ "തോൽപ്പിക്കുകയോ" ചെയ്യുന്നില്ലെങ്കിൽ, നിങ്ങൾ പൊരുതുക അല്ലെൽ സ്ഥലംവിടുക എന്നുള്ള ഒരു അവസ്ഥയിൽ പ്രവേശിക്കുകയും അങ്ങനെ തുടരുകയും ചെയ്യും, ഇത് പ്രധാനമായും അതിജീവനത്തിനായുള്ള മനുഷ്യന്റെ പരിഭ്രാന്തി പ്രതികരണമാണ്.

സുരക്ഷിതത്വത്തിന്റെ അടിസ്ഥാന വികാരത്തിൽ നിന്ന് വിച്ഛേദിക്കുന്ന അനുഭവമാണ് ട്രോമ അഥവാ ആഘാതം. നിങ്ങൾക്ക് ആ ബന്ധം പുനഃസ്ഥാപിക്കാൻ കഴിയുന്നില്ലെങ്കിൽ,

പ്രത്യേകിച്ച് വിനാശകരമായ ഒരു പക്ഷപാതം നിങ്ങളുടെ ലോകവീക്ഷണത്തെ വളച്ചൊടിക്കുന്നുവെങ്കിൽ : നിങ്ങൾ ഹൈപ്പർ സെൻസിറ്റീവ് ആയിത്തീരുന്നു, അതിനർത്ഥം നിങ്ങൾ, അമിതമായി ചിന്തിക്കുകയും, അമിതമായി പ്രതികരിക്കുകയും, നിരുപദ്രവകരമായ ഉത്തേജകങ്ങളാൽ പ്രചോദിപ്പിക്കപ്പെടുകയും, നിഷ്പക്ഷ സാഹചര്യങ്ങൾ വ്യക്തിഗതമാക്കുകയും, മാനസികമായി ഒരു "സമര നടപടി" എന്നതിൽ തുടരുകയും ചെയ്യും.

ആഘാതം അനുഭവിച്ചതിനുശേഷം, നിങ്ങളുടെ മസ്തിഷ്കം താൽക്കാലികമായി എന്തിലും സാധ്യതയുള്ള "ഭീഷണി" അന്വേഷിക്കും, ഇത് പ്രാരംഭ പ്രശ്നത്തിൽ നിന്ന് മുന്നോട്ട് പോകുന്നതും പിന്നീട് ഒരു ഇരയുടെ സമുച്ചയം വികസിപ്പിക്കാതിരിക്കുന്നതും വളരെ പ്രയാസകരമാക്കുന്നു. എല്ലാത്തിനുമുപരി, നിങ്ങളുടെ മസ്തിഷ്കം അക്ഷരാർത്ഥത്തിൽ ലോകം "നിങ്ങളെ കൊണ്ടുവരാൻ" സങ്കൽപ്പിക്കാവുന്ന എല്ലാ വഴികളും കാണിക്കാൻ ശ്രമിക്കുന്നു.

അതുകൊണ്ടാണ് ഭയത്തിനോ ഉത്കണ്ഠയ്ക്കോ ഉള്ള ഒരു ചികിത്സ എന്ന നിലയിൽ വെളിപ്പെടുത്തൽ വളരെ ഫലപ്രദമാകുന്നത്. ഒരാളുടെ ജീവിതത്തിലേക്ക് ക്ലേശകാരണമായതിനെ ക്രമേണ പുനരവതരിപ്പിക്കുന്നതിലൂടെ – അത് കൈകാര്യം ചെയ്യാൻ തങ്ങൾക്ക് കഴിയുമെന്ന് അവരെ കാണിക്കുന്നതിലൂടെ –നിയന്ത്രണത്തിന്റെയും സുരക്ഷിതത്വത്തിന്റെയും ഒരു വികാരം പുനഃസ്ഥാപിക്കപ്പെടുന്നതിനാൽ മസ്തിഷ്കത്തിന് ഒരു നിഷ്പക്ഷ അവസ്ഥയിലേക്ക് മടങ്ങാൻ കഴിയും.

ഒരു ആഘാതകരമായ സംഭവത്തിന് മുൻപ് ശക്തമായ സാമൂഹിക ബന്ധങ്ങളും മാനസിക പ്രതിരോധശേഷിയുമുള്ള ആളുകൾ സ്വയം നാശത്തിന് വിപരീതമായി സ്വയം പ്രതിഫലനം, വളർച്ച, അനുകമ്പ, രോഗശാന്തി എന്നിവയ്ക്കുള്ള ഒരു ഉത്തേജകമായി ഈ ഇതിനെ ഉപയോഗിക്കാനുള്ള സാധ്യത കൂടുതലാണ്. "സുരക്ഷ" എന്ന സുപ്രധാന വികാരവുമായി അവർക്ക് ഒന്നിലധികം ബന്ധങ്ങളുണ്ടായിരുന്നു, അതിനാൽ ഒന്ന് ശോഷിക്കപ്പെടുകയോ ഛേദിക്കപ്പെടുകയോ ചെയ്താലും, മറ്റുള്ളവർ അവരെ പിന്തുണയ്ക്കാനുണ്ടായിരുന്നു.

ആഘാതകരമായ ഒരു സംഭവത്തിന് ശേഷം നിങ്ങളുടെ തലച്ചോറിന് എന്ത് സംഭവിക്കും?

നാഡീശാസ്ത്രപരമായി, മസ്തിഷ്കത്തിന്റെ മൂന്ന് ഭാഗങ്ങളിൽ നാം സമ്മർദ്ദം പ്രോസസ്സ് ചെയ്യുന്നു.

ആദ്യത്തേത് അമിഗ്ഡാല, രണ്ടാമത്തേത് ഹിപ്പോകാമ്പസ്, മൂന്നാമത്തേത് പ്രീഫ്രോണ്ടൽ കോർട്ടക്സ്. പോസ്റ്റ് ട്രോമാറ്റിക് സ്ട്രെസ് ഡിസോർഡർ (PTSD) ബാധിച്ച വ്യക്തികൾക്ക് ചെറിയ ഹിപ്പോകാമ്പസ് (വികാരത്തിന്റെയും ഓർമ്മയുടെയും കേന്ദ്രം), വർദ്ധിച്ച അമിഗ്ഡാല ഫംഗ്ഷൻ (ശ്രദ്ധയുടെയും സർഗ്ഗാത്മകതയുടെയും കേന്ദ്രം), മീഡിയൽ പ്രീഫ്രോണ്ടൽ/ആന്റിരിയർ സിങ്ഗുലേറ്റ് ഫംഗ്ഷൻ എന്നിവയുണ്ട്. (ആസൂത്രണം, സ്വയം വികസനം തുടങ്ങിയ സങ്കീർണ്ണമായ പെരുമാറ്റങ്ങളെ നിയന്ത്രിക്കുന്നു).

അപ്പോൾ, ആഘാതം നമ്മിൽ ഇനിപ്പറയുന്ന സ്വാധീനങ്ങൾ ചെലുത്തുന്നത് എന്തുകൊണ്ടാണെന്ന് വ്യക്തമാകും :

- നമ്മുടെ മസ്തിഷ്കം മെമ്മറി പ്രോസസ്സ് ചെയ്യുന്നത് പൂർണ്ണമായി നിർത്തുന്നു, സംഭവിച്ചതിന്റെ ശകലങ്ങൾ നമ്മിൽ അവശേഷിപ്പിക്കുന്നു, ചിലപ്പോൾ അത് വേർപിരിയൽ തോന്നുന്നതിന് കാരണമാകുന്നു
- വികാരങ്ങളുടെ ഒരു ശ്രേണി നിയന്ത്രിക്കാനുള്ള നമ്മുടെ കഴിവ് കുറയുന്നു.
- നാം സ്തംഭനാവസ്ഥയിലാവുകയും, കുടുങ്ങിപ്പോകുകയും, ഭാവി ആസൂത്രണം ചെയ്യുന്നതിൽ പ്രശ്നമുണ്ടാകുകയും, നമ്മുടെ സ്വയം-വികസനവും യാഥാർത്ഥ്യമാക്കലും നിലക്കുകയും ചെയ്യുന്നു.
- പോരാടുക അല്ലെങ്കിൽ സ്ഥലംവിടുക എന്ന അവസ്ഥയിൽ പ്രവേശിക്കുമ്പോൾ, നമ്മുടെ നിലനിൽപ്പിന് ആവശ്യമില്ലാത്ത ഏതൊരു വിപുലമായ പ്രവർത്തനവും നമ്മുടെ ശരീരം അക്ഷരാർത്ഥത്തിൽ അവസാനിപ്പിക്കുന്നു. ശരീരത്തിന്റെ പ്രധാന റിസപ്റ്ററുകൾ വളരെ സെൻസിറ്റീവ് ആകുകയും ഉത്തേജകങ്ങളോട് പ്രതികരിക്കുകയും ചെയ്യുന്നു. ഇത് മനുഷ്യനായിരിക്കുന്നതിന് മനോഹരവും അനിവാര്യവുമായ ഭാഗമാണ്; ഒരു വംശം എന്ന നിലയിൽ അത് നമ്മെ ജീവനോടെ നിലനിർത്തുന്നു. എന്നിരുന്നാലും, ഇത് നിലനിൽക്കാൻ ഉദ്ദേശിച്ചുള്ള ഒരു സ്ഥിതിയല്ല.

നൂറ്റാണ്ടുകൾക്കുമുൻപ്, നാം യാഥാർത്ഥ്യവൽക്കരണത്തിന്റെ താഴെത്തട്ടിൽ ആയിരിക്കുമ്പോൾ, അല്ലെങ്കിൽ മസ്ലോ ശ്രേണിയുടെ ഏറ്റവും അടിത്തട്ടിൽ ആയിരുന്നപ്പോൾ, നമ്മളെ ഏറ്റവും ആശങ്കപ്പെടുത്തിയത് ശാരീരിക അതിജീവനമായിരുന്നു. ഇന്ന്, നമ്മുടെ

ശ്രദ്ധ പ്രാഥമികമായി സ്വയം യാഥാർത്ഥ്യമാക്കുന്നതിലും അർത്ഥ പൂർണ്ണതയിലുമാണ്. കൂടാതെ സാമൂഹിക സ്വീകാര്യത, പണം മാനസിക തീവ്രത എന്നിവയിലൂടെ "സുരക്ഷ" അനുഭവിക്കുവാനും ശ്രമിക്കുന്നു.

ഇത്തരം സുഖരമല്ലാത്ത എല്ലായിടത്തും, മറികടക്കാൻ കൂടുതൽ ശാരീരിക വെല്ലുവിളികൾ ഉണ്ടായിരുന്നിട്ടും, മുമ്പത്തേതിനേക്കാൾ കൂടുതൽ ആളുകൾ മാനസികമായും വൈകാരികമായും ബുദ്ധിമുട്ടുന്നുണ്ടെന്നത് വ്യക്തമാണ്.

വീണ്ടെടുക്കൽ വളരെ ലളിതമായ ഒന്നിലേക്ക് മാറുന്നു, അത് ഒരാളുടെ സുരക്ഷിതത്വത്തെ പുനഃസ്ഥാപിക്കുന്നു.

എന്നിരുന്നാലും, ഈ പുനഃസ്ഥാപനത്തിന്റെ ഏറ്റവും പ്രധാനപ്പെട്ട ഭാഗം, നിങ്ങളെ ആഘാതപ്പെടുത്തിയ ജീവിതത്തിന്റെ കൃത്യമായ മേഖലയിൽ നിങ്ങൾ സുരക്ഷിതത്വബോധം പുനഃസ്ഥാപിക്കണം എന്നതാണ്.

പലപ്പോഴും, ചെറുപ്പത്തിൽ ഉണ്ടായിരുന്ന ഒരു ബന്ധത്താൽ ആർക്കെങ്കിലും ആഘാതമേറ്റാൽ, അവർ ആ ഊർജ്ജം ആകർഷകമായോ വിജയകരമായോ വിലയിരുത്താൻ വീണ്ടും നിക്ഷേപിക്കും. അവരെ സംബന്ധിച്ചിടത്തോളം, അവർ "മതിയായവർ" ആണെങ്കിൽ, അവരെ ഒരിക്കലും നിഷേധിക്കാനോ നിരസിക്കാനോ കഴിയില്ലെന്ന് അവർ വിശ്വസിക്കുന്നു. എന്നിരുന്നാലും, ഇത് എങ്ങനെ പ്രവർത്തിക്കുന്നുവെന്ന് നമുക്കെല്ലാവർക്കും അറിയാം. ഇത് യഥാർത്ഥത്തിൽ ഇവയോട് അനാരോഗ്യകരവും വിനാശകരവുമായ അടുപ്പങ്ങൾ ഉണ്ടാക്കുന്നു.

ഒരു ബന്ധത്താൽ നമുക്ക് ആഘാതമേറ്റാൽ, ആരോഗ്യകരവും സുരക്ഷിതവുമായ മറ്റ് ബന്ധങ്ങളിൽ പ്രവർത്തിക്കുന്നതിലൂടെ നാം സുരക്ഷിതത്വബോധം പുനഃസ്ഥാപിക്കുന്നു.

പണത്താൽ നമുക്ക് ആഘാതമുണ്ടെങ്കിൽ, നമുക്ക് വേണ്ടത്ര സാമഗ്രികൾ ഉണ്ടെന്ന് ഉറപ്പാക്കുകയും അടിയന്തിര ചിലവുകൾക്കായി കരുതിവെക്കുകയും ചെയ്യുന്നതിലൂടെയും സുരക്ഷിതത്വബോധം നാം പുനഃസ്ഥാപിക്കുന്നു.

ജോലി നഷ്ടത്താൽ നമുക്ക് ആഘാതമുണ്ടായാൽ, ഒരു നീക്കിയിരുപ്പ് പദ്ധതി അല്ലെങ്കിൽ സൈഡ് ഗിഗ്ഗോ ഉപയോഗിച്ച് നാം സുരക്ഷിതത്വത്തിന്റെ വികാരം പുനഃസ്ഥാപിക്കുന്നു.

നിന്ദിക്കപ്പെട്ടുമെന്ന ഭീഷണി മൂലം നമുക്ക് ആഘാതമുണ്ടെങ്കിൽ, പുതിയ സുഹൃത്തുക്കളെ കണ്ടെത്തുന്നതിലൂടെ നാം സുരക്ഷിതത്വ ബോധം പുനഃസ്ഥാപിക്കുന്നു.

മിക്ക ആളുകളും ചെയ്യാൻ ശ്രമിക്കുന്നത് യഥാർത്ഥ പ്രശ്നമല്ലാത്ത ജീവിതത്തിന്റെ ഒരു മേഖലയിൽ അമിത നഷ്ടപരിഹാരം നൽകുക എന്നതാണ്. ഉദാഹരണത്തിന്, അവർ ബന്ധങ്ങളിൽ പോരാടുക യാണെങ്കിൽ, "സുരക്ഷിതം" എന്ന തോന്നൽ നിലനിർത്താൻ അവർ പണം സ്വരൂപിക്കുന്നു. തീർച്ചയായും, ഇത് എല്ലായ്പ്പോഴും വ്യർത്ഥമാണ്, കാരണം പ്രശ്നം ഒരിക്കലും പരിഹരിക്കപ്പെടില്ല. നിങ്ങളുടെ ആഘാതം "നിങ്ങളുടെ തലയിൽ" അല്ല; ഇത് അക്ഷരാർ ത്ഥത്തിൽ നിങ്ങളുടെ മസ്തിഷ്കത്തിലെ ഒരു അവസ്ഥയാണ്, നിങ്ങളുടെ ശരീരത്തെ അതിന്റെ യഥാർത്ഥ അവസ്ഥയിലേക്ക് മടങ്ങാൻ സഹായിക്കുന്ന ഒരേയൊരു മാർഗ്ഗം, അതിജീവന മോഡ് "ഓഫ്" ചെയ്യാനും സാധാരണ ജീവിതത്തിലേക്ക് മടങ്ങാനും നിങ്ങളെ അനുവദിക്കുന്ന സുരക്ഷിതത്വത്തിന്റെ വികാരം പുനർ നിർമ്മിക്കുക എന്നതാണ്.

വൈകാരിക നീക്കിയിരുപ്പുകൾക്ക് അയവ് വരുത്തുന്നു

നിങ്ങളുടെ വൈകാരിക നീക്കിയിരുപ്പ് നിങ്ങളുടെ ഇമെയിൽ ഇൻബോക്സ് പോലെയാണ്.

ഇത് ഒരു ലളിതമായ സാമ്യമായിരിക്കാം, പക്ഷേ ഫലപ്രദമാണ്. നിങ്ങൾ വികാരങ്ങൾ അനുഭവിക്കുമ്പോൾ, നിങ്ങളുടെ ശരീരത്തിൽനിന്ന് ലഭിക്കുന്ന ചെറിയ സന്ദേശങ്ങൾ ഓരോന്നായി അടുക്കി വയ്ക്കുന്നതുപോലെയാണത്. ഒരിക്കലും നിങ്ങൾ അവ തുറന്നില്ലെങ്കിൽ, 1,000+ വിവരങ്ങൾ ആഴത്തിൽ അടിഞ്ഞുകൂടും, നിങ്ങളുടെ ജീവിതം മുന്നോട്ട് കൊണ്ടുപോകാൻ ആവശ്യമായ നിർണ്ണായക വിവരങ്ങളും പ്രധാനപ്പെട്ട ഉൾക്കാഴ്ചകളും പൂർണ്ണമായും അവഗണിക്കപ്പെടും. അതേ സമയം, നിങ്ങൾക്ക് ദിവസം മുഴുവൻ ഇരിക്കാനും എല്ലാ സന്ദേശങ്ങൾക്കും അത് വരുന്നതുപോലെ പ്രതികരിക്കാനും കഴിയില്ല; നിങ്ങൾക്ക് ഒരിക്കലും ഒന്നും ചെയ്യാൻ കഴിയുകയുമില്ല.

വികാരങ്ങൾ ഓപ്ഷണൽ എക്സ്പീരിയൻസ് ആണെന്ന് കരുതു ന്നത് തെറ്റാണ്. അങ്ങനെയല്ല. എന്നാൽ നമ്മുടെ വികാരങ്ങൾ ഒഴിവാക്കുന്നതിൽ നാമാണ് യജമാനന്മാർ, നാം അത് പല

തരത്തിൽ ചെയ്യുന്നു. പലപ്പോഴും, നമ്മെ ശാരീരികമായി തളർത്തുന്ന പദാർത്ഥങ്ങൾ, പ്രവചനങ്ങൾ, വിധികൾ എന്നിവയെ ആശ്രയിക്കുന്നത് നമ്മുടെ സ്വന്തം, എല്ലാത്തരം ലൗകിക കാര്യങ്ങളിൽനിന്നും വ്യത്യസ്തമായി മറ്റാരുടെയെങ്കിലും തെറ്റുകളിൽ ശ്രദ്ധ കേന്ദ്രീകരിക്കാൻ നമ്മെ പ്രേരിപ്പിക്കുന്നു, ഏറ്റവും അടിസ്ഥാനപരമായ തലത്തിൽ, നമ്മുടെ ശരീരത്തെ വളരെയധികം അത് സമ്മർദ്ദത്തിലാക്കുന്നു. അങ്ങനെ യാദൃശ്ചികമായി നമ്മൾ അനുഭവിക്കാൻ കഴിവില്ലാത്തവരായി മാറുന്നു.

മനഃശാസ്ത്രപരമായി, ഇത് ദീർഘകാലം പ്രവർത്തിക്കില്ലെന്ന് നിങ്ങൾക്കറിയാം. ബാക്ക് ലോഗ് ഒടുവിൽ തടസ്സപ്പെടാൻ തുടങ്ങുന്നു. നിശ്ചലമായി ഇരിക്കാനും ഉറങ്ങാനും കരയാനും എല്ലാം അനുഭവിക്കാനും നിങ്ങൾ നിർബന്ധിതരാകുന്നു.

ഇവിടെ പങ്കുവെക്കാൻ ചില കാവ്യാത്മകവും നിഗൂഢവുമായ സത്യം ഉണ്ടായിരുന്നെങ്കിൽ എന്ന് ഞാൻ ആഗ്രഹിക്കുന്നു, പക്ഷേ ഇല്ല. നിങ്ങളുടെ ശരീരഘടന മാത്രമേ ഉള്ളൂ, നിങ്ങൾക്ക് തോന്നുമ്പോൾ നിങ്ങളുടെ ഉള്ളിൽ എന്താണ് സംഭവിക്കുന്നത് എന്നതിന്റെ ജീവശാസ്ത്രം.

വികാരങ്ങൾ ശാരീരിക അനുഭവങ്ങളാണ്. നാം എല്ലാറ്റിന്റെയും ശാരീരിക അനുഭവത്തെ ഫ്ലഷ് ചെയ്യുന്നു, പതിവായി അങ്ങനെ ചെയ്തുകൊണ്ടേ ഇരിക്കുന്നു. നാം മലമൂത്രവിസർജ്ജനം ചെയ്യുന്നു, വിയർക്കുന്നു, കരയുന്നു, മാസത്തിലൊരിക്കൽ അക്ഷരാർത്ഥത്തിൽ നമ്മുടെ ചർമ്മം മുഴുവൻ പൊഴിക്കുന്നു. വികാരങ്ങൾ വ്യത്യസ്തമല്ല; അവയും അതുപോലെ പുറത്തുവിടേണ്ട അനുഭവങ്ങളാണ്.

അനുഭവപ്പെടാത്തപ്പോൾ, വികാരങ്ങൾ മൂർത്തീഭാവമുള്ളവയായി മാറുന്നു. അവർ അക്ഷരാർത്ഥത്തിൽ നിങ്ങളുടെ ശരീരത്തിൽ കുടുങ്ങിപ്പോകുന്നു. കാരണം, അവയ്ക്ക് മോട്ടോർ ഘടകം എന്ന് വിളിക്കപ്പെടുന്ന ഒന്ന് ഉണ്ട്, അതിനർത്ഥം അവ ആരംഭിക്കുന്ന നിമിഷം – നിങ്ങൾക്ക് അവയെ അടിച്ചമർത്താനോ അവഗണിക്കാനോ കഴിയും – അവ ഒരു മൈക്രോ-മസ്കുലർ സജീവമാക്കൽ സൃഷ്ടിക്കുന്നു.

നമ്മുടെ ശരീരം തൽക്ഷണം പ്രതികരിക്കുന്നു.

നാം പലപ്പോഴും വേദനയും പിരിമുറുക്കവും സംഭരിക്കുന്നത് ഒരു വികാരം ആരംഭിക്കുകയും എന്നാൽ ഒരിക്കലും പൂർണ്ണമായി യാഥാർത്ഥ്യമാകാത്തതുമായ ശരീരത്തിന്റെ ഏതെങ്കിലും ഭാഗത്തായിരിക്കും.

കാരണം, നാഡീശാസ്ത്രപരമായി പറഞ്ഞാൽ, വികാരങ്ങളെ നിയന്ത്രിക്കുന്ന നിങ്ങളുടെ തലച്ചോറിന്റെ ഭാഗം, ആന്റീരിയർ സിങ്ഗുലേറ്റ്, പ്രീമോട്ടർ ഏരിയക്ക് അടുത്താണ്, അതായത് ഒരു വികാരം പ്രോസസ്സ് ചെയ്യുമ്പോൾ, അത് ഉടനടി ശാരീരികമായ പ്രതികരണം സൃഷ്ടിക്കാൻ തുടങ്ങുന്നു. പ്രീമോട്ടർ ഏരിയ മോട്ടോർ കോർട്ടക്സുമായി ബന്ധിപ്പിക്കുകയും തുടർന്ന് വികാരം പ്രകടിപ്പിക്കാൻ പോകുന്ന പ്രത്യേക പേശികളിലേക്ക് വീണ്ടും വ്യാപിക്കുകയും ചെയ്യുന്നു.

ഏത് പേശികൾ ഏത് വികാരമാണ് പ്രകടിപ്പിക്കുന്നത്? അതേ, അത് പല ഘടകങ്ങളെ ആശ്രയിച്ചിരിക്കുന്നു.

വികാരങ്ങളോടുള്ള ശാരീരിക പ്രതികരണങ്ങൾ എവിടെയാണെന്ന് നമ്മെ സൂചിപ്പിക്കുന്ന ധാരാളം ഭാഷകൾ നമുക്കുണ്ട്. എന്നാൽ ഇത് യഥാർത്ഥത്തിൽ ഇതിലും ആഴത്തിൽ പോകുന്നവയാണ്. ആരെങ്കിലും നിങ്ങളോട് ഒരു അതിർത്തി കടന്ന് എന്തെങ്കിലും ചെയ്യുവെന്ന് പറയാം, നിങ്ങളുടെ സഹജാവബോധം അവരോട് ആക്രോശിച്ചു. എന്നിരുന്നാലും, അക്ഷരാർത്ഥത്തിൽ നിലവിളിക്കുന്നത് ഫലപ്രദമല്ലെന്ന് നിങ്ങൾ മനസ്സിലാക്കിയതിനാൽ, നിങ്ങൾ പിന്മാറി. ഈ നിമിഷം, ശരിയായ കാര്യമാണെങ്കിൽ പോലും, നിങ്ങളുടെ ശരീരം കഴുത്തിലോ തൊണ്ടയിലോ ശേഷിക്കുന്ന പിരിമുറുക്കം സംഭരിക്കുന്നുണ്ടാകാം. മറ്റ് സന്ദർഭങ്ങളിൽ, ആളുകൾക്ക് അവരുടെ വികാരങ്ങളുടെ സൈക്കോസോമാറ്റിക് ഇഫക്റ്റുകൾ അനുഭവിക്കാൻ കഴിയും, അത് അവരുടെ ജീവിതത്തിൽ "മുന്നോട്ട് നീങ്ങുന്നതിലൂടെ" ആഘാതം ഏൽക്കുമ്പോൾ കാൽമുട്ടുകളിലോ പാദങ്ങളിലോ ഉള്ള വേദനയായി അനുഭവപ്പെടും.

നമ്മുടെ ശരീരം ശബ്ദമില്ലാത്ത ചിഹ്നങ്ങളിൽ നമ്മോട് സംസാരിക്കുന്നു എന്നതാണ് സത്യം. അവർ പറയുന്നത് വ്യാഖ്യാനിക്കാനറും പഠിച്ചുകഴിഞ്ഞാൽ, നമുക്ക് തികച്ചും പുതിയ രീതിയിൽ സ്വയം സുഖപ്പെടുത്താനാകും. അതിനാൽ, വികാരങ്ങൾ പൂർണ്ണമായി പ്രകടിപ്പിക്കാത്തപ്പോൾ ചിലപ്പോൾ നിങ്ങളുടെ ശരീരത്തിൽ സംഭരിക്കപ്പെടുമെന്ന് നിങ്ങൾക്കറിയാനാകും. ഇത് അങ്ങനെയായിരിക്കെ, അവയിൽനിന്ന് നാം എങ്ങനെ സ്വയം ഒഴിഞ്ഞുമാറും?

ഇത് ചെയ്യുന്നതിന് നിങ്ങൾക്ക് ഉപയോഗിക്കാവുന്ന നിരവധി തന്ത്രങ്ങളുണ്ട്, അതിൽ ഏതാണ് നിങ്ങൾക്ക് ഫലപ്രദമെന്നതാണ് പ്രധാനം. എല്ലാം എല്ലാവർക്കും ഒരുപോലെ അനുയോജ്യമല്ല, എന്നാൽ മിക്ക ആളുകൾക്കും നന്നായി പ്രവർത്തിക്കാൻ

സാധ്യതയുള്ള ചില ഓപ്ഷനുകൾ ഉണ്ട്, പ്രത്യേകിച്ചും ചിലത് ഒരുമിച്ച് ഉപയോഗിക്കുമ്പോൾ.

ശാന്തത അനുഭവിക്കാൻ ധ്യാനം നിർത്തുക; *അനുഭവിക്കാൻ* മാത്രം ധ്യാനം ആരംഭിക്കുക.

ധ്യാനത്തെക്കുറിച്ച് നിങ്ങൾ ഇതുവരെ കേട്ടിട്ടുള്ള എല്ലാത്തിനും ഇത് എതിരാണെന്ന് എനിക്കറിയാം. എന്നാൽ യഥാർത്ഥത്തിൽ അത് ധ്യാനത്തിന്റെ ഒരു പോയിന്റാണ്. നിങ്ങൾ ഒരു 10-മിനിറ്റ് സെഷനിൽ ഇരുന്ന്, വിശ്രമത്തിനും ഭാരം കുറയുവാനും സ്വയം നിങ്ങൾ നിർബന്ധിക്കാൻ ശ്രമിക്കുകയാണെങ്കിൽ, നിങ്ങൾക്കു ധ്യാനിക്കേണ്ടതിന്റെ ആവശ്യകത നൽകിയ അതേ തരത്തിലുള്ള അടിച്ചമർത്തലുകളാണ് ഫലമായി ലഭിക്കുക.

പകരം, ആ വികാരങ്ങളെല്ലാം നിങ്ങൾ അനുഭവിക്കുമ്പോൾ വെറുതെ ഇരിക്കുക എന്നതാണ് ധ്യാനത്തിന്റെ കാര്യം : ദേഷ്യം, ഭയം, സങ്കടം, അമിതമായ മനസ്സിന്റെ സംസാരം... കൂടാതെ അത് എത്രമാത്രം വശീകരിക്കുന്നതോ ഉത്തേജിപ്പിക്കുന്നതോ ആയിരുന്നാലും, അതിനോട് പ്രതികരിക്കാതെ നിശ്ചലമായിരിക്കാൻ നിങ്ങൾ പഠിക്കുന്നു. ഈ ചിന്തകളും വികാരങ്ങളും ഉയർന്നുവരാൻ അനുവദിക്കുന്നു, എന്നിട്ട് അവയോട് നാം പ്രതികരിക്കാത്തതിന്റെ ഫലമായി അവ കടന്നുപോകുന്നു.

ഇതിന് പരിശീലനം ആവശ്യമാണ്.

ശരീരത്തിലെ ശേഷിക്കുന്ന പിരിമുറുക്കം കണ്ടെത്താൻ ബ്രീത്ത് സ്കാനുകൾ ഉപയോഗിക്കുക.

നിങ്ങളുടെ ശരീരത്തിൽ എവിടെയാണ് നിങ്ങൾ വേദന സംഭരിക്കുന്നതെന്ന് കണ്ടുപിടിക്കാൻ സാധാരണയായി അധിക പരിശ്രമം ആവശ്യമില്ല. നിങ്ങൾക്കത് അനുഭവപ്പെടുന്നു. അത് നിങ്ങളുടെ നെഞ്ചിലും, വയറിലും, തോളിലും, നിങ്ങളെ അലട്ടുന്നത് നിങ്ങൾ അറിയുന്നു.

എന്നിരുന്നാലും, നിങ്ങൾക്ക് ഉറപ്പില്ലെങ്കിൽ, അല്ലെങ്കിൽ ആ വേദന എവിടെയാണെന്ന് പ്രത്യേകം സൂം ചെയ്യണമെങ്കിൽ, ബ്രെത്ത് സ്കാൻ ചെയ്തുനോക്കാം. ഇതിൽ, നിങ്ങൾ സാവധാനം ശ്വസിക്കുകയും ശ്വാസം വിടുകയും ചെയ്യും, ശ്വാസങ്ങൾക്കിടയിൽ ഇടവേള എടുക്കാതെ തന്നെ. നിങ്ങൾ ഇത് ചെയ്യുമ്പോൾ,

നിങ്ങളുടെ ശ്വാസം എടുക്കുന്ന പ്രക്രിയയിൽ, നിങ്ങളുടെ ശരീരത്തിൽ എവിടെയാണ് നിങ്ങൾ പിരിമുറുക്കം സംഭരിക്കുന്നതെന്ന് നിങ്ങൾക്ക് കൃത്യമായി അനുഭവപ്പെടാൻ തുടങ്ങും, എവിടെയെങ്കിലും ഒരു വിള്ളൽ വീഴുന്നത് നിങ്ങൾ ശ്രദ്ധിക്കാൻ തുടങ്ങും.

നിങ്ങൾ അറിഞ്ഞുകഴിഞ്ഞാൽ, അത് എന്താണെന്നും, അത് എവിടെനിന്ന് വന്നുവെന്നും, നിങ്ങൾ അറിയേണ്ടതെന്താണെന്നും ദൃശ്യവൽക്കരിച്ച് നിങ്ങൾക്ക് ആ വികാരത്തിലേക്ക് കൂടുതൽ പ്രവേശിക്കാൻ തുടങ്ങാം. പലപ്പോഴും ഈ സാഹചര്യത്തിൽ, സഹായമോ മാർഗ്ഗനിർദ്ദേശമോ ആവശ്യമുള്ള നിർദ്ദിഷ്ട ഓർമ്മകളിലേക്കോ നമ്മുടെ മുൻകാല പതിപ്പുകളിലേക്കോ നമുക്ക് തിരികെ ചെല്ലേണ്ടിവരും. നിങ്ങൾ അനുഭവിച്ചതും കാണുന്നതുമായ കാര്യങ്ങൾ എഴുതാൻ ഒരു ജേർണൽ ഉപയോഗിക്കുക, ശരീരം പലപ്പോഴും രൂപകങ്ങളിലാണ് സംസാരിക്കുന്നതെന്ന് ഓർക്കുക, അതിനാൽ എല്ലാം അക്ഷരാർത്ഥത്തിൽ ഉള്ളിലേക്ക് എടുക്കരുത്.

വിയർക്കുക, ചലിക്കുക, കരയുക.

നിങ്ങളുടെ വികാരങ്ങൾ അയച്ചുവിടുന്നതിനുള്ള അവസാനത്തേതും ഏറ്റവും ബുദ്ധിമുട്ടുള്ളതും ഏറ്റവും പ്രധാനപ്പെട്ടതുമായ നിങ്ങൾ ചെയ്യേണ്ടതായ ഒരേയൊരു കാര്യമാണ്... നിങ്ങൾ അവ അനുഭവിക്കുക എന്നത്.

ചിലപ്പോൾ, ഇത് അർത്ഥമാക്കുന്നത്, നിങ്ങളെത്തന്നെ മൊത്തത്തിൽ ചതിക്കുവാൻ അനുവദിക്കുക എന്നാണ്. ചിലപ്പോൾ, ഇതിനർത്ഥം വ്യായാമം, യോഗ, സ്ട്രെച്ചിങ്, നടത്തം, ഉത്തേജിപ്പിക്കുന്ന ചിന്തകളെ അഭിമുഖീകരിക്കുക, നിങ്ങളെ അലട്ടുന്നതെന്തെന്ന് സ്വയം നിലവിളിക്കാൻ അനുവദിക്കുക എന്നതെല്ലാമാകാം.

എല്ലായ്പ്പോഴും ശാന്തവും സന്തോഷവും ഉള്ള അനുഭവമല്ല വൈകാരിക ആരോഗ്യമെന്നത് ഓർക്കുക. നല്ലതും ചീത്തയുമായ വികാരങ്ങളുടെ ഒരു ശ്രേണി അനുവദിക്കുകയും ഒന്നിൽ കൂടുതൽ സമയം കുടുങ്ങിപ്പോകാതിരിക്കുകയും ചെയ്യുന്ന അനുഭവമാണിത്. അതുപോലെ, ഒരു ചിന്തയോട് പ്രതികരിക്കാതെ തന്നെ കാണാനും അനുഭവിക്കാനുമുള്ള കഴിവാണ് മാനസികാരോഗ്യവും സ്വയം നൈപുണ്യവും. പ്രതികരണം, അല്ലെങ്കിൽ അതിന്റെ അഭാവം, നാം നമ്മുടെ ശക്തി വീണ്ടെടുക്കുകയും നമ്മുടെ ജീവിതം വീണ്ടെടുക്കുകയും ചെയ്യുന്നിടത്താണ്.

നിങ്ങൾ തികഞ്ഞവരാകാൻ ജനിച്ചവരല്ല.

നിങ്ങൾ എല്ലായ്പ്പോഴും സന്തോഷവാനാകുവാനല്ല ജനിച്ചത്.

എന്നാൽ, നിങ്ങൾ ഭയപ്പെടുമ്പോൾ പോലും പൂർണ്ണമായും മനുഷ്യനായിരിക്കാനും വികാരഭരിതരാകാനുമുള്ള കാര്യങ്ങൾ ചെയ്യാൻ നിങ്ങൾക്ക് ഓരോ ദിവസവും പ്രതിജ്ഞാബദ്ധരാകാൻ കഴിയുമെങ്കിലും, നിങ്ങൾക്ക് ശരിക്കും മനോഹരമായ രീതിയിൽ എന്തിനെയും മറികടക്കാൻ കഴിയും.

നിങ്ങളുടെ മനസ്സിനെ സുഖപ്പെടുത്തുക എന്നത് എന്താണ് അർത്ഥമാക്കുന്നത്

നിങ്ങളുടെ മനസ്സിനെ സുഖപ്പെടുത്തുന്നത് നിങ്ങളുടെ ശരീരത്തെ സുഖപ്പെടുത്തുന്നതിന് തുല്യമല്ല. നിങ്ങൾ ശാരീരികമായി മുറിവേൽക്കുമ്പോൾ, നിങ്ങൾ പലപ്പോഴും പുരോഗമനപരവും രേഖീയവുമായ അറ്റകുറ്റപ്പണിയിലൂടെ കടന്നുപോകുന്നു. ഒരു ദിവസം നിങ്ങൾ മുൻപ് ഉണ്ടായിരുന്നിടത്തേക്ക് വളരെ കുറച്ചുമാത്രം മടങ്ങുവാൻ നിങ്ങൾക്കാകുന്നുവോ അന്ന് നിങ്ങൾ മെച്ചപ്പെടും.

നിങ്ങളുടെ മനസ്സിനെ സുഖപ്പെടുത്തുന്നത് തികച്ചും വ്യത്യസ്തമാണ്, കാരണം നിങ്ങൾ മുമ്പത്തെ അവസ്ഥയിലേക്ക് മടങ്ങുന്നില്ല. നിങ്ങൾ സ്വയം തളർന്ന് പൂർണ്ണമായും പുതിയ ഒരാളായി മാറുകയാണ്.

അത് അൽപം അക്രമാസക്തവും പരുഷവുമായി തോന്നുന്നുവെങ്കിലും അത് ചെയ്യണം. സുഖം പ്രാപിക്കുന്നത് സുഖത്തിലേക്കും സൗഖ്യത്തിലേക്കുമുള്ള മനോഹരമായ ഉയർച്ചയല്ല, ഒരിക്കൽ കൂടി എന്നെന്നേക്കുമായി നാം എല്ലാം അനുഭവിക്കലാണ്. സ്വയം സുഖപ്പെടുത്തുക എന്നത് നിങ്ങൾ ചെയ്യുന്ന ഏറ്റവും അസുഖകരമായ, തടസ്സപ്പെടുത്തുന്ന, പ്രധാനപ്പെട്ട കാര്യമാണ്.

ഹീലിംഗിൽ നിങ്ങളുടെ സഹജമായ അവസ്ഥയുമായി വീണ്ടും ബന്ധിപ്പിക്കുന്നതും ഉൾപ്പെടുന്നു : വ്യക്തിപരമായ സ്വാതന്ത്ര്യം, മറ്റുള്ളവരുടെ ഞെരുക്കുന്ന അഭിപ്രായങ്ങൾ, അവഗണിക്കലുകൾ, മടികൂടാതെ സൃഷ്ടിക്കലുകൾ, ലോകത്തെ നിർഭയമായി അഭിമുഖീകരിക്കൽ, നിയന്ത്രണങ്ങളോ വ്യവസ്ഥകളോ ഇല്ലാതെ നിരുപാധികമായി സ്നേഹിക്കൽ തുടങ്ങിയവ. നിങ്ങൾ യഥാർത്ഥത്തിൽ ആരാണെന്നതിന്റെ സാരാംശം നിങ്ങളുടെ ഏറ്റവും മികച്ച

പതിപ്പിനെ ഉൾക്കൊള്ളുന്ന, ഒരുപക്ഷേ നിങ്ങൾ വിഭാവനം ചെയ്യുതിലും അപ്പുറം, നിങ്ങളെ എപ്പോഴും നിർവ്വചിച്ചിട്ടുള്ള പ്രധാന പതിപ്പ്.

നിങ്ങൾക്ക് അതിലേക്ക് എത്തിച്ചേരണമെന്നുണ്ടോ? അതിനു ഒരുപാട് ദൂരം സഞ്ചരിക്കേണ്ടതുണ്ട്.

നിങ്ങളുടെ പകയുടെയും ആക്രമണങ്ങളുടെയും സത്യസന്ധമായ ഒരു ഇൻവെന്ററി എടുക്കാൻ രോഗശാന്തി ആവശ്യപ്പെടുന്നു, ഇക്കാലമത്രയും നിങ്ങൾ അവഗണിച്ചുകൊണ്ടിരുന്ന വിരഹത്തിന്റെയും ഭയത്തിന്റെയും കിണറുകൾ. നിങ്ങളുടെ ജീവിതത്തിൽ എന്താണ് തെറ്റ് എന്ന് കൃത്യമായി കണക്കാക്കാൻ അവ ആവശ്യപ്പെടുന്നു, അതുവഴി നിങ്ങൾക്ക് അത് ശരിയായി പ്രവർത്തിപ്പിക്കാനാകും.

നിങ്ങൾക്ക് ശരിക്കും എങ്ങനെ തോന്നുന്നു എന്നതിനെക്കുറിച്ച് പൂർണ്ണമായും സത്യസന്ധത പുലർത്താൻ ഇത് ആവശ്യപ്പെടുന്നു, തുടർന്ന് അത് യഥാർത്ഥത്തിൽ അനുഭവിക്കാനും.

അബോധാവസ്ഥയിൽ അനുഭവം പുനർനിർമ്മിക്കുന്നതിനുപകരം നിങ്ങളിൽ നിലനിൽക്കുന്ന ആഴത്തിലുള്ള ഹൃദയവേദന അനുഭവിക്കാൻ രോഗശാന്തി ആവശ്യപ്പെടുന്നു, അത് പുറത്തുവിടാനുള്ള ഒരു ഔട്ട്ലെറ്റ് നിങ്ങൾക്കുണ്ട്. രോഗശാന്തി എന്നത് നിങ്ങളുടെ അനുഭവത്തെ ശുദ്ധീകരിക്കാനും അത് പൂർണ്ണമാകുന്നതുവരെ പുണ്യാഹകർമ്മം ചെയ്തുകൊണ്ടേ ഇരിക്കുവാനുള്ള ശ്രമമല്ല.

നിങ്ങൾക്ക് സുഖമില്ലെന്ന് തീരുമാനിച്ചപ്പോൾ നിങ്ങൾ മുറിച്ചുമാറ്റിക്കഴിച്ചിട്ട എല്ലാ വികാരങ്ങളുടെയും പൂർണ്ണമായ ആവിഷ്കാരത്തിലൂടെ കടന്നുപോകാൻ രോഗശാന്തി ആവശ്യപ്പെടുന്നു. നിങ്ങളുടെ ഉള്ളിലെ ഇരുട്ടിന്റെ ഓരോ ഔൺസിനെയും നേരിടാൻ രോഗശാന്തി ആവശ്യപ്പെടുന്നു, കാരണം അഭേദ്യമായ ഒരു തടസ്സമായി കാണപ്പെടുന്നതിന് താഴെ പൂർണ്ണവും സമൂലവും ആത്യന്തികവുമായ സ്വാതന്ത്ര്യമുണ്ട്. നിങ്ങൾക്ക് ഇനി ഒന്നും അനുഭവിക്കാൻ ഭയമില്ലാതിരിക്കുമ്പോൾ, നിങ്ങളുടെ ജീവിതത്തിന്റെ ഏതെങ്കിലും ഒരു ഭാഗത്തെ എതിർക്കാതിരിക്കുമ്പോൾ, മാന്ത്രികമായ ചിലതു സംഭവിക്കുന്നു : നിങ്ങൾ സമാധാനം കണ്ടെത്തുന്നു.

നമുക്ക് വ്യക്തമായി പറയാം : നിങ്ങൾ എന്നെന്നേക്കുമായി കഷ്ടപ്പെടാൻ പോകുന്നില്ല. ഇത് അധികകാലം ഉപദ്രവിക്കില്ല. എന്നാൽ, നിങ്ങളുടെ മുൻകാല അനുഭവങ്ങൾ എല്ലാം അനാവരണം

ചെയ്യുന്നതുവരെ രോഗശമനം ക്രമാനുഗതമായി മെച്ചപ്പെടുന്നുവെന്ന് സ്വയം ചിന്തിക്കാൻ നിങ്ങളെത്തന്നെ കബളിപ്പിക്കുക, നിങ്ങൾക്ക് പരിക്കേൽക്കുന്നതിന് മുമ്പ് നിങ്ങളുടേതായ പതിപ്പിലേക്ക് മടങ്ങാൻ കഴിയും... ശരി, അത് പൂർണ്ണമായും പോയിന്റ് നഷ്ടപ്പെടുത്തുക തന്നെയാണ്.

നല്ല ശിഥിലീകരണം എന്ന് ചിലർ പരാമർശിക്കുന്ന ഈ കാലഘട്ടങ്ങളിലൂടെ കടന്നുപോകാനാണ് നാം ഉദ്ദേശിക്കുന്നത്. നാം ആയിരിക്കുന്ന സാഹചര്യത്തിൽ, അഭിവൃദ്ധി പ്രാപിച്ചില്ലെങ്കിൽ, കൈകാര്യം ചെയ്യാൻ കഴിയുന്ന ഒരാളായി മാറാൻ നമ്മുടെ സ്വയം സങ്കൽപ്പം പൊരുത്തപ്പെടുത്തേണ്ട സമയമാണിത്.

ഇത് ആരോഗ്യകരമാണ്. ഇത് സാധാരണമാണ്. ഇങ്ങനെയാണ് നമ്മൾ പ്രതികരിക്കേണ്ടത്.

എന്നാൽ നാം ഭയപ്പെടുന്നു, കാരണം അത് അസ്വസ്ഥതയുണ്ടാക്കുന്നു. മൂല്യവത്തായ ജീവിതതിന്റെ ഗുണങ്ങൾ അത് ഉടനടി നൽകില്ല : ആശ്വാസവും എളുപ്പവും ഉപരിതലത്തിൽ എല്ലാം തികഞ്ഞതാണെന്ന മിഥ്യാധാരണയും പൊടുന്നനെ നൽകാൻ അതിനു സാധിക്കില്ല.

രോഗശാന്തി എന്നത് നമ്മെ ഏറ്റവും വേഗത്തിൽ സുഖപ്പെടുത്തുന്നത് മാത്രമല്ല, സാവധാനത്തിലും കാലക്രമേണയും ശരിയായ ജീവിതം കെട്ടിപ്പടുക്കുകയാണ്. ഇത് കണക്കുകൂട്ടലിൽ നമ്മെത്തന്നെ അഭിവാദ്യം ചെയ്യുന്നു, നാം എവിടെയാണ് പരാജയപ്പെട്ടതെന്ന് നാം സ്വയം സമ്മതിക്കുന്നു. അത് തിരികെ പോയി നമ്മുടെ തെറ്റുകൾ പരിഹരിക്കുന്നു, നമ്മുടെ ഉള്ളിൽ തന്നെ തിരികെ പോയി നമ്മെ ആദ്യം അവിടെ എത്തിച്ച ദേഷ്യവും ഭയവും ചെറിയ ചിന്തകളും പരിഹരിക്കുന്നു.

മാറ്റത്തിന്റെ അസ്വസ്ഥത സഹിക്കാൻ വിസമ്മതിക്കുന്നതാണ് രോഗശാന്തി, കാരണം നിങ്ങൾ ഒരു സെക്കൻഡ് കൂടി മധ്യസ്ഥത സഹിക്കാൻ വിസമ്മതിക്കുന്നു. അസ്വാസ്ഥ്യത്തിൽനിന്ന് രക്ഷപ്പെടാൻ ഒരു മാർഗ്ഗവുമില്ല എന്നതാണ് സത്യം; നാം എവിടെയായിരുന്നാലും അത് നമ്മെ കണ്ടെത്തുന്നു. എന്നാൽ ഒന്നുകിൽ നമ്മൾ സ്വയം അടിച്ചേൽപ്പിക്കപ്പെട്ട പരിധികൾ മറികടന്ന്, അതിരുകൾ ലംഘിച്ച് നാം സ്വപ്നം കാണുന്നവരായി മാറുന്നതിൽ നമുക്ക് അസ്വസ്ഥത അനുഭവപ്പെടാൻ പോകുന്നു, അല്ലെങ്കിൽ നമ്മൾ നിൽക്കാൻ വിസമ്മതിക്കുന്നത് എന്തുകൊണ്ടെന്ന് ന്യായീകരിക്കാൻ

നമ്മൾ കെട്ടിച്ചമച്ച ഭയങ്ങളിൽ ഇരുന്നുകൊണ്ട് ചിന്തിക്കുമ്പോൾ ഭയം അനുഭവപ്പെടാൻ തുടങ്ങും. എഴുന്നേറ്റ് തുടങ്ങുക.

രോഗശാന്തി ആദ്യം ബുദ്ധിമുട്ടായിരിക്കും. ആത്മാർത്ഥമായി സ്വയം നോക്കുക എന്നാണ് ഇതിനർത്ഥം, ഒരുപക്ഷേ നിങ്ങൾക്ക് ഇത് ആദ്യമായിട്ടായിരിക്കാം. നിങ്ങളുടെ സുരക്ഷാ മേഖലയിൽനിന്ന് പുറത്തുകടക്കുക എന്നാണ് ഇതിനർത്ഥം, അതിനാൽ നിങ്ങൾ ആകാൻ ആഗ്രഹിക്കുന്ന വ്യക്തിയിലേക്ക് കുതിക്കാൻ കഴിയും. ഇതല്ല നിങ്ങളെ കൂടുതൽ സുഖകരവും നിഷ്ക്രിയവുമാക്കുന്നത്. നിങ്ങൾ ഭയപ്പെടുന്നതിനേക്കാൾ അസ്വസ്ഥതകളാൽ പ്രചോദിതരാകാനും ഉത്കണ്ഠയുടെ ചങ്ങലകൾ കെട്ടിപ്പടുക്കാൻ നിങ്ങൾ ഉപയോഗിക്കുന്നതിനേക്കാൾ കൂടുതൽ നിങ്ങളുടെ നിശ്ചല നിമിഷങ്ങളിൽനിന്ന് പ്രചോദനം ഉൾക്കൊണ്ട് നിങ്ങളെ പ്രചോദിപ്പിക്കാനും വ്യവസ്ഥ ചെയ്യുന്നതാണിത്.

രോഗശാന്തി എല്ലാം മാറ്റാൻ പോകുന്നു. എന്നാൽ, നിങ്ങൾ അനുഭവിക്കാൻ ഭയപ്പെടുന്നത് അനുഭവിക്കാൻ നിങ്ങൾ തയ്യാറാകുന്നതിൽനിന്നാണ് അത് ആരംഭിക്കേണ്ടത്.

നമുക്ക് ചില കാര്യങ്ങൾ വ്യക്തമായി പറയാം : നിങ്ങളുടെ ഏറ്റവും മികച്ച പതിപ്പ് ആകുക എന്നത് നിങ്ങളുടെ സ്വാഭാവിക പാരമ്പര്യമാണ്. നിങ്ങൾ ജനിച്ചത് അതിനുവേണ്ടിയാണ്. രോഗശാന്തി എന്നത് പരിമിതപ്പെടുത്തുന്ന വിശ്വാസങ്ങളും ഭയങ്ങളും കൃത്യമായി ചെയ്യുന്നതിൽനിന്ന് നിങ്ങളെ തടയുന്ന രോഗത്തെ വെറുതെ വിടുക എന്നതാണ്.

രോഗശാന്തി എന്നത് നിങ്ങൾ മുൻപ് ആരായിരുന്നുവെന്ന ഇടത്തേക്ക് കൃത്യമായി തിരിച്ച് പോകുന്നതല്ല, കാരണം ആ വ്യക്തി കൊടുങ്കാറ്റിനുമുൻപ് അത് കാണാൻ ഇതുവരെ പ്രാപ്തനായിരുന്നില്ല, മാത്രമല്ല ആ വ്യക്തിക്ക് അതിൽനിന്ന് എങ്ങനെ സ്വയം പരിരക്ഷിക്കണമെന്നും അറിയില്ലായിരുന്നു.

നിങ്ങൾ നിഷ്കളങ്കനോ, ക്ഷീണിതനോ, അല്പജ്ഞാനിയോ ആയി തിരികെ പോകേണ്ടതില്ല. വൈരുദ്ധ്യങ്ങൾ, വേദന, ജീവിതം നിങ്ങളുടെ നേർക്ക് എറിയാൻ കഴിയുന്ന എല്ലാ നല്ലതും ചീത്തയുമായ കാര്യങ്ങളെക്കുറിച്ച് നിങ്ങൾക്ക് അറിയാത്ത നിങ്ങളുടെ സന്തോഷകരമായ മനസ്സില്ലായ്മയിലേക്ക് മടങ്ങാൻ നിങ്ങൾ ഉദ്ദേശിക്കുന്നില്ല.

രോഗശാന്തിയുടെ മറുവശത്ത് നിങ്ങൾക്ക് ലഭിക്കുന്നത് അതിനേ

ക്കാൾ വലുതാണ്; അത് അറിയാൻ, നിങ്ങൾ അത് ഇതുവരെ അനുഭവിച്ചിട്ടില്ല. വേദനാജനകമായ ഒരു കാര്യത്തിലൂടെ കടന്നു പോകുമ്പോൾ നിങ്ങൾക്ക് ലഭിക്കുന്നത് കൂടുതൽ സഹിഷ്ണുതയും കൂടുതൽ സ്വയംപര്യാപ്തതയും കൂടുതൽ ശാക്തീകരണവുമാണ്.

ഒന്നും നിങ്ങളെ രക്ഷിക്കില്ലെന്ന് നിങ്ങൾ മനസ്സിലാക്കുന്നു, അതിനാൽ നിങ്ങൾ സ്വയം രക്ഷിക്കാനുള്ള ജോലി ആരംഭിക്കണം, അത് നിങ്ങളുടെ ജീവിതത്തിന്റെ മുഴുവൻ ലക്ഷ്യമാണ്. നിങ്ങൾ ഈ ജോലി ആരംഭിക്കുമ്പോൾ, നിങ്ങളുടെ ആന്തരിക ശക്തി നിങ്ങൾ കണ്ടെത്തും. നിങ്ങൾക്ക് ശക്തിയും സ്വാധീനവും ഉണ്ടെന്ന് നിങ്ങൾ മനസ്സിലാക്കുന്നു, നിങ്ങൾക്ക് നിങ്ങളുടെ ജീവിതത്തിൽ തന്ത്രം മെനയാനും വഴിതിരിച്ചുവിടാനും കഴിയും. നിങ്ങൾക്ക് നിയന്ത്രിക്കാൻ കഴിയാത്തതിന് പകരം, നിങ്ങൾ ചെയ്യുന്ന കാര്യങ്ങളിൽ നിങ്ങളുടെ ജീവിതം കെട്ടിപ്പടുക്കാൻ കഴിയുമെന്ന് നിങ്ങൾ മനസ്സിലാക്കുന്നു.

നിങ്ങൾ സുഖപ്പെടുമ്പോൾ, നിങ്ങൾ തകർന്നിടത്ത് നിന്ന് നിങ്ങൾ ശക്തിയാർജ്ജിക്കും. നിങ്ങൾ അഹംഭാവം പുലർത്തുന്നിടത്ത് നിങ്ങൾ അടിത്തറയിടുന്നു. നിങ്ങൾ അശ്രദ്ധ കാണിക്കുന്നിടത്ത് നിങ്ങൾ ഉത്തരവാദിയാകും. നിങ്ങൾ കൂടുതൽ സെൻസിറ്റീവും കഴിവുള്ളവരും ബോധമുള്ളവരുമായി മാറുന്നു. നിങ്ങൾ കൂടുതൽ പരിഗണനയുള്ളവരാകുന്നു, നിങ്ങൾ കൂടുതൽ സഹാനുഭൂതി യുള്ളവരാകുന്നു, നിങ്ങൾ കൂടുതൽ മനസ്സാനിധ്യമുള്ളവരാകുന്നു, കൂടുതൽ ശ്രദ്ധാലുക്കളാകുന്നു. എന്നാൽ, നിങ്ങൾ ഭയപ്പെടേണ്ടാ ത്തത് ഭയത്തെയാണ്.

ഭയം നിങ്ങളെ സംരക്ഷിക്കാൻ പോകുന്നില്ല. ആക്ഷൻ ആണ് അത് ചെയ്യുക. വിഷമിക്കുന്നത് നിങ്ങളെ സംരക്ഷിക്കാൻ പോകുന്നില്ല. തയ്യാറെടുപ്പുകളാണ് അത് ചെയ്യുക. അമിതമായി ചിന്തിക്കുന്നത് നിങ്ങളെ സംരക്ഷിക്കാൻ പോകുന്നില്ല. ധാരണയാണ് അത് ചെയുക.

ആഘാതകരമായ എന്തെങ്കിലിലൂടെയും നിങ്ങൾ കടന്നുപോകു മ്പോൾ ഭയവും വേദനയും മുറുകെ പിടിക്കുമ്പോൾ, ഒരുതരം സുരക്ഷാ വലയമായിട്ടാണ് നാം അത് ചെയ്യുന്നത്. വരാനിരിക്കു ന്നതായി കാണാത്ത എല്ലാ ഭയാനകമായ കാര്യങ്ങളെയും കുറിച്ച് നിരന്തരം ഓർമ്മിപ്പിച്ചാൽ, അവ ഒഴിവാക്കാമെന്ന് നാം തെറ്റായി വിശ്വസിക്കുന്നു. ഇത് പ്രവർത്തിക്കുന്നില്ല എന്ന് മാത്രമല്ല ഇത് നിങ്ങളുടെ കാര്യക്ഷമത കുറയ്ക്കുകയും ചെയ്യുന്നു.

കാരണം, മിക്കപ്പോഴും, നിങ്ങൾ ക്ലോസറ്റിലെ രാക്ഷസന്മാരെ ക്കുറിച്ച് ആകുലപ്പെടുന്ന തിരക്കിലാണ്, കാലക്രമേണ നിങ്ങളെ ഇല്ലാതാക്കുന്ന യഥാർത്ഥ കാര്യങ്ങളെ അഭിസംബോധന ചെയ്യാൻ നിങ്ങൾ മറക്കുന്നു : നിങ്ങളുടെ ആരോഗ്യം, നിങ്ങളുടെ ബന്ധങ്ങൾ, നിങ്ങളുടെ ദീർഘകാല കാഴ്ചപ്പാട്, നിങ്ങളുടെ സാമ്പത്തികം, നിങ്ങളുടെ ചിന്തകൾ.

നിങ്ങൾ പൂർണ്ണമായും സുഖപ്പെടുമ്പോൾ, നിങ്ങൾ അസ്വസ്ഥത സഹിക്കുന്നത് നിർത്തുന്നു. എന്തെങ്കിലും തെറ്റ് സംഭവിക്കുമ്പോൾ, അത് തെറ്റാണെന്ന് നിങ്ങൾ തിരിച്ചറിയുകയും അത് പരിഹരി ക്കാൻ നടപടിയെടുക്കുകയും ചെയ്യുന്നു, കാരണം നിങ്ങൾ അങ്ങനെ ചെയ്യാത്തപ്പോൾ എന്താണ് സംഭവിക്കുന്നതെന്ന് നിങ്ങൾ കണ്ടുകഴിഞ്ഞു.

നിങ്ങൾ പൂർണ്ണമായും സുഖപ്പെടുമ്പോൾ, നിങ്ങൾക്ക് മുൻകൂട്ടി ചിന്തിക്കാനും കാരണവും ഫലവും യുക്തിസഹമായി പരിഗണി ക്കാനും കഴിയും. നിങ്ങളുടെ പ്രവർത്തനങ്ങൾ ഫലങ്ങൾ സൃഷ്ടിക്കു മെന്ന് നിങ്ങൾ തിരിച്ചറിയുന്നു, നിങ്ങളുടെ ജീവിതത്തിന്റെ ഫലങ്ങൾ നന്നായി നിയന്ത്രിക്കണമെങ്കിൽ, നിങ്ങളുടെ ശീലങ്ങൾ നന്നായി ക്രമീകരിക്കേണ്ടതുണ്ട്.

നിങ്ങൾ പൂർണ്ണമായും സുഖപ്പെടുമ്പോൾ, നിങ്ങൾ എവിടെയായി രുന്നാലും ഇവിടെയും ഇപ്പോഴും ആസ്വദിക്കാൻ കഴിയുന്നതിനേ ക്കാൾ പ്രധാനമായി മറ്റൊന്നില്ലെന്ന് നിങ്ങൾ മനസ്സിലാക്കുന്നു. നിങ്ങളുടെ വർത്തമാനകാലത്തിലെ ജീവിതം ആസ്വദിക്കുന്നതിനു മുള്ള തടസ്സങ്ങൾ എന്തൊക്കെയാണോ അവയാണ് നിങ്ങൾ അഭിമുഖീകരിക്കേണ്ട വെല്ലുവിളികൾ.

കാരണം ജീവിതം പെട്ടെന്നുള്ളതാണ്, അത് താൽക്കാലികമാണ്. നിങ്ങൾക്ക് ഇപ്പോൾ ഉള്ളത് നാളെ നിങ്ങൾക്ക് നഷ്ടപ്പെടാം, അത് മുറുകെ പിടിക്കുകയും ചെറുത്തുനിൽപ്പുമായി ബന്ധിപ്പിക്കുകയും ചെയ്യുന്നത് അത് സുരക്ഷിതമാണെന്ന് അർത്ഥമാക്കുന്നില്ല.

അതിനർത്ഥം ആ ദിവസം കടന്നുപോകുമ്പോൾ – എല്ലാത്തിനെയും പോലെ, എല്ലാവരേയും പോലെ – നിങ്ങൾ ഒരിക്കലും അത് ശരിക്കും ആസ്വദിച്ചിട്ടില്ലെന്ന് നിങ്ങൾ മനസ്സിലാക്കും.

പിന്നെ രോഗശാന്തി? നിങ്ങളുടെ ഹ്രസ്വമായ ജീവിതത്തിന്റെ ഗുണ നിലവാരത്തേക്കാൾ ഒന്നിനും മുൻഗണന നൽകാത്ത ഒരു അവസ്ഥ യിലേക്ക് എത്തിച്ചേരുമ്പോൾ മാത്രമാണ് ഇത് സാധ്യമാകുക.

മുന്നോട്ട് നീങ്ങുന്നത് പ്രതികാരം ചെയ്യലല്ല

നിങ്ങളുടെ തിളക്കം മറ്റുള്ളവർക്ക് കാണാൻ കഴിയുന്ന ഒന്നായിരിക്കില്ല. ഇത് ഉപരിതലത്തിൽ ഒരു ഷിഫ്റ്റ് ആയി വരണമെന്നുമില്ല.

പ്രതികാര ശരീരങ്ങളുടെയും തിരിച്ചുവരവ് ബന്ധങ്ങളുടെയും ലോകത്ത്, നിങ്ങളുടെ ആത്യന്തികമായ പരിവർത്തനം നിങ്ങളുടെ ഇൻസ്റ്റാഗ്രാം ഫീഡിലുടനീളം വ്യാപിക്കണമെന്ന് നിങ്ങളോട് പറയാൻ ശ്രമിക്കുന്ന ഒരു ലോകത്ത്, സുഖപ്പെടുത്തുക, മെച്ചപ്പെടുത്തുക, മുന്നോട്ട് പോകുക എന്നതിന്റെ യഥാർത്ഥ അർത്ഥം നഷ്ടമായിരിക്കുന്നു.

നിങ്ങളുടെ ഭൂതകാലത്തിലെ ആളുകൾ തെറ്റാണെന്ന് തെളിയിക്കുന്നതല്ല യഥാർത്ഥ തിളക്കം. ഒടുവിൽ, നിങ്ങളുടെ ഭാവിയെക്കുറിച്ച് വളരെ സംതൃപ്തിയും പ്രതീക്ഷയും തോന്നുന്നതാണ്.

നിങ്ങളുടെ ജീവിതം മാറ്റാൻ നിങ്ങൾ ആഗ്രഹിക്കുമ്പോൾ, അത് വ്യത്യസ്തമായി കാണപ്പെടും, എന്നിരുന്നാലും നിങ്ങളെ സ്നേഹിക്കാത്തവരും അതിന് ഉദ്ദേശ്യം ഇല്ലാത്തവരുമായ ആളുകളുടെ അഭിപ്രായങ്ങൾ നിങ്ങൾക്ക് ചുറ്റും ഇപ്പോഴും പരിക്രമണം ചെയ്യുന്നു.

നിങ്ങൾക്ക് എല്ലായ്പ്പോഴും വ്യത്യാസം പറയാൻ കഴിയും. യഥാർത്ഥത്തിൽ രൂപാന്തരം പ്രാപിച്ച ആളുകൾ കാര്യങ്ങൾ എങ്ങനെ പ്രത്യക്ഷപ്പെടുന്നു എന്നതിനെക്കുറിച്ച് മാത്രം ആശങ്കപ്പെടുന്നില്ല. അവരുടെ ജീവിതത്തിൽ ഇപ്പോൾ കാര്യങ്ങൾ എങ്ങനെ *അനുഭവപ്പെടുന്നു*, അതിനിടയിൽ അവർ എങ്ങനെയിരിക്കുന്നു എന്നതിലാണ് ശ്രദ്ധ കേന്ദ്രീകരിക്കുന്നത്.

ഒരു യഥാർത്ഥ തിളക്കം ആധികാരികമാണ്. അത് മൂടിവെക്കുന്ന എല്ലാ കള്ളത്തരങ്ങളും നീക്കം ചെയ്യുകയും യഥാർത്ഥ പ്രശ്നങ്ങൾ പരിഹരിക്കുകയും ചെയ്യുന്നു. അത് സുഖപ്പെടുത്തുന്നു. അത് മാറ്റങ്ങൾ കൊണ്ടുവരുന്നു, നല്ലതിന്. ഇത് ആദ്യമായി, മറ്റൊരാളുടെ കണ്ണുകളേക്കാൾ നിങ്ങളുടെ ഹൃദയത്തിന് മുൻഗണന നൽകുന്നതാണ്.

ആർക്കും മികച്ചതായി തോന്നുന്ന ഒരു ചിത്രം ഒരുമിച്ച് ചേർക്കാനാകും. ഒരു ആഖ്യാനം, കഥ, മൊത്തത്തിലുള്ള സാമ്യം എന്നിവ സൃഷ്ടിക്കാൻ ആർക്കും ചിത്രത്തിന് ശേഷം ചിത്രം എഡിറ്റ് ചെയ്യാനും ഫിൽട്ടർ ചെയ്യാനും കഴിയും. ആർക്കും സൗന്ദര്യം വിലക്ക് വാങ്ങാൻ കഴിയും, അവർ ശരിക്കും ശ്രമിച്ചാൽ ആർക്കും

മനോഹരമായി കാണാനാകും, അവർ യഥാർത്ഥത്തിൽ ഉള്ളതിനേ ക്കാൾ നന്നായി പ്രവർത്തിക്കുന്നുവെന്ന് ആർക്കും നിങ്ങളെ ബോധ്യപ്പെടുത്താൻ കഴിയും.

അത് തെളിയിക്കാനുള്ള ശ്രമത്തിലാണ് അവർ ഇത്രയധികം ഉദ്ദേശ്യശുദ്ധി കാണിക്കുന്നതെങ്കിൽ, അവർ ഇപ്പോഴും അകമേ പൊള്ളയാണ്.

10 വർഷം മുമ്പുണ്ടായിരുന്ന നിങ്ങളേക്കാൾ വലുതോ ചെറുതോ മനോഹരമോ മികച്ചതോ ആയി തോന്നുന്നുണ്ടോ എന്നതിനെ ക്കുറിച്ച് നിങ്ങൾക്ക് ആശങ്കയില്ലെങ്കിൽ എന്തുചെയ്യും?

നിങ്ങൾ ആത്മാഭിമാനം, യഥാർത്ഥ ബന്ധങ്ങൾ, വൈകാരിക സ്വാതന്ത്ര്യം, മാനസിക വ്യക്തത, നിങ്ങൾ അഭിനന്ദിക്കുന്ന ജോലി, നിങ്ങൾ ബഹുമാനിക്കുന്ന ജോലി, ദയ, കൂടുതൽ സഹാനുഭൂതി എന്നിവയെല്ലാം നേടുന്നുണ്ടോ എന്നതിനെക്കുറിച്ച് കൂടുതൽ ശ്രദ്ധാലുവല്ലെങ്കിലോ?

നിങ്ങളുടെ നേട്ടങ്ങൾ നിങ്ങൾക്ക് ഫോട്ടോ എടുക്കാനോ അള ക്കാനോ കഴിയുന്ന ഒന്നല്ലെങ്കിൽ, ചില പിക്സലുകളിലും സ്റ്റാറ്റസ് അപ്ഡേറ്റുകളിലും ആശയവിനിമയം നടത്താൻ നിങ്ങൾക്ക് കഴിയില്ലെങ്കിലോ? ഇന്ന് നിങ്ങൾക്ക് എങ്ങനെ തോന്നുന്നു? നിങ്ങൾ ഇന്നലെ ചെയ്തതിനേക്കാൾ മികച്ചതായയാണോ? കൂടുതൽ സമഗ്രമായയാണോ, കൂടുതൽ ആത്മവിശ്വാസമുള്ളവനായയാണോ?

ജീവിതത്തിൽ മുൻപും ശേഷവും ഇല്ല എന്നതാണ് സത്യം. നാം എപ്പോഴും ഇലകൾ പൊഴിക്കുകയും മാറുകയും ചെയ്യുന്ന പ്രക്രിയയി ലാണ്. നിങ്ങൾ കാത്തിരിക്കുന്ന ആ സ്നാപ്പ്-ഷോട്ട് നിമിഷം, ആരെങ്കിലും നിങ്ങളെ വീണ്ടും നോക്കാൻ ധൈര്യപ്പെടുന്ന ആ സന്ദർഭം, ഒടുവിൽ, നിങ്ങൾ അഭിവൃദ്ധി പ്രാപിക്കുകയാണെന്ന് നിങ്ങൾക്ക് തോന്നുന്ന ആ നിമിഷം... നിങ്ങൾ മാത്രമുള്ള ഒരു ഗെയിമാണ് ഇത്.

നിങ്ങൾ കരുതുന്ന രീതിയിൽ ആരും നിങ്ങളെ നോക്കുന്നില്ല. ആരും നിങ്ങളെക്കുറിച്ച് അവർ ആഗ്രഹിക്കുന്ന രീതിയിൽ ചിന്തിക്കുന്നില്ല. അവർ തങ്ങളെത്തന്നെ നോക്കുകയാണ്. അവർ സ്വയം ചിന്തിക്കുകയാണ്.

അവർ സ്വയം വായിക്കുന്നു. ഇത് സങ്കടകരമല്ല; മറിച്ച് സ്വതന്ത്ര മാണ്. ഇത് നിങ്ങളുടെ ആത്യന്തിക വിമോചനത്തിന്റെ കാതൽ ആയിരിക്കണം.

നിങ്ങൾക്ക് തെറ്റ് തെളിയിക്കാൻ നിങ്ങളല്ലാതെ മറ്റാരുമില്ല എന്നതാണ് സത്യം. നിങ്ങളുടെ ഭൂതകാലത്തിലെ ആളുകൾ ഒരുപക്ഷേ നിങ്ങൾ ഭയപ്പെട്ടതുപോലെ നിങ്ങളെ നിരസിച്ചിട്ടില്ല.

ഈ അടച്ചുപൂട്ടൽ നിങ്ങൾക്കുള്ളതാണ്. ഈ വളർച്ച നിങ്ങൾക്കുള്ളതാണ്. ഈ മാറ്റം നിങ്ങളുടേതാണ്. ഇത് നിങ്ങളും നിങ്ങളും തമ്മിൽ ആണ്, നിങ്ങൾ നിങ്ങളെ കണ്ടുമുട്ടുന്നു, നിങ്ങളെ ആദ്യമായി കാണുന്നു. നിങ്ങൾ ആകാൻ കഴിയുമെന്ന് നിങ്ങൾക്കറിയാവുന്ന ഒരാളായി മാറുന്നതിനെക്കുറിച്ചാണ് ഇത് സംവദിക്കാൻ ശ്രമിക്കുന്നത്. ഇത് നിങ്ങൾ, ആത്യന്തികമായി നിങ്ങളുടെ കഴിവിനനുസരിച്ച് ജീവിക്കുന്നതിനെക്കുറിച്ചാണ്.

എന്നാൽ എല്ലാത്തിനുമപ്പുറം, നിങ്ങൾ മുമ്പ് നിങ്ങളുടെ മികച്ച വ്യക്തിയായിരുന്നില്ല എന്ന തിരിച്ചറിവാണിത്.

നിങ്ങൾ ആഗ്രഹിക്കുന്ന രീതിയിൽ നിങ്ങൾ പെരുമാറിയില്ല.

നിങ്ങൾ ചെയ്യേണ്ടത് നിങ്ങൾ ചെയ്തില്ല.

നിങ്ങൾ പ്രതീക്ഷിച്ചതുപോലെ ആയിരുന്നില്ല ജീവിച്ചത്.

മറ്റൊരാൾ തെറ്റാണെന്ന് തെളിയിക്കാൻ നാം തീവ്രമായി ആഗ്രഹിക്കുമ്പോഴെല്ലാം, നമ്മുടെ സ്വന്തം പ്രതീക്ഷകൾക്ക് അനുസൃതമായി ജീവിക്കാൻ കഴിയാത്ത നമ്മുടെ സ്വന്തം നിരാശയെ ശമിപ്പിക്കാൻ നാം ശരിക്കും ശ്രമിച്ചിരുന്നു.

അതിനാൽ ഇത് ഓർക്കുക : അടുത്ത തവണ നിങ്ങൾ മറ്റുള്ളവരെ ആകർഷിക്കുന്ന ഒരു ഗ്ലോ അപ്പ് സ്റ്റോറി തയ്യാറാക്കാൻ ശ്രമിക്കുമ്പോൾ, അവരുടെ അംഗീകാരത്തിനായി നിങ്ങൾ ഇപ്പോഴും കാത്തിരിക്കുന്നത് എന്തുകൊണ്ടാണെന്ന് സ്വയം ചോദിക്കുക.

മിക്കവാറും എപ്പോഴും, ഇപ്പോഴും നിങ്ങൾക്ക് സ്വന്തമായി ഒരു ഉത്തരം ഇല്ല എന്നതാണ് സത്യം.

അധ്യായം 6

ഒരു പുതിയ ഭാവി കെട്ടിപ്പടുക്കാം

നിങ്ങളുടെ ഭൂതകാല അനുഭവങ്ങൾ പുറന്തള്ളുന്ന വെല്ലുവിളി നിറഞ്ഞ ജോലിയാണ് നിങ്ങൾ ഇപ്പോൾ ചെയ്തിരിക്കുന്നത്, ഒരു പുതിയ വർത്തമാനവും ഭാവിയും കെട്ടിപ്പടുക്കുന്നതിലേക്ക് നിങ്ങളുടെ ശ്രദ്ധ തിരിയണം. നാം എന്തെങ്കിലും റിലീസ് ചെയ്യുമ്പോൾ, മെച്ചപ്പെട്ട എന്തെങ്കിലും സൃഷ്ടിക്കുവാനുള്ള സ്ഥലം ഉണ്ടാക്കിയെടുക്കുകയാണ് നാം ചെയ്യുന്നത്.

തങ്ങളുടെ ഭൂതകാലത്തെ പുറത്തുവിടാൻ ശ്രമിച്ചിട്ടും വിജയിക്കാത്ത ആളുകളുടെ ഏറ്റവും സാധാരണമായ കുഴപ്പങ്ങളിലൊന്ന്, അവരുടെ ശ്രദ്ധ അതിൽ തന്നെ തുടരുന്നു എന്നതാണ് – ഭൂതകാലം. നിങ്ങൾ ആരാകണമെന്ന് വിഭാവനം ചെയ്യുക, നിങ്ങളുടെ ഏറ്റവും ശക്തമായ പതിപ്പുമായി ബന്ധപ്പെടുക, നിങ്ങളുടെ ദിനചര്യയിലൂടെ നിങ്ങളുടെ ജീവിതം രൂപകൽപ്പന ചെയ്യുക, നിങ്ങളുടെ യഥാർത്ഥ ലക്ഷ്യം കണ്ടെത്തുക എന്നിവയാണ് ഇപ്പോൾ ചെയ്യേണ്ടത്.

നിങ്ങളുടെ ഏറ്റവും ഉയർന്ന സാധ്യതയുള്ള ഭാവിയെ കണ്ടുമുട്ടുന്നു

സൈക്കോതെറാപ്പിയിലെ ഒരു മികച്ച ടൂൾ ആണ് ഇന്നർ ചൈൽഡ് വർക്ക്, അതായത് നിങ്ങളുടെ ചെറുപ്പവുമായി സങ്കൽപ്പിക്കുകയും വീണ്ടും അതുമായി ബന്ധപ്പെടുകയും ചെയ്യുന്ന പ്രക്രിയ. ഈ പ്രക്രിയയിൽ, നിങ്ങൾക്ക് സ്വയം മാർഗ്ഗനിർദ്ദേശങ്ങൾ നൽകാം, ചില ആഘാതകരമായ സംഭവങ്ങളിലേക്ക് തിരിച്ചുപോയി, ഇപ്പോൾ ഉള്ള ജ്ഞാനം ഉപയോഗിച്ച് അവയെ വിലയിരുത്താം.

എന്നാൽ പലപ്പോഴും, നിങ്ങളുടെ ഉള്ളിലെ കുട്ടിയുമായി വീണ്ടും ബന്ധപ്പെടുന്ന പ്രക്രിയ, നിങ്ങളുമായി ആശയവിനിമയം നടത്താൻ അവരെ അനുവദിക്കുക എന്നതാണ്. നിങ്ങളുടെ അന്തർലീനമായ ആഗ്രഹങ്ങൾ, അഭിനിവേശങ്ങൾ, ഭയങ്ങൾ, വികാരങ്ങൾ എന്നിവ അങ്ങനെ വീണ്ടും കണ്ടെത്താനാകും.

ഈ പ്രക്രിയ റിവേഴ്സ് എഞ്ചിനീയറിംഗിന് സമാനമാണ്, അതായത് നിങ്ങളുടെ ജീവിതത്തിന്റെ അവസാന ലക്ഷ്യങ്ങൾ നിങ്ങൾ തിരിച്ചറിയുകയും തുടർന്ന് അവിടെയെത്താൻ ഓരോ ദിവസവും, ആഴ്ചയും, മാസങ്ങളും, വർഷങ്ങളും എന്താണ് ചെയ്യേണ്ടതെന്ന് മനസ്സിലാക്കാൻ പിന്നോട്ട് പ്രവർത്തിപ്പിക്കുക. എന്നിരുന്നാലും, ഇത് വിപരീത രീതിയിലും പ്രവർത്തിക്കുന്നു. നിങ്ങളുടെ ഏറ്റവും ഉയർന്ന സാധ്യതയുള്ള ഭാവിയിലേക്ക് കണക്റ്റ് ചെയ്യാൻ നിങ്ങൾക്ക് ഒരു വിഷ്വലൈസേഷൻ ടെക്നിക് ഉപയോഗിക്കാം.

ഘട്ടം 1: ആദ്യം ഭയത്തെ നേരിടുക

ഒരു ജേർണൽ ഉപയോഗിച്ച് ശാന്തമായ സ്ഥലത്ത് ഇരിക്കുക. നിങ്ങൾക്ക് ശാന്തതയും മാർഗ്ഗനിർദ്ദേശം ലഭിക്കാൻ തുറന്ന മനസ്സും അനുഭവപ്പെടുന്ന സമയത്താണ് നിങ്ങൾ ഇത് ചെയ്യുന്നതെന്ന് ഉറപ്പാക്കുക. പേടിയോടെ ഇതിനെ സമീപിച്ചാൽ തീർച്ചയായും നിങ്ങൾക്കു പേടിയാകും.

അടുത്തതായി, നിങ്ങളുടെ കണ്ണുകൾ അടച്ച് ഒരു ധ്യാന സെഷൻ ആരംഭിക്കുക. ആഴത്തിൽ ശ്വസിക്കാനും സ്വയം ശ്രദ്ധ കേന്ദ്രീകരിക്കാനും കുറച്ച് നിമിഷങ്ങൾ എടുക്കുക. നല്ല വെളിച്ചമുള്ള മുറിയിൽ സുഖപ്രദമായ ഒരു മേശയിൽ ഇരിക്കുന്നത് സങ്കൽപ്പിക്കുക, എവിടെയെങ്കിലും നിങ്ങൾക്ക് സന്തോഷവും സമാധാനവും തോന്നുന്നിടത്ത് സ്വയം പ്രതിഷ്ഠിക്കുക.

തുടർന്ന്, നിങ്ങളോടൊപ്പം ഇരുന്നു സംസാരിക്കാൻ നിങ്ങളുടെ ഭാവിയെ ക്ഷണിക്കുക. അവർക്ക് ഒരു നിശ്ചിത പ്രായമുണ്ടാകണമെന്ന് നിങ്ങൾക്ക് അഭ്യർത്ഥിക്കാം, പക്ഷേ സാധാരണയായി നിങ്ങൾ അവരെ കാണുമ്പോൾ പ്രായം നിങ്ങളുടെ അടുത്ത് വരും. ഇരിക്കാൻ നിങ്ങളുടെ സാധ്യമായ ഏറ്റവും ഉയർന്ന പതിപ്പ് പ്രത്യേകം ആവശ്യപ്പെടുക. നിങ്ങൾ ആദ്യം ഭയപ്പെടുത്തുന്ന എന്തെങ്കിലും കാണുകയാണെങ്കിൽ, അത് നിങ്ങളുടെ മനസ്സിൽ പ്രകടമാകുന്നത് സംഭവിക്കുന്നതിനെക്കുറിച്ചുള്ള നിങ്ങളുടെ ഭയമാണെന്ന് അറിയുക, എന്താണ് സംഭവിക്കുന്നത് എന്നതിന്റെ സത്യമല്ല.

നിങ്ങൾ അത് കടന്നുകഴിഞ്ഞാൽ, നിങ്ങൾക്ക് ഉപദേശം സ്വീകരിക്കാൻ തുടങ്ങാം.

ഘട്ടം 2: നിങ്ങളുടെ ഭാവി എങ്ങനെയുണ്ടെന്ന് ശ്രദ്ധിക്കുക

നിങ്ങളുടെ ഈ പതിപ്പ് നിങ്ങളോട് പറയുന്നതെന്താണെന്ന് നിങ്ങൾ സങ്കൽപ്പിക്കുന്നത് മാറ്റിനിർത്തിയാൽ, അവ എങ്ങനെ കാണപ്പെടുന്നു, അവ എങ്ങനെ പെരുമാറുന്നു, അവരുടെ മുഖഭാവങ്ങൾ എന്താണ് ആശയവിനിമയം നടത്തുന്നത് എന്നിവ ശ്രദ്ധിക്കുക.

നിങ്ങളുടെ ഭാവിയിൽ സ്വയം ജോലി ചെയ്യുന്നതിന്റെ പ്രധാന കാര്യം, നിങ്ങളുടെ ഈ വശവുമായി നിങ്ങൾക്ക് ലയിക്കാൻ കഴിയും എന്നതാണ്. നിങ്ങളുടെ സ്വന്തം ജീവിതം എങ്ങനെ വളരണം, മാറണം, പരിവർത്തനം ചെയ്യണം എന്നെല്ലാം അറിയാൻ, നിങ്ങളുടെ ഏറ്റവും അനുയോജ്യമായ പതിപ്പ് നിങ്ങൾ വ്യക്തമായി വിഭാവനം ചെയ്യാൻ ആഗ്രഹിക്കുന്നു.

അവർ എന്താണ് ധരിക്കുന്നത്, അവർക്ക് എങ്ങനെ തോന്നുന്നു, അവർ ഓരോ ദിവസവും എന്താണ് ചെയ്യുന്നത് എന്നെല്ലാം കാണുക. ഇവ നിങ്ങളുടെ സ്വന്തം വളർച്ചയുടെ താക്കോലുകളായിരിക്കും.

ഘട്ടം 3: മാർഗ്ഗനിർദ്ദേശത്തിനായി ചോദിക്കുക

നിങ്ങളുടെ ഭാവി, ഉത്തരം നൽകാനുള്ള ഭയാനകവും വലിയതുമായ ചോദ്യങ്ങളുടെ ഒരു അഴുക്ക് ഭാണ്ഡവുമായി നിങ്ങൾ ഈ പ്രക്രിയയിലേക്ക് പോകുകയാണെങ്കിൽ, ശക്തമായ മാർഗ്ഗനിർദ്ദേശം സ്വീകരിക്കുന്നതിന് പകരം പരിഭ്രാന്തിയിലാണ് നിങ്ങൾ അവസാനിക്കാൻ പോകുന്നത്.

ഇതിനുപകരം, ഈ വ്യക്തി നിങ്ങളുമായി പങ്കിടാൻ ആഗ്രഹിക്കുന്നതെന്തും തുറന്നുപറയുക. സന്ദേശങ്ങൾ പോസിറ്റീവും ഉന്നമനവും ഉറപ്പിക്കുന്നതും സഹായകരവുമായിരിക്കണം. അവർ നിങ്ങളോട് എന്തുതന്നെ ആശയവിനിമയം നടത്തിയാലും, *നിങ്ങൾ ഈ ബന്ധം ഉപേക്ഷിക്കേണ്ടതുണ്ട്*, എന്ന് പറഞ്ഞാൽ പോലും അത് ശാന്തവും ദൃഢവുമായ വിധത്തിൽ, നിങ്ങൾക്ക് ആത്മവിശ്വാസവും സമാധാനവും നൽകത്തക്കവിധത്തിൽ ചെയ്യണം.

ഘട്ടം 4: നിങ്ങളുടെ പുതിയ ജീവിതത്തിലേക്കുള്ള "താക്കോലുകൾ" അവർ നിങ്ങൾക്ക് കൈമാറുന്നതായി സങ്കൽപ്പിക്കുക

3, 5, അല്ലെങ്കിൽ 7 വർഷം മുൻപ് നിങ്ങൾ നിങ്ങളോടൊപ്പം ഇരിക്കുന്നതായി സങ്കൽപ്പിക്കുക എന്നതാണ് നിങ്ങളുടെ ഭാവി സ്വയം ഉപയോഗിക്കുന്ന മറ്റൊരു ശക്തമായ വ്യായാമം. ഈ വ്യക്തിയുമായി ബന്ധപ്പെടാൻ കഴിയുന്നത്ര അടുത്തായിരിക്കണം നിങ്ങൾ. എന്നാൽ, നിങ്ങളുടെ മാറ്റം സ്വീകാര്യമാണ്.

നിങ്ങൾ ഇടയ്ക്കിടെ അല്ലെങ്കിൽ സ്ഥിരമായി താമസിച്ചിരുന്ന സ്ഥലത്ത് ഇരിക്കുന്നതായി സങ്കൽപ്പിക്കുക. നിങ്ങൾ ഇപ്പോൾ ചെയ്യാൻ പോകുന്നത് നിങ്ങളുടെ നിലവിലെ ജീവിതത്തിന്റെ ഭാഗങ്ങളും അവർ ആരായിരുന്നു എന്നതിൽനിന്ന് നിങ്ങൾ ഇപ്പോൾ ആരാണെന്നതിലേക്ക് അവർക്ക് ആവശ്യമായ എല്ലാ വിവരങ്ങളും കൈമാറുക എന്നതാണ്.

നിങ്ങളുടെ കാർ കീകൾ, നിങ്ങളുടെ ജോലിക്കുള്ള ഇമെയിൽ അക്കൗണ്ട്, ബാങ്ക് അക്കൗണ്ട്, ഒരു വസ്ത്രം അല്ലെങ്കിൽ കരിയർ, ബന്ധങ്ങൾ അല്ലെങ്കിൽ ദൈനംദിന ശീലങ്ങൾ എന്നിവയിൽ എന്തുചെയ്യണമെന്നതിനെക്കുറിച്ചുള്ള നിർദ്ദേശങ്ങൾ എന്നിവ നിങ്ങൾക്ക് അവർക്കായി കൈമാറാം.

അല്ലെങ്കിൽ ഇപ്പോൾ നിങ്ങളുടെ ജീവിതത്തിന്റെ വശങ്ങൾ നൽകുന്ന നിങ്ങളുടെ ഭാവിയെക്കുറിച്ച് നിങ്ങൾക്ക് സങ്കൽപ്പിക്കാൻ കഴിയും. നിങ്ങൾ താമസിക്കുന്ന വീടിന്റെ താക്കോൽ, അല്ലെങ്കിൽ നിങ്ങളുടെ വിവാഹബന്ധം അല്ലെങ്കിൽ നിങ്ങളുടെ സാധ്യമായ ഏറ്റവും ഉയർന്ന ഭാവി ജീവിതത്തിന്റെ ഭാഗമായ മറ്റെന്തെങ്കിലും അവർ നിങ്ങൾക്ക് കൈമാറുന്നതായി സങ്കൽപ്പിക്കുക.

ഓർക്കുക, ഈ പ്രക്രിയ നിങ്ങളെ ശാന്തവും ഉറപ്പും കൂടുതൽ ആത്മവിശ്വാസവും ഉള്ളതാക്കേണ്ടതാണ്, വിപരീതമല്ല.

ഭയം ഒരു ഭ്രമാത്മകതയാണ്, മനസ്സിന്റെയും കുടലിന്റെയും ഒരു തന്ത്രമാണ്. നിങ്ങളുടെ ഭാവി വ്യക്തിത്വത്തിന് സാധ്യമായ എല്ലാ കാര്യങ്ങളും ഓർമ്മിപ്പിക്കാനും ഉറപ്പോടും വ്യക്തതയോടും കൃപയോടും കൂടി ജീവിക്കാൻ നിങ്ങളെ പ്രാപ്തരാക്കാനും കഴിയും.

നിങ്ങളുടെ ഭൂതകാലത്തെ ക്വാണ്ടം ഫീൽഡിലേക്ക് വിടുക

നിങ്ങളെ ഭയപ്പെടുത്തുന്ന എന്തെങ്കിലും സംഭവിക്കുകയും പിന്നീട് ആ ഭയം നിങ്ങൾ ഒരിക്കലും മറികടക്കാതിരിക്കുകയും ചെയ്യുമ്പോൾ, നിങ്ങൾക്ക് ആഘാതമേൽക്കുന്നു.

സുരക്ഷിതത്വത്തിന്റെ അടിസ്ഥാന സ്രോതസ്സുമായി വിച്ഛേദിക്കുന്ന അനുഭവമാണ് ആഘാതം. നമ്മുടെ പ്രാഥമിക പരിചാരകരുമായുള്ള നമ്മുടെ അടുപ്പം വിട്ടുവീഴ്ച ചെയ്യപ്പെടുമ്പോഴാണ് ഇത് ഏറ്റവും ഗുരുതരമായി സംഭവിക്കുന്നത്. എന്നാൽ ലോകത്തിന് നിങ്ങളെ ആഘാതപ്പെടുത്താൻ കഴിയുന്ന അനന്തമായ വഴികളുണ്ട്, വ്യത്യസ്ത അളവുകളിൽ.

ആഘാതം എന്താണെന്നും അത് എവിടെനിന്ന് വരുന്നു എന്നതിനെക്കുറിച്ചും ധാരാളം സിദ്ധാന്തങ്ങളുണ്ട്. ഡിഎൻഎയിലൂടെ ഇത് ശാരീരികമായി കൈമാറ്റം ചെയ്യപ്പെടുന്നുവെന്ന് ചിലർ വിശ്വസിക്കുന്നു. പഠിച്ച മാതൃകകളിലും നിരീക്ഷണങ്ങളിലൂടെയും ഇത് മാനസികമായും വൈകാരികമായും പങ്കിടുന്നുവെന്ന് മറ്റുള്ളവർ വാദിക്കുന്നു. ഏറ്റവും സാധാരണയായി, ആഘാതം എന്നത് ഒരു വ്യക്തിഗത അനുഭവമാണെന്ന് വിശ്വസിക്കപ്പെടുന്നു, അതിൽ നമുക്ക് വെല്ലുവിളി നേരിടേണ്ടിവന്നു, തുടർന്ന് അതിലേക്ക് ഉയരാനുള്ള കഴിവുകളും നേരിടാനുള്ള സംവിധാനങ്ങളും ഇല്ലായിരുന്നു.

അത് എവിടെനിന്ന് വന്നാലും, നിങ്ങൾക്ക് എന്തെങ്കിലും നീണ്ടുനിൽക്കുന്ന ആഘാതം ഉണ്ടെങ്കിൽ, നിങ്ങൾക്കറിയാം, കാരണം നിങ്ങൾക്കത് അനുഭവപ്പെടും. നിങ്ങളുടെ ശരീരത്തിൽ അത് ശാരീരികമായി അനുഭവപ്പെടും. നിങ്ങൾക്ക് ഉത്കണ്ഠ, പിരിമുറുക്കം, ഭയം, ഭീതി, ദുഃഖം, കുറ്റബോധം എന്നിവ അനുഭവപ്പെടും. അത് നിങ്ങളെ സ്ഥാനഭ്രഷ്ടനാക്കും. ഇതിന് വ്യക്തമായ, നേരിട്ടുള്ള കാരണമുണ്ടാകില്ല. ചില കാര്യങ്ങളിൽ നിങ്ങൾ അമിതമായി പ്രതികരിക്കും, ഒരു പ്രശ്നം പരിഹരിച്ചാലും, നിങ്ങൾ ഇപ്പോഴും പരിഭ്രാന്തരാകും. ഇത് ആഘാതത്തിന്റെ അടയാളമാണ്.

ആഘാതം നിങ്ങളുടെ തലയിലല്ല. അത് നിങ്ങളുടെ ശരീരത്തിലാണ്.

അതിനെ മറികടക്കാൻ നിങ്ങൾ അറിഞ്ഞിരിക്കേണ്ട ആദ്യ

ത്തേതും ഏറ്റവും പ്രധാനപ്പെട്ടതുമായ കാര്യം ഇതാണ് : ആഘാതം എന്നത് നിയമാനുസൃതവും ശാരീരികവുമായ ഒരു പ്രശ്നമാണ്. നിങ്ങൾ ആ വികാരങ്ങൾ, ഊർജ്ജം, മാതൃകകൾ എന്നിവയെ ഒരു സെല്ലുലാർ തലത്തിൽ സംഭരിക്കുന്നു.

ഭാഗ്യവശാൽ, വെള്ളത്തിന്റെ മുകളിലെ അലകൾ ഉപയോഗിച്ച് നമുക്ക് താഴെയുള്ള പ്രശ്നം കണ്ടെത്താനാകും. നിങ്ങളെ സുഖപ്പെടുത്താൻ സഹായിക്കുന്നതിന് നിങ്ങളുടെ ശരീരം ഉപയോഗിക്കാൻ തുടങ്ങാം.

ആദ്യം, ആഘാതകരമായ അനുഭവത്തിന് കാരണമായത് എന്താണെന്ന് തിരിച്ചറിയുക.

നിങ്ങൾക്ക് എവിടെയാണ് ഇറുക്കമോ പിരിമുറുക്കമോ ഉള്ളതെന്ന് സ്വയം അനുഭവിച്ചാണ് നിങ്ങൾ ഇത് ചെയ്യുന്നത്. നമ്മുടെ ശരീരം നമ്മെ സംരക്ഷിക്കാൻ കഠിനമാക്കുന്നു. കാലിന് ഒടിവുണ്ടാകുമ്പോൾ, നമ്മുടെ ഫാസിയ ഒരു നാച്ചുറൽ കാസ്റ്റ് പോലെ മുറുകുന്നു, അങ്ങനെ നാം സ്വയം വീണ്ടും അതുപോലെ വളയരുത്. അതേ രീതിയിൽ, നമ്മുടെ ഹൃദയങ്ങൾ തകരുമ്പോൾ, നമ്മുടെ വികാരങ്ങൾ മുറുകുന്നു, അങ്ങനെ അനുഭവിക്കാനായി നാം നമ്മെത്തന്നെ വീണ്ടും അനുവദിക്കരുത്.

തീർച്ചയായും, ഒടുവിൽ, നമുക്ക് നടക്കണം. നമ്മൾ സ്നേഹിക്കണം. ജീവിതം വീണ്ടും അനുഭവിക്കണം. നമ്മെ സംരക്ഷിക്കാൻ ശ്രമിക്കുന്ന നമ്മുടെ കഷണങ്ങളെ പതുക്കെ മയപ്പെടുത്തണം, അങ്ങനെ നമുക്ക് മുന്നോട്ട് പോകാനാകും. ആഘാതം സുഖപ്പെടുത്തുന്നത് അത് മനോവിശ്ലേഷണം മാത്രമല്ല. അക്ഷരാർത്ഥത്തിൽ ശാരീരികമായി അതിലൂടെ പ്രവർത്തിക്കുക എന്നതാണ് കാര്യം. അടുത്ത തവണ നിങ്ങൾ ഏതെങ്കിലും തരത്തിലുള്ള ഉത്തേജകങ്ങളോട് അമിതമായി പ്രതികരിക്കുന്നതായി തോന്നുമ്പോൾ, നിങ്ങളുടെ ശരീരം പിരിമുറുക്കത്തിലാകുന്നതും ഒന്നുകിൽ പോരാടുക അല്ലെങ്കിൽ സ്ഥലം വിടുക എന്ന പ്രതികരണം സൃഷ്ടിക്കുന്നതും നിങ്ങൾ ശ്രദ്ധിക്കും. ഇത് സുഖപ്പെടുത്തുന്നതിന്, ഒരിക്കൽ പിരിമുറുക്കത്തിലായിരുന്ന നിങ്ങളുടെ ശരീരഭാഗം വീണ്ടും അയവ് വരുന്നതുവരെ ആഴത്തിലുള്ളതും ശാന്തവുമായ ശ്വാസം എടുക്കാൻ നിങ്ങൾ സ്വയം നിർബന്ധിക്കേണ്ടതുണ്ട്.

നിങ്ങൾ വ്യത്യസ്ത രീതികളിൽ സ്വയം ശമിപ്പിക്കേണ്ടതുണ്ട് :

ധ്യാനിക്കുകയും ആഴത്തിലുള്ള ശ്വസന പ്രക്രിയ പരിശീലിക്കുകയും, ആവശ്യത്തിന് വെള്ളം കുടിക്കുകയും, ഉറങ്ങുകയും, അരോമാ തെറാപ്പി, സൗണ്ട് തെറാപ്പി അല്ലെങ്കിൽ നിങ്ങൾക്ക് വേണ്ടി പ്രവർത്തിക്കുന്ന മറ്റെന്തെങ്കിലുമെല്ലാം പരീക്ഷിക്കുകയും വേണം.

നിങ്ങളുടെ തലച്ചോറിനെയും ശരീരത്തെയും പരിഭ്രാന്തി/ അതിജീവന മോഡിൽനിന്ന് ശാരീരികമായി പുറത്തെടുക്കാൻ നിങ്ങൾ തീർച്ചയായും പ്രവർത്തിക്കണം.

രണ്ടാമതായി, സുരക്ഷിതത്വബോധം പുനഃസ്ഥാപിക്കുക.

എന്തോ നിങ്ങളെ ഭയപ്പെടുത്തിയതിനാലും അത് ഇപ്പോഴും "നിങ്ങളെ പിടികൂടാൻ" ഉണ്ടെന്ന് നിങ്ങൾക്ക് ബോധ്യപ്പെട്ടതിനാലും നിങ്ങൾ ആഘാതത്തിലാണ്. ബുദ്ധിമുട്ടുള്ള ഒന്നിനെ നേരിടുകയോ മറികടക്കുകയോ ചെയ്യാത്തപ്പോൾ ഇതാണ് സംഭവിക്കുന്നത് – ഭീഷണി അനിശ്ചിതമായി നീണ്ടുനിൽക്കുമെന്ന് നാം അനുമാനിക്കുന്നു.

ആഘാതം ഭേദമാക്കലിന്റെ മനഃശാസ്ത്രപരമായ വശം, വിച്ഛേദിക്കപ്പെട്ട ബന്ധം തകർന്ന അതേ രീതിയിൽ തന്നെ നിങ്ങൾ അക്ഷരാർത്ഥത്തിൽ പുനഃസ്ഥാപിക്കേണ്ടതുണ്ട് എന്നതാണ്.

ബന്ധങ്ങളിൽ നിങ്ങൾക്ക് ആഘാതമുണ്ടെങ്കിൽ, നിങ്ങൾ ആരോഗ്യകരമായ ബന്ധങ്ങൾ കെട്ടിപ്പടുക്കേണ്ടതുണ്ട്. പണത്താൽ നിങ്ങൾക്ക് ആഘാതമുണ്ടെങ്കിൽ, നിങ്ങൾ പണം കൊണ്ട് ശരിക്കും മെച്ചപ്പെടേണ്ടതുണ്ട്. യാത്രയിൽ നിങ്ങൾക്ക് ആഘാതമുണ്ടെങ്കിൽ, നിങ്ങൾ വീണ്ടും യാത്ര ചെയ്യേണ്ടതുണ്ട്.

ഈ കാര്യങ്ങൾ എന്നെന്നേക്കുമായി ഒഴിവാക്കുന്നതിൽ നാം പരിഹാരം കണ്ടെത്തുന്നില്ല. വാസ്തവത്തിൽ, ഭയത്തിന്റെ അടിയിൽ, മറ്റെന്തിനെക്കാളും നമുക്ക് ശരിക്കും ആവശ്യമുള്ള കാര്യങ്ങളാണ് അവയെന്ന് നമ്മൾ പലപ്പോഴും കണ്ടെത്തുന്നു.

മൂന്നാമത്, ചിന്തകളും വികാരങ്ങളും മുഖവിലയ്ക്ക് എടുക്കുന്നത് നിർത്തുക.

അവസാനമായി, ആഘാതത്തെ മറികടക്കാൻ, നിങ്ങൾ മാനസിക ചിന്തയിൽ ഏർപ്പെടുന്നത് നിർത്തണം. എന്ത് സംഭവിക്കുമെന്ന് പ്രവചിക്കാൻ കഴിയുമെന്ന് നടിക്കുന്നത് നിങ്ങൾ അവസാനിപ്പി

ക്കണം, മറ്റ് ആളുകളുടെ ഉദ്ദേശ്യങ്ങൾ നിങ്ങൾക്കറിയാം, അല്ലെങ്കിൽ നിങ്ങൾക്ക് തോന്നുന്നതും ചിന്തിക്കുന്നതും സമ്പൂർണ്ണ സത്യവും യാഥാർത്ഥ്യവുമാണെന്ന ധാരണകളും അവസാനിപ്പിക്കണം.

ഇത്തരത്തിലുള്ള ചിന്തയാണ് ഉത്തേജിപ്പിക്കുന്ന ഒരു വികാരം എടുക്കുന്നതും അതിനെ പരാജയപ്പെടുത്തുന്ന സർപ്പിളമായി മാറ്റുന്നതും. നിങ്ങളെ ഭയപ്പെടുത്തുന്ന ഒരു കാര്യം എടുത്ത് ഭാവി എന്തായിരിക്കുമെന്നതിന്റെ ഒരു പ്രവചനമാക്കി മാറ്റുക.

നിങ്ങൾ ഒരു ദീർഘദർശി അല്ല. അടുത്തതായി എന്താണ് സംഭവിക്കുക എന്ന് നിങ്ങൾക്കറിയില്ല, എന്നിരുന്നാലും നിങ്ങൾ ഇപ്പോൾ ചെയ്യുന്നത് തിരഞ്ഞെടുക്കാൻ, നിങ്ങൾക്ക് എല്ലായ്പ്പോഴും കഴിവുണ്ട്. മിക്കവാറും എല്ലായ്പ്പോഴും, നിങ്ങൾ ഏറ്റവും പരിഭ്രാന്തരാകുന്നത് നിങ്ങൾക്ക് അറിയാത്ത ഒരു കാര്യത്തെ മുൻനിർത്തിയാണ്, അത് സംഭവിക്കുമെന്ന് നിങ്ങൾക്ക് ഉറപ്പില്ലതാനും. ഇത് സാധാരണയായി ഒരു അനുമാനമാണ്, ഒരു വരച്ചുകാട്ടൽ, ഭയം ഭയപ്പെടുത്തുന്ന ഒരു യാഥാർത്ഥ്യമായി മാറുന്നു.

ആഘാതം എന്നത് മറ്റുള്ളവർക്ക് കൂടുതൽ കേടുപാടുകൾ വരുത്തുന്ന ഒന്നാണെന്ന് നിങ്ങൾ ചിന്തിച്ചേക്കാം, എന്നാൽ അത് ശരിയല്ല. എല്ലാവരും ഒരു തരത്തിലല്ലെങ്കിൽ മറ്റൊരു തരത്തിൽ ആഘാതമേറ്റവരാണ്, എന്നാൽ നാം അതിന് എങ്ങനെ പ്രതികരിക്കുന്നു എന്നതിലാണ് കാര്യം. നാം എങ്ങനെ അതിൽനിന്ന് വളരുകയും ജീവിതത്തിൽ ഉയർച്ച നേടുകയും ചെയുന്നു എന്നതാണ് പ്രധാനം, ഇവയാണ് നമ്മുടെ ജീവിതത്തെ നിർണ്ണയിക്കുന്നവ.

നിങ്ങളുടെ തന്നെ ഏറ്റവും ശക്തമായ പതിപ്പായി മാറുക

നിങ്ങളുടെ ഏറ്റവും ശക്തമായ പതിപ്പ് നിങ്ങളാണോ?

അതിനെക്കുറിച്ച് ചിന്തിക്കുമ്പോൾ നിങ്ങൾക്ക് താൽക്കാലികമായി നിർത്തേണ്ടിവന്നാൽ, ഒരുപക്ഷെ നിങ്ങൾക്ക് ഉത്തരം ഇല്ലായിരിക്കാം.

ഓരോരുത്തർക്കും അവരുടെ വ്യക്തിത്വത്തിന്റെ വ്യത്യസ്ത വശങ്ങളുണ്ട്, നാം ജീവിക്കുന്ന സന്ദർഭത്തെ അടിസ്ഥാനമാക്കി നമ്മൾ അവയിൽ പ്രവർത്തിക്കുന്നു. ഇതൊരു സാമൂഹിക പൊരുത്തപ്പെടലിന്റെ ഉപകരണമാണ് : നിങ്ങൾ നിങ്ങളുടെ മാതാപിതാക്ക

ളോടൊപ്പമുള്ള ഒരേ വ്യക്തിയല്ല നിങ്ങളുടെ സുഹൃത്തുക്കളുമായിരിക്കുമ്പോൾ. ഇവയിലൂടെ എളുപ്പത്തിൽ നീങ്ങുന്നത് ഉയർന്ന മാനസിക പ്രവർത്തനത്തിന്റെ അടയാളമാണ്.

നമ്മുടെ നിലവിലെ ജീവിതത്തിന് ആവശ്യമായ നമ്മുടെ പതിപ്പുകൾ നമുക്ക് പരിചിതമാണ്. ജോലിസ്ഥലത്തോ വീട്ടിലോ പ്രണയത്തിലോ ആരായിരിക്കണമെന്ന് നമുക്കറിയാം. എന്നാൽ, നമ്മുടെ ജീവിതം മുന്നോട്ട് കൊണ്ടുപോകാൻ ആവശ്യമായ വ്യക്തിയെ നമുക്ക് പലപ്പോഴും പരിചയമില്ല.

"ഇന്നർ ചൈൽഡ് വർക്ക്" എന്നതിൽ, നിങ്ങളുടെ ഏത് പതിപ്പാണ് ആഘാതമേറ്റത് എന്നതിനെ ആശ്രയിച്ച്, പലപ്പോഴും ഒരു പ്രത്യേക പ്രായത്തിലേക്ക്, നിങ്ങളുടെ ചെറുപ്പക്കാരെ നിങ്ങൾ ദൃശ്യവൽക്കരിക്കുകയും അഭിസംബോധന ചെയ്യുകയും ചെയ്യുന്നു. നിങ്ങൾ നിങ്ങളുടെയുള്ളിലെ കുട്ടിയുമായി ആശയവിനിമയം നടത്തുക, അവരിൽനിന്ന് പഠിക്കുക, അവരെ സംരക്ഷിക്കുക, അല്ലെങ്കിൽ അവരുടെ ചെറുപ്പത്തിൽ അവർക്ക് ആവശ്യമായ മാർഗ്ഗനിർദ്ദേശം നൽകുക. ഇത് ആളുകൾക്ക് അഗാധമായ ഹീലിംഗ് നൽകുന്നുവെന്ന് തെളിയിക്കുന്നു, കൂടുതലും നാം നമ്മുടെ മുൻകാലങ്ങളെ മറികടന്ന് പരിണമിക്കാത്തതിനാൽ; നാം അവരുടെമേൽ ലളിതമായി വളരുന്നു.

എന്നിരുന്നാലും, ഈ രീതി വിപരീതമായി പ്രവർത്തിക്കും. നിങ്ങൾക്ക് നിങ്ങളുടെ ഭാവി സ്വയം ദൃശ്യവൽക്കരിക്കാനും കണക്കു ചെയ്യാനും കഴിയും – നിങ്ങൾ വളർന്നുകൊണ്ടിരിക്കുന്ന നിങ്ങളുടെ പതിപ്പ്, അല്ലെങ്കിൽ നിങ്ങൾ ആയിരിക്കണമെന്ന് നിങ്ങൾ അറിയുന്ന വ്യക്തി.

എന്റെ ഏറ്റവും ശക്തനായ സ്വത്വം ഇന്ന് എന്ത് ചെയ്യും?

നിങ്ങളുടെ ഏറ്റവും ശക്തനായ വ്യക്തിയാകാനുള്ള ആദ്യപടി ആ വ്യക്തിയെ അക്ഷരാർത്ഥത്തിൽ സങ്കൽപ്പിക്കുക എന്നതാണ്. നിങ്ങളുടെ നിലവിലെ സന്ദർഭത്തിൽനിന്ന് സ്വയം പുറത്തെടുക്കരുത്. സ്വയം ചോദിക്കാൻ തുടങ്ങുക : എന്റെ ഏറ്റവും ശക്തമായ പതിപ്പ് ഇപ്പോൾ എന്ത് ചെയ്യും? ഈ ദിവസം അവർ എന്ത് ചെയ്യും? ഈ വെല്ലുവിളിയോട് അവർ എങ്ങനെ പ്രതികരിക്കും? അവർ എങ്ങനെ മുന്നോട്ട് പോകും? അവർ എങ്ങനെ ചിന്തിക്കും? അവർക്ക് എന്ത് തോന്നും?

നിങ്ങളുടെ ഏറ്റവും ശക്തനായ വ്യക്തി നിങ്ങളുടെ ജീവിതത്തിന്റെ CEO ആയിരിക്കണം. മാനേജർ തീരുമാനങ്ങൾ എടുക്കുന്നതും മറ്റെല്ലാം നിയന്ത്രിക്കുന്നതുമായ വ്യക്തിയാണ്. ഇതാണ് ചീഫ് എഡിറ്റർ, തറവാട്ടമ്മ അല്ലെങ്കിൽ ഗോത്രപിതാവ്. നിങ്ങളുടെ ഏറ്റവും ശക്തനായ വ്യക്തിക്കുവേണ്ടിയാണ് നിങ്ങൾ പ്രവർത്തിക്കുന്നത്.

നിങ്ങളുടെ ഏറ്റവും ശക്തനായ വ്യക്തി എങ്ങനെയുള്ളതാണെന്ന് നിങ്ങൾക്ക് വ്യക്തമായ ഒരു ചിത്രം ലഭിച്ചുകഴിഞ്ഞാൽ, ആ വ്യക്തിയെ പൂർണ്ണമായി ഉൾക്കൊള്ളുന്നതിൽനിന്ന് നിങ്ങളെ തടയുന്ന ശീലങ്ങളും സ്വഭാവങ്ങളും പെരുമാറ്റങ്ങളും എന്താണെന്ന് നിങ്ങൾ വിലയിരുത്തേണ്ടതുണ്ട്.

നിങ്ങളുടെ ബലഹീനതകളെക്കുറിച്ച് ബോധവാനായിരിക്കുക

ശക്തരായ ആളുകൾ മിഥ്യാബോധമുള്ളവരല്ല. എല്ലാ കാര്യങ്ങളിലും തങ്ങൾ എപ്പോഴും തികഞ്ഞവരാണെന്ന് അവർ വിശ്വസിക്കുന്നില്ല. ഇതല്ല അവരെ മാനസികമായി ശക്തരാക്കുന്നത്. പകരം, ശക്തരായ ആളുകൾക്ക് അവരുടെ വ്യത്യസ്ത ശക്തികളെയും ബലഹീനതകളെയും കുറിച്ച് നന്നായി അറിയാം.

ബിസിനസ്സിൽ, ശക്തരായ ആളുകൾ പലപ്പോഴും അവർക്ക് വൈദഗ്ധ്യം കുറഞ്ഞ ജോലികൾ പുറമേ ചെയ്യിക്കും. ജീവിതത്തിൽ, ശക്തരായ ആളുകൾക്ക് അവരുടെ പരിധികൾ എവിടെയാണെന്നും അവരുടെ ട്രിഗറുകൾ എന്തായിരിക്കാമെന്നും അറിയാം. ഇത് അവരുടെ ജീവിതത്തിലൂടെ കൂടുതൽ അനായാസമായി നീങ്ങാനും അവരുടെ തെറ്റുകൾ പരിഹരിക്കാൻ ആവശ്യമായ സമയവും സ്ഥലവും നൽകാനും അവരെ അനുവദിക്കുന്നു.

നിങ്ങളോട് തന്നെ പറയാനുള്ള കഴിവ് ഉണ്ടായിരിക്കുക : "ഇതിൽ ഞാൻ വളരെയധികം കഷ്ടപ്പെടുന്നുണ്ടെന്ന് എനിക്കറിയാം, അതിനാൽ ഞാൻ എന്റെ സമയമെടുത്ത് അതിൽ പ്രവർത്തിക്കാൻ പോകുന്നു" എന്നത് നിങ്ങൾക്ക് ചെയ്യാൻ കഴിയുന്ന ഏറ്റവും ശക്തമായ കാര്യങ്ങളിൽ ഒന്നാണ്.

ഇഷ്ടപ്പെടാതിരിക്കാൻ തയ്യാറെടുക്കുക

സാർവ്വത്രികമായി ഇഷ്ടപ്പെടുന്നവരല്ല ശക്തരായ ആളുകൾ.

അവരാരും മറ്റുള്ളവരുടെ അംഗീകാരത്തിനായി മത്സരിക്കുന്നവരല്ല, അതാണ് പ്രധാനം.

ശരിക്കും ശക്തനായ ഒരു വ്യക്തിയാകാൻ, നിങ്ങൾ ഇഷ്ടപ്പെടാതിരിക്കാൻ തയ്യാറായിരിക്കണം. നിങ്ങൾ ദുരുദ്ദേശ്യത്തോടെ പെരുമാറുന്നു എന്നല്ല ഇതിനർത്ഥം. എന്നാൽ, നിങ്ങൾ എന്ത് ചെയ്താലും മറ്റുള്ളവർ നിങ്ങളെ വിധിക്കാൻ പോകുന്നു എന്നാണ്. ശക്തരായ ആളുകൾക്ക് ഇതറിയാം.

മറ്റുള്ളവരിൽനിന്നുള്ള പ്രതിരോധം കൂടാതെയുള്ള ഒരു പാതയും ഈ ജീവിതത്തിൽ നിങ്ങൾക്ക് സ്വീകരിക്കാൻ കഴിയുന്നതല്ല, അതിനാൽ നിങ്ങൾ ഇഷ്ടപ്പെടാത്തത് ശരിയാകുക മാത്രമല്ല, നിങ്ങൾ അത് മുൻകൂട്ടി കാണുകയും എങ്ങനെയും പ്രവർത്തിക്കുകയും ചെയ്യേണ്ടത് പ്രധാനമാണ്.

ഉദ്ദേശ്യത്തോടെ പ്രവർത്തിക്കുക

ശക്തവും ലക്ഷ്യബോധവും ഒന്നുതന്നെയാണ്.

ഒരു യഥാർത്ഥ ശക്തനായ വ്യക്തിയാകാൻ, നിങ്ങൾ സൃഷ്ടിക്കാൻ ആഗ്രഹിക്കുന്ന കാര്യങ്ങളെക്കുറിച്ച് നിങ്ങൾക്ക് പൂർണ്ണവും അചഞ്ചലവുമായ ബോധ്യം ഉണ്ടായിരിക്കണം. ഇത് ചെയ്യുന്നതിന്, നിങ്ങൾ "തൽക്കാലം ജീവിക്കുക" എന്നതിൽനിന്ന് "പൈതൃകത്തിനായി ജീവിക്കുക" എന്ന ചിന്താഗതിയിലേക്ക് മാറണം.

നിങ്ങളുടെ ഉദ്ദേശ്യം ചലനാത്മകവും വികസിക്കുന്നതുമായ ഒരു കാര്യമാണ്. മിക്കപ്പോഴും, നിങ്ങൾക്ക് എന്താണ് നല്ലത്, ലോകത്തിന് എന്താണ് വേണ്ടത്എന്നതിന്റെ ഒരു കവലയാണത്. നിങ്ങളുടെ ആന്തരിക ശക്തി കണ്ടെത്തുന്നതിന് നിങ്ങൾ സൃഷ്ടിക്കാനും പൂർത്തിയാക്കാനും ആഗ്രഹിക്കുന്നതിനെക്കുറിച്ച് വ്യക്തമായ കാഴ്ചപ്പാട് ഉണ്ടായിരിക്കേണ്ടത് അത്യാവശ്യമാണ്. നിങ്ങൾ ഏറ്റവും അടിസ്ഥാനപരമായി ആരാണെന്നതിന്റെ ഭാഗമല്ലാത്ത ഒരു സ്വപ്നത്തെക്കുറിച്ച് നിങ്ങൾക്ക് ശക്തമായ തോന്നലുകൾ അനുഭവപ്പെടില്ല.

നിങ്ങളുടെ ആന്തരിക ജോലി ചെയ്യുക

ഇത് ഒരുപക്ഷേ ഏറ്റവും പ്രധാനപ്പെട്ടതും, എന്നാൽ ഏറ്റവും സാധാരണയായി അവഗണിക്കപ്പെടാറുള്ളതുമാണ്, കാരണം ഇത് ഏറ്റവും സുഖകരമല്ലാത്തതാണ്.

നിങ്ങളുടെ ആന്തരിക ജോലി ചെയ്യുക എന്നതിനർത്ഥം നിങ്ങളെ എന്തിനാണ് എന്തെങ്കിലും പ്രേരിപ്പിച്ചത്, എന്തുകൊണ്ടാണ് എന്തെങ്കിലും നിങ്ങളെ അസ്വസ്ഥമാക്കുന്നത്, നിങ്ങളുടെ ജീവിതം നിങ്ങളെ കാണിക്കാൻ ശ്രമിക്കുന്നതെന്താണ്, നിങ്ങൾക്ക് വളരാൻ കഴിയുന്ന വഴികൾ ഏതൊക്കെയാണ് എന്നിവ ഈ അനുഭവങ്ങളിൽനിന്ന് വിലയിരുത്തുക എന്നതാണ്. ശരിക്കും ശക്തരായ ആളുകൾ തങ്ങൾക്ക് സംഭവിച്ചത് ആഗിരണം ചെയ്യുകയും ഒരുതരം രാസവിനിമയം നടത്തുകയും ചെയ്യുന്നു. അവർ അതിനെ പഠിക്കാനും സ്വയം വികസിപ്പിക്കാനുമുള്ള അവസരമായി ഉപയോഗിക്കുന്നു. നിങ്ങൾക്കു ശരിക്കും ശക്തരാകണമെങ്കിൽ ഇത്തരത്തിലുള്ള ആന്തരികവും മാനസികവും വൈകാരികവുമായ ജോലികൾ ചർച്ച ചെയ്യാതിരിക്കാനാവില്ല.

ശക്തരായ ആളുകൾ ആക്രമണകാരികളല്ല; ആക്രമണം സാധാരണയായി ഒരു സ്വയം പ്രതിരോധ സംവിധാനമാണ്. ചെറിയ അസ്വാസ്ഥ്യങ്ങളിൽ ഏറ്റവുമധികം തളരാത്തവരും വലിയവയെ പൂർണ്ണമായി പ്രോസസ്സ് ചെയ്യാനും പ്രവർത്തിക്കാനും തയ്യാറുള്ളവരാണ് ശക്തരായ ആളുകൾ.

തീർച്ചയായും, ഇത് അടിസ്ഥാനപരമായ കാര്യമാണ്. അടുത്തതായി, നിങ്ങളുടെ ജീവിതം ലളിതമാക്കാനും നിങ്ങളുടെ അഭിലാഷങ്ങളെക്കുറിച്ച് കുറച്ച് സംസാരിക്കാനും അവ പൂർത്തിയാക്കിക്കഴിഞ്ഞാൽ നിങ്ങളുടെ നേട്ടങ്ങൾ കൂടുതൽ കാണിക്കാനും നിങ്ങൾ പ്രവർത്തിക്കേണ്ടതുണ്ട്. ക്രമേണ ആരോഗ്യം മെച്ചപ്പെടുത്തുക. എല്ലാവർക്കും, എല്ലാത്തിനും നിങ്ങളെ പഠിപ്പിക്കാൻ എന്തെങ്കിലും ഉണ്ടെന്ന് കരുതുക. നിങ്ങളുടെ ജീവിതത്തിന്റെ മിക്കവാറും എല്ലാ സുപ്രധാന ഭാഗങ്ങളും അപകടസാധ്യതക്ക് മുൻപുള്ളതിനാൽ, നിങ്ങളുടെ ദിനചര്യകൾ മനഃപൂർവ്വം രൂപകൽപ്പന ചെയ്യുന്നതിനാൽ, ദുർബ്ബലതയിൽ സുഖമായിരിക്കുക.

എല്ലാറ്റിലൂടെയും, നിങ്ങളുടെ ഏറ്റവും ശക്തനായ വ്യക്തിയെപ്പോലെ നിങ്ങൾ ചിന്തിക്കണം. ആ ലെൻസിലൂടെ ലോകത്തെയും നിങ്ങളുടെ ജീവിതത്തെയും കാണാൻ നിങ്ങൾ പഠിക്കുകയാണെങ്കിൽ, നിങ്ങളുടെ ആ ഭാഗത്തിന്റെ ഉദ്ദേശ്യങ്ങൾ പ്രതിഫലിപ്പിക്കുന്ന ഒരു ജീവിതം നിങ്ങൾക്ക് സൃഷ്ടിക്കാൻ കഴിയും. ഇത് ഇതിനകം നിലവിലുണ്ട്; അതിലേക്ക് എങ്ങനെ കടക്കണമെന്ന് നിങ്ങൾ അറിഞ്ഞിരിക്കണം.

നിങ്ങളുടെ വികാരങ്ങളെ സാധൂകരിക്കാൻ പഠിക്കൂ

തെറാപ്പിയിലും, രാഷ്ട്രീയത്തിലും, ബന്ധങ്ങളിലും, കുട്ടികളെ പഠിപ്പിക്കുന്നതിലും, പ്രയാസവേളയിൽ മറ്റുള്ളവരോട് സംവദിക്കുന്നതിലും, സമാധാനം നിലനിർത്തുന്നതിലും, സുഹൃത്തുക്കളെ ഉണ്ടാക്കുന്നതിലും, ബന്ധം വളർത്തുന്നതിലും, പുരോഗതി കൈവരിക്കുന്നതിലും നമുക്ക് ഫലപ്രാപ്തി കൈവരിക്കണമെങ്കിൽ, ആദ്യം പ്രവർത്തിപ്പിക്കേണ്ട ഒരു സാങ്കേതികതയുണ്ട്.

ഇത് ഒരു ചെറിയ രഹസ്യമാണ്, ഇത് വളരെ കുറച്ച് പരിശ്രമം മാത്രം ആവശ്യമുള്ള ഒന്നാണ്. എന്നാൽ, അത് ആളുകളെ നിരായുധരാക്കുന്നു. അത് അവരെ തുറക്കുന്നു, അവരെ സ്വീകാര്യമാക്കുന്നു, കേൾക്കാനും പൊരുത്തപ്പെടുത്താനും തയ്യാറാക്കുന്നു. ഇത് രോഗശാന്തിയാണ്, ഇത് മനസ്സിനെ മാറ്റുന്നതാണ്, എന്നാൽ ഏറ്റവും പ്രധാനമായി, ഇത് പുരോഗതിയിലേക്കുള്ള ആദ്യപടിയാണ്. അത് വൈകാരിക സാധൂകരണമാണ്.

ഒരാളുടെ വികാരങ്ങൾ സാധൂകരിക്കുന്നു എന്നതിനർത്ഥം നിങ്ങൾ അവരോട് യോജിക്കുന്നു എന്നോ അവ ശരിയാണെന്ന് നിങ്ങൾ സമ്മതിക്കുന്നു എന്നോ അല്ല. ആ വികാരങ്ങൾ ഏറ്റവും ആരോഗ്യകരമാണെന്ന് ഇതിനർത്ഥമില്ല; അതിനർത്ഥം അവർ യുക്തിയാൽ അറിയപ്പെട്ടവരാണെന്നല്ല. വികാരങ്ങളെ സാധൂകരിക്കുക എന്നതിനർത്ഥം നിങ്ങൾ അവയെ കൂടുതൽ സത്യമാക്കുന്നു എന്നല്ല; എല്ലായ്പ്പോഴും മനസ്സിലാകാത്ത കാര്യങ്ങൾ അനുഭവിക്കുന്നത് മനുഷ്യനാണെന്ന് നിങ്ങൾ ആരെയെങ്കിലും ഓർമ്മിപ്പിക്കുന്നു എന്നാണ് ഇതിനർത്ഥം.

തന്ത്രങ്ങൾ മെനയാൻ ശ്രമിക്കുന്നത് നിർത്താനും *അത് ശരിക്കും ചീത്തയാണ്* എന്ന് പറയാനും നമുക്ക് എത്ര തവണ ഒരു പങ്കാളി ആവശ്യമാണ്?

അതെ, ഞാൻ ഇപ്പോൾ ശരിക്കും സമ്മർദ്ദത്തിലാണ്, ഞാൻ ഇപ്രകാരം ആകാൻ അർഹനാണോ? എന്ന് നമ്മൾ ചിന്തിക്കുമ്പോൾ നമ്മുടെ തോളിൽനിന്ന് എത്രത്തോളം ഭാരം ഉയർത്തപ്പെട്ടും?

ഒരു സ്ക്രീനിലുടനീളം മറ്റൊരു വ്യക്തിയുടെ കഥ കാണുമ്പോൾ, അത് എത്ര വിനാശകരമാണെങ്കിലും, നിസ്സാരമായി നമുക്ക് ബന്ധപ്പെടാനും മനസ്സിലാക്കാനും കഴിയുന്നത് കാണുമ്പോൾ നമുക്ക് എന്താണ് തോന്നുന്നത്?

ആകുലപ്പെടാനും ദേഷ്യപ്പെടാനും യുക്തിരഹിതമായി ഭ്രാന്തനാകാനും നാം സ്വയം അനുവദിക്കുമ്പോൾ നമുക്ക് എത്രത്തോളം മെച്ചമാണ് തോന്നുന്നത്?

നാം അത് അനുഭവിക്കാൻ അനുവദിക്കുമ്പോൾ, അവിശ്വസനീയമായ ചിലത് സംഭവിക്കുന്നു. നാം അത് മറ്റുള്ളവരിൽനിന്ന് പുറത്തെടുക്കേണ്ടതില്ല, കാരണം നാം മേലിൽ അവരുടെ സാധൂകരണത്തെ ആശ്രയിക്കുന്നില്ല.

നമുക്ക് ആക്രോശിക്കുകയും ദേഷ്യപ്പെടുകയും ഭ്രാന്തനാകുകയും ചെയ്യാം, മറ്റാരെയും വേദനിപ്പിക്കാതെ സ്വന്തം പ്രോസസ്സിംഗ് നടത്താം.

ആളുകൾ അവരുടെ ജീവിതത്തിൽ നിലവിളിക്കുകയോ പ്രവർത്തിക്കുകയോ ചെയ്യുമ്പോൾ, അവർ സഹായം ആവശ്യപ്പെടുക മാത്രമല്ല ചെയ്യുന്നത്. തങ്ങൾ ചെയ്യുന്നതുപോലെ തോന്നുന്നത് ശരിയാണെന്ന് സ്ഥിരീകരിക്കാൻ അവർ മിക്കപ്പോഴും ആരെയെങ്കിലും ആശ്രയിക്കുന്നു. അവർ ചെയ്യുന്ന ഭാരവും ആഘാതവും നിങ്ങൾക്ക് ശരിക്കും അനുഭവിക്കാൻ അവർ സാഹചര്യങ്ങളെ പെരുപ്പിച്ചു കാണിക്കുകയും വലുതാക്കി കാണിക്കുകയും ചെയ്യണമെങ്കിൽ അവർ അത് ചെയ്യും. മറ്റൊരാൾ പറയുന്നതിന് ആവശ്യമായതെല്ലാം അവർ ചെയ്യും : *നിങ്ങൾ ഇപ്പോൾ കടന്നുപോകുന്ന സാഹചര്യത്തിൽ എനിക്കും ദുഃഖമുണ്ട്.* ഇത് അവർ കഴിവില്ലാത്തവരോ മണ്ടന്മാരോ ആയതുകൊണ്ടല്ല. കാരണം, നമ്മുടെ സ്വന്തം വികാരങ്ങൾ എങ്ങനെ വേണ്ടത്ര പ്രോസസ്സ് ചെയ്യണമെന്ന് നമ്മെ പഠിപ്പിക്കാത്ത ഒരു ലോകത്ത്, നമ്മൾ പലപ്പോഴും നമ്മുടെ തെറ്റായ സ്വയം നിർമ്മിത മെക്കാനിസങ്ങളെ മാത്രം ആശ്രയിക്കണം.

നമ്മുടെ സ്വന്തം വികാരങ്ങളെ സാധൂകരിക്കാൻ കഴിയാതെ വരുമ്പോൾ, നമുക്കുവേണ്ടി അത് ചെയ്യാൻ മറ്റുള്ളവരെ നിർബന്ധിക്കാൻ നാം ഒരിക്കലും അവസാനിക്കാത്ത അന്വേഷണത്തിലേക്ക് കടക്കുന്നു, പക്ഷേ അത് ഒരിക്കലും പ്രവർത്തിക്കില്ല. നമുക്ക് ആവശ്യമുള്ളത് ഒരിക്കലും ലഭിക്കില്ല.

ഇതിന് ശ്രദ്ധ, സ്ഥിരീകരണം, അഭിനന്ദനങ്ങൾ എന്നിവ ആവശ്യമാണെന്ന് തോന്നുന്നു. എന്നാൽ ഇത് നാടകീയവും നിഷേധാത്മകവും നമ്മുടെ ജീവിതത്തിലെ തെറ്റുകളിൽ ആനുപാതികമല്ലാത്ത രീതിയിൽ ശ്രദ്ധ കേന്ദ്രീകരിക്കുന്നതുമായി തോന്നുന്നു. ആരെങ്കിലും ലളിതമായ ഒരു കാര്യത്തെക്കുറിച്ച് പരാതിപ്പെടുമ്പോൾ – തന്നിരി

ക്കുന്ന സാഹചര്യം ആവശ്യപ്പെടുന്നതിലും കൂടുതൽ അവർ അത് ചെയ്യുന്നതായി തോന്നുമ്പോൾ – ഒരു ചെറിയ പ്രശ്നത്തെക്കുറിച്ച് നിങ്ങളുടെ സഹായം തേടാൻ അവർ ശ്രമിക്കുന്നില്ല. അവർ തങ്ങളുടെ വികാരങ്ങളെ സാധൂകരിക്കാൻ ശ്രമിക്കുന്നു.

ഇത് സ്വയം അട്ടിമറിക്കുന്ന സ്വഭാവങ്ങളുടെ ഒരു സാധാരണ റൂട്ട് കൂടിയാണ്. ചിലപ്പോൾ, നമ്മുടെ ഉള്ളിൽ ദുഃഖത്തിന്റെ ആഴമുള്ള കിണറുകളുണ്ടെങ്കിൽ, നമ്മുടെ ജീവിതവും ബന്ധങ്ങളും വിശ്രമിക്കാനും ആസ്വദിക്കാനും നമുക്ക് സ്വയം അനുവദിക്കാനാവില്ല. നമുക്ക് വെറുതെ "ആസ്വദിക്കാൻ" കഴിയില്ല, കാരണം അങ്ങനെ ചെയ്യുന്നത് ഒരു വഞ്ചനയായി തോന്നുന്നു. ഇത് കുറ്റകരമായി തോന്നുന്നു. സാധുത തോന്നേണ്ടതുണ്ട്, പക്ഷേ എന്തുകൊണ്ടാണെന്ന് നമുക്ക് പോലും അറിയില്ല.

എന്തുകൊണ്ട് ഇത് ഫലപ്രദമാകുന്നു?

നിങ്ങളുടെ ശരീരത്തിലെ നാളങ്ങളിലൂടെ വെള്ളം ഒഴുകുന്നത് പോലെ നിങ്ങളുടെ വികാരങ്ങളെക്കുറിച്ചും ചിന്തിക്കുക. നാളങ്ങൾ ശുദ്ധമാണോ അല്ലയോ എന്ന് നിങ്ങളുടെ ചിന്തകൾ നിർണ്ണയിക്കുന്നു. നാളങ്ങളുടെ ശുചിത്വം ജലത്തിന്റെ ഗുണനിലവാരം നിർണ്ണയിക്കുന്നു.

നിങ്ങൾ ഇഷ്ടപ്പെടാത്തതും പ്രതീക്ഷിക്കാത്തതുമായ ഒരു തോന്നൽ നിങ്ങൾക്ക് പെട്ടെന്ന് ഉണ്ടായാൽ – പെട്ടെന്നുള്ള വെള്ളത്തിന്റെ കുത്തൊഴുക്ക് ഉണ്ടാവുമ്പോൾ ആ വാൽവ് ഓഫ് ചെയ്യുകയും അത് കടന്നുപോകാൻ അനുവദിക്കാതിരിക്കുകയും ചെയ്യുന്നത് സാധാരണമാണ്. എന്നാൽ, വെള്ളത്തിന്റെ ഒഴുക്ക് നിർത്തിയാൽ വെള്ളം ഒഴുകിപ്പോകില്ല. പകരം, അത് തീവ്രമായി സമ്മർദ്ദം ചെലുത്താൻ തുടങ്ങുന്നു, നിങ്ങളുടെ ശരീരത്തിന്റെ ഒഴുക്ക് ലഭിക്കാത്ത ഭാഗങ്ങളിൽ ഗുരുതരമായ കേടുപാടുകൾ സൃഷ്ടിക്കുന്നു. ഇത് നിങ്ങളുടെ മുഴുവൻ ജീവിതത്തിലും അലയടിക്കാൻ തുടങ്ങുന്നു.

ചിലപ്പോൾ, വെള്ളം ക്രമേണ സ്വയം ചിതറുന്നു. മറ്റ് സമയങ്ങളിൽ, അത് പൊട്ടിത്തെറിക്കുകയും ഉപരിതലത്തിൽ നാം കാണുന്നതിനെ പൂർണ്ണമായ വൈകാരിക തകർച്ചയായി മാറ്റുകയും ചെയ്യും. ഒടുവിൽ ആ വെള്ളമെല്ലാം കടന്നുവരുമ്പോൾ നാം ദുഃഖിക്കുകയും കരയുകയും വേർപിരിയുകയും ചെയ്യുമ്പോൾ, നാം പുനഃസജ്ജമാക്കപ്പെടുന്ന പ്രക്രിയയിലൂടെ കടന്നുപോകുന്നു. ഇത് പോസിറ്റീവ്

ശിഥിലീകരണമാണ് : നാം ക്ഷീണിതരാണ്. എന്നാൽ അതേ സമയം, അത് അവസാനിക്കുമ്പോൾ നമുക്ക് സൗഖ്യം തോന്നുന്നു.

ആ സ്ഫോടനത്തിൽ സംഭവിച്ചത്, നിങ്ങളുടെ വികാരങ്ങൾ അനുഭവിക്കാൻ നിങ്ങൾ സ്വയം അനുമതി നൽകിയപ്പോൾ അത് സാധൂകരിക്കപ്പെട്ടു എന്നതാണ് – കാരണം നിങ്ങൾക്ക് മറ്റ് മാർഗ്ഗമില്ല. ഇതാണ് നമ്മൾ തെറാപ്പിയിൽ ചെയ്യുന്നത്. നമ്മൾ വായു വിടുമ്പോൾ ഇതാണ് ചെയ്യുന്നത്. കാതർസിസ് അനുഭവിക്കുമ്പോൾ സംഭവിക്കുന്നതും ഇതാണ്. ദുഃഖകരമായ ഒരു സിനിമ, നാം അത് ആസ്വദിക്കുമെങ്കിൽ പോലും ഒരു ലോകത്തെ ദുഃഖം അനുഭവിക്കാൻ നമ്മെ അനുവദിക്കുന്നു.

എന്നാൽ, ആരോഗ്യകരവും എളുപ്പമുള്ളതുമായ ഒരു മാർഗ്ഗമുണ്ട്, അത് തത്സമയം നമ്മുടെ വികാരങ്ങൾ എങ്ങനെ പ്രോസസ്സ് ചെയ്യാമെന്ന് പഠിക്കുന്നു.

"നിങ്ങളുടെ വികാരങ്ങൾ സാധൂകരിക്കുക" എന്നത് ഒരു വലിയ കാലപരിധിയായി തോന്നുന്നു. എന്നാൽ, ഇത് ശരിക്കും ഒരു കാര്യം അർത്ഥമാക്കുന്നു : ഇത് നിങ്ങളെത്തന്നെ അനുവദിക്കുക എന്നതാണ്.

നിങ്ങൾ മുൻകാല ആഘാതം സുഖപ്പെടുത്തുമ്പോൾ, പലപ്പോഴും ഒരു വലിയ ഘടകം ഒരു വികാരത്തിന്റെ പൂർണ്ണമായ ആവിഷ്കാരം അനുഭവിക്കാൻ നിങ്ങളെ അനുവദിക്കുന്നു. നിങ്ങൾ ഒരുപക്ഷേ ഇത് മുൻകാലങ്ങളിൽ ചെയ്തിരിക്കാം. നിങ്ങൾ സ്നേഹിച്ചിരുന്ന, എന്നാൽ അമിതമായി ബന്ധമില്ലാത്ത ഒരു ബന്ധുവിന്റെ വിയോഗത്തെക്കുറിച്ച് ചിന്തിക്കുക. അവരുടെ മരണവാർത്ത അറിഞ്ഞപ്പോൾ നിങ്ങൾ നിസ്സംശയം ദുഃഖിതനായിരുന്നു. എന്നാൽ, നിങ്ങൾ അവരുടെ ശവസംസ്കാര ചടങ്ങിൽ പങ്കെടുത്തില്ല, ഒരു മണിക്കൂറോളം കരഞ്ഞു, പിന്നെ ഒന്നും സംഭവിച്ചില്ല എന്ന മട്ടിൽ ജീവിതം മുന്നോട്ട് കൊണ്ടുപോയി.

അതിനുപകരം, അടുത്ത ദിവസം നിങ്ങൾ മിക്കവാറും ഒരു സങ്കടം അനുഭവിച്ചിരിക്കാം, പിന്നെ ഒരുപക്ഷേ ഒരാഴ്ച കഴിഞ്ഞ്. സങ്കടത്തിന്റെ തിരമാലകൾ പല തീവ്രതയിൽ വന്നു പോയി. നിങ്ങൾ അവയെ എതിർക്കാതിരുന്നപ്പോൾ, നിങ്ങൾ കരയുകയും സങ്കടപ്പെടുകയും ചെയ്തു, അല്ലെങ്കിൽ ഒരു മയക്കമോ ചൂടുള്ള കുളിയോ അല്ലെങ്കിൽ ജോലിയിൽനിന്ന് ഒരു ദിവസത്തെ അവധിയോ എടുത്തേക്കാം.

തുടർന്ന്, നിങ്ങളിൽനിന്ന് വളരെയധികം പരിശ്രമിക്കാതെ, വികാരം കടന്നുപോയി, നിങ്ങൾക്ക് സുഖം തോന്നി.

ഒരിക്കൽ നമുക്ക് ഒരു വികാരം ഉണ്ടായിക്കഴിഞ്ഞാൽ, അത് പലപ്പോഴും സ്വയം ഇല്ലാതാകും. നടപടിയെടുക്കാൻ യാതൊന്നുമില്ലായെങ്കിൽ – നാം ശരിക്കും ചെയ്യേണ്ടത് അത് അംഗീകരിക്കുകയാണ് – അപ്പോൾ നമ്മൾ സ്വയം അവിടെത്തന്നെ നിൽക്കണം.

നമ്മൾ ഇത് കൂടുതൽ സ്വാഭാവികമായി ചെയ്യാത്തതിന്റെ കാരണം, നമുക്ക് എന്തെങ്കിലും വിഷമം തോന്നുമ്പോഴെല്ലാം മേശപ്പുറത്ത് തലതല്ലിക്കരയാൻ നമുക്ക് കഴിയില്ല എന്നതാണ്. വാട്ടർ വാൽവ് ഓഫ് ചെയ്യുന്നത് തികച്ചും നല്ലതാണ്, നമുക്ക് വീട്ടിലേക്ക് പോകാൻ കഴിയുന്നിടത്തോളം പിന്നീട് അത് പുറത്തുവിടാനും കഴിയും. നാം എപ്പോൾ, എവിടെ പ്രോസസ്സ് ചെയ്യുന്നു എന്നത് നിയന്ത്രിക്കുന്നത് ശരിതന്നെയാണ്, വാസ്തവത്തിൽ, കൂടുതൽ സ്ഥിരതയുള്ളതും സുരക്ഷിതവുമായ സ്ഥലത്ത് അത് ചെയ്യാൻ പഠിക്കുന്നതാണ് ഏറ്റവും നല്ലത്.

ഇത് ഓരോ ദിവസവും "ജങ്ക് ജേർണലിനായി" കുറച്ച് മിനിറ്റുകൾ എടുക്കുന്നതുപോലെ തോന്നാം, വിധിയില്ലാതെയും അവ മാറ്റാൻ ശ്രമിക്കാതെയും നമുക്ക് എങ്ങനെ തോന്നുന്നുവെന്ന് അനുഭവിക്കാൻ സ്വയം സമയം ചിലവഴിക്കുന്നു. ഉറങ്ങുന്നതിനുമുമ്പ് കരയാൻ അനുവദിക്കുന്നത്ര ലളിതമായിരിക്കും ഇത്. നമ്മൾ പലപ്പോഴും അതിനെ ബലഹീനതയുടെ അടയാളമായി കരുതുന്നു, യഥാർത്ഥത്തിൽ, സ്വതന്ത്രമായി കരയാനുള്ള കഴിവ് മാനസികവും വൈകാരികവുമായ ശക്തിയുടെ വലിയ സൂചനയാണ്. നമ്മുടെ ജീവിതത്തിൽ ശരിക്കും തകർന്നതിനെക്കുറിച്ച് കരയാൻ കഴിയാതെ വരുമ്പോഴാണ് നമുക്ക് ഒരു വലിയ പ്രശ്നം ഉണ്ടാകുന്നത്.

മറ്റൊരാൾക്ക് തോന്നുന്ന രീതിയെ സാധൂകരിക്കുന്നത് കേന്ദ്രീകൃത സഹാനുഭൂതിയുടെ ഒരു വ്യായാമമാണ്. ഇതിന്, ഇപ്രകാരം സംഭാഷണം ആരംഭിക്കുക : "ഇങ്ങനെ തോന്നുന്നതിൽ കുഴപ്പമില്ല." കാരണം ഒരാൾക്ക് തങ്ങൾ ചെയ്യുന്ന രീതിയിൽ തോന്നലുകൾ ഉണ്ടാവുന്നത് തെറ്റാണെന്ന് നമ്മൾ ചൂണ്ടിക്കാണിച്ചാൽ, അവർ സ്വയം അടച്ചുപൂട്ടുന്നു. നാണക്കേട് തോന്നിയതിനാൽ അവർ ഉൾവലിഞ്ഞുകളയും. തങ്ങൾ ശരിയല്ലെന്ന് അവർ ധരിക്കുന്നു. ആരുടെയെങ്കിലും പ്രതിരോധം വർദ്ധിപ്പിച്ചോ അവരെ പരിഭ്രാന്തരാക്കുകയോ അടിച്ചമർത്തുകയോ ചെയ്തുകൊണ്ടോ നിങ്ങൾ സംഭാഷണം ആരംഭിക്കുകയാണെങ്കിൽ, നിങ്ങൾ സാഹചര്യം കൂടുതൽ വഷളാക്കുന്നു.

അവരുടെ അവസ്ഥയിലുള്ള ആർക്കും അവർ ഇപ്പോൾ എങ്ങനെ പ്രവർത്തിക്കുന്നു എന്നതിന് സമാനമായി അനുഭവപ്പെട്ടും, എന്ന് അവരെ ഓർമ്മപ്പെടുത്താൻ തുടങ്ങിയാൽ അവരുടെ ജീവിതം പൂർണ്ണമായും നശിച്ചുവെന്ന് അർത്ഥമാക്കാത്ത ശക്തമായ, അമിതമായ വികാരങ്ങൾ അവർക്ക് ഉണ്ടാകാൻ സാധ്യതയുണ്ട്. വിനാശകരമായ കാര്യങ്ങൾ നമ്മുടെ മുമ്പിലുണ്ടാകുമ്പോൾ തകർന്നതായി തോന്നുന്നതിൽ കുഴപ്പമില്ല, നാം അവയുടെ ഭാരം ലഘൂകരിക്കുന്നു. നമുക്കിത് അറിയാം, കാരണം സങ്കടം തോന്നുന്നത് തടയുകയും സ്വയം സങ്കടപ്പെടാൻ അനുവദിക്കുകയും ചെയ്യുമ്പോൾ, അത് എന്നെന്നേക്കുമായി നിലനിൽക്കില്ലെന്ന് നാം മനസ്സിലാക്കുന്നു. ചിലപ്പോഴൊക്കെ, ഏറ്റവും വലിയ പ്രശ്നം നമ്മൾ തകർന്നു പോകുന്നതല്ല, മറിച്ച് നമ്മുടെ മുന്നിലുള്ളത് സ്വീകരിക്കാൻ വിസമ്മതിക്കുന്നതിലൂടെ, ആവശ്യമുള്ളപ്പോൾ ഒരു കരച്ചിലിൽ ഒതുക്കാവുന്ന പ്രശ്നത്തെ അത് തടഞ്ഞുകൊണ്ട് വലിയ കഷ്ടപ്പാടുകളെ ക്ഷണിച്ചു വരുത്തുന്നു എന്നതാണ്.

മറ്റുള്ളവർ നമ്മെ സ്വയം സാധൂകരിക്കാൻ പഠിപ്പിക്കുന്നതിനെ അംഗീകരിക്കുക. സ്വയം എങ്ങനെ സാധൂകരിക്കാമെന്ന് പഠിക്കുമ്പോൾ, നമ്മൾ കൂടുതൽ ശക്തരാകും. നമ്മുടെ വികാരങ്ങൾ ഇനി ഭീഷണികളല്ല, മറിച്ച് വിവരദായകരാണെന്ന് നാം അറിയുന്നു. നമ്മൾ എന്താണ് ശ്രദ്ധിക്കുന്നതെന്നും എന്താണ് ആസ്വദിക്കാൻ ആഗ്രഹിക്കുന്നതെന്നും എന്താണ് സംരക്ഷിക്കാൻ ആഗ്രഹിക്കുന്നതെന്നും അവ കാണിക്കുന്നു. ജീവിതം ക്ഷണികവും വെല്ലുവിളി നിറഞ്ഞതും മനോഹരവുമാണെന്ന് അവർ നമ്മെ ഓർമ്മിപ്പിക്കുന്നു. അന്ധകാരത്തെ സ്വീകരിക്കാൻ നാം തയ്യാറാവുമ്പോൾ മാത്രമാണ് നാം വെളിച്ചം കണ്ടെത്തുന്നത്.

നിങ്ങളുടെ സ്വന്തം തത്ത്വങ്ങൾ സ്വീകരിക്കുക

നിങ്ങൾക്ക് നഷ്ടപ്പെട്ടതായി തോന്നുന്നുവെങ്കിൽ അല്ലെങ്കിൽ നിങ്ങളുടെ ജീവിതം അടുത്തതായി എവിടേക്ക് പോകണമെന്ന് നിങ്ങൾക്കറിയില്ല എന്ന മട്ടിൽ, നിങ്ങൾ നിർമ്മിച്ചതെല്ലാം തകരുമെന്ന് ഭയപ്പെടുന്നുവെങ്കിൽ, നിങ്ങൾക്ക് കൂടുതൽ പ്രചോദനം ആവശ്യമില്ല. നിങ്ങൾക്ക് കൂടുതൽ പോസിറ്റീവ് ചിന്ത ആവശ്യമില്ല.

നിങ്ങൾക്ക് സാമ്പത്തിക പ്രശ്നങ്ങളുണ്ടെങ്കിൽ, നിങ്ങൾക്ക് പണത്തിന്റെ തത്ത്വങ്ങൾ ആവശ്യമാണ്.

നിങ്ങൾക്ക് ബന്ധത്തിൽ പ്രശ്നങ്ങൾ ഉണ്ടാകുമ്പോൾ, നിങ്ങൾക്ക് ബന്ധത്തിന്റെ തത്ത്വങ്ങൾ ആവശ്യമാണ്.

നിങ്ങൾക്ക് ജോലി പ്രശ്നങ്ങൾ ഉണ്ടാകുമ്പോൾ, നിങ്ങൾക്ക് ജോലിയുടെ തത്ത്വങ്ങൾ ആവശ്യമാണ്.

നിങ്ങൾക്ക് ജീവിതപ്രശ്നങ്ങൾ ഉണ്ടാകുമ്പോൾ, നിങ്ങൾക്ക് ജീവിത തത്ത്വങ്ങൾ ആവശ്യമാണ്.

കൂടുതൽ പണം പണത്തിന്റെ പ്രശ്നങ്ങൾ പരിഹരിക്കില്ല. വ്യത്യസ്ത ബന്ധങ്ങൾ ബന്ധത്തിലെ പ്രശ്നങ്ങൾ പരിഹരിക്കില്ല. പുതിയ ജോലി തൊഴിൽ പ്രശ്നങ്ങൾ പരിഹരിക്കില്ല. നിങ്ങളുടെ ഭാവി ജീവിതം നിങ്ങളുടെ ജീവിത പ്രശ്നങ്ങൾ പരിഹരിക്കില്ല.

കാരണം, പണം നിങ്ങളെ പണം കൊണ്ട് നല്ലവരാക്കുന്നില്ല. സ്നേഹം നിങ്ങളെ സ്വയം സ്നേഹിക്കാൻ പ്രേരിപ്പിക്കുന്നില്ല. ബന്ധങ്ങൾ നിങ്ങളെ ബന്ധങ്ങളിൽ നല്ലവരാക്കുന്നില്ല. ജോലി നിങ്ങളെ നിങ്ങളുടെ ജോലിയിൽ മികച്ചതാക്കുകയോ ജോലി/ ജീവിതം സന്തുലിതമാക്കുകയോ ചെയ്യുന്നില്ല. നിങ്ങൾ മാറുകയും പൊരുത്തപ്പെടുകയും ചെയ്യുന്നില്ലെങ്കിൽ പ്രശ്നങ്ങൾ അന്തർലീനമായി നിങ്ങളെ ശക്തനായ വ്യക്തിയാക്കില്ല. ഇവിടെയുള്ള വേരിയബിൾ നിങ്ങളാണ്. ലോകത്തെക്കുറിച്ചുള്ള നിങ്ങളുടെ അടിസ്ഥാന വീക്ഷണം നിങ്ങൾ മാറ്റുന്നുണ്ടോ ഇല്ലയോ എന്നതും അതിനുള്ളിൽ നിങ്ങൾ എങ്ങനെ ആയിരിക്കുന്നു എന്നതുമാണ് പൊതുവിഭാഗം.

നമുക്ക് വളരെ വ്യക്തമായി പറയാം : $500K സമ്പാദിക്കുന്ന ഒരാൾക്ക് $50K സമ്പാദിക്കുന്ന ഒരാളെപ്പോലെ ഗുരുതരമായ കടബാധ്യതയും ബുദ്ധിമുട്ടും ഉണ്ടാകാം, വാസ്തവത്തിൽ ഇത് നിങ്ങൾ വിചാരിക്കുന്നതിലും കൂടുതൽ തവണ സംഭവിക്കുന്നു. കുറച്ച് പണം സമ്പാദിക്കുന്ന ആളുകൾ അത് എങ്ങനെ മികച്ച രീതിയിൽ കൈകാര്യം ചെയ്യണമെന്ന് പഠിക്കേണ്ടതുണ്ട്, കൂടുതൽ സമ്പാദിക്കുന്ന ആളുകൾക്ക് തങ്ങൾ നേടുന്ന അളവ് കാരണം തത്ത്വങ്ങൾ ഒഴിവാക്കാമെന്ന് കരുതുന്നു.

നിങ്ങളുടെ സ്വപ്നബന്ധം എത്ര വേഗത്തിൽ കൂട്ടിയിണക്കാൻ കഴിയുമോ അത്രയും വേഗത്തിൽ അത് വേർപെടുത്താനും കഴിയും, കാരണം മറ്റുള്ളവരുമായി നിങ്ങൾ ബന്ധപ്പെടുന്ന രീതി നിങ്ങൾക്ക് സ്വയമുള്ള പ്രശ്നമാണ്, ഒരിക്കലും ട്രിഗർ ചെയ്യാത്തതും ശല്യപ്പെടുത്താത്തതുമായ ഏറ്റവും മികച്ച വ്യക്തിയെ നിങ്ങൾ കണ്ടുമുട്ടുന്നുണ്ടോ ഇല്ലയോ എന്നതിനെ ആശ്രയിച്ച് മാറുന്ന ഒന്നല്ല അത്.

നിങ്ങളുടെ സമയം എങ്ങനെ ക്രമീകരിക്കാമെന്നും ജോലിസ്ഥലത്തെ മറ്റുള്ളവരുമായി എങ്ങനെ ബന്ധപ്പെടാമെന്നും നിങ്ങളുടെ കരിയർ എങ്ങനെ മുന്നോട്ട് കൊണ്ടുപോകാമെന്നും നിങ്ങൾക്കറിയില്ലെങ്കിൽ, നിങ്ങളുടെ മികച്ച ജോലിയിൽ, നിങ്ങൾ ഏറ്റവും ആഗ്രഹിക്കുന്ന വേതന നിരക്കിൽ, അനുയോജ്യമായ നിങ്ങളുടെ ജോലിയിൽ നിങ്ങൾക്ക് അസന്തുഷ്ടനാകാം. "സ്വപ്നങ്ങൾക്കനുസൃതമായി ജീവിക്കുകയും" "അവയുടെ അഭിനിവേശം പിന്തുടരുകയും ചെയ്യുന്ന" ആളുകൾ അല്ലാത്ത ആളുകളെപ്പോലെ തന്നെ അസന്തുഷ്ടരായിരിക്കാം.

നിങ്ങൾക്ക് തത്ത്വങ്ങൾ ഇല്ലെങ്കിൽ, നിങ്ങളുടെ ജീവിതം മെച്ചപ്പെടാൻ പോകുന്നില്ല. പ്രശ്നങ്ങൾ നിങ്ങളെ പിന്തുടരുകയും നിങ്ങളുടെ ജീവിതം പോലെ അവ വലുതാവുകയും ചെയ്യും.

ജീവിതത്തിൽ നമുക്ക് സംഭവിക്കുന്ന നല്ല കാര്യങ്ങൾ ഒരു ഭൂതക്കണ്ണാടി പോലെയാണ്. നമ്മൾ ഇനിയും വളരേണ്ടത് എവിടെയാണെന്ന് അവർ കാണിച്ചുതരുന്നു. യഥാർത്ഥ സ്നേഹം നമ്മോട് തന്നെ കാണിക്കുന്നു. പണം നമ്മെത്തന്നെ കാണിക്കുന്നു. സ്വപ്ന ജോലികൾ നമ്മെത്തന്നെ കാണിക്കുന്നു. നല്ലതും, ചീത്തയും, തീവ്രമായി ഇപ്പോൾത്തന്നെ മറ്റേണ്ടവയുമെല്ലാം.

നിങ്ങൾക്ക് ഇപ്പോൾ തത്ത്വങ്ങൾ ഇല്ലെങ്കിൽ, നിങ്ങൾക്ക് അവ പിന്നീട് ഉണ്ടാകില്ല. നിങ്ങളുടെ വരുമാനത്തിനനുസരിച്ച് ജീവിക്കുക എന്ന സാമ്പത്തികതത്വം നിങ്ങൾക്കില്ലെങ്കിൽ, കൂടുതൽ പണമുള്ളപ്പോൾ നിങ്ങൾക്കത് ചെയ്യാൻ കഴിയില്ല.

നിങ്ങളുടെ ആത്മബോധത്തിന് മറ്റുള്ളവരെ ആശ്രയിക്കരുത് എന്ന ബന്ധതത്വം നിങ്ങൾക്കില്ലെങ്കിൽ, നിങ്ങൾ "ശരിയായ വ്യക്തിയെ" കണ്ടുമുട്ടുമ്പോൾ അത് മാന്ത്രികമായി സ്വയം പരിഹരിക്കപ്പെടില്ല; നിങ്ങൾ ആ ബന്ധം തകർക്കുകയേ ഉള്ളൂ.

എന്താണ് ഒരു തത്ത്വം?

നിങ്ങളുടെ ജീവിതത്തിന്റെ അടിത്തറ കെട്ടിപ്പടുക്കാൻ നിങ്ങൾക്ക് ഉപയോഗിക്കാവുന്ന ഒരു അടിസ്ഥാന സത്യമാണ് ഒരു തത്ത്വം. ഒരു തത്ത്വം ഒരു അഭിപ്രായമോ വിശ്വാസമോ അല്ല. ഒരു തത്ത്വം കാരണത്തിന്റെയും ഫലത്തിന്റെയും കാര്യമാണ്.

തത്ത്വങ്ങൾ വ്യക്തിപരമായ മാർഗ്ഗനിർദ്ദേശങ്ങളാകാം.

സാമ്പത്തിക തത്ത്വങ്ങളുടെ ചില ഉദാഹരണങ്ങൾ ഇനിപ്പറയുന്നവയാണ് : മീതേയുള്ള ചെലവ് കുറക്കുക, കടത്തിൽനിന്ന് രക്ഷപ്പെടുക, നിങ്ങളുടെ വരുമാനത്തിൽ ജീവിക്കുക, അല്ലെങ്കിൽ ക്ഷാമത്തിന്റെ ദിവസത്തിനായി ലാഭിക്കുക.

സാമ്പത്തിക ആരോഗ്യത്തിന്റെ തുടക്കമെന്ന നിലയിൽ കടത്തിൽ തിരിച്ചടവിന് മുൻഗണനന നൽകണമെന്ന് പല സാമ്പത്തിക വിദഗ്ധരും വാദിക്കുന്നു. കാരണം, പലിശയുടെ ഒരു ദിവസത്തെ നിക്ഷേപം ഒരുപക്ഷേ നിങ്ങളെ അത്രയധികം ബാധിക്കില്ല. എന്നാൽ വർഷം, പതിനായിരക്കണക്കിന് ഡോളർ വരും. അതുപോലെ, ഒരു ദിവസം നിക്ഷേപത്തിൽ താൽപര്യം നേടിയാൽ വലിയ വ്യത്യാസമുണ്ടാകില്ല. എന്നാൽ 20 വർഷം, അതിലും വലിയ മാർജിനിൽ എത്തും.

തത്ത്വങ്ങൾ ഉള്ളതിന്റെ കാര്യം അത് നിങ്ങളെ ഹ്രസ്വകാല അതിജീവനത്തിൽനിന്ന് ദീർഘകാല അഭിവൃദ്ധിയിലേക്ക് മാറ്റുന്നു എന്നതാണ്.

നമ്മുടെ ജീവിതത്തിലെ മിക്ക കാര്യങ്ങളും തത്ത്വങ്ങളാൽ നിയന്ത്രിക്കപ്പെടുന്നു. സ്റ്റീഫൻ കോവി ഇത് നന്നായി വിശദീകരിക്കുന്നു : തത്ത്വങ്ങൾ ഗുരുത്വാകർഷണം പോലെയുള്ള ഒരു പ്രകൃതി നിയമമാണ്. അത് ഒരു മൂല്യത്തേക്കാൾ വ്യത്യസ്തമാണ്. മൂല്യങ്ങൾ ആത്മനിഷ്ഠമാണ്; തത്ത്വങ്ങൾ വസ്തുനിഷ്ഠമാണ്. "ഞങ്ങൾ നമ്മുടെ പ്രവർത്തനങ്ങളെ നിയന്ത്രിക്കുന്നു. എന്നാൽ, ആ പ്രവർത്തനങ്ങളിൽനിന്നുള്ള അനന്തരഫലങ്ങൾ തത്ത്വങ്ങളാൽ നിയന്ത്രിക്കപ്പെടുന്നു," അദ്ദേഹം പറയുന്നു.

ഓരോ ദിവസവും നല്ല ഭക്ഷണം കഴിക്കുക എന്ന തത്ത്വത്തിൽ നാം പ്രതിജ്ഞാബദ്ധരാണെങ്കിൽ, മെച്ചപ്പെട്ട അല്ലെങ്കിൽ മികച്ച ആരോഗ്യത്തിന്റെ പ്രയോജനം നാം അനിവാര്യമായും കൊയ്യും എന്നാണ് ഇതിനർത്ഥം. അനേകം വർഷങ്ങളായി ഓരോ ദിവസവും ഒരു വാക്യം എഴുതുകയാണെങ്കിൽ, നാം അനിവാര്യമായും ഒരു വലിയ കൃതി എഴുതും. ഓരോ മാസവും നമ്മുടെ കടങ്ങളുടെ ഒരു ഭാഗം അടച്ചുതീർക്കാൻ പ്രതിജ്ഞാബദ്ധരായാൽ, നമ്മുടെ ബാലൻസ് അനിവാര്യമായും നാം ക്ലിയർ ചെയ്യും. സ്ഥിരതയോടെയും വിവേകത്തോടെയും നിക്ഷേപിക്കുകയാണെങ്കിൽ, ഒടുവിൽ നമുക്ക് ഒരു റിട്ടേൺ കാണാം.

ബെഞ്ചമിൻ ഹാർഡി വിശദീകരിക്കുന്നതുപോലെ, നമ്മുടെ

ജീവിതം തത്ത്വങ്ങളാൽ നിയന്ത്രിക്കപ്പെടുന്നു : "മിക്ക ആളുകളും കോളേജിൽ പഠിക്കുമ്പോൾ ടെസ്റ്റുകൾക്കായി തിരക്കുകൂട്ടുന്നു. എന്നാൽ നിങ്ങൾ ഒരു കർഷകനാണെങ്കിൽ നിങ്ങൾക്ക് തകരാൻ കഴിയുമോ? വസന്തകാലത്ത് നട്ടുവളർത്താനും വേനൽക്കാലം മുഴുവൻ മന്ദഗതിയിലാക്കാനും ശരത്കാലത്തിൽ കഠിനാധ്വാനം ചെയ്യാനും നിങ്ങൾ മറക്കുമോ? തീർച്ചയായും ഇല്ല. തത്ത്വങ്ങളാൽ നിയന്ത്രിക്കപ്പെടുന്ന പ്രകൃതിദത്ത സംവിധാനമാണ് കൃഷിഭൂമി. നിങ്ങളും അങ്ങനെ തന്നെ.

"കൊയ്ത്തിന്റെ നിയമം എപ്പോഴും പ്രാബല്യത്തിൽ ഉണ്ട്. നിങ്ങൾ നട്ടുന്നത്, നിങ്ങൾ വിളവെടുക്കണം. കൂടാതെ, കാലക്രമേണ നിങ്ങൾ സ്ഥിരമായി നട്ടുപിടിപ്പിക്കുന്നത് ഒടുവിൽ സംയോജിത ക്രമാതീതമായ വിളവെടുപ്പ് നൽകുന്നു. നിങ്ങളുടെ പ്രവർത്തനങ്ങളുടെ അനന്തരഫലങ്ങൾ നിങ്ങൾ പലപ്പോഴും അനുഭവിക്കില്ല, അത് വഞ്ചനാപരമായേക്കാം. നിങ്ങൾ ഒരു സിഗരറ്റ് വലിക്കുകയാണെങ്കിൽ, നിങ്ങൾക്ക് ക്യാൻസർ വരില്ല. നിങ്ങൾ ഒരു ദിവസം കാപ്പിക്കായി $10 ചിലവഴിച്ചാൽ, അത് നിങ്ങളുടെ സാമ്പത്തിക ജീവിതത്തെ ബാധിക്കില്ല. എന്നിരുന്നാലും, കാലക്രമേണ, ഈ ശീലങ്ങൾ ഗുരുതരമായ പ്രത്യാഘാതങ്ങൾ ഉണ്ടാക്കുന്നു. 50 വർഷത്തിൽ പ്രതിദിനം 10 ഡോളർ 5% കൂട്ടുപലിശയിൽ $816,000 ആയി മാറുന്നു."

നിങ്ങൾ ഒരു നിക്ഷേപം നടത്തുമ്പോൾ, ആ ദിവസം ഒരു വരുമാനം നിങ്ങൾ പ്രതീക്ഷിക്കുന്നില്ല. അതുപോലെ, നിങ്ങളുടെ തത്ത്വങ്ങൾ മുറുകെപ്പിടിച്ചുകൊണ്ട് നിങ്ങളുടെ ഭാവിയിൽനിന്ന് നിങ്ങൾ അകന്നുപോയെന്ന് അറിഞ്ഞുകൊണ്ട് നിങ്ങൾക്ക് നിദ്രയിലേക്ക് പോകാം.

ആവർത്തിച്ചുകൊണ്ട് കാലക്രമേണ ചെയ്യുന്ന ചെറിയ കാര്യങ്ങൾ വലിയ കാര്യങ്ങളായി മാറുന്നു.

എന്തുകൊണ്ടാണ് പ്രചോദനം ഇവിടെ ഫലപ്രദമല്ലാത്തത്?

പ്രചോദനം തെറ്റിദ്ധരിപ്പിക്കും. തന്ത്രപരമായ പദ്ധതികളുടെ പിൻബലമില്ലാത്ത വലിയ സ്വപ്നങ്ങൾ സംഭവിക്കാൻ കാത്തിരിക്കുന്ന വലിയ പരാജയങ്ങളാണ്.

പ്രചോദനം എന്നതിനർത്ഥം നിങ്ങൾ ഒരു വികാരം എടുക്കുകയും അത് വിശദീകരിക്കുകയും ചെയ്യുക എന്നാണ്. നിങ്ങളുടെ

മനസ്സിനെ അലഞ്ഞുതിരിയാൻ നിങ്ങൾ അനുവദിക്കുന്നു; നിങ്ങൾ മനോഹരമായ ചിത്രങ്ങൾ കൂട്ടിച്ചേർക്കുകയും നിങ്ങളുടെ ജീവിതം എങ്ങനെ അനുഭവിക്കണമെന്ന് നിങ്ങൾ ആഗ്രഹിക്കുന്നു എന്നതിന്റെ ഒരു ചിത്രം സൃഷ്ടിക്കുകയും ചെയ്യുന്നു. തത്ത്വങ്ങൾ വിരസമാണ്. അവ പ്രചോദനമല്ല. അവ പ്രകൃതിയുടെ നിയമങ്ങളാണ്.

തത്ത്വങ്ങൾ വേഗതയാർന്ന തൃപ്തി നൽകില്ല.

അവ പെട്ടെന്ന് നമ്മെ സുഖപ്പെടുത്തുന്നില്ല.

അതുകൊണ്ടാണ് നമ്മൾ പലപ്പോഴും പ്രചോദനത്തിനായി എത്താറുണ്ടെങ്കിലും അത് ഫലപ്രദമല്ലെന്ന് കണ്ടെത്തുന്നത്. കാരണം, ദൈനംദിന ജോലിയിലും അവിടെയെത്താൻ ആവശ്യമായ പ്രയത്നത്തിലും ഏർപ്പെടണോ വേണ്ടയോ എന്ന് ഒരിക്കലും വിലയിരുത്താതെ, നമുക്ക് എന്താണ് വേണ്ടതെന്ന് നാം കരുതുന്നതിനെക്കുറിച്ചുള്ള അവ്യക്തമായ ഒരു ആശയത്തിൽ നമ്മുടെ മനസ്സും ഹൃദയവും സജ്ജമാക്കുന്നു.

ആ സ്വപ്നങ്ങൾ സാക്ഷാത്കരിക്കാൻ ആവശ്യമായ തത്ത്വങ്ങളുമായി നാം പ്രചോദനത്തെ യോജിപ്പിക്കാതിരിക്കുമ്പോൾ, മുമ്പെന്നത്തേക്കാളും കൂടുതൽ നഷ്ടവും നിരാശയും ഉണ്ടാവുന്നു.

എന്റെ സ്വന്തം തത്ത്വങ്ങൾ വികസിപ്പിക്കാൻ എങ്ങനെ തുടങ്ങും?

ആരും ഉത്കൃഷ്ട തത്ത്വങ്ങളോടെ ജനിക്കുന്നില്ല; അവ നിങ്ങൾ പഠിക്കുന്ന ചില കാര്യങ്ങളാണ്.

എന്നിരുന്നാലും, ജീവിതത്തിൽ നിരവധി വ്യത്യസ്ത തത്ത്വങ്ങളുണ്ട്, ചിലത് പരസ്പരവിരുദ്ധമായേക്കാം. അതുകൊണ്ട് നിങ്ങളുടെ ലക്ഷ്യങ്ങൾക്കും നിങ്ങളുടെ ജീവിതത്തിനും അനുയോജ്യമായവ സ്വീകരിക്കേണ്ടത് പ്രധാനമാണ്.

ഇതോടൊപ്പം ആരംഭിക്കുക :

- നിങ്ങൾ എന്താണ് വിലമതിക്കുന്നത്? നിങ്ങൾ യഥാർത്ഥത്തിൽ എന്താണ് ശ്രദ്ധിക്കുന്നത്?
- നിങ്ങളുടെ ജീവിതത്തിൽ എന്ത് വികാരങ്ങൾ അനുഭവിക്കാൻ നിങ്ങൾ ആഗ്രഹിക്കുന്നു?

- എന്താണ് നിങ്ങളെ അസ്വസ്ഥനാക്കുന്നത് അല്ലെങ്കിൽ നിങ്ങൾക്ക് ഉത്കണ്ഠ നൽകുന്നത്?

ഉത്തരങ്ങൾ ഏകദേശം ഇതുപോലെയായിരിക്കാം :

ഞാൻ ബന്ധങ്ങളെ വിലമതിക്കുന്നു, അതിനാൽ തത്ത്വമനുസരിച്ച്, അവസരം ലഭിക്കുമ്പോൾ ഞാൻ അവക്ക് മുൻഗണന നൽകും. പകരമായി, തത്ത്വമനുസരിച്ച്, സത്യസന്ധവും നല്ലതുമായ ബന്ധങ്ങളെ ഞാൻ വിലമതിക്കുന്നു, അതിനാൽ ഞാൻ ഇനി ഡേറ്റിംഗിൽ ഏർപ്പെടാൻ പോകുന്നില്ല; ന്യായമായ സമയത്തിനുള്ളിൽ ആരെങ്കിലും സമ്മതം അറിയിക്കുന്നില്ലെങ്കിൽ, അതിനെ "ഇല്ല" എന്നായി ഞാൻ കണക്കാക്കും.

ഒരുപക്ഷേ നിങ്ങൾ സാമ്പത്തിക സ്വാതന്ത്ര്യത്തെ വിലമതിക്കുന്നു, അതിനാൽ തത്ത്വമനുസരിച്ച്, കടം തിരിച്ചടക്കുന്നതിനോ സമ്പാദ്യമോ നിക്ഷേപമോ ഉണ്ടാക്കുന്നതിനോ നിങ്ങൾ നിങ്ങളുടെ അധിക പണം നിക്ഷേപിക്കാൻ പോകുന്നു. ഒരുപക്ഷേ നിങ്ങൾ യാത്രയെയും സ്വാതന്ത്ര്യത്തെയും വിലമതിക്കുന്നു, അതിനാൽ തത്ത്വമനുസരിച്ച്, നിങ്ങൾ സ്വയം പ്രവർത്തിക്കാൻ തുടങ്ങുകയും വിദൂരമായി പ്രവർത്തിക്കാനോ നിങ്ങളുടെ സ്വന്തം ഷെഡ്യൂൾ ഉണ്ടാക്കാനോ എപ്പോഴും മുൻഗണന നൽകുകയും ചെയ്യും.

നിങ്ങളുടെ തത്ത്വങ്ങൾ എന്താണെന്ന് നിങ്ങൾക്ക് വ്യക്തമാകുമ്പോൾ, യഥാർത്ഥവും ആരോഗ്യകരവുമായ ഒരു സ്ഥലത്തുനിന്ന് നിങ്ങളുടെ ജീവിതം കെട്ടിപ്പടുക്കാനാകും. നിങ്ങൾ ചെയ്യുന്നതിനെ പിന്തുണക്കുന്നതും അനുഭവിക്കാൻ ആഗ്രഹിക്കാത്തതുമായ ലക്ഷ്യങ്ങൾക്കായി നിങ്ങൾക്ക് പ്രവർത്തിക്കാൻ തുടങ്ങാം, അത് നിങ്ങളെ നിങ്ങളുടെ ഏറ്റവും ശാന്തവും സന്തുഷ്ടവുമായ പതിപ്പാക്കി മാറ്റും.

ഒരു നല്ല ജീവിതം ഉള്ളിൽനിന്ന് നിർമ്മിച്ചതാണ്, അത് സ്വയം പെരുമാറ്റത്തിന്റെയും മുൻഗണനയുടെയും അടിത്തറയെ അടിസ്ഥാനമാക്കിയുള്ളതാണ്. ഇത് ഒരു വിഷൻ ബോർഡ് പോലെ സ്വപ്നമല്ല, പക്ഷേ ഇത് കൂടുതൽ ഫലപ്രദമാണ്.

നിങ്ങളുടെ യഥാർത്ഥ ലക്ഷ്യം കണ്ടെത്തുന്നു

നിങ്ങളുടെ ഹൃദയത്തെ പിന്തുടരാനും, നിങ്ങളുടെ ഉള്ളിൽ വിശ്വസിക്കാനും, നിങ്ങളുടെ ദൈനംദിന ജോലി ഉപേക്ഷിക്കാനും, നിങ്ങൾ

ഇഷ്ടപ്പെടുന്ന കാര്യങ്ങൾ ചെയ്യാനും നിരന്തരം പറയുന്ന ഒരു ലോകത്തിൽ നിങ്ങൾ ജീവിക്കുമ്പോൾ, എവിടെ തുടങ്ങണമെന്ന് നിങ്ങൾക്കറിയില്ലാതിരിക്കുമ്പോൾ അത് നിരാശാജനകമായിരിക്കും. നിങ്ങളുടെ ജീവിതത്തിൽ എന്തുചെയ്യണമെന്ന് നിങ്ങൾക്കറിയില്ലെന്ന് നിങ്ങൾ ചിന്തിക്കാൻ തുടങ്ങുമ്പോൾ, നിങ്ങൾ ശരിക്കും അർത്ഥമാക്കുന്നത് നിങ്ങൾ ആരാണെന്ന് നിങ്ങൾക്ക് ഇതുവരെ അറിയില്ല എന്നതാണ്.

നിങ്ങളുടെ ലക്ഷ്യം കണ്ടെത്തുക എന്നത് നിങ്ങൾ ഒരു ആശ്രമത്തിൽ ജീവിക്കാൻ വിധിക്കപ്പെട്ടവരാണെന്നോ നിങ്ങളുടെ ജീവിതം ഒരു ഏകീകൃത തൊഴിലിനോ ലക്ഷ്യത്തിനോ വേണ്ടി സമർപ്പിക്കുന്നതിനോ അല്ല. നിങ്ങളുടെ ലക്ഷ്യം ഒരു ജോലിയല്ല, ഒരു ബന്ധമല്ല, ഒരു തൊഴിൽമേഖല പോലുമല്ല. നിങ്ങളുടെ ഉദ്ദേശ്യം, ഒന്നാമതായി, ഇവിടെ ആയിരിക്കുക എന്നതാണ്. നിങ്ങളുടെ അസ്തിത്വം ലോകത്തെ നിങ്ങൾക്ക് അദൃശ്യമായ രീതിയിൽ മാറ്റിത്തരുന്നു. നിങ്ങളില്ലാതെ, ഇപ്പോഴുള്ളതുപോലെ യാതൊന്നും നിലനിൽക്കില്ല. ഇത് മനസ്സിലാക്കേണ്ടത് പ്രധാനമാണ്, കാരണം ജീവിച്ചിരിക്കുക എന്നതിന്റെ മുഴുവൻ ഉദ്ദേശ്യവും വീട്ടിൽ നിങ്ങൾ ഏറ്റെടുക്കുന്ന ഒരു പ്രത്യേക ജോലി അല്ലെങ്കിൽ റോൾ മാത്രമാണെന്ന് നിങ്ങൾ വിശ്വസിക്കാൻ തുടങ്ങിയാൽ, നിങ്ങൾ ജോലി ഉപേക്ഷിക്കുമ്പോഴോ വിരമിക്കുമ്പോഴോ അല്ലെങ്കിൽ കുട്ടികൾ വളർന്ന് വലുതാകുമ്പോഴോ ഒരു രക്ഷിതാവായിരിക്കെ എന്ത് സംഭവിക്കും?

നിങ്ങൾ മുങ്ങിപ്പോകും, കാരണം നിങ്ങളുടെ ഒരേയൊരു കാരണം ഇതാണ് എന്ന് നിങ്ങൾ തെറ്റായി ചിന്തിക്കും.

നിങ്ങളുടെ ഇന്നത്തെ ലക്ഷ്യം ആരെങ്കിലും ഏറ്റവും താഴ്ന്ന നിലയിലായിരിക്കുമ്പോൾ ഒരു പുഞ്ചിരി സമ്മാനിക്കുക എന്നതായിരിക്കാം. ഈ ദശാബ്ദത്തിലെ നിങ്ങളുടെ ലക്ഷ്യം നിങ്ങൾ ചെയ്യുന്ന ജോലിയായിരിക്കാം. നിങ്ങൾ എപ്പോഴും നിങ്ങളുടെ ചുറ്റുമുള്ള ലോകത്തെ സ്വാധീനിക്കുന്നുവെന്ന് നിങ്ങൾ മനസ്സിലാക്കുമ്പോൾ, നിങ്ങൾ എന്തെങ്കിലും മനസ്സിലാക്കാൻ തുടങ്ങുന്നു : അർത്ഥപൂർണ്ണമായി ജീവിക്കാൻ നിങ്ങൾക്ക് ചെയ്യാൻ കഴിയുന്ന ഏറ്റവും പ്രധാനപ്പെട്ട കാര്യം സ്വയം പ്രവർത്തിക്കുക എന്നതാണ്. ബോധപൂർവ്വം നിങ്ങളുടെ ഏറ്റവും സന്തോഷകരവും ദയയുള്ളതും കൃപയുള്ളതുമായ പതിപ്പായി മാറുക.

നിങ്ങളുടെ ഉദ്ദേശ്യം അറിയുക എന്നതിനർത്ഥം ഇനി മുതൽ

നിങ്ങളുടെ ജീവിതം എളുപ്പമാകുമെന്നോ അല്ലെങ്കിൽ എന്തുചെയ്യണമെന്ന് നിങ്ങൾക്ക് എല്ലായ്പ്പോഴും അറിയാമെന്നോ അർത്ഥമാക്കുന്നില്ല. വാസ്തവത്തിൽ, നിങ്ങൾ യഥാർത്ഥമായി നിങ്ങളുടെ സ്വന്തം പാതയിലായിരിക്കുമ്പോൾ, ഭാവി വ്യക്തമാകില്ല, കാരണം അങ്ങനെയാണെങ്കിൽ, നിങ്ങൾ യഥാർത്ഥത്തിൽ മറ്റൊരാളുടെ മാതൃകയെ പിന്തുടരുകയാണ്.

ഇതെല്ലാം പറയുമ്പോളും, മിക്ക ആളുകളും അവരുടെ ഉദ്ദേശ്യത്തെക്കുറിച്ച് ആശ്ചര്യപ്പെടുമ്പോൾ, അവർ പലപ്പോഴും അവരുടെ ജീവിതത്തെയും ജോലിയെയും പരാമർശിക്കുന്നു. നിങ്ങളുടെ കരിയർ ഒന്നുമല്ല. നിങ്ങളുടെ ജീവിതത്തിന്റെ നല്ല ഭാഗത്തിനായി നിങ്ങളുടെ ദിവസത്തിന്റെ ഭൂരിഭാഗവും, എല്ലാ ദിവസവും നിങ്ങൾ ചെലവഴിക്കുന്നത് ഇങ്ങനെയാണ്. അതുകൊണ്ടാണ് നിങ്ങൾ ലോകത്തെ എങ്ങനെ മികച്ച രീതിയിൽ സേവിക്കാമെന്ന് കണ്ടെത്തുന്നത്, നീണ്ട ദിവസങ്ങളും പ്രയാസകരമായ നിമിഷങ്ങളും സഹിക്കാൻ കഴിയുന്നത്.

നിങ്ങളുടെ കഴിവുകൾ, താൽപ്പര്യങ്ങൾ, വിപണി എന്നിവ കൂട്ടിമുട്ടുന്ന ഘട്ടമാണ് നിങ്ങളുടെ ജീവിതലക്ഷ്യം.

നിങ്ങളുടെ ഭാവിയുടെ മാതൃക നിങ്ങളാണ്. നിങ്ങളുടേതായതെല്ലാം, നിങ്ങൾ അനുഭവിച്ചതെല്ലാം, നിങ്ങൾ നന്നായി ചെയ്യുന്നതെല്ലാം, നിങ്ങൾ സ്വയം കണ്ടെത്തിയ എല്ലാ സാഹചര്യങ്ങളും, നിങ്ങൾക്ക് അഭിനിവേശമുള്ളതെല്ലാം ക്രമരഹിതമല്ല; അത് നിങ്ങൾ ആരാണെന്നതിന്റെ പ്രതിഫലനവും നിങ്ങൾ ഇവിടെ എന്താണ് ചെയ്യാനിരിക്കുന്നതെന്നതിന്റെ അടയാളവുമാണ്.

എന്നിരുന്നാലും, സ്വയം ബോധവാന്മാരാകുന്നത് ചിന്തിക്കുന്നത്ര എളുപ്പമല്ല. നിങ്ങൾ എന്താണ് മികച്ചതെന്ന് നിങ്ങൾക്ക് ഉറപ്പില്ല എന്നോ അല്ലെങ്കിൽ ഒരു കാര്യത്തേക്കാൾ മറ്റൊന്നിനോട് നിങ്ങൾക്ക് കൂടുതൽ അഭിനിവേശമുണ്ടെന്നോ നിങ്ങൾ ഇപ്പോഴും ചിന്തിക്കുന്നുണ്ടാകാം. അത് കുഴപ്പമില്ല, കാരണം നിങ്ങളുടെ ഉദ്ദേശ്യം നിങ്ങൾ എന്തെങ്കിലും മികച്ചതായിരിക്കണമെന്ന് ആവശ്യപ്പെടുന്നില്ല.

മറ്റാരേക്കാളും വിജയിക്കാൻ നിങ്ങൾക്കു മാത്രം കഴിയുന്ന കാര്യമല്ല ഇത്. നിങ്ങളെ സ്വാഭാവികമായി വിളിക്കുന്ന, അനായാസമായി നിങ്ങളിൽനിന്ന് ഒഴുകുന്ന, നിങ്ങളിൽനിന്ന് പ്രത്യേക വികാരങ്ങൾ ഉണർത്തുന്ന കാര്യങ്ങളാണ്. അവ പരിഹരിക്കാൻ നിങ്ങൾ ഇവിടെ

യുണ്ട്. അവരെ പരിവർത്തനം ചെയ്യാൻ നിങ്ങൾ ഇവിടെയുണ്ട്. നിങ്ങളുടെ ആത്യന്തിക ലക്ഷ്യം നിങ്ങളുടെ അനുയോജ്യമായ പതിപ്പായി മാറുക എന്നതാണ്. ബാക്കി എല്ലാം അവിടെനിന്ന് ഒഴുകുന്നു.

നിങ്ങളുടെ ജീവിതവുമായി നിങ്ങൾ എന്താണ് ചെയ്യാൻ ആഗ്രഹിക്കുന്നതെന്ന് കണ്ടെത്തുക

നിങ്ങളുടെ ഉദ്ദേശ്യം എന്താണെന്ന് അറിയണമെങ്കിൽ നിങ്ങൾ സ്വയം ചോദിക്കേണ്ട ചില ചോദ്യങ്ങൾ ഇതാ :

എന്തിന്, ആർക്കുവേണ്ടിയാണ്, കഷ്ടപ്പാട് സഹിക്കേണ്ടത്?

ഉപജീവനത്തിനായി നിങ്ങൾ ഇഷ്ടപ്പെടുന്നത് ചെയ്യുന്നത് പോലും എല്ലാ ദിവസവും എളുപ്പമാക്കുമെന്ന് അർത്ഥമാക്കുന്നില്ല. എല്ലാം അതിന്റേതായ വെല്ലുവിളികളോടെയാണ് വരുന്നത്, അതിനാൽ ചോദ്യം ഇതാണ് : നിങ്ങൾ എന്തിന് വേണ്ടി പ്രവർത്തിക്കാൻ തയ്യാറാണ്? എന്തിനുവേണ്ടിയാണ് നിങ്ങൾ അസ്വസ്ഥനാകാൻ തയ്യാറായത്?

നിങ്ങളുടെ കണ്ണുകൾ അടച്ച് നിങ്ങളുടെ ഏറ്റവും മികച്ച പതിപ്പ് സങ്കൽപ്പിക്കുക. ആ വ്യക്തി എങ്ങനെയുള്ളതാണ്?

നിങ്ങളുടെ സാധ്യമായ ഏറ്റവും മികച്ച പതിപ്പ് – ഏറ്റവും സ്നേഹമുള്ള, ദയയുള്ള, ഉൽപ്പാദനക്ഷമമായ, സ്വയം അവബോധമുള്ള പതിപ്പ് – നിങ്ങൾ യഥാർത്ഥത്തിൽ ആരാണെന്നുള്ളതാണ്. മറ്റെല്ലാം നിങ്ങൾ വികസിപ്പിച്ചെടുത്തതും മറ്റ് ആളുകളിൽനിന്ന് എടുത്തതുമായ സ്വയം നിർമ്മിത മെക്കാനിസങ്ങളുടെ ഉപോൽ|പ്പന്നമാണ്.

സോഷ്യൽ മീഡിയ നിലവിലില്ലെങ്കിൽ, നിങ്ങളുടെ ജീവിതംകൊണ്ട് നിങ്ങൾ എന്ത് ചെയ്യും?

നിങ്ങളുടെ ജീവിതത്തിൽ നിങ്ങൾ തിരഞ്ഞെടുത്തത് കാണിക്കാനോ മതിപ്പുളവാക്കാനോ പങ്കിടാനോ കഴിയില്ലെന്ന് നിങ്ങൾക്കറിയാമെങ്കിൽ, അത് നിങ്ങളുടെ അഭിലാഷങ്ങളെ എങ്ങനെ മാറ്റും? ഇത് നിങ്ങൾ ചെയ്യുന്ന കാര്യങ്ങളെ വ്യത്യസ്തമാക്കുന്നു.

കാരണം മറ്റുള്ളവർക്ക് അത് എങ്ങനെ കാണപ്പെടുന്നു എന്നതിന് വേണ്ടി നിങ്ങൾ ചെയ്യുന്നതിൽനിന്ന് നിങ്ങൾ അത് ചെയ്യാൻ ആഗ്രഹിക്കുന്നു.

നിങ്ങൾക്ക് ഏറ്റവും സ്വാഭാവികമായി എന്താണ് വരുന്നത്?

നിങ്ങൾ ആദ്യം പിന്തുടരേണ്ട പാതയാണ് നിങ്ങൾക്ക് ഏറ്റവും സ്വാഭാവികമായും മികച്ചത്. കാരണം നിങ്ങൾ ഏറ്റവും അനായാസമായി അഭിവൃദ്ധി പ്രാപിക്കുന്ന പാതയാണിത്.

നിങ്ങളുടെ ആദർശപരമായ ദിനചര്യ എങ്ങനെയായിരിക്കും?

എലിവേറ്റർ പ്രസംഗത്തെക്കുറിച്ച് മറക്കുക. ഒരു ഫാൻസി ശീർഷകം അല്ലെങ്കിൽ ലിങ്ക്ഡ്ഇനിൽ ആളുകളെ ആകർഷിക്കുന്നതിനെക്കുറിച്ച് മറക്കുക. നിങ്ങൾ ദിവസവും എന്താണ് ചെയ്യാൻ ആഗ്രഹിക്കുന്നതെന്ന് ചിന്തിക്കുക. ഒരുപാട് ആളുകൾ തങ്ങളെ സന്തോഷിപ്പിക്കുമെന്ന് അവർ കരുതുന്ന ജോലികളിൽ ഏർപ്പെടുന്നു, പക്ഷേ അവർക്ക് അവരുടെ ആശയം മാത്രമേ ഇഷ്ടപ്പെട്ടിരുന്നുള്ളൂ, ദൈനംദിന യാഥാർത്ഥ്യമല്ല.

നിങ്ങളുടെ പൈതൃകം എന്തായിരിക്കണമെന്നാണ് നിങ്ങൾ ആഗ്രഹിക്കുന്നത്?

നിങ്ങളുടെ റെസ്യൂമെയിലെ ഗുണങ്ങളെക്കുറിച്ച് ആകുലപ്പെടുന്നതിനുപകരം, നിങ്ങളുടെ സ്തുതിഗീതത്തിന്റെ ഗുണങ്ങളിൽ ശ്രദ്ധ കേന്ദ്രീകരിക്കുക. ആരായിട്ടാണ് നിങ്ങൾ ഓർക്കപ്പെടാൻ ആഗ്രഹിക്കുന്നത്? എന്തിനുവേണ്ടിയാണ് നിങ്ങൾ അറിയപ്പെടാൻ ആഗ്രഹിക്കുന്നത്?

നിങ്ങളുടെ ജീവിതത്തിലെ എല്ലാ ഗുണങ്ങളെയും കഴിവുകളെയും കുറിച്ച് പ്രതിഫലിപ്പിക്കുന്നത് മനോഹരമാണെങ്കിലും, നിങ്ങളുടെ ലക്ഷ്യം കണ്ടെത്തുന്നതിന്റെ അതിലും പ്രധാനപ്പെട്ട ഒരു ഭാഗം ഇതാ : ഇത് പലപ്പോഴും വേദനയിലൂടെയാണ് കണ്ടെത്തുന്നത്. മിക്ക ആളുകളും അവരുടെ ലക്ഷ്യത്തെക്കുറിച്ച് ബോധവാന്മാരാകുന്നത് അവരുടെ കഴിവുകൾ എന്താണെന്നും അവ എങ്ങനെ മികച്ച രീതിയിൽ ഉപയോഗിക്കാമെന്നും അനായാസമായി വ്യക്തമാകുന്നതുകൊണ്ടല്ല, മറിച്ച് ചില ഘട്ടങ്ങളിൽ, അവർ സ്വയം നഷ്ടപ്പെട്ട്, തളർന്ന്, മതിലിനോട് ചേർന്ന് നിൽക്കുന്നു എന്നതിനാലാണ്.

ബുദ്ധിമുട്ടുകളും വെല്ലുവിളികളും അനുഭവിക്കുമ്പോൾ, നമുക്ക് ശരിക്കും എന്താണ് പ്രധാനമെന്ന് നാം മനസ്സിലാക്കാൻ തുടങ്ങുന്നു. പ്രവർത്തനത്തിലൂടെയും പ്രതിബദ്ധതയിലൂടെയും ജ്വലിപ്പിക്കുമ്പോൾ, അത് ഒരു പരിവർത്തന അഗ്നിയായി മാറുന്ന ഒരു ജ്വാലയെ ജ്വലിപ്പിക്കുന്നു.

ലോകത്തിലെ ഏറ്റവും വിജയിച്ച പലരുടെയും കഥകൾ നിങ്ങൾ കേൾക്കുകയാണെങ്കിൽ, അവർ പലപ്പോഴും സങ്കൽപ്പിക്കാൻ കഴിയാത്ത പ്രയാസത്തോടെയാണ് ആരംഭിക്കുന്നത്. ഏറ്റവും സാധ്യതയില്ലാത്ത സാഹചര്യങ്ങളുടെ പശ്ചാത്തലത്തിൽ, ഈ ആളുകൾ പ്രവർത്തിക്കാൻ നിർബന്ധിതരാകുന്നു. ആശ്വാസവും സംതൃപ്തിയും ഒരു ഓപ്ഷനല്ല. തങ്ങൾ സ്വന്തം ജീവിതത്തിന്റെ നായകന്മാരും സ്വന്തം ഭാവിയുടെ സ്രഷ്ടാക്കളും ആകണമെന്ന് അവർ മനസ്സിലാക്കുന്നു.

നിങ്ങളുടെ ജീവിതാവസാനത്തിൽ, നിങ്ങളുടെ ഉദ്ദേശ്യം നിർവ്വചിക്കപ്പെടുന്നത് നിങ്ങൾ എങ്ങനെ പോരാടി, ഏത് സാഹചര്യത്തിലായിരുന്നു, നിങ്ങൾ എന്തുചെയ്തു എന്നതിനെ അടിസ്ഥാനമാക്കിയല്ല, മറിച്ച് പ്രതികൂല സാഹചര്യങ്ങളിൽ നിങ്ങൾ എങ്ങനെ പ്രതികരിച്ചു, നിങ്ങളിലെ ആളുകളോട് നിങ്ങൾ ആരായിരുന്നു എന്നിവയാണ്. നിങ്ങളുടെ ജീവിതവും, ഓരോ ദിവസവും നിങ്ങൾ ചെയ്തു കാര്യങ്ങളും, സാവധാനം, അതിന്റേതായ അതുല്യമായ രീതിയിൽ, മനുഷ്യരാശിയുടെ ഗതിയെ മാറ്റിമറിക്കും.

അധ്യായം 7

സ്വയം അട്ടിമറിയിൽനിന്ന് സ്വയം ആധിപത്യത്തിലേക്ക്

സ്വയം-അട്ടിമറിയിൽനിന്ന് സ്വയം ആധിപത്യത്തിലേക്ക് നീങ്ങുന്നത് അസാധാരണമായ ഒരു പരിവർത്തനമായി തോന്നുന്നു, യഥാർത്ഥത്തിൽ നിങ്ങളുടെ ജീവിതത്തെ പിന്നോട്ട് നിർത്തുന്നതിന് ഉത്തരവാദി നിങ്ങളാണെന്ന് മനസ്സിലാക്കുന്നത് സ്വാഭാവികമായ ഗതിയാണ്, അതിനാൽ അത് മുന്നോട്ട് കൊണ്ടുപോകാനും നിങ്ങൾ പ്രാപ്തരാണ്.

നിങ്ങളുടെ വികാരങ്ങളെ നിയന്ത്രിക്കലും അവയെ അടിച്ചമർത്തലും

മനസ്സിനെ നിയന്ത്രിക്കുന്നത് പ്രബുദ്ധതയിലേക്കുള്ള പാതയാണെന്ന് ബുദ്ധമതക്കാർ വിശ്വസിക്കുന്നു. 20 ജ്ഞാനോദയം എന്നതുകൊണ്ട് അവർ അർത്ഥമാക്കുന്നത്, സ്വതസിദ്ധവും യഥാർത്ഥവുമായ സന്തോഷമാണ്.

ആശയം സിദ്ധാന്തത്തിൽ ലളിതവും പ്രായോഗികമായി സങ്കീർണ്ണവുമാണ്: മനസ്സിനെക്കുറിച്ചുള്ള നമ്മുടെ ധാരണകൾ പര്യവേക്ഷണം ചെയ്യുകയും ഒരു പ്രത്യേക രീതിയിൽ പെരുമാറാൻ അതിനെ പരിശീലിപ്പിക്കുകയും ചെയ്യുന്നതിലൂടെ, നമ്മൾ എന്താണെന്നതിന്റെ അനിവാര്യമായ സ്വഭാവം അനുഭവിക്കാൻ നാം സ്വയം ശുദ്ധീകരിക്കപ്പെടുന്നു, അതായത്, അവർ വിശ്വസിക്കുന്നതുപോലെ, സന്തോഷം.

നിങ്ങൾ എപ്പോഴെങ്കിലും ഒരു ധ്യാന ക്ലാസിൽ ഇരുന്നിട്ടുണ്ടെങ്കിൽ, മനസ്സിന്റെ നിയന്ത്രണത്തിന്റെ ആദ്യ തത്ത്വം നിങ്ങൾ ചിന്തിക്കുന്നതിന് വിപരീതമാണെന്ന് നിങ്ങൾക്കറിയാം : അത് വിട്ടുകളയലാണ്.

മനസ്സിനെ യഥാർത്ഥമായി കൈകാര്യം ചെയ്യാൻ, ബുദ്ധമതക്കാർ നോൺ-അറ്റാച്ച്മെന്റ് പരിശീലിക്കുന്നു, അതിൽ അവർ ശാന്തമായി ഇരിക്കുകയും സ്ഥിരമായി ശ്വസിക്കുകയും ചിന്തകൾ ഉയരാനും ഒത്തുചേരാനും തുടർന്ന് കടന്നുപോകാനും അനുവദിക്കുന്നു.

മനസ്സിനെ നിയന്ത്രിക്കുന്നത് യഥാർത്ഥത്തിൽ മനസ്സിന് കീഴടങ്ങലാണ്, അതിനോടുള്ള അവരുടെ പ്രതികരണം നിയന്ത്രിക്കുമ്പോൾ അതിനെ ഇഷ്ടമുള്ള രീതിയിൽ പെരുമാറാൻ അനുവദിക്കുകയാണ് ചെയുന്നത്. ഇതാണ് അവരുടെ സമീപനം.

നിങ്ങൾ നിങ്ങളുടെ വികാരങ്ങളെ അടിച്ചമർത്തുകയാണോ അല്ലെങ്കിൽ അവയെ നിയന്ത്രിക്കുകയാണോ ചെയ്യുന്നത് എന്ന് നിങ്ങൾക്ക് എങ്ങനെ അറിയാം?

വൈകാരികമായ അടിച്ചമർത്തൽ എന്നത് ആളുകൾ അവരുടെ വികാരങ്ങളെ നേരിടാൻ മതിയായ സംവിധാനങ്ങളില്ലാത്തപ്പോൾ ഉപയോഗിക്കുന്ന ഒരു നിയന്ത്രണ തന്ത്രമാണ്.

മാതൃക പലപ്പോഴും ഇതാണ് : ഒരു സാഹചര്യത്തിനോ അനുഭവത്തിനോ ഉള്ള യഥാർത്ഥ പ്രതികരണത്തെ വ്യക്തി നിരസിക്കുകയോ അവഗണിക്കുകയോ ചെയ്യുന്നു, അത് അവഗണിക്കുന്നത് തുടർന്നാൽ അത് അപ്രത്യക്ഷമാകുമെന്ന് വിശ്വസിക്കുന്നു, അവരുടെ ദൈനംദിന ജീവിതം ഒരു അസ്വാഭാവിക ബോധത്താൽ തടസ്സപ്പെട്ടതായി കണ്ടെത്തുന്നു. അനായാസം, ഒരു ദിവസം, എല്ലാം ഒരു ബ്രേക്കിംഗ് പോയിന്റിൽ എത്തുന്നു, അവർക്ക് നിയന്ത്രിക്കാൻ കഴിയാത്ത ഒരു വൈകാരിക പൊട്ടിത്തെറി നടക്കുകയും ചെയുന്നു.

തെറാപ്പി സാധാരണയായി ലക്ഷ്യമിടുന്നത് രോഗികളെ അവരുടെ വികാരങ്ങളെ അടിച്ചമർത്താതിരിക്കാൻ സഹായിക്കുക എന്നതാണ്. പകരം, ആ വികാരങ്ങളെ തിരിച്ചറിയാൻ അവരെ പ്രോത്സാഹിപ്പിക്കുന്നു. എന്നാൽ, അവർ അവരോട് സ്വയം എങ്ങനെ പ്രതികരിക്കുന്നു എന്ന് തിരഞ്ഞെടുക്കാം. രോഗശാന്തി പ്രക്രിയയിൽ, അടിച്ചമർത്തലും നിയന്ത്രിക്കലും ഒരു നല്ല രേഖ പോലെ തോന്നാം.

ട്രാഫിക്കിൽ ആരെങ്കിലും നിങ്ങളെ വെട്ടിച്ചുരുക്കുകയും, തൽഫലമായി നിങ്ങളുടെ ജനാലയിലൂടെ അലറിവിളിച്ച സമ്മർദ്ദം നികത്തേണ്ടെന്ന നിങ്ങൾ തീരുമാനിക്കുമ്പോൾ, നിങ്ങൾക്ക് എങ്ങനെ തോന്നുന്നു, നിങ്ങൾ അടിച്ചമർത്തുകയാണോ അതോ നിയന്ത്രിക്കുകയാണോ? നിങ്ങളുടെ പങ്കാളി മറ്റൊരു വിഡ്ഢിത്തം പറയുകയും അതിനോട് പ്രതികരിക്കാതിരിക്കാൻ തീരുമാനിക്കുകയും ചെയ്താൽ, നിങ്ങൾക്ക് എങ്ങനെ തോന്നുന്നു, നിങ്ങൾ അടിച്ചമർത്തുകയാണോ അതോ നിയന്ത്രിക്കുകയാണോ? നിങ്ങളുടെ സഹപ്രവർത്തകൻ ഒരു പ്രോജക്റ്റിനെക്കുറിച്ച് നിങ്ങളെ നിരന്തരം ശല്യം ചെയ്യുകയും നിങ്ങൾ ഒന്നും പറയാതിരിക്കാൻ തീരുമാനിക്കുകയും ചെയ്യുന്നുവെങ്കിൽ, നിങ്ങൾക്ക് തോന്നുന്നതെന്താണ്, നിങ്ങൾ അടിച്ചമർത്തുകയാണോ അതോ നിയന്ത്രിക്കുകയാണോ?

അടിച്ചമർത്തൽ ബോധരഹിതമാണ്; നിയന്ത്രിക്കുന്നത് ബോധപൂർവ്വമാണ്.

അടിച്ചമർത്തപ്പെട്ട വികാരങ്ങൾ അബോധാവസ്ഥയിലുള്ള പക്ഷപാതങ്ങൾക്ക് സമാനമായി പ്രവർത്തിക്കുന്നു. അത്തരത്തിലുള്ള ഒരു പക്ഷപാതമാണ് സ്ഥിരീകരണ പക്ഷപാതം, അതിൽ നിങ്ങൾ ഇതിനകം വിശ്വസിക്കുന്ന വസ്തുതകളിലേക്കോ അനുഭവങ്ങളിലേക്കോ നിങ്ങളുടെ ശ്രദ്ധ കൊണ്ടുവരാൻ ഉത്തേജകങ്ങളിലൂടെ നിങ്ങളുടെ മസ്തിഷ്കം അടുക്കുന്നു. പക്ഷപാതത്തെക്കുറിച്ച് നിങ്ങൾക്ക് അറിയില്ലെങ്കിലും, അത് ഇപ്പോഴും നിങ്ങളെ ബാധിക്കുന്നുണ്ട്.

മറുവശത്ത്, നിങ്ങളുടെ വികാരങ്ങളെ നിയന്ത്രിക്കുന്നതിൽ നിങ്ങൾക്ക് എങ്ങനെ തോന്നുന്നു എന്നതിനെക്കുറിച്ച് കൂടുതൽ ബോധവാന്മാരാകുന്നതും ഉൾപ്പെടുന്നു. നിങ്ങൾക്ക് ദേഷ്യമോ സങ്കടമോ വിഷമമോ ഉണ്ടെന്ന് നിങ്ങൾക്കറിയാം. എന്നാൽ, അതിനെക്കുറിച്ച് നിങ്ങൾ എന്താണ് ചെയ്യേണ്ടതെന്ന് നിങ്ങളാണ് തിരഞ്ഞെടുക്കുന്നത്. നിങ്ങളുടെ വികാരങ്ങളെ അല്ല യഥാർത്ഥത്തിൽ നിങ്ങൾ നിയന്ത്രിക്കുന്നത്, നിങ്ങളുടെ പെരുമാറ്റത്തെയാണ്.

നിങ്ങൾ നിങ്ങളുടെ വികാരങ്ങളെ അടിച്ചമർത്തുമ്പോൾ, നിങ്ങൾക്ക് എങ്ങനെ തോന്നുന്നുവെന്ന് നിങ്ങൾക്കറിയില്ല, നിങ്ങളുടെ പെരുമാറ്റം നിയന്ത്രണാതീതമാണെന്ന് മാത്രം നിങ്ങൾക്ക് തോന്നുന്നു.

നിങ്ങൾ നിങ്ങളുടെ വികാരങ്ങളെ നിയന്ത്രിക്കുമ്പോൾ, നിങ്ങൾക്ക് എങ്ങനെ തോന്നുന്നുവെന്ന് നിങ്ങൾക്കറിയാം, നിങ്ങളുടെ

പെരുമാറ്റം നിങ്ങളുടെ നിയന്ത്രണത്തിലാണെന്ന് നിങ്ങൾക്ക് തോന്നും.

നിങ്ങൾ ട്രാഫിക്കിൽ ആയിരിക്കുമ്പോഴോ അല്ലെങ്കിൽ ഒരു തർക്കത്തിലായിരിക്കുമ്പോഴോ അല്ലെങ്കിൽ ബുദ്ധിമുട്ടുള്ള ഒരു സഹപ്രവർത്തകനുമായി ഇടപഴകുമ്പോഴോ, നിങ്ങൾക്ക് എങ്ങനെ തോന്നുന്നു എന്നതിനെക്കുറിച്ച് നിങ്ങൾ ബോധവാനായിരിക്കണം, എന്നാൽ നിങ്ങൾ എങ്ങനെ പ്രതികരിക്കുന്നു എന്നത് നിയന്ത്രണത്തിലായിരിക്കണം എന്നതാണ് ഉത്തരം. വികാരങ്ങൾ താൽക്കാലികമാണ്, എന്നാൽ പെരുമാറ്റങ്ങൾ ശാശ്വതമാണ്. നിങ്ങൾ എങ്ങനെ പ്രവർത്തിക്കാൻ തിരഞ്ഞെടുക്കുന്നു എന്നതിന് നിങ്ങൾ എല്ലായ്പ്പോഴും ഉത്തരവാദിയാണ്.

ശാരീരിക ശക്തിയുടെ അളവുകോൽ നമുക്ക് എത്രത്തോളം ഭാരം വഹിക്കാൻ കഴിയും, എത്രനേരം ഓടാൻ കഴിയും, അല്ലെങ്കിൽ നമ്മുടെ പേശികൾ എത്രമാത്രം ഉച്ചരിക്കുന്നു എന്നതാണെന്നാണ് നമ്മൾ പലപ്പോഴും ചിന്തിക്കുന്നത്. വാസ്തവത്തിൽ, ശാരീരിക ശക്തി എന്നത് ശരീരം എത്രത്തോളം കാര്യക്ഷമമായി പ്രവർത്തിക്കുന്നു, ദൈനംദിന ജോലികളും അവ ഉണ്ടാകുമ്പോൾ ഇടയ്ക്കിടെയുള്ള വെല്ലുവിളികളും ഫലപ്രദമായി നിർവ്വഹിക്കാൻ അത് എത്രത്തോളം പ്രാപ്തമാണ് എന്നതിന്റെ അളവുകോലാണ്.

മാനസികാരോഗ്യവും അതേ വഴി തന്നെയാണ്. നമ്മൾ എത്ര സന്തോഷത്തോടെയാണ് കാണപ്പെടുന്നത്, എത്ര പൂർണ്ണതയുള്ളവരാണ്, നിരുപാധികം "പോസിറ്റീവ്" ആയിരിക്കുക എന്നതിന്റെയൊന്നും അളവുകോലല്ല ഇത്, എന്നാൽ ദൈനംദിന ജീവിതത്തിലൂടെയും ഇടയ്ക്കിടെയുള്ള വെല്ലുവിളികളിലൂടെയും മതിയായ ദ്രവ്യതയോടെ സഞ്ചരിക്കാൻ നമുക്ക് കഴിയുന്നു എന്നതാണ്. നാം സ്വയം ഞെരുക്കപ്പെടുകയോ തടഞ്ഞുനിർത്തപ്പെടുകയോ ചെയ്യുന്നില്ല എന്നതിന്റെ കാരണം കൂടിയാണ് ദൃഢമായ മാനസികാരോഗ്യം.

മാനസികമായി ശക്തരായ ആളുകൾ ചെയ്യാത്ത ചില കാര്യങ്ങൾ എമി മോറിൻ വളരെ പ്രശസ്തമായി വെളിപ്പെടുത്തിയിരിക്കുന്നു. അവരുടെ ശീലങ്ങളും പെരുമാറ്റങ്ങളും തിരിച്ചറിയേണ്ടത് അത്യാവശ്യമാണ്, എന്നാൽ നിങ്ങൾ ഇതുവരെ അവിടെ അല്ലെങ്കിലോ? നിങ്ങൾ മാനസികമായി ശക്തനായ ഒരു വ്യക്തിയാകാൻ ആഗ്രഹിക്കുന്നുവെങ്കിൽ, നിങ്ങൾ ആരംഭിക്കേണ്ടത് ഇവിടെ നിന്നാണ്.

വീണ്ടും സ്വയം വിശ്വസിക്കാൻ പഠിക്കാം

എല്ലാം ശരിയാണെന്നും എപ്പോഴും അങ്ങനെയായിരിക്കുമെന്നും അറിയുന്ന, ആഴത്തിലുള്ള, ആന്തരികവുമായി ബന്ധപ്പെട്ടിരിക്കുന്ന അവസ്ഥയാണ് ആന്തരിക സമാധാനം. ഒരാളുടെ "ആന്തരിക സമാധാനം" കണ്ടെത്തുക എന്ന ആശയം നൂറ്റാണ്ടുകളായി ആത്മീയവും ഭൌതീകവുമായ സമ്പ്രദായങ്ങളുടെ ഭാഗവുമാണ്, മാത്രമല്ല മനഃശാസ്ത്രത്തിന്റെ വികാസത്തോടെ അടുത്തിടെ കൂടുതൽ മുഖ്യധാരയായി അത് മാറിയിരിക്കുന്നു.

ആൽബർട്ട് കാമുസ് ഒരിക്കൽ പറഞ്ഞു : "ശീതകാലത്തിന്റെ മധ്യത്തിൽ, എന്റെ ഉള്ളിൽ, അജയ്യമായ ഒരു വേനൽക്കാലം ഉണ്ടെന്ന് ഞാൻ കണ്ടെത്തി."

ആന്തരിക സമാധാനം യഥാർത്ഥത്തിൽ എന്താണെന്നതിന്റെ പൂർണ്ണതയെ അത് സംഗ്രഹിക്കുന്നു : നിങ്ങൾക്ക് ചുറ്റും എന്ത് സംഭവിച്ചാലും, പൂർണ്ണമായ അറിവും ശാന്തതയും നിങ്ങളിൽ ഉണ്ടെന്നുള്ള ധാരണ. നിങ്ങൾക്ക് ആവശ്യമുള്ളപ്പോൾ ആ സ്ഥലത്തേക്ക് മടങ്ങാൻ കഴിയുമെന്ന് മാത്രമല്ല, അവിടെനിന്ന് നിങ്ങളുടെ *ജീവിതം മുഴുവൻ ജീവിക്കാനും* കഴിയും. നിങ്ങളുടെ വെല്ലുവിളി, അതിനെ എങ്ങനെ ബന്ധിപ്പിക്കാമെന്നും നിങ്ങളുടെ മനസ്സിനോട് എങ്ങനെ പ്രതികരിക്കാമെന്നും പഠിക്കുക എന്നതാണ്, അതായത് എല്ലായ്പ്പോഴും ഒരു മോശം സാഹചര്യത്തിൽ നിന്ന് അടുത്തതിലേക്ക് ചാടുക എന്ന ശീലത്തെ കൂടുതൽ അറിയാം.

"ഉള്ളിന്റെയുള്ളിൽ?" എന്ന് ആളുകൾ പരാമർശിക്കുന്നതായി നിങ്ങൾക്കറിയാം. അവർ ഇതുപോലുള്ള കാര്യങ്ങൾ പറയുന്നു : "എനിക്ക് ആശങ്കയുണ്ട്, പക്ഷേ ഉള്ളിന്റെയുള്ളിൽ, അത് ശരിയാകുമെന്ന് എനിക്കറിയാം." "എനിക്ക് അവനോട് ദേഷ്യമുണ്ട്, പക്ഷേ ഉള്ളിന്റെയുള്ളിൽ, അവൻ എന്നെ സ്നേഹിക്കുന്നുവെന്ന് എനിക്കറിയാം." അവർ എന്താണ് പരാമർശിക്കുന്നതെന്നാണ് നിങ്ങൾ കരുതുന്നത്? എവിടെയാണ് ഉള്ളിന്റെയുള്ള്? അനന്തമായ ജ്ഞാനവും മികച്ച ധാരണയും എന്താണ് സംഭവിക്കുന്നതെന്നതിനെക്കുറിച്ചുള്ള കൂടുതൽ ഉൾക്കാഴ്ചയുള്ള കാഴ്ചപ്പാടും ഉള്ള അവരുടെ ഉള്ളിലെ സ്ഥലത്തെക്കുറിച്ചാണ് അവർ സംസാരിക്കുന്നത്. മനസ്സ് നൽകാൻ ആഗ്രഹിക്കുന്ന സമ്മർദ്ദങ്ങളാലോ ഭയങ്ങളാലോ അത് കുലുങ്ങുന്നില്ല. ആത്യന്തികമായി എല്ലാം ശരിയാകുമെന്ന് നിങ്ങൾക്ക് അറിയാവുന്നതും അനുഭവപ്പെടുന്നതുമായ ആ "ഉള്ളിന്റെയുള്ളിൽ"

എത്തിച്ചേരാൻ കഴിയുന്നതാണ് ആന്തരിക സമാധാനം കണ്ടെത്തുന്നതിനുള്ള പ്രക്രിയയുടെ പ്രധാനവശങ്ങൾ.

ധ്യാനത്തിൽ മറ്റൊരു രൂപകമുണ്ട്, അതിൽ ശാന്തതയെ തടാകത്തെയോ ഒരു വലിയ ജലാശയത്തെയോ സ്ഥിരപ്പെടുത്തുന്നതിനോട് താരതമ്യപ്പെടുത്തുന്നു. നിങ്ങളുടെ ചിന്തകളും പ്രവർത്തനങ്ങളും വെള്ളത്തിലെ കല്ലുകൾ പോലെയാണ് : അവ ഒരു തരംഗ പ്രഭാവം സൃഷ്ടിക്കുന്നു. ധ്യാനത്തിന്റെ പ്രധാന ലക്ഷ്യം, വെള്ളം അതിന്റെ സ്വാഭാവികമായ നിശ്ചലതയിലേക്ക് തിരികെ വരുന്നതിനുവേണ്ടി സ്വയം നിശ്ശബ്ദത പാലിക്കുക എന്നതാണ്. വെള്ളം നിശ്ചലമാകാൻ നിങ്ങൾ നിർബന്ധിക്കേണ്ടതില്ല. നിങ്ങൾ തടസ്സപ്പെടുത്തുന്നത് നിർത്തുമ്പോൾ അത് സ്വന്തമായി അങ്ങനെയാവുന്നു.

ആന്തരിക സമാധാനം കണ്ടെത്തുന്നതിനും ഇത് ബാധകമാണ്. ഇത് നിങ്ങൾ സൃഷ്ടിക്കേണ്ട കാര്യമല്ല, അത് നിങ്ങൾ മടങ്ങിവരേണ്ട ഒന്നാണ്.

വിന്യസിച്ച ലക്ഷ്യങ്ങൾ സൃഷ്ടിക്കാം

നിങ്ങളുടെ ആന്തരിക സമാധാനം കണ്ടെത്തുന്നതിന്റെ ഏറ്റവും പ്രധാനപ്പെട്ട ഭാഗങ്ങളിലൊന്ന് "സന്തോഷത്തിനായുള്ള" നിങ്ങളുടെ ആഗ്രഹത്തിൽ നിങ്ങൾ വ്യാപാരം നടത്തുക എന്നതാണ്.

നിർഭാഗ്യവശാൽ, സന്തോഷം ചഞ്ചലമാണ്. ചില നേട്ടങ്ങളിലേക്കോ വസ്തുക്കളിലേക്കോ പ്രത്യേക സാഹചര്യങ്ങളിലേക്കോ അറ്റാച്ച്ചെയ്യപ്പെടുന്നതിലേക്ക് ഇത് നിങ്ങളെ നയിച്ചേക്കാം. മറ്റുള്ളവരുടെ അഭിപ്രായങ്ങളെ ആശ്രയിക്കുന്നതിനോ അല്ലെങ്കിൽ ഒരു പ്രത്യേക രീതിയിൽ വികസിക്കുന്ന ജീവിതത്തിലേക്കോ ഇത് നിങ്ങളെ നയിച്ചേക്കാം. നിങ്ങളുടെ ലക്ഷ്യം സന്തോഷമായിരിക്കുമ്പോൾ, അതിന്റെ പിന്നിൽ നീണ്ടുനിൽക്കുന്ന ഒരു അസന്തുഷ്ടി നിങ്ങൾ കണ്ടെത്തും – അങ്ങനെയാണ് സന്തുലിതത്വവും ദ്വൈതവും പ്രവർത്തിക്കുന്നത്. എന്നിരുന്നാലും ആന്തരിക സമാധാനം? അത് ത്തുക്കയന്ത്രങ്ങൾക്കിടയിലുള്ള അവസ്ഥയാണ്. അത് നിങ്ങളുടെ ലക്ഷ്യമാകുമ്പോൾ, നഷ്ടപ്പെടാൻ ഒരു വഴിയുമില്ല.

മിക്ക ആളുകൾക്കും ഇത് ബുദ്ധിമുട്ടാണ്, പലപ്പോഴും ആളുകൾ സ്വയം സമ്മർദ്ദവും പ്രശ്നങ്ങളും നാടകീയതയും സൃഷ്ടിക്കുന്നത് തുടരുന്നു – കാരണം അവർക്ക് സുഖം തോന്നാൻ ബാഹ്യമായ

എന്തെങ്കിലും ആവശ്യമാണെന്ന് ചിന്തിക്കുന്നതിൽ അവരുടെ ഈഗോകൾ ഇപ്പോഴും വളരെയധികം ബന്ധപ്പെട്ടിരിക്കുന്നു. അവരുടെ ആന്തരിക സമാധാനം ഇതുവരെ കണ്ടെത്തിയിട്ടില്ലാത്ത ഒരാളുടെ സവിശേഷമായ അടയാളം ഇതാണ് : അവർ തങ്ങൾക്ക് പുറത്ത് സംതൃപ്തിയോ, സ്വന്തത്വമോ, യോഗ്യതയോ, പലപ്പോഴും ഭ്രാന്തമായി തിരയുന്നു.

അതിനാൽ യഥാർത്ഥത്തിൽ, സന്തോഷം നിങ്ങൾ ആഗ്രഹിക്കുന്ന ഒരു പുണ്യവസ്തുവല്ല എന്നല്ല, അല്ലെങ്കിൽ സന്തോഷം നിങ്ങൾക്ക് അനുഭവിക്കാൻ അനുവദിക്കപ്പെട്ട ഒന്നല്ല എന്നുമല്ല. ആന്തരിക സമാധാനമാണ് യഥാർത്ഥ സന്തോഷം എന്നതാണ് യാഥാർത്ഥ്യം, മറ്റെല്ലാം നിങ്ങൾ "ശരിയാണ്" എന്ന് സ്വയം ബോധ്യപ്പെട്ടത്താനുള്ള തെറ്റായ മാർഗ്ഗം മാത്രമാണ്.

അതിനെക്കുറിച്ച് ഇങ്ങനെ ചിന്തിക്കുക : എന്താണ് നിങ്ങൾക്ക് സന്തോഷം നൽകുമെന്ന് നിങ്ങൾ സാധാരണയായി സങ്കൽപ്പിക്കുന്നത്? പണം, ഒരു ബന്ധം, ഒരു പ്രമോഷൻ? നിങ്ങൾ ആ കാര്യങ്ങൾ നേടിയാൽ എന്ത് സംഭവിക്കും? സ്ഥിരമായി, മനുഷ്യ രാശിയിലുടനീളം, ഉത്തരം ഒന്നുതന്നെയാണ് : നിങ്ങൾ നിങ്ങളുടെ അടിസ്ഥാനരേഖയിലേക്ക് മടങ്ങുക. കാരണം, ഇത്തരത്തിലുള്ള സന്തോഷം യഥാർത്ഥമല്ല. എപ്പോളായിരുന്നാലും ശരി, പൂർണ്ണമായും സമാധാനത്തിലായിരിക്കുമ്പോൾ മാത്രമേ നിങ്ങൾക്ക് അത്ഭുതത്തിന്റെയും സാന്നിധ്യത്തിന്റെയും സന്തോഷത്തിന്റെയും യഥാർത്ഥബോധം കണ്ടെത്താനാകൂ.

ആന്തരിക സമാധാനത്തിൽനിന്ന് ആദ്യം നമ്മെ അകറ്റുന്നത് എന്താണ്?

നമ്മുടെ ആന്തരിക സമാധാനത്തിന്റെ സ്ഥലത്തേക്ക് എങ്ങനെ "തിരിച്ചുവരണം" എന്നതിനെക്കുറിച്ചുള്ള ഈ എല്ലാ സംഭാഷണങ്ങളിലും, എന്തുകൊണ്ടാണ് നമ്മൾ അതിൽനിന്ന് ആദ്യം വിച്ഛേദിക്കപ്പെട്ടത് എന്ന ചോദ്യം ഉയർന്നുവരുന്നു. ഇത് പ്രധാനമാണ്, കാരണം നമുക്ക് അത് നഷ്ടപ്പെടുന്നത് എന്തുകൊണ്ടാണെന്ന് മനസ്സിലാക്കുക എന്നതാണ് അത് വീണ്ടും കണ്ടെത്തുന്നതിനുള്ള അടിസ്ഥാനം.

നമ്മൾ വളരുമ്പോൾ നമ്മുടെ ചുറ്റുപാടുകളുമായി പൊരുത്തപ്പെടുന്നു. നമുക്ക് ചുറ്റുമുള്ളവരുടെ വിശ്വാസങ്ങളും ആശയങ്ങളും നാം

സ്വീകരിക്കുന്നു. നാം നമ്മുടെ വ്യക്തിത്വങ്ങളെ മാറ്റുന്നു, അങ്ങനെ നാം സുരക്ഷിതരാകും; ലോകത്തിന് നമ്മെ ഉപദ്രവിക്കാൻ കഴിയില്ലെന്ന് നാം വിശ്വസിക്കുന്നു. നമ്മൾ കുട്ടികളായിരിക്കുമ്പോൾ, നമ്മൾ എന്നത്തേക്കാളും കൂടുതൽ ദുർബ്ബലരാണ്, ഈ സമയത്താണ് ആജീവനാന്ത സ്വയംനിർമ്മിത മെക്കാനിസമായി മാറാൻ നമുക്ക് കഴിയുന്നത്.

നമ്മുടെ ആന്തരിക സമാധാനബോധവുമായി ബന്ധപ്പെടാൻ ചെറുപ്പം മുതലേ നിർദ്ദേശിച്ചില്ലെങ്കിൽ, നമ്മുടെ തലയിലെ ശബ്ദത്തെ നാം സഹജമായി വിശ്വസിക്കാൻ തുടങ്ങും. വിവിധ ഉത്തേജനങ്ങളാലും മുൻകാല അനുഭവങ്ങളാലും സ്വാധീനിക്കപ്പെടുന്ന, വ്യക്തമായ ദിശയില്ലാതെ നമ്മുടെ ചിന്തകൾ പലപ്പോഴും അലയുന്നത് എങ്ങനെയെന്നത് കൗതുകകരമാണ്. "കുരങ്ങൻ മനസ്സ്" എന്ന ആശയം അത് കൃത്യമായി ഉൾക്കൊള്ളുന്നു, നമ്മുടെ മനസ്സ് എങ്ങനെ അസ്വസ്ഥമാവുകയും എളുപ്പത്തിൽ വ്യതിചലിക്കുകയും ചെയ്യാം എന്ന് ഇത് ചിത്രീകരിക്കുന്നു. നാഡീശാസ്ത്രപരമായി, വ്യത്യസ്ത റിസപ്റ്ററുകൾ വെടിയുതിർക്കുന്നത് എങ്ങനെ വൈവിധ്യമാർന്ന സംസർഗ്ഗങ്ങളിലേക്ക് നയിക്കും, ചിലപ്പോൾ ഉടനടി യാഥാർത്ഥ്യത്തിൽനിന്ന് വേർപെടുത്തിയേക്കാം എന്നത് കൗതുകകരമാണ്.

നമ്മുടെ ചിന്തകളെ വിശ്വസിക്കാൻ തുടങ്ങുമ്പോൾ, നമ്മുടെ വികാരങ്ങൾ നമ്മെ അറിയിക്കാൻ നാം അവരെ അനുവദിക്കുന്നു. ഇത് ഒരു ചക്രം ആയി മാറുകയും ആത്യന്തികമായി ഇത് സംഭവിക്കുന്നുവെന്ന് അറിയാത്ത മിക്ക ആളുകളെയും കുടുക്കുകയും ചെയ്യുന്നു. അവർക്ക് വിചിത്രമോ ഭയപ്പെടുത്തുന്നതോ ആയ ഒരു ചിന്തയുണ്ട്, തുടർന്നുള്ള ശക്തമായ ഒരു വികാരമുണ്ട്, നിങ്ങളുടെ ന്യൂറോളജിക്കൽ പ്രക്രിയയെക്കുറിച്ചുള്ള ഒരു തെറ്റിദ്ധാരണയാണെങ്കിൽ അവ രണ്ടും കൂടിച്ചേർന്ന് സാഹചര്യം യാഥാർത്ഥ്യമാക്കുന്നു. തീർച്ചയായും, നമ്മുടെ ചിന്തകൾ ഉപയോഗശൂന്യമാണെന്ന് ഇതിനർത്ഥമില്ല. അവ എല്ലായ്പ്പോഴും യാഥാർത്ഥ്യത്തെ പ്രതിഫലിപ്പിക്കുന്നതല്ലെന്നും മറ്റെന്തിനെക്കാളും കൂടുതൽ നിർദ്ദേശങ്ങളായി അവ ഉപയോഗിക്കണമെന്നുമാണ് ഇതിനർത്ഥം.

എന്തുകൊണ്ടാണ് ആളുകൾക്ക് അവരുടെ ആന്തരിക സമാധാനം എളുപ്പത്തിൽ കണ്ടെത്താൻ കഴിയാത്തത്?

അതിനുള്ള ഉത്തരം അവർക്ക് കഴിയും എന്നാണ്; എന്നാൽ മിക്ക

ആളുകളും എങ്ങനെ ചെയ്യണമെന്ന് നിർദ്ദേശിക്കപ്പെട്ടിട്ടില്ല. എന്നാൽ അതിനപ്പുറം, മിക്ക ആളുകളും അവരുടെ സ്വന്തം വികാരാവസ്ഥകളിലേക്ക് പോകാൻ ശരിക്കും ഭയപ്പെടുന്നു, കാരണം അവരുടെ ഉള്ളിലെ കുട്ടി വളരെ ആഘാതത്തിലാണ്.

എല്ലാവർക്കുമുള്ളിൽ ഒരു “കുട്ടി” ഉണ്ട്; അത് നിങ്ങളുടെ ഏറ്റവും നിഷ്കളങ്കവും ശുദ്ധവുമായ ഭാഗമാണ്, അത് ഒരിക്കലും അപ്രത്യക്ഷമാകില്ല. കാലക്രമേണ, സത്യസന്ധമായി നിങ്ങളെ നിങ്ങളിൽ നിന്ന് അകറ്റുന്ന ഈ കുട്ടിയെ കാലക്രമേണ എങ്ങനെ രക്ഷിതാവാക്കണമെന്ന് പഠിപ്പിക്കേണ്ടത് നിങ്ങളുടെ ഉത്തരവാദിത്തമാണ്. അവർ നിങ്ങളോട് കുസൃതി കാട്ടുകയും എല്ലാം തകരുകയാണെന്നും നിങ്ങൾ മരിക്കാൻ പോകുകയാണെന്നും നിങ്ങൾ ഉപേക്ഷിക്കണമെന്നും നിങ്ങളോട് പറയുകയും ചെയ്യും.

നിങ്ങളുടെ ഉണർന്നിരിക്കുന്ന ജീവിതം നയിക്കാൻ നിങ്ങൾ ഒരു കുട്ടിയെ അനുവദിക്കാത്ത അതേ രീതിയിൽ, നിങ്ങളുടെ ഉള്ളിലെ കുട്ടി എന്തിനെയാണ് ഭയപ്പെടുന്നതെന്ന് നിങ്ങൾക്ക് എല്ലായ്പ്പോഴും വിശ്വസിക്കാൻ കഴിയില്ല. എന്നിരുന്നാലും, നിങ്ങൾക്ക് അവരോടൊപ്പം പ്രവർത്തിക്കാനും അവരെ സുഖപ്പെടുത്താനും സുരക്ഷിതരാണെന്ന് തോന്നിക്കുവാനും പഠിക്കാം... ഏതൊരു നല്ല രക്ഷിതാവും ചെയുന്ന രീതിയിൽ.

സ്റ്റീഫൻ ഡയമണ്ട് ഇതുപോലെ വിശദീകരിക്കുന്നു : “സത്യത്തിൽ, ഉള്ളിലെ കുട്ടി യഥാർത്ഥമാണ്. അക്ഷരാർത്ഥത്തിൽ അല്ല. ശാരീരികമായും അല്ല. എന്നാൽ ആലങ്കാരികമായി, രൂപകമായി യഥാർത്ഥമാണ്. ഇത് പൊതുവെ സമുച്ചയങ്ങൾ പോലെ, മനഃശാസ്ത്രപരമോ പ്രതിഭാസപരമോ ആയ യാഥാർത്ഥ്യമാണ്, അതിൽ അസാധാരണമാംവിധം ശക്തമായ ഒന്നാണ്.” മാനസിക വൈകല്യങ്ങളും വിനാശകരമായ പെരുമാറ്റരീതികളും സാധാരണയായി നമ്മുടെ അബോധാവസ്ഥയിലുള്ള ഭാഗങ്ങളുമായി കൂടുതലോ കുറവോ ബന്ധപ്പെട്ടിരിക്കുന്നുവെന്നും അവ മിക്കപ്പോഴും ആദ്യകാല ജീവിതത്തിൽ സ്വീകരിച്ചിട്ടുണ്ടെന്നും അദ്ദേഹം വാദിക്കുന്നു.

നിങ്ങളുടെ സ്വന്തം സമാധാനം കണ്ടെത്തുക

ആന്തരിക സമാധാനം കണ്ടെത്തുക എന്നത് ജ്ഞാനം നിങ്ങളാകുന്നതുവരെ താമര പൊസിഷനിൽ ഇരിക്കുക എന്നതല്ല; നിങ്ങളുടെ അസ്വസ്ഥതകൾക്കൊപ്പം നിൽക്കാനും വ്യത്യസ്തമായി

തിരഞ്ഞെടുക്കാനുമുള്ള അസുഖകരമായ തീരുമാനം എടുക്കുന്ന തിനെക്കുറിച്ചാണ് ഇതേ പറയുന്നത്.

ഗെയിൽ ബ്രെന്നറുടെ വീക്ഷണം, എല്ലാറ്റിനെയും എതിർക്കുകയോ നിയന്ത്രിക്കുകയോ ചെയ്യുന്നതിനുപകരം, അസ്വസ്ഥതകൾ ഉൾക്കൊള്ളുകയും വ്യത്യസ്തമായി പ്രതികരിക്കാൻ തിരഞ്ഞെടുക്കുകയും ചെയ്യുന്നതിന്റെ പ്രാധാന്യം എടുത്തുകാണിക്കുന്നു. യാഥാർത്ഥ്യത്തിനെതിരെ നിരന്തരം പോരാടുന്നതിനുപകരം യാഥാർത്ഥ്യത്തെ അതേപടി സ്വീകരിക്കുന്നതിൽനിന്നാണ് ആന്തരിക സമാധാനം ഉണ്ടാകുന്നത്. ഈ ചിന്താ വ്യതിയാനം കൂടുതൽ ആഴത്തിലുള്ള സമാധാനത്തിന്റെയും സംതൃപ്തിയുടെയും ബോധത്തിലേക്ക് നയിക്കും.

ആന്തരിക സമാധാനം കണ്ടെത്തുന്നതിനുള്ള മറ്റൊരു ഫലപ്രദമായ മാർഗ്ഗം, അതിജീവനത്തിനു സാധ്യതയുള്ള ഭീഷണികൾ തിരിച്ചറിയാനുള്ള നിങ്ങളുടെ മനസ്സിന്റെ സഹജമായ പ്രേരണയിൽ നിന്നാണ് നിങ്ങളുടെ ആശങ്കകൾ ഉണ്ടാകുന്നത് എന്ന് സ്വയം ഓർമ്മപ്പെടുത്തുക എന്നതാണ്. വർത്തമാന നിമിഷത്തെ ഉൾക്കൊള്ളുന്നതിലാണ് യഥാർത്ഥ സന്തോഷം കുടികൊള്ളുന്നത്. ഈ ആശയം അംഗീകരിക്കാൻ ബുദ്ധിമുട്ട് തോന്നുന്നുവെങ്കിൽ, ഇനിപ്പറയുന്നവയുടെ ഒരു ലിസ്റ്റ് ഉണ്ടാക്കുക :

- നിങ്ങളുടെ ജീവിതത്തിൽ നിങ്ങൾ തീവ്രമായി വേവലാതിപ്പെടുന്ന എല്ലാ കാര്യങ്ങളും ലിസ്റ്റ്ചെയുക. നിങ്ങൾക്ക് കഴിയുന്നത്ര വർഷങ്ങൾ പിന്നോട്ട് പോകുക, നിങ്ങൾക്ക് കഴിയുന്നത്ര വിശദമായി പറയുക.
- നിങ്ങൾ ഒരിക്കലും കടന്നുപോകുകയോ ഒരിക്കലും മറികടക്കുകയോ ചെയ്യില്ലെന്ന് നിങ്ങൾ സത്യം ചെയ്ത എല്ലാ പ്രയാസകരമായ സാഹചര്യങ്ങളും.
- എല്ലായ്പ്പോഴും നിങ്ങൾ ആത്മാർത്ഥമായി സമാധാനവും സന്തോഷവും ഉണ്ടായിട്ടുണ്ട്.

ആദ്യത്തേതിനോടുള്ള നിങ്ങളുടെ പ്രതികരണങ്ങൾ നിങ്ങളുടെ മുഖത്ത് ഒരു പുഞ്ചിരി കൊണ്ടുവരുമെന്ന് ഉറപ്പാണ്, നിങ്ങളുടെ ജീവിതത്തിൽ നിങ്ങൾ നിരന്തരം വിഷമിച്ചിട്ടുണ്ടെന്ന് അവ നിങ്ങളെ ഓർമ്മിപ്പിക്കും, എന്നിട്ടും അവ മിക്കവാറും അടിസ്ഥാന രഹിതമായിരുന്നു.

രണ്ടാമത്തേതിനോടുള്ള നിങ്ങളുടെ പ്രതികരണവും ആശ്വാസം നൽകും, കാരണം നിങ്ങളുടെ ജീവിതത്തിൽ അതിജീവിക്കാൻ കഴിയില്ലെന്ന് നിങ്ങൾ കരുതുന്ന വേദന എത്രയാണെന്നും പിന്നോട്ട് നോക്കുമ്പോൾ, നിങ്ങൾ ആ കാര്യങ്ങളെക്കുറിച്ച് ഇനി ഒരിക്കലും ചിന്തിക്കുന്നില്ലെന്നും ഇത് കാണിക്കുന്നു.

അവസാനമായി, അവസാനത്തെ ചോദ്യത്തിനുള്ള നിങ്ങളുടെ ഉത്തരങ്ങൾ, നിങ്ങളുടെ സന്തോഷം ഒരിക്കലും പുറത്തുനിന്നുള്ള കാര്യങ്ങളിൽ നിന്നല്ല, മറിച്ച് നിങ്ങൾ സന്നിഹിതരായിരിക്കുന്നതും വിശാലമായിരിക്കുന്നതുമായ ഈ നിമിഷവുമായി ബന്ധപ്പെട്ടിരിക്കുന്നതിൽനിന്നാണ് എന്നും നിങ്ങളെ ഓർമ്മിപ്പിക്കും.

ആശങ്കയിൽനിന്ന് വേറിട്ടുനിൽക്കാം

വർത്തമാന നിമിഷങ്ങൾ ഒഴിവാക്കാൻ നമ്മെ അനുവദിക്കുന്ന പദാർത്ഥങ്ങൾക്കോ പെരുമാറ്റങ്ങൾക്കോ അടിമയാകുന്നത് എളുപ്പമുള്ളതുപോലെ, യഥാർത്ഥത്തിൽ പ്രാധാന്യമുള്ള കാര്യങ്ങളിൽ നിന്ന് സ്വയം വ്യതിചലിക്കാൻ ആളുകൾ ഉപയോഗിക്കുന്ന സ്വയംനിർമ്മിത മെക്കാനിസങ്ങളിൽ ആശങ്ക പ്രധാനമാണ്.

കാലക്രമേണ, വിഷമിക്കുന്നത് സുരക്ഷിതമായിരിക്കുന്നതിന് തുല്യമാണെന്ന് നിങ്ങൾ സ്വയം ബോധ്യപ്പെടുത്തുന്നു. ഏറ്റവും മോശം സാഹചര്യങ്ങൾ നിങ്ങളുടെ തലയിൽ വീണ്ടും വീണ്ടും ഓടിക്കുന്നതിലൂടെ, നിങ്ങൾ അവയ്ക്കായി കൂടുതൽ നന്നായി തയ്യാറാകുമെന്ന് നിങ്ങൾ കരുതുന്നു. ഇത് പൂർണ്ണമായും തെറ്റാണ്. പലപ്പോഴും പൂർണ്ണമായി നിർമ്മിക്കപ്പെടുന്ന സാഹചര്യങ്ങളെ നിങ്ങളുടെ ഊർജ്ജം ചോർത്തിക്കളയുക മാത്രമല്ല, ഈ ആശയങ്ങളിലേതെങ്കിലുമോ അല്ലെങ്കിൽ ഈ ആശയങ്ങളോടോ നിങ്ങൾ ഇതിനകം ഹൈപ്പർസെൻസിറ്റീവ് ആയിരിക്കുമ്പോൾ, നിങ്ങളുടെ ഒഴിവാക്കൽ അല്ലെങ്കിൽ അവയോടുള്ള അമിതമായ പ്രതികരണം കാരണം നിങ്ങൾ അത്തരം സാഹചര്യങ്ങൾ സൃഷ്ടിക്കുകയാണ് ചെയുക. "കുരങ്ങ് മനസ്സിനെ" കുറിച്ച് അറിയേണ്ട എല്ലാ കാര്യങ്ങളിലും, നിങ്ങളുടെ തല സ്വയം സ്ഥിരീകരിക്കുന്ന സാഹചര്യങ്ങളും അനുഭവങ്ങളും നിരന്തരം അന്വേഷിക്കാൻ ആഗ്രഹിക്കുന്നുവെന്ന് നിങ്ങൾ ഓർക്കണം. എന്തെങ്കിലും നല്ലതായിരിക്കുമെന്ന് നിങ്ങൾ വിശ്വസിക്കുന്നുവെങ്കിൽ, അത് സംഭവിക്കും. നിങ്ങൾ എങ്ങനെ സങ്കൽപ്പിച്ചുവെന്ന് ഇത് കൃത്യമായി

കാണണമെന്നില്ല, പക്ഷേ ഫലം നിങ്ങൾ പ്രതീക്ഷിക്കുന്നത് തന്നെയായിരിക്കും.

നിങ്ങളുടെ ആന്തരിക സമാധാനം കണ്ടെത്തുന്നത് നിങ്ങൾ ആഴത്തിലുള്ള ജ്ഞാനവുമായി ബന്ധിപ്പിക്കുക വഴി മാത്രമാണ്. നിങ്ങൾ സൃഷ്ടിക്കുകയോ ന്യായീകരിക്കുകയോ സങ്കൽപ്പിക്കുകയോ എത്തിച്ചേരുകയോ ചെയ്യേണ്ട ഒന്നല്ല ഇത്. ഇത് എല്ലായ്പ്പോഴും നിങ്ങളുടെ ഉള്ളിലാണ്, ഇത് എല്ലായ്പ്പോഴും ഒരു ഓപ്ഷനാണ്, അത് നിരന്തരം ഒരു തിരഞ്ഞെടുപ്പാണ്. നിങ്ങൾ അത് ഉണ്ടാക്കിയാൽ മതി.

നിങ്ങളുടെ വികാരങ്ങൾ എല്ലായ്പ്പോഴും വസ്തുതകളല്ലെന്ന് ഓർക്കുക

ഏതൊക്കെ വികാരങ്ങൾ സഹജവും വിവരദായകവുമാണെന്നും ഭയത്തിലും അഹങ്കാരത്തിലും വേരൂന്നിയതാണെന്നും തിരിച്ചറിയാൻ കഴിയുന്ന ഒരു സ്ഥലത്ത് എത്തിച്ചേരുക എന്നതാണ് ഇതിന്റെ ഏറ്റവും വെല്ലുവിളി നിറഞ്ഞ ഭാഗം. നിങ്ങളുടെ ഹൃദയത്തിന് എല്ലാം അറിയാമെന്നും നിങ്ങളുടെ വികാരങ്ങൾ യഥാർത്ഥമാണെന്നും നിങ്ങൾ ആഴത്തിൽ എത്തിയാൽ, നിങ്ങളെ നയിക്കാൻ കഴിയുന്ന ജ്ഞാനത്തിന്റെ ഒരു കിണർ നിങ്ങൾ കണ്ടെത്തുമെന്നും നിരന്തരം നിങ്ങളോട് പറയുന്ന ഒരു ലോകത്ത്... അത് ഊഹിക്കാൻ വളരെ എളുപ്പമാണ്. നമുക്കുള്ള എല്ലാ വികാരങ്ങളും ആശയങ്ങളും യഥാർത്ഥമാണെന്ന് മാത്രമല്ല, ഭാവിയിൽ എന്താണ് സംഭവിക്കാൻ പോകുന്നതെന്ന് പ്രവചിക്കുകയും ചെയ്യുന്നു.

നിങ്ങളുടെ വികാരങ്ങൾ പ്രവചനങ്ങളല്ല. അവ ഭാഗ്യം പറയാനുള്ള സംവിധാനങ്ങളല്ല. നിങ്ങളുടെ ഇപ്പോഴത്തെ മാനസികാവസ്ഥ എന്താണെന്ന് അവർ നിങ്ങളെ പ്രതിഫലിപ്പിക്കുക മാത്രമാണ് ചെയ്യുന്നത്. ഇത് ഒരു പേടിസ്വപ്നം പോലെയാണ് : രാക്ഷസന്മാർ യഥാർത്ഥമല്ല. എന്നാൽ, അവ നിങ്ങളുടെ ഉണർന്നിരിക്കുന്ന ജീവിതത്തിൽ നിങ്ങൾ ആകുലപ്പെടുന്നതിന്റെ രൂപകങ്ങളായിരിക്കാം.

അനേകം ആളുകളെ അവരുടെ ആന്തരിക സമാധാനം കണ്ടെത്തുന്നതിൽനിന്ന് പിന്തിരിപ്പിക്കുന്നതിന് കാരണം എന്താണ് ശരിയെന്നത് തമ്മിലുള്ള വ്യത്യാസം അവർക്ക് തിരിച്ചറിയാൻ കഴിയില്ല എന്നതാണ് : അവരുടെ ഭയമാണോ അതോ സമാധാനപരമായ വികാരമോ.

ഇത് ഓർക്കുക : സമാധാനത്തിന്റെ വികാരമാണ് നിങ്ങളോട് സത്യം പറയുന്നത്.

എന്താണ് സംഭവിക്കാൻ പോകുന്നതെന്ന് പറയാൻ നിങ്ങളുടെ വികാരങ്ങൾ ഇവിടെയില്ല. നിങ്ങൾ ഊർജ്ജസ്വലമായും മാനസികമായും എവിടെയാണെന്നും നിങ്ങൾക്ക് ചുറ്റുമുള്ള സംഭവങ്ങളോട് നിങ്ങൾ എങ്ങനെ പ്രതികരിക്കണമെന്നും നിങ്ങളെ അറിയിക്കാൻ മാത്രമാണ് അവർ ഇവിടെയുള്ളത്. ചെറുതായിരിക്കാനും സുരക്ഷിതമായിരിക്കാനും നിങ്ങളെ ഭയപ്പെടുത്താനുമാണ് ഭയം ശ്രമിക്കുന്നത്. അതൊരു മാരകവും പരിമിതവുമായ കാര്യമാണ്. സമാധാനം എന്ന വികാരം എല്ലാം ശരിയാകും എന്ന് നിങ്ങളെ ഓർമ്മിപ്പിക്കാൻ ശ്രമിക്കുന്നു, കാരണം, അത് എല്ലായ്പ്പോഴും... എല്ലായ്പ്പോഴും അതങ്ങനെ ആയിരിക്കും, എന്തുതന്നെയായാലും.

മാനസികമായി ശക്തരാകുക

നിങ്ങൾ ആരാണെന്നോ നിങ്ങളുടെ ജീവിതലക്ഷ്യം എന്താണെന്നോ എന്നതിൽ പ്രസക്തിയില്ല, നിങ്ങളിൽ ഒളിഞ്ഞിരിക്കുന്ന എല്ലാ സാധ്യതകളും നിങ്ങൾ യാഥാർത്ഥ്യമാക്കുന്നുവെന്ന് ഉറപ്പാക്കുന്നതിൽ മാനസിക ശക്തി ഒരു പ്രധാന ഘടകമായിരിക്കും.

മാനസിക ശക്തി ഒരു സ്ഥിരമായ സ്വഭാവമല്ല. അത് നമുക്ക് അന്തർലീനമായി ഉള്ളതോ ഇല്ലാത്തതോ അല്ല. വിരോധാഭാസമെന്നു പറയട്ടെ, ജീവിതത്തിൽ നിരവധി വെല്ലുവിളികൾ നിങ്ങൾ അഭിമുഖീകരിക്കുന്നില്ലെങ്കിൽ അത് എളുപ്പമായിരിക്കണമെന്നില്ല. വാസ്തവത്തിൽ, പലപ്പോഴും ഏറ്റവും പ്രയാസകരമായ സാഹചര്യങ്ങളിലുള്ള ആളുകളാണ് ഏറ്റവും ഉയർന്ന മാനസിക ശക്തി വികസിപ്പിക്കാൻ നിർബന്ധിതരാകുന്നത്.

മാനസികമായി ശക്തരായിരിക്കുക എന്നത് ഒരു പ്രക്രിയയാണ്, അതൊരു പരിശീലനമാണ്.

ഇവിടെയാണ് നിങ്ങൾക്ക് ആരംഭിക്കാൻ കഴിയുന്നത്.

ഒരു പ്ലാൻ നിർമ്മിക്കുക, കാരണം പ്ലാനുകൾ പ്രശ്നങ്ങൾ പരിഹരിക്കുന്നു

മാനസികമായി ശക്തരായ ആളുകൾ ആസൂത്രകരാണ്.

അവർ മുൻകൂട്ടി ചിന്തിക്കുന്നു. അവർ തയ്യാറാകുന്നു. ദീർഘകാല ഫലത്തിനായി ഏറ്റവും മികച്ചത് അവർ ചെയ്യുന്നു.

ഇത് ഈ നിമിഷത്തിൽനിന്ന് അവരെ വിച്ഛേദിക്കുമെന്ന നിങ്ങൾ ചിന്തിച്ചേക്കാം, പക്ഷേ നേരെ വിപരീതമാണ് സത്യത്തിൽ. ഉത്കണ്ഠ നിങ്ങളെ വർത്തമാന നിമിഷങ്ങളിൽനിന്ന് വിച്ഛേദിക്കുന്നു. അമിതമായ ചിന്തയും അപ്രകാരം തന്നെ. നിങ്ങളുടെ സ്വന്തം ഉത്കണ്ഠയിൽനിന്ന് നിങ്ങൾ സ്ഥിരമായി അകന്നിരിക്കുന്നത്, നിങ്ങളെ ഭയപ്പെടുത്തുന്ന കാര്യത്തെക്കുറിച്ച് നിങ്ങൾക്ക് ഒരു പ്ലാൻ ഇല്ലാത്തതിനാലാണ്.

നിങ്ങൾ ഭയപ്പെടാത്ത ഒരു കാര്യത്തെക്കുറിച്ച് ചിന്തിക്കുക. എന്തുകൊണ്ടാണ് നിങ്ങൾ അതിനെ ഭയപ്പെടാത്തതെന്ന് നിങ്ങൾക്കറിയാമോ? കാരണം അത് സംഭവിക്കുകയാണെങ്കിൽ നിങ്ങൾ എന്തുചെയ്യണമെന്ന് നിങ്ങൾക്ക് ഒരു പ്ലാൻ ഉണ്ട്. അതിനാൽ നിങ്ങൾക്ക് വിട്ടുകൊടുക്കാനും ഹാജരാകാനും കഴിയും.

അത് സാമ്പത്തികമായി ആരോഗ്യകരമാകുകയോ, നിങ്ങളുടെ ബന്ധങ്ങൾ മെച്ചപ്പെടുത്തുകയോ, തെറാപ്പിക്ക് പോകുകയോ, പുതിയ ജോലി നേടുകയോ, അല്ലെങ്കിൽ ഒരു പുതിയ കരിയർ പാതയോ സ്വപ്നമോ പിന്തുടരുകയോ എന്തുമാവാം : നിങ്ങൾക്ക് ഒരു പ്ലാൻ ഇല്ലെങ്കിൽ, നിങ്ങൾക്ക് ഒരു പ്രശ്നമുണ്ടാകും.

എളിയവരായിരിക്കുക, കാരണം എല്ലാം നിങ്ങളെക്കുറിച്ചുള്ളതല്ല

എല്ലാവരും നിങ്ങളെക്കുറിച്ച് ചിന്തിക്കുന്നതായി തോന്നുന്നു, നിങ്ങളെ വിലയിരുത്തുന്നു, നിങ്ങളെ നിർണ്ണയിക്കുന്നു, ജീവിതത്തിൽ നിങ്ങളുടെ പദവി നിർണ്ണയിക്കുന്നു. എന്നാൽ അങ്ങനെയല്ല.

സോഷ്യൽ മീഡിയ നമ്മളെ എല്ലാവരെയും നമ്മുടെ സ്വന്തം സർക്കിളുകളിലെ മിനി-സെലിബ്രിറ്റികളോട് ഉപമിച്ചിരിക്കുന്നു : നമുക്ക് ചുറ്റുമുള്ള എല്ലാവരും നമ്മുടെ ജീവിതത്തിന്റെ ചെറിയ കാര്യങ്ങളിൽ ആനുപാതികമല്ലാത്ത വിധത്തിൽ ആശങ്കാകുലരാണെന്ന് നമുക്കു ബോധ്യമാകും.

ഏതാനും ദശാബ്ദങ്ങൾക്കുള്ളിൽ നിങ്ങൾ ഇല്ലാതാകും. നിങ്ങളുടെ വീട് ഒരു പുതിയ കുടുംബത്തിന് വിൽക്കപ്പെടും. നിങ്ങളുടെ ജോലി മറ്റൊരാൾ ഏറ്റെടുക്കും. നിങ്ങളുടെ കുട്ടികൾ മുതിർന്നവരായിരിക്കും. നിങ്ങളുടെ ജോലി പൂർത്തിയാകും. ഇത് നിങ്ങളെ നിരാശരാക്കേണ്ടതില്ല; അത് നിങ്ങളെ മികച്ചതാക്കുകയാണ് വേണ്ടത്.

നിങ്ങൾ കരുതുന്ന രീതിയിൽ ആരും നിങ്ങളെക്കുറിച്ച് ചിന്തിക്കുന്നില്ല. അവർ കൂടുതലും തങ്ങളെക്കുറിച്ചു തന്നെയാണ് ചിന്തിക്കുന്നത്. വിയർത്തു നനഞ്ഞ വസ്ത്രം ധരിച്ച് നിങ്ങൾക്ക് ഷോപ്പിംഗിന് പോകേണ്ടിവരുമ്പോൾ, ആരും നിങ്ങളെ ശ്രദ്ധിക്കുന്നില്ലെന്നും ആരും നോക്കുന്നില്ലെന്നും ദയവായി മനസ്സിലാക്കുക. നിങ്ങളുടെ നേട്ടങ്ങളെക്കുറിച്ചോ അതിന്റെ അഭാവത്തെക്കുറിച്ചോ നിങ്ങൾക്ക് ഉത്കണ്ഠ തോന്നുമ്പോൾ, മിക്കവാറും ആരും ശ്രദ്ധിക്കുന്നില്ലെന്നും ആരും നോക്കുന്നില്ലെന്നും ദയവായി തിരിച്ചറിയുക. ജീവിതത്തിലെ എല്ലാ കാര്യങ്ങളിലും ഇത് തികച്ചും സത്യമാണ്.

നിങ്ങൾ നിങ്ങളെ വിലയിരുത്തുന്ന രീതിയിൽ ആരും നിങ്ങളെ വിലയിരുത്തുന്നില്ല. അവർ മിക്കവാറും നിങ്ങളെ മുഖവിലക്കെടുക്കുന്നു. എല്ലാവരും ചുറ്റുന്ന സൂര്യൻ നിങ്ങളാണെന്ന് ചിന്തിക്കുന്നത് നിർത്തുക. ഈ ലോകം മുഴുവൻ നിങ്ങളുടേതല്ല. നിങ്ങളുടെ ജീവിതം നിങ്ങളുടേതല്ല. നിങ്ങളുടെ സങ്കീർണ്ണ ചിന്താഗതികൾ എത്രത്തോളം മാറ്റിവെക്കാൻ കഴിയുമോ അത്രയധികം നിങ്ങൾക്ക് വിശ്രമിക്കാൻ കഴിയും.

സഹായം ചോദിക്കുക, കാരണം നിങ്ങൾ സർവ്വവും അറിയേണ്ടതില്ല

നാം ഒരു പ്രത്യേക സമൂഹത്തിലാണ് ജീവിക്കുന്നത്.

ആളുകൾ സ്കൂളിൽ പോകുന്നു; അവർ ഒരു ജോലിയിൽ വളരെ വൈദഗ്ധ്യം നേടുന്നതിന് അഭ്യാസം പരിശീലിക്കുന്നു. പിന്നീട് മറ്റുള്ളവരുടെ വൈദഗ്ധ്യം നേടുന്നതിന് പകരമായി അവർ ഈ ടാസ്ക് മാർക്കറ്റ് ചെയ്യുകയും വിൽക്കുകയും ചെയ്യുന്നു.

നിങ്ങൾക്ക് എല്ലാം അറിയണമെന്നില്ല.

നിങ്ങൾ ഒരു സാമ്പത്തിക വിദഗ്ധനാകണമെന്നില്ല; അതുകൊണ്ടാണ് നിങ്ങളുടെ നികുതി അടക്കുന്നതിനോ നിക്ഷേപം ഉപദേശിക്കുന്നതിനോ നിങ്ങൾക്ക് ഒരാളെ നിയമിക്കാൻ കഴിയുന്നത്. നിങ്ങൾ ഒരു മാസ്റ്റർ ഷെഫ് ആയിരിക്കണമെന്നില്ല; അതുകൊണ്ടാണ് നിങ്ങൾക്ക് ഒരു പാചകപുസ്തകം വാങ്ങാനോ അമ്മയോട് സഹായം ചോദിക്കാനോ കഴിയുന്നത്. നിങ്ങൾ ഒരു ലോകോത്തര പരിശീലകനാകാണമെന്നില്ല; അതുകൊണ്ടാണ് നിങ്ങൾക്ക് ഒരാളുമായി ഒരു അപ്പോയിന്റ്മെന്റ് ബുക്ക് ചെയ്യാനും പഠിക്കാനും കഴിയുന്നത്. മാനസികാരോഗ്യത്തിന്റെയും ന്യൂറോ

സൈക്കോളജിയുടെയും സങ്കീർണ്ണതകൾ നിങ്ങൾ മനസ്സിലാക്കേണ്ടതില്ല; അതുകൊണ്ടാണ് നിങ്ങൾക്ക് ഒരു സൈക്കോതെറാപ്പിസ്റ്റിനെ സന്ദർശിച്ച് എങ്ങനെ മെച്ചപ്പെടാമെന്ന് മനസ്സിലാക്കാൻ കഴിയുന്നത്.

നിങ്ങൾക്ക് എല്ലാം അറിയണമെന്നില്ല. നിങ്ങൾ എല്ലാ കാര്യങ്ങളിലും മിടുക്കനായിരിക്കണമെന്നില്ല. ഇക്കാരണത്താൽ, നിങ്ങൾക്ക് വാടകയ്ക്കെടുക്കാനോ പഠിക്കാനോ കഴിയുന്ന ആളുകളുണ്ടാവുന്നു. സ്വയം അൽപം മന്ദഗതിയിലാക്കി, നിങ്ങൾ പ്രാവീണ്യമുള്ള കാര്യങ്ങളിൽ ശ്രദ്ധ കേന്ദ്രീകരിക്കുക. മറ്റെല്ലാം ഔട്ട്സോഴ്സ് ചെയ്യുക.

നിങ്ങൾക്ക് അറിയാത്തതെന്തെന്ന് അറിയുക, തെറ്റായ ദ്വന്ദചിന്തകൾ അവസാനിപ്പിക്കുക

ആളുകൾ ഉത്കണ്ഠ നിലനിർത്തുന്നതിനുള്ള പ്രധാന കാരണം ഒന്നുകിൽ/അല്ലെങ്കിൽ തെറ്റായ ദ്വിമുഖങ്ങൾ എന്നറിയപ്പെടുന്ന ദീർഘകാല ചിന്തയാണ്.

ഒന്നോ രണ്ടോ ധ്രുവീകരിക്കപ്പെട്ട ഫലങ്ങൾക്ക് അനുകൂലമായി നിങ്ങൾ സാധ്യതകളുടെ ഒരു മുഴുവൻ മേഖലയും ഒഴിവാക്കുന്ന ഒരു വൈജ്ഞാനിക വികലതയാണിത്, അവയൊന്നും സാധ്യതയോ ന്യായമോ അല്ല.

എന്റെ ജോലി നഷ്ടപ്പെട്ടാൽ ഞാൻ പരാജയമാണ്. തെറ്റ്.

ഈ ബന്ധം അവസാനിച്ചാൽ, ഞാൻ ഒരിക്കലും പ്രണയം കണ്ടെത്തുകയില്ല. തെറ്റ്.

ഈ ഭയാനകമായ കാര്യം സംഭവിച്ചാൽ, എനിക്ക് മുന്നോട്ട് പോകാൻ കഴിയില്ല. തെറ്റ്

നിങ്ങളുടെ യുക്തിസഹമായ വൈദഗ്ധ്യത്തിന്റെ ലംഘനം ഉണ്ടാക്കുന്ന നയപരമായ വീഴ്ചകൾ മൂലമാണ് ഉത്കണ്ഠ ഉണ്ടാകുന്നത്. നിങ്ങൾ ഒരു സംഭവത്തിൽനിന്ന് സാധ്യതയില്ലാത്ത ഒരു നിഗമനത്തിലേക്ക് കുതിക്കുന്നു, അത് നിങ്ങൾക്ക് ശക്തമായി തോന്നുന്നതിനാൽ, അത് സത്യമാണെന്ന് നിങ്ങൾ അനുമാനിക്കുന്നു. ആത്യന്തികമായി, നിങ്ങൾ ദ്വിമുഖങ്ങളിൽ ചിന്തിക്കാൻ തുടങ്ങുന്നു, അവ ഫലപ്രദമല്ലെന്ന് മാത്രമല്ല, നിങ്ങളെ വളരെയധികം ഭയപ്പെടുത്തുകയും ചെയ്യുന്നു, നിങ്ങളുടെ ജീവിതം യഥാർത്ഥത്തിൽ

കൈകാര്യം ചെയ്യാൻ നിങ്ങൾക്ക് കഴിവില്ല എന്ന് അത് നിങ്ങളോട് പറഞ്ഞുകൊണ്ടേ ഇരിക്കും.

മാനസികാവസ്ഥയിലാകാൻ ശ്രമിക്കുന്നത് നിർത്തുക. കാരണം, ഇതൊരു വൈജ്ഞാനിക വക്രതയാണ്.

മനുഷ്യർ എന്ന നിലയിലുള്ള നമ്മുടെ പ്രാഥമികമായ ഭയം അജ്ഞാതമായതിനെ ചുറ്റിപ്പറ്റിയാണ് എന്നത് കണക്കിലെടുക്കുമ്പോൾ, നമ്മുടെ ജീവിതത്തിൽ സാധ്യമായ അനന്തരഫലങ്ങൾ പ്രവചിക്കാൻ നാം മാനസിക വ്യായാമങ്ങളിൽ ഏർപ്പെടുന്നത് മനസ്സിലാക്കാവുന്നതേയുള്ളൂ.

എന്നിരുന്നാലും, വികാരങ്ങൾ മുൻകരുതലുകളോ അല്ലെങ്കിൽ ഭാവിയെക്കുറിച്ച് അവബോധപൂർവ്വം പ്രവചിക്കാൻ കഴിയുമെന്ന വിശ്വാസമോ ആയി കാണുന്ന മാനസിക ചിന്തക്ക് കീഴ്പ്പെടുന്നത് ഒരാളെ മാനസികമായി ദുർബ്ബലനാക്കുന്നു. ഇത് നിയന്ത്രണം ഉപേക്ഷിക്കുന്നു, വ്യക്തികളെ സ്വന്തം ജീവിതത്തിന്റെ ചക്രത്തിന് പിന്നിൽ നിർത്തുന്നതിന് പകരം യാത്രക്കാരുടെ സീറ്റിൽ ഇരുത്തുന്നു.

നിങ്ങൾ മാനസിക ചിന്തയിൽ ഏർപ്പെടുമ്പോൾ, നിങ്ങൾ കണക്കുകൂട്ടലുകൾ ചെയ്യുന്നു. നിങ്ങൾ ഒരൊറ്റ വികാരമോ അനുഭവമോ എടുക്കുകയും നിങ്ങളുടെ ജീവിതത്തെക്കുറിച്ച് ഒരു ദീർഘകാല പ്രവചനം നടത്തുകയും ചെയ്യുന്നു. അത് വ്യാജം മാത്രമല്ല; അത് പലപ്പോഴും സ്വയം നിറവേറ്റുന്ന ഒരു പ്രവചനമായി മാറുന്നു.

നിങ്ങൾക്ക് അറിയാൻ കഴിയാത്തത് പ്രവചിക്കാൻ ശ്രമിക്കുന്നത് നിർത്തുക, നിങ്ങൾക്ക് കഴിയുന്നത് നിർമ്മിക്കുന്നതിന് നിങ്ങളുടെ ഊർജ്ജം വിനിയോഗിക്കാൻ ആരംഭിക്കുക. നിങ്ങളും നിങ്ങളുടെ ജീവിതവും അതിന് മികച്ചതായിരിക്കും.

നിങ്ങളുടെ ഫലങ്ങളുടെ ഉത്തരവാദിത്ത്വം ഏറ്റെടുക്കുക – അതെ, എല്ലാത്തിന്റെയും

അതെ, നിങ്ങളുടെ ജീവിതത്തിന്റെ വലിയ ചിത്രത്തിൽ കാണുമ്പോൾ, നിങ്ങൾക്ക് നിയന്ത്രിക്കാൻ കഴിയുന്ന ഫലങ്ങളാണ് യഥാർത്ഥത്തിൽ പ്രധാനം. ഒരു വലിയ സിസ്റ്റത്തിന്റെ ഒരു ചെറിയ ഭാഗമായി സ്വയം കാണുന്നത് പ്രലോഭനമാണ്. എന്നാൽ, നിങ്ങൾ വിചാരിക്കുന്നതിലും കൂടുതൽ ശക്തി നിങ്ങൾക്കുണ്ട്.

നിങ്ങൾ യഥാർത്ഥത്തിൽ നിങ്ങളുടെ ഊർജ്ജം ഉൽപ്പാദന ക്ഷമമായി പഠിക്കുന്നതും, നിങ്ങളുടെ ആരോഗ്യവും ക്ഷേമവും പരിപാലിക്കുന്നതും, നിങ്ങളുടെ ബന്ധങ്ങളും സ്വയം അവബോധവും മെച്ചപ്പെടുത്തുന്നതും, നിങ്ങൾക്ക് തികച്ചും വ്യത്യസ്തമായ ഒരു ജീവിതാനുഭവമായിരിക്കും. അവയിൽ ഓരോന്നും മാറുക നിങ്ങളുടെ കഴിവിന്റെ പരിധിയിൽനിന്നാണ് അല്ലെങ്കിൽ ഏറ്റവും കുറഞ്ഞത് നിങ്ങൾക്കതിനുമേൽ വലിയ സ്വാധീനം ചെലുത്താനാവും.

ജീവിതത്തിൽ നിങ്ങളുടെ നിയന്ത്രണത്തിന് പുറത്തുള്ള ചില കാര്യങ്ങളുണ്ട്. നിങ്ങൾ അവയിൽ ശ്രദ്ധ കേന്ദ്രീകരിക്കുക യാണെങ്കിൽ, നിങ്ങൾക്ക് പ്രധാനപ്പെട്ട എന്തെങ്കിലും നഷ്ടപ്പെടും : നിങ്ങളുടെ ജീവിതത്തിന്റെ ഭൂരിഭാഗവും നിങ്ങളുടെ പ്രവർത്തനങ്ങ ളുടെയും പെരുമാറ്റങ്ങളുടെയും തിരഞ്ഞെടുപ്പുകളുടെയും നേരിട്ടുള്ള ഫലമാണ്.

സങ്കീർണ്ണമായ വികാരങ്ങൾ പ്രോസസ്സ് ചെയ്യുന്നതിലൂടെ എങ്ങനെ മികച്ചതായി തോന്നാമെന്ന് മനസ്സിലാക്കുക

നിങ്ങൾക്ക് എല്ലായ്പ്പോഴും സന്തോഷം തോന്നണമെന്നില്ല. എപ്പോഴും സന്തോഷം അനുഭവിക്കാൻ ശ്രമിക്കുന്നത് പരിഹാരമല്ല; അത് പ്രശ്നമാണ്.

എല്ലായ്പ്പോഴും പോസിറ്റിവിറ്റി നിലനിർത്താനുള്ള കഴിവിനു പകരം, ദുഃഖം, ക്രോധം, സങ്കടം, ഉത്കണ്ഠ, അല്ലെങ്കിൽ ഭയം തുടങ്ങിയ സങ്കീർണ്ണമായ വികാരങ്ങൾ കൈകാര്യം ചെയ്യാനുള്ള കഴിവ് വികസിപ്പിക്കേണ്ടതിന് മാനസിക ശക്തി ആവശ്യമാണ്.

ഈ വികാരങ്ങൾ നിങ്ങളിലൂടെ കടന്നുപോകാൻ എങ്ങനെ അനുവദിക്കാമെന്നും അവ എങ്ങനെ മനസ്സിലാക്കാമെന്നും അവ യിൽനിന്ന് പഠിക്കാമെന്നും നിങ്ങൾക്കറിയില്ലെങ്കിൽ, നിങ്ങൾ അവയിൽ കുടുങ്ങിപ്പോകും. നിങ്ങൾ അവയെ കുഴിച്ചിടുക, തുടർന്ന് നിങ്ങൾക്ക് ചുറ്റുമുള്ളതെല്ലാം വെള്ളപ്പൊക്കം അഴിച്ചുവിടാൻ ഭീഷണിപ്പെടുത്തുന്ന ഒരു ട്രിഗറായി മാറുന്നു.

ഇത് ധീരമായ മുഖം കാണിക്കുന്നതിനെക്കുറിച്ചല്ല; അത് ആധികാ രികമായി വികാരങ്ങൾ അനുഭവിക്കാൻ നിങ്ങളെ അനുവദിക്കുന്ന തിനെക്കുറിച്ചാണ് – അത് സങ്കടമോ കോപമോ ദൃഢനിശ്ചയമോ ആകട്ടെ. ക്രിയാത്മകമായി പ്രതികരിക്കുന്നതിനു പകരം പ്രതികരി ക്കുന്നതിലാണ് യഥാർത്ഥ മാനസിക ശക്തി.

എന്താണ് സംഭവിച്ചതെന്ന് മറക്കുക, നിങ്ങൾ അത് എങ്ങനെ ശരിയാക്കും എന്നതിൽ ശ്രദ്ധ കേന്ദ്രീകരിക്കുക

മുൻകാല തെറ്റുകളെക്കുറിച്ച് ചിന്തിക്കുക, അവയിൽനിന്ന് പഠിക്കുക, കാര്യങ്ങൾ ശരിയാക്കാനോ ഭാവിയിൽ സമാനമായ ഫലങ്ങൾ തടയാനോ ഒരു പദ്ധതി ആവിഷ്കരിക്കുക. ഭൂതകാലത്തിൽനിന്ന് നിങ്ങൾ പാഠങ്ങൾ ശേഖരിച്ചുകഴിഞ്ഞാൽ, അത് വിട്ടേക്കുക. പാഠങ്ങൾ പൂർണ്ണമായി ഉൾക്കൊള്ളാത്തപ്പോൾ മാത്രമേ അത് മുറുകെ പിടിക്കേണ്ടതുള്ളൂ. നിങ്ങൾ ആഗ്രഹിക്കുന്ന അനുഭവങ്ങൾ രൂപപ്പെടുത്തുന്നതിന് ആ ഉൾക്കാഴ്ചകൾ വർത്തമാന കാലത്തേക്ക് പ്രയോഗിക്കുക.

ഇപ്പോൾ സംഭവിക്കുന്നതിനോ അല്ലെങ്കിൽ ഭാവിയിൽ നിങ്ങൾ സംഭവിക്കാൻ ആഗ്രഹിക്കുന്നതിനോ ആനുപാതികമായി സംഭവിക്കാത്ത കാര്യങ്ങളിൽ ശ്രദ്ധ കേന്ദ്രീകരിക്കുന്നത് നിങ്ങളെ പൂർണ്ണമായും സ്തംഭിപ്പിക്കുന്നു. ആഴത്തിലുള്ള രീതിയിൽ നിങ്ങൾ സ്വയം പരാജയപ്പെട്ടുവെന്ന് നിങ്ങൾക്ക് തോന്നുന്നുവെങ്കിൽ, നിങ്ങൾ മുന്നോട്ട് പോകുകയും നിങ്ങൾ ഇപ്പോൾ ആഗ്രഹിക്കുന്ന അനുഭവം സൃഷ്ടിക്കുകയും ചെയ്യുന്നത് കൂടുതൽ നിർണ്ണായകമാകും.

നിങ്ങളുടെ ജീവിതം അവസാനിച്ചിട്ടില്ല. നിങ്ങൾ അനിശ്ചിതമായി പരാജയപ്പെട്ടിട്ടില്ല, പക്ഷേ നിങ്ങൾ ഇതുവരെ വിട്ടയച്ചിട്ടില്ലെങ്കിൽ വീണ്ടും ശ്രമിക്കുക.

തുറന്ന് സംസാരിക്കുക, കാരണം നിങ്ങളുടെ തലയിൽ കാര്യങ്ങൾ പലപ്പോഴും കൂടുതൽ സങ്കീർണ്ണമാണ്

നിങ്ങളുടെ ചിന്തകൾ, വികാരങ്ങൾ, ഭയം എന്നിവയിൽ നിങ്ങൾ ശരിക്കും കുടുങ്ങിയതായി തോന്നുന്നുവെങ്കിൽ, ആരോടെങ്കിലും സംസാരിക്കുക. ഒരുപക്ഷേ ഒരു മാനസികാരോഗ്യ പ്രൊഫഷണലോ വിശ്വസ്ത സുഹൃത്തോ... ആരെങ്കിലും. അടുത്ത് ആരും ഇല്ലെങ്കിൽ, നിങ്ങളോട് തന്നെ സംസാരിക്കുക. നിങ്ങളുടെ മുന്നിൽവെച്ച് മറ്റൊരാളോട് സംസാരിക്കുന്നത് പോലെ നിങ്ങളുടെ ആശയങ്ങൾ സംസാരിക്കുക.

ചില സമയങ്ങളിൽ, ജീവിതത്തിന്റെ സങ്കീർണ്ണമായ ഭാഗങ്ങളിലൂടെ കടന്നുപോകാൻ നമ്മെ സഹായിക്കുന്നതിന് വസ്തുനിഷ്ഠമായ ഒരു മൂന്നാം കക്ഷി ആവശ്യമാണ്. ഇതെല്ലാം നിങ്ങളുടെ തലയിലും

ഹൃദയത്തിലും കുഴിച്ചിടുന്നത് പലപ്പോഴും അത് കൂടുതൽ വഷളാക്കുന്നു. അത് തുറന്ന് വിടുന്നത് പ്രശ്നം ലളിതമാക്കുകയും വികാരങ്ങൾ ഒഴിവാക്കുകയും മുന്നോട്ട് പോകാൻ നിങ്ങളെ സഹായിക്കുകയും ചെയ്യുന്നു.

നിങ്ങളുടെ സമയം എടുക്കുക. കാരണം, നിങ്ങൾക്ക് ഇപ്പോൾ എല്ലാം കണ്ടുപിടിക്കേണ്ട ആവശ്യമില്ല.

വളർച്ച സാധാരണയായി ഒരു വലിയ കാര്യമല്ല. അത് ക്രമാതീതമായി സംഭവിക്കുന്നു. ചെറിയ പൊട്ടിത്തെറികളിലും ചെറിയ ഘട്ടങ്ങളിലുമാണ് ഇത് സംഭവിക്കുന്നത്. കാരണം, നമ്മൾ വളരുമ്പോൾ, നാം യഥാർത്ഥത്തിൽ നമ്മുടെ സുരക്ഷാ മേഖലകൾ വികസിപ്പിക്കുകയും പുനഃക്രമീകരിക്കുകയും ചെയ്യുന്നു. നാം ഒരു പുതിയ ജീവിതരീതിയിലേക്ക് പുനഃക്രമീകരിക്കുകയാണ്, വളരെ വേഗത്തിൽ വളരെയധികം മാറ്റങ്ങൾ വരുത്തി നമ്മുടെ സിസ്റ്റങ്ങളെ ഞെട്ടിച്ചാൽ, നമ്മൾ പലപ്പോഴും നമുക്കറിയാവുന്നവയിലേക്ക് മടങ്ങിപ്പോകും.

നിങ്ങളുടെ ജീവിതം മാറ്റാനുള്ള ഏറ്റവും ഫലപ്രദവും ആരോഗ്യകരവുമായ മാർഗ്ഗം സാവധാനമാണ്. നിങ്ങൾക്ക് തൽക്ഷണ സംതൃപ്തി ആവശ്യമുണ്ടെങ്കിൽ, ഓരോ ദിവസവും നിങ്ങൾ എടുക്കുന്ന ചെറിയ ചുവടുവയ്പ്പായി കണക്കാക്കുക. കാലക്രമേണ, അതിന് ആക്കം കൂട്ടും, നിങ്ങൾ ആരംഭിച്ച സ്ഥലത്ത് നിന്ന് നിങ്ങൾ മൈലുകൾ അകലെയാണെന്ന് നിങ്ങൾ മനസ്സിലാക്കും.

ട്രിഗറുകൾ സിഗ്നലുകളായി എടുക്കുക, കാരണം നിങ്ങളുടെ മുറിവുകൾക്ക് നിങ്ങളുടെ ശ്രദ്ധ ആവശ്യമാണ്

ട്രിഗറുകൾ ക്രമരഹിതമല്ല; നിങ്ങൾക്ക് എവിടെയാണ് ഏറ്റവുമധികം മുറിവേറ്റത് അല്ലെങ്കിൽ വളർച്ചക്ക് പ്രാമുഖ്യം നൽകുന്നത് എന്ന് അവ നിങ്ങളെ കാണിക്കുന്നു.

രോഗശാന്തി, ആരോഗ്യം, പുരോഗതി എന്നിവ ആവശ്യമുള്ള നമ്മുടെ ജീവിതത്തിന്റെ ചില ഭാഗങ്ങളിൽ ശ്രദ്ധ കേന്ദ്രീകരിക്കാൻ സഹായിക്കുന്ന സിഗ്നലുകളായി ഈ ട്രിഗറുകളെ നമുക്ക് കാണാൻ കഴിയുമെങ്കിൽ, ഉപദ്രവിക്കുന്നതിന് പകരം സഹായകരമായി ഇതിനെ കാണാൻ നമുക്ക് കഴിയും.

നിങ്ങളുടെ പ്രശ്നങ്ങൾ അവഗണിക്കാൻ കഴിയില്ല. നിങ്ങളുടെ

മുറിവുകളെ അവഗണിക്കാനാവില്ല. നിങ്ങളെ അഴിച്ചുവിടാനും പ്രോസസ് ചെയ്യാൻ പഠിക്കാനും നിങ്ങളുടെ പെരുമാറ്റം അതിനനുസൃതമായി പൊരുത്തപ്പെടുത്താനും ആവശ്യമായ പ്രശ്നങ്ങളാണിവ. ഇത് നിങ്ങളെ മാനസികമായി ശക്തരാക്കുക മാത്രമല്ല; നിങ്ങൾക്ക് മൊത്തത്തിൽ മെച്ചപ്പെട്ട ജീവിതനിലവാരവും നൽകും.

നിങ്ങളുടെ അസ്വസ്ഥതയെ മാനിക്കുക, കാരണം അത് നിങ്ങളോട് എന്തോ പറയാൻ ശ്രമിക്കുന്നു

ജീവിതം നിങ്ങൾക്ക് നൽകുന്ന ഏറ്റവും വലിയ സമ്മാനം അസ്വസ്ഥതയാണ്.

അസ്വസ്ഥത നിങ്ങളെ ശിക്ഷിക്കാൻ ശ്രമിക്കുന്നില്ല! നിങ്ങൾ കൂടുതൽ കഴിവുള്ളവരോ, മികച്ചതിന് അർഹതയുള്ളവരോ, മാറ്റാൻ കഴിയുന്നവരോ, അല്ലെങ്കിൽ ഇപ്പോൾ ഉള്ളതിനേക്കാൾ മികവുറ്റവരോ ആണെന്ന് കാണിക്കാൻ ശ്രമിക്കുകയാണ്. മിക്കവാറും എല്ലാ സാഹചര്യങ്ങളിലും, നിങ്ങൾക്കായി കൂടുതൽ കാര്യങ്ങൾ ഉണ്ടെന്ന് ഇത് നിങ്ങളെ അറിയിക്കുന്നു, അത് പിന്തുടരാൻ നിങ്ങളെ പ്രേരിപ്പിക്കുന്നു.

ഈ അസ്വാസ്ഥ്യത്തെ ശമിപ്പിക്കാൻ ശ്രമിക്കുന്നതിനുപകരം, നിങ്ങൾ ശ്രദ്ധിച്ച് പഠിക്കുകയും നിങ്ങളുടെ ഗതി മാറ്റാൻ തുടങ്ങുകയും ചെയ്യുന്നതിന് മാനസിക ശക്തി ആവശ്യമാണ്.

മികച്ചതും കൂടുതൽ പൂർണ്ണവുമായി ജീവിക്കാൻ നിങ്ങളെ സഹായിക്കുന്നതിനുള്ള ആത്യന്തിക ലക്ഷ്യത്തോടെ നിങ്ങൾ ആരാണെന്ന് പ്രതിഫലിപ്പിക്കുന്ന ഒരു ഫീഡ്ബാക്ക് മെക്കാനിസമായി നിങ്ങൾക്ക് നിങ്ങളുടെ ജീവിതത്തെ കാണാൻ കഴിയുമെങ്കിൽ, ഒരിക്കലും നിങ്ങളുടെ വഴിയിൽ തടസ്സമായി നിൽക്കുന്നത് ലോകം ആയിരുന്നില്ലെന്ന് നിങ്ങൾ പെട്ടെന്ന് മനസ്സിലാക്കുന്നു, നിങ്ങളുടെ സ്വന്തം മനസ്സാണത്.

നിങ്ങളുടെ ജീവിതം എങ്ങനെ യഥാർത്ഥമായി ആസ്വദിക്കാം

ഒന്ന് ചോദിച്ചാൽ, ജീവിതത്തിന്റെ ലക്ഷ്യം അത് ആസ്വദിക്കുകയാണെന്ന് തങ്ങൾ വിശ്വസിക്കുന്നുവെന്ന് പലരും നിസ്സംശയം

സമ്മതിക്കും. എന്നിരുന്നാലും, നിരവധി ആളുകൾ വർത്തമാന കാലത്തിൽ ജീവിക്കുവാൻ പാടുപെടുകയും യഥാർത്ഥത്തിൽ അവരുടെ ജീവിതം അനുഭവിക്കുവാൻ ബുദ്ധിമുട്ടുകയും ചെയ്യുന്നു. ഇതിന്റെ കുറ്റവാളികൾ വൈവിധ്യതയും, കൂടാതെ യാഥാർത്ഥ്യ ബോധമില്ലാത്ത പ്രതീക്ഷകൾ മുതൽ സുഖം തോന്നാൻ കഠിനമായി ശ്രമിക്കുന്നത് വരെ എല്ലാംതന്നെ ഇതിന് കാരണക്കാരാണ്. (എല്ലാത്തിനുമുപരി, നിങ്ങൾ അനുവദിക്കേണ്ട ഒന്നാണ്.)

കഷ്ടതകളുടെ സമയത്ത്, "വെറുതെ വിശ്രമിക്കുക" അല്ലെങ്കിൽ "സ്വയം ആസ്വദിക്കുക" എന്ന് പറയുന്നത് അവിശ്വസനീയമാം വിധം നിരാകരിക്കലും വെല്ലുവിളിയുമാണ്. നിങ്ങൾ അതിജീവന മോഡിൽ ആയിരിക്കുമ്പോൾ, ഒഴുക്കിനൊപ്പം പോകുക എന്ന ആശയം നിങ്ങളുടെ മനസ്സിൽനിന്നും ഏറ്റവും വിദൂരതയിലുള്ള കാര്യമാണ്. ജീവിതത്തിൽ സന്തോഷം കണ്ടെത്തുന്നതിനുള്ള നിർണ്ണായക ഘട്ടം, നിങ്ങൾ ആഘാതത്തിന്റെയും വേദനയുടെയും അവസ്ഥയിലായിരിക്കുമ്പോൾ, സന്തോഷവാനായിരിക്കാൻ നിങ്ങളെ നിർബന്ധിക്കുന്നത് പ്രായോഗികമല്ലെന്ന് സമ്മതിക്കുക എന്നതാണ്. പകരം, ആദ്യം ഒരു നിഷ്പക്ഷ അവസ്ഥയിലേക്ക് നിങ്ങളുടെ വഴി കണ്ടെത്തേണ്ടത് അത്യാവശ്യമാണ്.

കഷ്ടതയുടെ നാളുകളിൽ, നിങ്ങൾ സ്വയം സുഖം പ്രാപിക്കാൻ ശ്രമിക്കുമ്പോൾ, നിങ്ങൾ യഥാർത്ഥത്തിൽ നിങ്ങളുടെ വികാരങ്ങളുടെ ധ്രുവതയെ തീവ്രമാക്കുകയാണ്. വ്യത്യസ്തമായ എന്തെങ്കിലും അനുഭവിക്കാൻ ശ്രമിക്കുന്നതിന് പകരം നിങ്ങൾ "മോശം" വികാരത്തെ തളർത്തുകയാണ് ചെയുന്നത്. വിരോധാഭാസമെന്നു പറയട്ടെ, വൈകാരികമായി മല്ലിടുന്ന പലരും, അവരുടെ ഉള്ളിന്റെയുള്ളിൽ, യഥാർത്ഥത്തിൽ ജീവിതം ആസ്വദിക്കാൻ കൂടുതൽ ആഗ്രഹമുള്ളവരാണ്.

സന്തോഷമായിരിക്കാൻ ശ്രമിക്കുന്നത് നിർത്തുക

സന്തോഷം നിങ്ങൾക്ക് പിന്തുടരാൻ കഴിയുന്ന ഒന്നല്ല. അത് നിങ്ങൾ അനുവദിക്കേണ്ട കാര്യമാണ്. പോസിറ്റീവ് സൈക്കോളജി മുതൽ പ്രചോദനാത്മകമായ പിന്റെറെസ്റ്റ് ബോർഡുകൾ വരെയുള്ള എല്ലാ കാര്യങ്ങളിലും ലോകം ഉറച്ചുനിൽക്കുന്നതിനാൽ ഇത് പലരെയും അത്ഭുതപ്പെടുത്തും. എന്നാൽ സന്തോഷം എന്നത് നിങ്ങൾക്ക് സ്വയം പരിശീലിപ്പിക്കാൻ കഴിയുന്ന ഒന്നല്ല. സന്തോഷം നിങ്ങളുടെ സ്വാഭാവിക അവസ്ഥയാണ്. അതിനർത്ഥം

നിങ്ങൾ അനുഭവിക്കാൻ ആഗ്രഹിക്കുന്ന മറ്റ് വികാരങ്ങൾ വരാനും അനുഭവിക്കാനും പ്രോസസ്സ് ചെയ്യാനും എതിർക്കാതിരിക്കാനും അനുവദിക്കുകയാണെങ്കിൽ നിങ്ങൾ സ്വയം അതിലേക്ക് മടങ്ങും. നിങ്ങളുടെ അസന്തുഷ്ടിയെ നിങ്ങൾ എത്രത്തോളം ചെറുക്കാതിരിക്കുന്നുവോ അത്രത്തോളം നിങ്ങൾ സന്തോഷവാനായിരിക്കും. പരാജയത്തിലേക്ക് നമ്മെ സജ്ജമാക്കുന്ന ആ പ്രത്യേക വഴി അനുഭവിക്കാൻ നാം പലപ്പോഴും കഠിനമായി ശ്രമിക്കുന്നു.

വർത്തമാനകാലത്തിലേക്ക് എത്തിച്ചേരുക

നിങ്ങൾ ഉത്കണ്ഠാകുലനാണെങ്കിൽ, അത് നിങ്ങൾ ഭാവിയിൽ ജീവിക്കുന്നതിനാലാണെന്നും നിങ്ങൾ വിഷാദത്തിലാണെങ്കിൽ, നിങ്ങൾ ഭൂതകാലത്തിൽ ജീവിക്കുന്നതിനാലാണെന്നും ഒരു പഴഞ്ചൊല്ലുണ്ട്. നിങ്ങൾ വർത്തമാന നിമിഷത്തിൽ ജീവിക്കുമ്പോൾ, ഭൂതകാലവും ഭാവിയും, അനന്തവും ശാശ്വതവുമായ "ഇപ്പോൾ" എന്ന ഈ നിമിഷത്തിന്റെ നിലവിലുള്ള മിഥ്യാധാരണകളാണെന്നും അവ യഥാർത്ഥത്തിൽ നിങ്ങളുടെ ശരീരത്തിൽനിന്നും ഒഴിവാക്കേണ്ടുന്ന വഴികളാണെന്നും നിങ്ങൾ മനസ്സിലാക്കുന്നു.

സന്തോഷം കണ്ടെത്താനുള്ള ഒരേയൊരു സ്ഥലം വർത്തമാനകാലമാണ്. കാരണം അത് യഥാർത്ഥത്തിൽ നിലനിൽക്കുന്ന ഒരേയൊരു സ്ഥലമാണ്. ഭാവിയിൽ സംഭവിക്കാവുന്നതോ സംഭവിച്ചേക്കാവുന്നതോ ആയ കാര്യങ്ങളിൽ ശ്രദ്ധ കേന്ദ്രീകരിച്ച് സന്തോഷം കണ്ടെത്താൻ ശ്രമിക്കുന്നത് യഥാർത്ഥത്തിൽ വേർപിരിയൽ പ്രക്രിയയാണ്. ഒരു സമയം ഒരു ദിവസം നന്നായി ജീവിക്കുന്നതിൽ ശ്രദ്ധ കേന്ദ്രീകരിച്ചും നിലവിൽ നിങ്ങളുടെ മുന്നിലുള്ളതുകൊണ്ട് പരമാവധി ചെയ്യുന്നതിലൂടെയും ഇന്നിലേക്ക് എത്തിച്ചേരാൻ പരിശീലിക്കുക.

വർത്തമാനകാലത്ത് ജീവിക്കുന്നതിനും നിങ്ങളുടെ ഭാവിയെ പരിപാലിക്കുന്നതിനും ഇടയിൽ നല്ല സന്തുലിതാവസ്ഥയുണ്ട്.

ആധിപത്യം സ്ഥാപിക്കാൻ ശ്രമിക്കുന്നത് നിർത്തുക

രാജ്യത്തിന്റെ അമ്പരപ്പിക്കുന്ന ഉയർന്ന സന്തോഷ നിരക്കുകൾക്ക് കാരണമായി പലരും പറയുന്ന സുഖസൗന്ദര്യത്തിന്റെയും ക്ഷേമത്തിന്റെയും ഡാനിഷ് കലയായ *ഹൈഗ്*-നെക്കുറിച്ചുള്ള തന്റെ പുസ്തകത്തിൽ, മറ്റുള്ളവരുമായി ബന്ധപ്പെടുന്നത് അവരോടൊപ്പം

സമയം ചെലവഴിക്കുക മാത്രമല്ലെന്ന് മെയ്ക്ക് വിക്കിംഗ് വിശദീകരിക്കുന്നു; ഒരാളിൽ ആധിപത്യം സ്ഥാപിക്കാനോ മതിപ്പുളവാക്കാനോ വൈകാരിക പ്രതികരണം സൃഷ്ടിക്കാനോ ശ്രമിക്കാതിരിക്കുന്നതുമായി അത് ബന്ധപ്പെട്ടിരിക്കുന്നു. സ്വയം തെളിയിക്കാൻ ശ്രമിക്കാതിരുന്നാൽ നിങ്ങൾ കൂടുതൽ സന്തോഷം കണ്ടെത്തുന്നു.

ബന്ധങ്ങളിൽ തങ്ങളുടെ ആധിപത്യം സ്ഥാപിക്കാൻ ആഗ്രഹിക്കുന്ന ആളുകൾ തങ്ങൾക്കു വേണ്ടപ്പെട്ടവരുമായി സാങ്കൽപ്പിക കാര്യങ്ങളിൽ തർക്കത്തിലേർപ്പെടുന്നവരും പ്രധാനപ്പെട്ട അവധി ദിവസങ്ങളിലോ പരിപാടികളിലോ വലിയ നാടകങ്ങൾ സൃഷ്ടിക്കുന്നവരോ തങ്ങൾ സ്നേഹിക്കുന്ന ആളുകൾക്ക് അവരുടെ പെരുമാറ്റത്തിൽ ഏറ്റവും മോശം വശം ലഭിക്കണമെന്ന് മനസ്സിലാക്കുകയും ചെയുന്നു.

കൂടുതൽ സന്തോഷം കണ്ടെത്തുന്നതിന്, നിങ്ങളുടെ ചുറ്റുമുള്ളവരോട് തുല്യനായി നിങ്ങൾ സ്വയം കാണേണ്ടതുണ്ട്. നിങ്ങൾ അറിയുന്നവരിൽനിന്ന് നിരന്തരം പഠിക്കുന്ന രീതിയിൽ നിങ്ങൾ സ്വയം വീക്ഷിക്കുമ്പോൾ, നിങ്ങൾ അവർക്കും "താഴെ" ആണെന്ന ഭയം നിങ്ങളെ വേട്ടയാടുകയില്ല.

കൊച്ചു കൊച്ചു സന്തോഷങ്ങൾ കണ്ടെത്തുമ്പോൾ നിങ്ങൾ അവയിലേക്ക് ചായുക

ജീവിതം "ആസ്വദിക്കാൻ" ശ്രമിക്കുന്നതിനെക്കുറിച്ച് ചിന്തിക്കുമ്പോൾ, നമ്മുടെ മനസ്സ് വളരെ വലുതും അതിരുകടന്നതുമായ കാര്യങ്ങൾ നേടാൻ ശ്രമിക്കുന്നത് സാധാരണമാണ്. നാം അവധിയിലായിരിക്കുമ്പോഴോ ഒരു വലിയ ബോണസ്സ് ലഭിക്കുമ്പോഴോ മാത്രമേ സന്തോഷവാനായിരിക്കു എന്ന് നമ്മൾ കരുതുന്നു.

എന്നിരുന്നാലും, ഇത് യഥാർത്ഥത്തിൽ സന്തോഷത്തിന്റെ വിപരീതമാണ്, കാരണം ഇത് സോപാധികമാണ്. ജീവിതത്തിലെ ചെറിയ സന്തോഷങ്ങളെ ഉൾക്കൊള്ളുന്നതാണ് യഥാർത്ഥ സന്തോഷം : ഒരു വേനൽക്കാല പ്രഭാതത്തിലെ സൂര്യോദയം, നിങ്ങളുടെ ഒരു കപ്പ് കാപ്പി അല്ലെങ്കിൽ അതിശയകരമായ ഒരു പുസ്തകം. വലിയ കാര്യങ്ങൾ സംഭവിക്കുമ്പോൾ മാത്രമല്ല, എല്ലാ ദിവസവും നിങ്ങൾക്ക് കണ്ടെത്താനാകുന്ന ചെറിയ സംതൃപ്തികൾക്കും നന്ദിയുള്ളവരാകുക.

മിക്ക ആളുകളും സന്തോഷത്തെക്കുറിച്ച് ഗൗരവമായി ചിന്തിക്കുന്നു. യഥാർത്ഥ സന്തോഷം അനുഭവിക്കുന്നതിന് അവരുടെ ജീവിതം തികഞ്ഞ പ്രവർത്തന ക്രമത്തിലായിരിക്കണമെന്ന് അവർ അനുമാനിക്കുന്നു. ഇത് അങ്ങനെയല്ല. നിങ്ങൾ എവിടെയാണെങ്കിലും എങ്ങനെയാണെങ്കിലും സന്തോഷം കണ്ടെത്തുന്നതാണ് യഥാർത്ഥ സന്തോഷം.

നിങ്ങൾക്കുള്ള നല്ല ബന്ധങ്ങളെ പരിപോഷിപ്പിക്കുക

നിങ്ങൾ അന്തർമുഖനാണോ അല്ലയോ എന്നത് പരിഗണിക്കാതെ തന്നെ, നിങ്ങളുടെ ബന്ധങ്ങളുടെ ഗുണനിലവാരം നിങ്ങളുടെ ജീവിതാനുഭവങ്ങളുടെ ഗുണനിലവാരത്തെ നിർണ്ണയിക്കുന്നു. ടൺ കണക്കിന് ഗവേഷണങ്ങൾ ഇതിനെ പിന്താങ്ങുന്നു : നമ്മൾ സമയം ചിലവഴിക്കുന്ന ആളുകൾക്കനുസരിച്ചാണ് നമ്മൾ മാറുന്നത്, നമ്മുടെ സന്തോഷം നേരിട്ട് ബന്ധപ്പെട്ടിരിക്കുന്നത് നമുക്കുള്ള ബന്ധങ്ങളുടെ അളവിലല്ല, മറിച്ച് അവർ ഓരോരുത്തരുടെയും ഗുണത്തിലാണ്; ഏകാന്തത നിങ്ങളുടെ ആരോഗ്യത്തിന് പുകവലി പോലെ തന്നെ അപകടകരമാണ്.

ഈ ആശയത്തിന്റെ പൊതുവായ ദുർവ്യാഖ്യാനം, ലഭ്യമായ ആരുമായും സൗഹൃദം സ്ഥാപിക്കുകയും ജീവശാസ്ത്രപരമായ കുടുംബാംഗങ്ങളുമായി ആത്മാർത്ഥമായി ബന്ധപ്പെടുന്നില്ലെങ്കിൽപ്പോലും അവരുമായി അടുത്ത ബന്ധം പുലർത്തുകയും ചെയ്യണമെന്ന് വിശ്വസിക്കാൻ പലരെയും പ്രേരിപ്പിക്കുന്നു. എന്നിരുന്നാലും, ഇത് പൂർണ്ണമായും വിഷയത്തിന്റെ കാതലിനെ നഷ്ടപ്പെടുത്തുന്നു. യഥാർത്ഥ സന്തോഷം നിങ്ങൾ ആഗ്രഹിക്കാത്ത ബന്ധങ്ങളിലേക്ക് നിങ്ങളെ നിർബന്ധിക്കുന്നതിനെ ആശ്രയിക്കുന്നില്ല. നിങ്ങൾ ശരിക്കും ഇഷ്ടപ്പെടുന്നവരും നിങ്ങളുടെ ജീവിതത്തിന് മൂല്യം കൂട്ടുന്നവരുമായ ആളുകളുമായി ബന്ധം കെട്ടിപ്പടുക്കുന്നതിലും വളർത്തുന്നതിലുമാണ് സന്തോഷം.

നിങ്ങൾക്ക് ശരിക്കും ബന്ധമുള്ള ഒരാളെ നിങ്ങൾ കണ്ടുമുട്ടുമ്പോൾ, ആ വ്യക്തിയെ നിങ്ങൾ കാണുന്നുവെന്ന് ഉറപ്പാക്കാനും നിങ്ങളുടെ സൗഹൃദം ആരോഗ്യകരമായി നിലനിർത്തുന്നതിനും നിങ്ങളുടെ രീതിയിൽ അവരുമായി ഇടപഴകാൻ ശീലിക്കുക.

നിങ്ങൾക്ക് കഴിയുന്നിടത്തോളം പുതിയ എന്തെങ്കിലും പഠിക്കുക

നിങ്ങൾക്ക് അറിയാനുള്ളതെല്ലാം ഇതിനകം അറിയാമെന്ന മട്ടിൽ നിങ്ങൾ ജീവിതത്തെ സമീപിക്കുമ്പോൾ, പുതിയതും മികച്ചതുമായ അനുഭവങ്ങൾ നേടുന്നതിൽനിന്ന് നിങ്ങൾ യഥാർത്ഥത്തിൽ സ്വയം പിൻവാങ്ങുകയാണ്. നിങ്ങൾ പുതുതായി എന്തെങ്കിലും പരീക്ഷിക്കുമ്പോൾ എന്ത് സംഭവിക്കുമെന്ന് നിങ്ങൾക്കറിയാമെന്ന് നിങ്ങൾ കരുതുന്നുവെങ്കിൽ, നിങ്ങൾ ഇതുവരെ പോയിട്ടില്ലാത്ത സ്ഥലങ്ങൾ എങ്ങനെയായിരിക്കുമെന്ന് നിങ്ങൾക്കറിയാമെന്ന് നിങ്ങൾ കരുതുന്നുവെങ്കിൽ... സ്വയം ആശ്ചര്യപ്പെടുത്താൻ നിങ്ങൾക്ക് കുറച്ച് ഇടം ആവശ്യമുണ്ട്.

നിങ്ങൾക്ക് നിരന്തരം പഠിക്കാൻ കഴിയുന്ന ഒന്നായി ജീവിതത്തെക്കുറിച്ച് ചിന്തിക്കുക. നിങ്ങളുടെ വേദന, എന്താണ് നല്ലതെന്നും എന്താണ് മോശമെന്നും നിങ്ങൾ തുടരാൻ പാടില്ലാത്തത് എന്താണെന്നും പഠിപ്പിക്കുന്നു. വിന്യാസത്തിലുള്ളത് എന്താണെന്ന് നിങ്ങളുടെ സന്തോഷം നിങ്ങളെ പഠിപ്പിക്കുന്നു. എല്ലാം നിങ്ങളുടെ അദ്ധ്യാപകനാകാം, നിങ്ങളുടെ ജീവിതാനുഭവങ്ങൾ നിങ്ങളെ മാറ്റാനും പരിവർത്തനം ചെയ്യാനും അനുവദിക്കുന്നതിനനുസരിച്ച് നിങ്ങൾ (അവയും) മികച്ചതായിത്തീരും.

പരിവർത്തനത്തിനുള്ള അവസരങ്ങളായി വെല്ലുവിളി നിറഞ്ഞ സമയങ്ങളെ കാണുക

സന്തുഷ്ടരായ ആളുകൾ എല്ലായ്പ്പോഴും സന്തോഷവാന്മാരല്ല, ഇത് ഒരു പ്രധാന വേർതിരിവാണ്. വാസ്തവത്തിൽ, യഥാർത്ഥ സന്തുഷ്ടരായ ആളുകൾ തങ്ങൾ അനുഭവിക്കുന്ന എല്ലാ കാര്യങ്ങളിലും ആഹ്ലാദിക്കുന്നതിനേക്കാൾ കൂടുതൽ സമാധാനത്തിലായിരിക്കും ഉണ്ടാവുക.

കാരണം, സന്തുഷ്ടരായ ആളുകൾ അന്തർലീനമായി സ്വയം പരിശീലിപ്പിക്കാനും പരിവർത്തനം ചെയ്യാനും കഴിയുന്നവരാണ്. അവർ അവരുടെ വഴികളിൽ കുടുങ്ങിയിട്ടില്ല. ജീവിതത്തിന് വളർച്ച ആവശ്യമാണെന്ന് അവർ മനസ്സിലാക്കുന്നു, ആ വളർച്ച മുരടിക്കുമ്പോൾ, അസ്വസ്ഥതകൾ ഉണ്ടാകാൻ തുടങ്ങുന്നു.

ജീവിതത്തിന്റെ യഥാർത്ഥ സ്വഭാവം നിരന്തരമായ ചലനവും നിര

ന്തരമായ പരിണാമവുമാണ്. നിങ്ങൾ അത് പാലിക്കുന്നില്ലെങ്കിൽ, നിങ്ങൾ എവിടെയാണോ അവിടെ തുടരുന്നത് സുഖകരമല്ലാത്തതിനാൽ ജീവിതം മാറാൻ നിങ്ങൾ നിർബന്ധിതരാകും. നിങ്ങൾക്ക് എല്ലാ വേദനകളും ഒഴിവാക്കാൻ കഴിയില്ല, എന്നാൽ നിങ്ങളുടെ ആന്തരിക വളർച്ചയിൽ ശ്രദ്ധ കേന്ദ്രീകരിച്ചുകൊണ്ട് നിങ്ങൾക്ക് ഒരുപാട് കഷ്ടപ്പാടുകൾ ഒഴിവാക്കാനാകും.

നിങ്ങളുടെ ഊർജ്ജം എന്തിനുവേണ്ടിയാണ് നൽകുന്നത് എന്നതിനെക്കുറിച്ച് അറിഞ്ഞിരിക്കുക

തീർച്ചയായും, മിക്ക ആളുകളും അവർ ഇഷ്ടപ്പെടാത്ത ഒരു ജോലി ചെയ്യുന്നുവെങ്കിലോ അവരുടെ ജീവിതത്തിന്റെ ഭൂരിഭാഗവും വെറുക്കുന്ന ബന്ധങ്ങളിൽ തുടരുകയാണെങ്കിലോ, അതറിയാറില്ല.

എന്നിരുന്നാലും, പലർക്കും മനസ്സിലാകാത്തത്, നമ്മുടെ ജീവിതത്തിന്റെ ഗുണനിലവാരം ഉയർത്തുന്നതിന് നാം നിരന്തരം ഊർജ്ജം ചിലവഴിക്കുന്ന കാര്യങ്ങൾക്ക് കൂടുതൽ സുപ്രധാനമായ പങ്കുണ്ട് എന്നാണ്.

ഇഷ്ടപ്പെടാത്ത ജോലികളും പഴകിയ ബന്ധങ്ങളും പ്രശ്നങ്ങളല്ല, അവ ലക്ഷണങ്ങളാണ്, എല്ലാറ്റിന്റെയും അടിസ്ഥാനം നിങ്ങളുടെ മനസ്സിനെ ചലനാത്മകമാകാൻ അനുവദിക്കുന്നിടത്താണ്. ചില ചിന്തകൾക്ക് ഊർജ്ജം നൽകുമ്പോൾ അവയ്ക്ക് ജീവൻ ലഭിക്കും. നിങ്ങൾ പോറ്റുന്ന ചെന്നായയാണ് ജയിക്കുന്നതെന്ന് ഒരു പഴഞ്ചൊല്ലുണ്ട്, നിങ്ങളുടെ ജീവിതത്തിന്റെ ഗുണനിലവാരത്തെക്കുറിച്ച് പറയുമ്പോൾ, നിങ്ങൾ സ്വയം ചിന്തിക്കാൻ അനുവദിക്കുന്ന കാര്യങ്ങളിൽ നിങ്ങൾ അതീവ ജാഗ്രത പാലിക്കേണ്ടതുണ്ട്. അത് താമസിയാതെ നിങ്ങൾക്ക് തോന്നുന്നതും, നിങ്ങൾ വിശ്വസിക്കുന്നതും, നിങ്ങളുടെ പെരുമാറ്റവും, നിങ്ങൾ ജീവിക്കുന്ന രീതിയും ആയിത്തീരും.

ഒന്നും ചെയ്യാതിരിക്കാൻ സമയം പട്ടികപ്പെടുത്തുക

സന്തോഷം നിഷ്ക്രിയമായതുപോലെ തന്നെ സജീവമായ ഒരു അന്വേഷണവുമാണ്. ഓരോ ദിവസവും സംതൃപ്തി അനുഭവിക്കുക എന്നത് തികച്ചും ബോധപൂർവ്വമായ ഒരു തിരഞ്ഞെടുപ്പാണെങ്കിലും (അത് ആകസ്മികമായി സംഭവിക്കാൻ പോകുന്നില്ല) ശരിക്കും ആശ്ചര്യം തോന്നുന്ന ഒരു വിരോധാഭാസം, അത് നിങ്ങൾക്ക്

നിർബന്ധിക്കാൻ കഴിയുന്ന ഒന്നല്ല എന്നതാണ്; അത് നിങ്ങൾ അനുവദിക്കേണ്ട കാര്യമാണ്.

നിങ്ങളുടെ ഷെഡ്യൂൾ ഓവർലോഡ് ചെയ്യാനുള്ള ത്വരയെ ചെറുക്കുന്നതും ദൈനംദിന ജീവിതത്തിലെ സാധാരണ നിമിഷങ്ങൾ ആസ്വദിക്കാൻ നിങ്ങളെ അനുവദിക്കുന്നതും സന്തോഷത്തിൽ ഉൾപ്പെടുന്നു. ഒരു പുസ്തകം വായിക്കുക, പ്രിയപ്പെട്ടവരുമായി ഭക്ഷണം പങ്കിടുക, അല്ലെങ്കിൽ ഓരോ ദിവസവും ചെറിയ കാര്യങ്ങളെ അഭിനന്ദിക്കുക തുടങ്ങിയ ലളിതമായ പ്രവർത്തനങ്ങളിൽ സന്തോഷം കണ്ടെത്തുന്നതിനെക്കുറിച്ചാണ് ഇത് പറയുന്നത്. എന്നിരുന്നാലും, ഈ സമയം സ്വന്തമാക്കുന്നതിന് നിങ്ങളുടെ ഭാഗത്തുനിന്ന് മനഃപൂർവമായ ആസൂത്രണം ആവശ്യമാണ്.

വിനോദത്തിനുള്ള സമയം പട്ടികപ്പെടുത്തുക

നമ്മൾ കുട്ടികളായിരിക്കുമ്പോൾ, നാം സങ്കൽപ്പിക്കുകയും കളിക്കുകയും മാത്രമാണ് ചെയ്തിരുന്നത്. നമ്മുടെ ജീവിതം നമ്മുടെ ക്യാൻവാസുകളായിരുന്നു, നമുക്ക് എന്തും വിശ്വസിക്കാനും അത് ജീവിക്കാൻ ദിവസങ്ങൾ ചെലവഴിക്കാനും കഴിയുമെന്ന് നാം അന്തർലീനമായി മനസ്സിലാക്കി.

പ്രായപൂർത്തിയായവരിലും ഇത് സത്യമാണ്. എന്നാൽ, ഏതാനും ദശാബ്ദങ്ങൾക്കുള്ളിൽതന്നെ, നിങ്ങളുടെ മാന്ത്രികതയെ തോൽപ്പിക്കാൻ ലോകത്തിന് ഒരു വഴിയുണ്ട് എന്ന് നിങ്ങൾ ധരിച്ചു തുടങ്ങി. നിങ്ങൾക്ക് ശരിക്കും ജീവിതം ആസ്വദിക്കണമെങ്കിൽ, ചെറുപ്പത്തിൽ നിങ്ങൾ ഇഷ്ടപ്പെടുന്ന കാര്യങ്ങൾ ചെയ്യാൻ നിങ്ങൾ സമയം കണ്ടെത്തണം. പെയിന്റ് ചെയ്യുക, മണലിൽ കളിക്കുക, നിങ്ങൾ ഇഷ്ടപ്പെടുന്ന ഗെയിമുകൾ കളിക്കുക, അതിനായി സർഗ്ഗാത്മകത പുലർത്തുക.

അതെല്ലാം ബാലിശമായി തോന്നുകയാണെങ്കിൽ, നല്ലത്. എല്ലായ്പ്പോഴും അവിടെയുണ്ടായിരുന്ന നിങ്ങളുടെ ആന്തരിക ബാലിശവുമായി ഒരു അനുരഞ്ജനത്തിന് നിങ്ങൾ തയ്യാറാണ് എന്നാണ് ഇതിനർത്ഥം. ജീവിതം ആസ്വദിക്കുക എന്നത് സാധ്യമായ ഏറ്റവും ലളിതവും പരിവർത്തനപരവുമായ വഴികളിലൂടെ ജീവിക്കുകയാണ്. അതിന്റെ ഒരു ഭാഗം സ്വയം കാണിക്കാനും നിങ്ങൾ ആരാണെന്നും എങ്ങനെയാണെന്നും കാണിക്കാനും അനുവദിക്കുക എന്നതാണ്.

സ്വയം ഒരു യജമാനനാകുക

നിങ്ങളുടെ ജീവിതാവസാനം എത്തുമ്പോൾ, നിങ്ങളുടെ ജീവിതത്തിലെ പർവ്വതങ്ങൾ യഥാർത്ഥത്തിൽ എന്തായിരുന്നുവെന്ന് നിങ്ങൾ കാണാൻ തുടങ്ങും. അവ *സമ്മാനങ്ങൾ* ആയിരുന്നു.

നിങ്ങളുടെ ജീവിതത്തിലേക്ക് തിരിഞ്ഞുനോക്കുമ്പോൾ, നിങ്ങൾ കഷ്ടപ്പാടുകൾ ഓർക്കുന്നില്ല. നിങ്ങൾ അവയെ ആധാര ബിന്ദുക്കളായി, വളർച്ചാ അവസരങ്ങളായി, എല്ലാം മാറുന്നതിന് മുൻപുള്ള ഉണർവ്വിന്റെ നാളുകളായി കാണും.

സ്വയം ഒരു യജമാനനാകുക എന്നത് ആദ്യം നിങ്ങളുടെ ജീവിതത്തിന്റെ സമൂലവും പൂർണ്ണവുമായ ഉത്തരവാദിത്തം ഏറ്റെടുക്കുക എന്നതാണ്. നിങ്ങളുടെ നിയന്ത്രണത്തിന് അതീതമായത് പോലും ഇതിൽ ഉൾപ്പെടുന്നു. എന്താണ് സംഭവിക്കുന്നതെന്ന് ഒരു യഥാർത്ഥ യജമാനന് അറിയാം, മറിച്ച് ഒരാൾ പ്രതികരിക്കുന്ന രീതിയാണ് അവിടെ ഫലം നിർണ്ണയിക്കുന്നത്. എല്ലാവരും അവിടെ എത്തില്ല. മിക്ക ആളുകളും തങ്ങളുടെ ജീവിതത്തിൽ ഭൂരിഭാഗം തരംഗങ്ങളും സൃഷ്ടിക്കുന്നുവെന്നും അവ ഓടിക്കാൻ പഠിക്കുന്നത് അവരുടെ ജോലിയാണെന്നും മനസ്സിലാക്കാതെ ജീവിക്കുന്നു. മിക്ക ആളുകളും അവരുടെ സ്വന്തം ചിന്തകളുടെയും വികാരങ്ങളുടെയും മൂടൽമഞ്ഞിൽ ദിവസങ്ങൾ ചെലവഴിക്കുന്നു, അവ പരിഹരിക്കാനുള്ള കഴിവ് തങ്ങൾക്കു കുറവാണ് എന്ന് ധരിക്കുന്നു.

നമ്മുടെ മുന്നിലുള്ള പർവ്വതങ്ങളെ മറികടക്കാൻ ആവശ്യമായ കൃത്യമായ സ്വഭാവസവിശേഷതകളാൽ നാം സജ്ജരാണെന്ന് തിരിച്ചറിയുക എന്നതാണ് വൈദഗ്ദ്ധ്യം, വാസ്തവത്തിൽ, അങ്ങനെ ചെയ്യുന്നത് നമ്മുടെ ജീവിതത്തിന്റെ ആത്യന്തികമായ വിളിയാണ്. നാം കഴിവുള്ളവർ മാത്രമല്ല; വിധിക്കപ്പെട്ടവർ കൂടിയാണ്.

നിങ്ങൾ സഹിച്ച അസ്വാസ്ഥ്യങ്ങളുടെ വർഷങ്ങൾ നിങ്ങൾക്ക് കടന്നുപോകേണ്ട ഏതെങ്കിലും തരത്തിലുള്ള ശുദ്ധീകരണ സ്ഥലമായിരുന്നില്ല എന്ന് ഒടുവിൽ മനസ്സിലാക്കുക എന്നതാണ് വൈദഗ്ദ്ധ്യം. നിങ്ങൾ കൂടുതൽ കഴിവുള്ളവനാണെന്നും മികച്ചതിന് അർഹനാണെന്നും നിങ്ങളുടെ സ്വപ്നങ്ങളുടെ വ്യക്തിയായി രൂപാന്തരപ്പെടാൻ ഉദ്ദേശിക്കുന്നുവെന്നും നിങ്ങളെ അറിയിക്കുന്ന നിങ്ങളുടെ ആഴത്തിലുള്ള ആന്തരികതയായിരുന്നു അവ.

നിങ്ങൾ അത് അവകാശപ്പെടണം. നിങ്ങൾ അത് സൃഷ്ടിക്കണം. നിങ്ങളുടെ സ്വന്തം രോഗശാന്തി പ്രക്രിയ, കൂട്ടായ്മയിൽ അദൃശ്യമായ ഒരു തരംഗ പ്രഭാവം സൃഷ്ടിക്കും. ലോകത്തെ മാറ്റണമെങ്കിൽ നമ്മൾ സ്വയം മാറണം. നമ്മുടെ ജീവിതം മാറ്റണമെങ്കിൽ, നമ്മൾ സ്വയം മാറണം. നമുക്ക് മുന്നിലുള്ള ഏറ്റവും വലിയ പർവ്വതങ്ങൾ അളക്കാൻ നാം ആഗ്രഹിക്കുന്നുവെങ്കിൽ, നാം മാർഗ്ഗങ്ങൾ അവലംഭിക്കുന്ന രീതികളും മാറുന്നു.

നിങ്ങൾ എല്ലാറ്റിന്റെയും കൊടുമുടിയിൽ എത്തുമ്പോൾ – അത് നിങ്ങൾക്ക് എന്തുതന്നെയായാലും – നിങ്ങൾ തിരിഞ്ഞുനോക്കുകയും ഓരോ ചുവടും മൂല്യവത്താണെന്ന് അറിയുകയും ചെയ്യും. എല്ലാറ്റിനും മുപരിയായി, നിങ്ങളുടെ യാത്ര ആരംഭിക്കാൻ നിങ്ങളെ പ്രേരിപ്പിച്ച വേദനയ്ക്ക് നിങ്ങൾ വളരെയധികം നന്ദിയുള്ളവരായിരിക്കും, കാരണം ശരിക്കും, എന്തോ കുഴപ്പമുണ്ടെന്ന് നിങ്ങളെ കാണിക്കാൻ ശ്രമിക്കുന്നത് പോലെ അത് നിങ്ങളെ വേദനിപ്പിക്കാൻ ശ്രമിച്ചില്ല. പകരം അത്, നിങ്ങളുടെ കഴിവുകൾ ഉപയോഗിക്കപ്പെടാതെ നിൽക്കുക, തെറ്റായ ആളുകളുമായി നിങ്ങളുടെ ജീവിതം ചിലവഴിക്കുക, തെറ്റായ കാര്യങ്ങൾ ചെയ്യുക, നിങ്ങൾക്ക് ഒരിക്കലും ശരിയല്ലെന്ന് തോന്നുന്നത് എന്തുകൊണ്ടെന്ന് ആശ്ചര്യപ്പെടുക എന്നിവ നിങ്ങൾക്കായി തുറന്നുകാട്ടി.

നിങ്ങളുടെ ജീവിതം തുടങ്ങുന്നതേയുള്ളൂ.

ഒരു ദിവസം, നിങ്ങളുടെ മുന്നിലുണ്ടായിരുന്ന പർവ്വതം നിങ്ങളുടെ വളരെ പിന്നിലായിരിക്കും, അത് കഷ്ടിച്ച് മാത്രം കാണാവുന്നത്ര വിദൂരത്തിൽ. എന്നാൽ, അതിൽ കയറാൻ ആരാണ് പഠിക്കുന്നത്? അത് നിങ്ങളോടൊപ്പം എന്നേക്കും നിലനിൽക്കും.

അതാണ് പർവ്വതത്തിന്റെ അതിര്.